ഹാരി പോട്ടറും

ശപിക്കപ്പെട്ട കുട്ടിയും

ഭാഗം ഒന്നും രണ്ടും

നാടക തിരക്കഥ

WIZARDING WORLD

ജെ.കെ. റൗളിങ്ങും,
ജോൺ ടിഫനിയും, ജാക്ക് തോർണും
ചേർന്ന് രചന നിർവ്വഹിച്ച കഥയെ ആധാരമാക്കി
ജാക്ക് തോർൺ തയ്യാറാക്കിയ നാടകം

ആദ്യ നിർമ്മാണം നിർവ്വഹിച്ചത്
സോണിയ ഫ്രീഡ്മാൻ പ്രൊഡക്ഷൻസും, കോളിൻ
കലണ്ടറും, ഹാരി പോട്ടർ തീയട്രിക്കൽ
പ്രൊഡക്ഷൻസും ചേർന്ന്.

ഒറിജിനൽ വെസ്റ്റ് എൻഡ് പ്രൊഡക്ഷൻസിന്റെ
ഔദ്യോഗിക തിരക്കഥ

ഹാരി പോട്ടറും

ശപിക്കപ്പെട്ട കുട്ടിയും

ഭാഗം ഒന്നും രണ്ടും

നാടക തിരക്കഥ

വിവർത്തനം: റിങ്കു ആൻ

BLOOMSBURY
NEW DELHI LONDON OXFORD NEW YORK SYDNEY

BLOOMSBURY INDIA
Bloomsbury Publishing India Pvt. Ltd
Second Floor, LSC Building No. 4, DDA Complex, Pocket C – 6 & 7,
Vasant Kunj, New Delhi 110070

BLOOMSBURY, BLOOMSBURY INDIA and
the Diana logo are trademarks of Bloomsbury Publishing Plc

First published in print in Great Britain in 2016 by Little, Brown

Malayalam translation of *Harry Potter and The Cursed Child*
First published in Malayalam, 2019

Malayalam Edition co-ordination by TranslationPanacea, Pune
Translated from English to Malayalam by Ringu Ann

ISBN: 978-93-88134-46-0

2 4 6 8 10 9 7 5 3 1

Printed and bound in India by Manipal Technologies Limited, Manipal

www.wearelumos.org
www.pottermore.com
www.bloomsbury.com

ഉള്ളടക്കം

സമർപ്പണം

ജെ.കെ. റൗളിങ്

എന്റെ ലോകത്തിലേയ്ക്ക് കടന്നുവന്ന്, അവിടെ മനോഹരമായ കാര്യങ്ങൾ ചെയ്ത ജാക്ക് തോർണിന്.

ജോൺ ടിഫനി

ജോയ്ക്കും, ലൂയിസിനും, മാക്സിനും, സോണിക്കും, മെർളെയ്ക്കും... എല്ലാ മാന്ത്രികർക്കും...

ജാക്ക് തോർൺ

2016 ഏപ്രിൽ ഏഴിന് ജനിച്ച എലിയറ്റ് തോർണിന്. ഞങ്ങൾ ഈ നാടക പരിശീലനത്തിൽ ആയിരുന്നപ്പോൾ, അവ്യക്തമായ, ശിശുസഹജമായ ഭാഷയിൽ കൊഞ്ചുകയായിരുന്നു അവൻ.

തിരക്കഥ പാരായണത്തെക്കുറിച്ച് ഒരു സംഭാഷണം

സംവിധായകൻ ജോൺ ടിഫനിയും, നാടക രചയിതാവ് ജാക്ക് തോർണും തമ്മിൽ

<u>ജാക്ക്</u>

ഞാൻ ആദ്യമായി ഒരു നാടകം വായിക്കുന്നത് പ്രൈമറി ക്ലാസിലാണ്, *ജോസഫ് ആന്റ് ദി അമേസിങ് ടെക്നികളർ ഡ്രീംകോട്ട്*. ഞാൻ വളരെ ഉത്സാഹത്തിൽ ആയിരുന്നു. അത്ര വ്യക്തമായി എനിക്ക് ഓർമ്മയില്ല. നാടകത്തിൽ ഞാൻ പറയേണ്ട വരികൾ തിരഞ്ഞു മാത്രമായിരുന്നുവെന്ന് തോന്നുന്നു ഞാൻ അത് വായിച്ചത്. അതെ, ഞാൻ അന്ന് ബോധമില്ലാത്തയൊരു കുസൃതി ചെറുക്കനായിരുന്നു. എനിക്ക് ജോസഫിന്റെ വേഷമായിരുന്നു ആ നാടകത്തിൽ. അതിന് ശേഷം ഞാൻ വായിക്കുന്നത് *ദി സിൽവർ സോർഡ്* ആണ്, ഇയാൻ സെറൈല്ലിയറിന്റെ ക്ലാസിക്ക് നോവലിന്റെ നാടകരൂപം. അതിലെ കേന്ദ്ര കഥാപാത്രത്തെ ആയിരുന്നില്ല എനിക്ക് അവതരിപ്പിക്കുവാൻ കിട്ടിയത്, എനിക്ക് തോന്നുന്നത് അതിലെ മൂന്നാമത്തെ പയ്യനെയോ മറ്റോ ആണ് ഞാൻ അവതരിപ്പിച്ചതെന്നാണ്. എഡെക്ക് ബലിക്കിയുടെ വേഷം ചെയ്യുവാനായിരുന്നു എനിക്ക് ആഗ്രഹം, അതിനായി എന്തും ചെയ്യുവാൻ ഞാൻ തയ്യാറുമായിരുന്നു. പക്ഷേ അതോടുകൂടി എന്റെ അഭിനയ ജീവിതം അവസാനിച്ചു. എനിക്ക് ഒമ്പത് വയസായിരുന്നു അപ്പോൾ.

<u>ജോൺ</u>

ഞാൻ ആദ്യം വായിച്ചത് *ഒലിവർ!* ആണ്. അന്നെനിക്ക് വയസ് ഒമ്പത് (ആ ചെറു പ്രായത്തിലും എനിക്കെങ്ങനെയോ അറിയാമായിരുന്നു അറ്റത്തുള്ള ആശ്ചര്യചിഹ്നം അർത്ഥമാക്കുന്നത് അതൊരു സംഗീത നാടകമാണ് എന്നാണെന്ന്..പാട്ടോടുകൂടിയ ഒലിവർ!). ഹഡേർസ്ഫീൽഡ് അമച്വർ ഒപ്പേറാറ്റിക്ക് സൊസൈറ്റിയുടെ 1981-ലെ നാടകത്തിൽ എന്റെ പേരിൽ തന്നെ ഒരു അനാഥനായി ഞാൻ അഭിനയിച്ചിരുന്നു. പക്ഷേ ഉച്ചാരണഭേതമെന്തെങ്കിലും വരുത്തിയതായി എനിക്ക് ഓർമയില്ല, അതുകൊണ്ട് തന്നെ അത് ഡിക്കെൻസിന്റെ നോവലിന്റെ വികൃതമായ ഒരു ആവിഷ്ക്കാരമായിരുന്നിരിക്കാനേ തരമുള്ളു. അതിൽ ഒലിവറിന്റെ അമ്മ വെസ്റ്റ് യോർക്ക്ഷയറിലെ ഒരു

പണിശാലയിൽവെച്ച് അവന് ജന്മം നൽകുന്നതായാണല്ലോ. താങ്കളെ പോലെ തന്നെ ഞാനും നാടകം വായിച്ചത് എന്റെ സംഭാഷണങ്ങൾ കണ്ടുപിടിക്കുവാൻ മാത്രമായിരുന്നു. എനിക്ക് ഓർമ്മയുണ്ട് എന്റെ വരികൾ അടയാളപ്പെടുത്തുന്നതിന് ഒരു മഞ്ഞപ്പേന മേടിക്കുവാൻ ഞാൻ നടന്നത്. അന്ന് എനിക്കൊപ്പമുണ്ടായിരുന്നവർ അങ്ങനെ ചെയ്യുന്നത് ഞാൻ ശ്രദ്ധിച്ചിരുന്നു. എന്റെ വിചാരം അങ്ങനെ ചെയ്താലേ നമ്മൾ തികഞ്ഞ അഭിനേതാക്കൾ ആകുകയുള്ളുവെന്നായിരുന്നു. പിന്നീടാണ് ആർട്ട്ഫുൾ ഡോഡ്ജർ എന്നോട് പറയുന്നത്, അങ്ങനെ വരച്ചടയാളപ്പെടുത്തിയാൽ മാത്രം പോര അവ മനപ്പാഠമാക്കുകയും വേണമെന്ന്. അങ്ങനെയാണ് നാടകം വായനയിൽ എന്റെ പാഠങ്ങൾ തുടങ്ങുന്നത്.

<u>ജാക്ക്</u>

താങ്കളുടെ ഒലിവറും, മഞ്ഞ മഷിയിൽ അടയാളപ്പെടുത്തിയ ആ തിരക്കഥയും കാണുവാൻ എനിക്ക് സാധിച്ചിരുന്നുവെങ്കിൽ എന്ന് ഞാൻ ആഗ്രഹിക്കുകയാണ്. സംവിധാന സംബന്ധമായ കാര്യങ്ങൾ എഴുതുന്ന താങ്കളുടെ ആ പഴയ തവിട്ട് നോട്ട്പുസ്തകം ഞാൻ എപ്പോളും അത്ഭുതത്തോടെയാണ് നോക്കിക്കണ്ടിരുന്നത്. എന്റെ തിരക്കഥകളാണെങ്കിലോ കീറിപ്പറിഞ്ഞ്, കുത്തിവരച്ച്, കുഞ്ഞു വാവയുടെ ഛർദ്ദിയിൽപ്പൊതിഞ്ഞ് (ആഹ് പിന്നെ ഛർദ്ദി ഈയിടയ്ക്ക് തുടങ്ങിയതാണ് എന്നെങ്കിലും പറയാം).

അപ്പോ എന്താണ് താങ്കളുടെ അഭിപ്രായം, എങ്ങനെയാണ് നാടകം വായിക്കേണ്ടത്? അല്ലെങ്കിൽ എങ്ങനെയൊക്കെ വായിക്കാം? ഈ നാടകത്തിന്റെ തിരക്കഥ പബ്ലിഷ് ചെയ്യുവാനായി തയ്യാറാക്കിയ ആ നാളുകളിൽ ഈ ചോദ്യങ്ങളാണ് എന്നെ ഏറ്റവും വലച്ചത്. റിഹേർസലിന്റെ സമയത്ത് അഭിനേതാക്കൾ അവരുടേതായ വരികൾ പറയുന്നതിനാൽ പലപ്പോഴും ഞാൻ എഴുതിയ പല സംഭാഷണ ശകലങ്ങളും വെട്ടിക്കളഞ്ഞിരുന്നു. സ്ക്രിപ്റ്റ് എഴുതുന്നത് ഒരു വിഭാഗം അഭിനേതാക്കളെ മാത്രം ഉദ്ദേശിച്ചാണ്, മറ്റുള്ളവർ തങ്ങൾ അവതരിപ്പിക്കുന്ന കഥാപാത്രങ്ങളായി ജീവിക്കുകയാണ്. വായനക്കാർക്കും ഒരു സംവിധായകനെ പോലെ കഥാപാത്രങ്ങളെ ഭാവനയിൽ കാണുവാൻ കഴിയണം. ഒരു തിരക്കഥ ആദ്യമായി വായിക്കുമ്പോൾ എന്താണ് താങ്കൾ അതിൽ നിന്ന് പ്രതീക്ഷിക്കുന്നത്?

<u>ജോൺ</u>

ഒരു സംവിധായകന് ഒരു തിരക്കഥ ആദ്യമായി വായിക്കുമ്പോൾ കിട്ടുന്ന അനുഭവം വളരെ

പ്രധാനപ്പെട്ടതാണ്. ആ നാടകം ആദ്യമായി കാണുന്ന ഒരു പ്രേക്ഷകന്റെ അനുഭവവുമായി ഒരു സംവിധായകൻ ഏറ്റവും അടുത്ത് നിൽക്കുന്നത് അപ്പോളാണ്. എഴുതി പൂർണമാക്കിയ ഒരു തിരക്കഥ അത് വായിക്കുന്ന വ്യക്തിയെ അതിന്റെ കഥയിലേയ്ക്ക്, കഥാപാത്രങ്ങളിലേയ്ക്ക്, പ്രമേയത്തിലേയ്ക്ക് കൈ പിടിച്ച് നടത്തണം. തിരക്കഥയ്ക്ക് നിങ്ങളെ ചിരിപ്പിക്കുവാനും കരയിപ്പിക്കുവാനും കഴിയും. കഥയിലെ സന്തോഷം നമ്മളിലേയ്ക്ക് പകരുവാനും, കഥാപാത്രങ്ങളുടെ വിഷമങ്ങളിൽ നമ്മളെയും പങ്കുകാരാക്കുവാനും അതിന് കഴിയും. അരങ്ങിൽ അവതരിപ്പിക്കുന്ന നാടകവും, അത് കാണുന്ന പ്രേക്ഷകരുടെ അനുഭവും തിരക്കഥയിലൂടെ വായനക്കാരനുമായി പങ്കുവയ്ക്കുവാൻ കഴിയും.

ഒരു തിരക്കഥാകൃത്തെന്ന നിലയിൽ എഴുത്തിന്റെ സമയത്ത് എത്രത്തോളം ഈ അനുഭവം താങ്കൾക്ക് സങ്കൽപ്പിക്കുവാൻ കഴിയാറുണ്ട്? ടൈപ്പ് ചെയ്യുമ്പോൾ വരികൾ ഉറക്കെ പറയാറുണ്ടോ?

ജാക്ക്

പറയുമെന്ന് മാത്രമല്ല ഞാൻ അവരെ പോലെ അഭിനയിച്ചും നോക്കുമായിരുന്നു. ഇതൊക്കെ എഴുത്തുന്നത് പേരുകേട്ട കോഫി ഷോപ്പുകളിലും, സാൻവിച്ച് കടകളിലും ഇരുന്നാണ് എന്നോർക്കണം. ആളുകൾ കരുതും വട്ടാണെന്ന്. ഓരോ കഥാപാത്രങ്ങളായി മാറി അവരെ പോലെ അംഗവിക്ഷേപം കാണിക്കുക എനിക്കൊരു പതിവാണ്. ആളുകൾക്ക് മുമ്പിൽ നാണംകെടുവാൻ മറ്റൊന്നും വേണ്ട.

ഈ തിരക്കഥയുടെ പ്രത്യേകത എന്താണെന്ന് വെച്ചാൽ ഇത് എഴുതുമ്പോൾ കൂടുതൽ സമയവും ഞാൻ ചിലവഴിച്ചത് അഭിനേതാക്കളുടെ കൂടെയാണ്. പരിശീലനകളരിയുടെ ആഴ്ച്ചകളിലും, റിഹേർസലിന്റെ സമയത്തും ഞങ്ങൾ എല്ലാവരും, ഡിസൈൻ ടീം തൊട്ട് സൌണ്ട് ടീം വരെ, ആ മുറിയിൽ ഒരുമിച്ചായിരുന്നു. എനിക്ക് തോന്നുന്നില്ല ഞങ്ങളിൽ ആർക്കും ഇതുപോലൊരു അനുഭവം മുമ്പുണ്ടായിട്ടുണ്ടെന്ന് - എനിക്ക് തോന്നുന്നു ഇത് ഏകദേശം എട്ട് മാസം നീണ്ടുനിന്നിരുന്നു. ഇതിന് നമ്മുടെ വർക്കിൽ എന്തെകിലും സ്വാധീനം ഉണ്ടായതായി തോന്നിയിട്ടുണ്ടോ? എനിക്ക് ഉറപ്പാണ് ഇത് ഈ തിരക്കഥയെ ഒരുപാട് മെച്ചപ്പെടുത്തിയിട്ടുണ്ട്, അതിനുപരി ഇത് ഏതെങ്കിലും തരത്തിൽ നമുടെ നാടകത്തിന്റെ ഗതിയെ മാറ്റിയിട്ടുണ്ടോ?

തിരക്കഥ പാരായണത്തെക്കുറിച്ച് ഒരു സംഭാഷണം

ജോൺ

കഫേകളിൽ ഇരുന്ന് താങ്കൾ ഒരോ കഥാപാത്രങ്ങളെ പോലെ സംസാരിക്കുകയും പ്രവർത്തിക്കുകയും ചെയ്യുന്ന ആ രംഗം എനിക്ക് നന്നായി ബോധിച്ചു! ജാക്ക്, എനിക്ക് തോന്നുന്നത് അത് കാണുവാൻ തന്നെ പ്രേക്ഷകർ ഉണ്ടായിരിക്കുമെന്നാണ്. കേട്ടിട്ട് പ്രത്യേകതരം അഭിനയമാണെന്ന് തോന്നുന്നു. വേണമെങ്കിൽ നമ്മുക്കിത് അവതരിപ്പിക്കാം. എനിക്കുറപ്പാണ് *കേർസ്ഡ് ചൈൽഡിലെ* അഭിനേതാക്കളും, ഞാനും അത് കാണുവാൻ മുൻനിരയിൽ തന്നെ കാണും. ഇനി കാര്യത്തിലേയ്ക്ക് കടക്കാം...

തീർച്ചയായും, പരിശീലനകളരിയിലും റിഹേർസലിലുമായി നമ്മൾ എല്ലാവരും ഒരുമിച്ച് ചിലവഴിച്ച സമയം ഈ നാടകത്തിന്റെ വിജയത്തിന്റെ മൂലകാരണങ്ങളിൽ ഒന്നാണ്. ആ സംഭവങ്ങൾ മുഴുവൻ സ്പഷ്ടമായും വ്യക്തമായും എനിക്ക് ഇപ്പോളും ഓർമ്മയുണ്ട്. ജോയുമായി 2014-ന്റെ തുടക്കത്തിൽ നമ്മൾ നടത്തിയ ആദ്യ ചർച്ചകൾ, 2016-ലെ വേനലിൽ നടത്തിയ ആദ്യ അവതരണം കാണുവാൻ എത്തിയ പ്രേക്ഷകർ, ഇതിൽ ഭാഗഭാക്കായ ഓരോ അഭിനേതാക്കളും, കലാകാരന്മാരും, നിർമാതാക്കളും, സാങ്കേതിക വിദഗ്ദ്ധരും, എല്ലാം എനിക്കിപ്പോളും വ്യക്തമായി ഓർമ്മയുണ്ട്. അതുകൊണ്ട് തന്നെയാണ് അവർ ഓരോരുത്തരുടെയും പേരുകൾ പബ്ലിഷ് ചെയ്യപ്പെടുന്ന തിരക്കഥയിൽ ഉൾപ്പെടുത്തണമെന്ന് ഞാൻ നിർബന്ധം പിടിച്ചത്. അതുകൊണ്ട് തന്നെയാണ് തിരക്കഥ അരങ്ങിൽ അവതരിപ്പിക്കപ്പെടുന്ന നാടകം നൽകുന്ന കാഴ്ച്ചാനുഭവത്തിലേയ്ക്കുള്ള ഒരു കവാടം മാത്രമാകുന്നത്.

ഈ തിരക്കഥയുടെ സ്യഷ്ട്ടാവെന്ന നിലയിൽ, ഇത് വായിക്കുന്ന, ഈ നാടകം അരങ്ങിൽ കാണുവാൻ കഴിഞ്ഞിട്ടില്ലാത്ത ഒരു വായനക്കാരന്റെ ഭാവനയിൽ എന്ത് സംഭവിക്കുമെന്നാണ് താങ്കൾ പ്രതീക്ഷിക്കുന്നത്?

ജാക്ക്

വിഷമമേറിയ ഒരു ചോദ്യമാണിത്. നാടകം അരങ്ങിൽ അവതരിപ്പിക്കപ്പെടുന്നതിന്റെ തലേന്ന് ഞാൻ ഇങ്ങനെ ടീറ്റ് ചെയ്തിരുന്നു 'നിങ്ങൾ എല്ലാവരും ഇത് കാണണമെന്നു ഞാൻ ആഗ്രഹിക്കുന്നു, വായന നൽകുന്ന അനുഭവത്തിലും ഏറെ മികച്ചതാണ് കാഴ്ച്ച നൽകുന്നത്'- നാടകം സംഗീതം പോലെയാണ്, അത് ആലപിക്കപ്പെടേണ്ടതാണ്. നമുക്കാണെങ്കിൽ ബിയോൺസയെ പോലെ കേമരായ ഒരുപറ്റം അഭിനേതാക്കളും, കലാകാരന്മാരുമുണ്ട്. ചിലപ്പോൾ

ഇതാകും ഈ ചോദ്യത്തിന്റെ ഉത്തരം: അഭിനയ ലോകത്തിന്റെ ബിയോൺസേകൾ തങ്ങളുടെ അഭിനയ സൗകുമാര്യവും, വൈദഗ്ദ്ധ്യവും കൊണ്ട് ഓരോ വരികളും അന്വർത്ഥമാക്കുന്നത് (കാരണം സത്യമിതാണ്, നമ്മുടെ അഭിനേതാക്കൾ അസാധാരണ പ്രതിഭകളാണ്) വായനക്കാർ തങ്ങളുടെ ഭാവനയിൽ കാണും.

അല്ലെങ്കിൽ ചിലപ്പോൾ എഴുതിയത് പോലെ തന്നെ അവർക്ക് ഇത് വായിക്കുവാൻ കഴിയട്ടെയെന്ന് മാത്രമാകും ഞാൻ പ്രതീക്ഷിക്കുന്നത്- ഒരു തോളിൽ ജോയേയും മറ്റേതിൽ ജോൺ നിന്നെയും ചുമന്നുകൊണ്ട് ഹാരി പോട്ടർ കഥകളിൽ നിറഞ്ഞുനിൽകുന്ന സത്യസന്ധമായ വികാരങ്ങളെ ഓരോ വരികളിലും സന്നിവേശിപ്പിക്കുവാൻ ഞാൻ കിണഞ്ഞു പരിശ്രമിച്ചത് പോലെ. തീർച്ചയായും ഏറ്റവും പ്രയാസം വരികൾക്കിടയിലൂടെ വായിക്കുവാനാണ്, ചില നോട്ടങ്ങളിലൂടെ കൈമാറപ്പെടുന്ന വികാരങ്ങൾ വായനക്കാരിലേയ്ക്ക് എത്തിക്കുവാൻ, കഥാപാത്രങ്ങളുടെ മനസിലൂടെ പോകുന്ന വിചാരങ്ങൾ പകർത്തുവാൻ. ഒരോ കഥാപാത്രങ്ങളുടെയും വികാരവിചാരങ്ങൾ ഗദ്യങ്ങളിൽ നമുക്ക് വിവരിച്ചെഴുതാം, നാടകം അരങ്ങിൽ അവതരിപ്പിക്കുമ്പോൾ ആണെങ്കിൽ ഭാവപ്രകടനങ്ങളിലൂടെ കഥാപാത്രങ്ങളുടെ മാനസിക വ്യവഹാരങ്ങൾ അവതരിപ്പിക്കാം. ഇതിനൊക്കെ പുറമെ, അരങ്ങിൽ തീർക്കുന്ന മാന്ത്രിക പ്രതീതി. അതിനെ പറ്റി കൂടുതൽ പറയുന്നില്ല, പറഞ്ഞാൽ ജയിമി ഹാരിസൺ (മായാജാലവും മായദർശനവും) മാന്ത്രികരുടെ വലയത്തിൽനിന്ന് പൂർത്താക്കപ്പെടും! ചിലപ്പോൾ വായനക്കാർക്ക് തന്നെ തങ്ങളുടെ ഭാവനയിൽ ഓരോ ഭാഗങ്ങളും അഭിനയിക്കുവാൻ കഴിഞ്ഞെങ്കിലോ? ചിലപ്പോൾ അവർ എന്നെ പോലെ കഫേകളിലും മറ്റുമിരുന്ന് പല ഭാഗങ്ങളും അഭിനയിക്കുമായിരിക്കും? താങ്കൾക്ക് എന്ത് തോന്നുന്നു, ആളുകൾ എങ്ങനെയാണ് തിരക്കഥ വായിക്കേണ്ടത്?

<u>ജോൺ</u>

താങ്കൾ പറഞ്ഞത് പോലെ, ഗദ്യങ്ങളിൽ കഥാപാത്രങ്ങളുടെ മാനസിക വ്യവഹാരങ്ങളും, വികാരങ്ങളും, മറ്റ് വിശദാംശങ്ങളും നമ്മുക്ക് വിവരിച്ചെഴുതാം. അരങ്ങിൽ, അഭിനേതാക്കളുടേയും കലാകാരന്മാരുടേയും സഹായത്തോടെ നമ്മുക്കിവ ചിത്രീകരിക്കാം. ഇങ്ങനെയൊക്കെ ആണെങ്കിലും കഥയുടെ ഓരോ ഭാഗങ്ങളും അതിന്റെ പൂർണതയിൽ പ്രേക്ഷകരിലേയ്ക്ക് എത്തുവാൻ

പലപ്പോഴും നമ്മളും അവരുടെ കൂട്ടായ ഭാവനയെ ആശ്രയിക്കുന്നുണ്ട്. ഞാൻ നാടകങ്ങളെ ഇത്രയധികം സ്നേഹിക്കുന്നതിന്റെ ഒരു കാരണവും അതുതന്നെയാണ്; സിനിമകളിൽ കംപ്യൂട്ടറിന്റെ സഹായത്തോടെ സൃഷ്ടിച്ചെടുക്കുന്ന കാഴ്ച്ചകൾ ഉണ്ട്, പക്ഷേ നാടകത്തിന് പ്രേക്ഷകരുടെ ഭാവനയേ തുണയ്ക്കുള്ളു. രണ്ടും തുല്ല്യയളവിൽ കാര്യസാധകമാണ്.

വായനക്കാർ തങ്ങളുടെ ഭാവനയിലോ, പങ്കാളിയുമൊത്തോ നാടകം കളിക്കുന്നത് മനോഹരമായ ഒരു ആശയമായാണ് എനിക്ക് തോന്നുന്നത്. ഈ പ്രവർത്തിയും നാടകം കാണുന്ന പ്രേക്ഷകരുടെ സങ്കൽപ്പങ്ങളും തമ്മിൽ എന്തെങ്കിലും ബന്ധം ഉണ്ടായെന്നുവരാം. ഹാരി പോട്ടർ ആൻഡ് ദി കേർസ്ഡ് ചൈൽഡ് കാണുവാൻ ആഗ്രഹിക്കുന്ന എല്ലാ പ്രേക്ഷകർക്കും ലണ്ടനിലെ പാലസ് തീയറ്ററിലോ മറ്റെവിടെയെങ്കിലുമോ വെച്ച് അത് കാണുവാനുള്ള അവസരമൊരുക്കുവാൻ നമ്മുക്ക് അക്ഷീണം പരിശ്രമിക്കാം. അത് പ്രാവർത്തികമാകുന്നതിന് മുമ്പേ താങ്കളുടെ തിരക്കഥ വായിച്ച് ഓരോ വായനക്കാരും തങ്ങളുടെ ഭാവനിയിൽ സൃഷ്ടിക്കുന്ന എണ്ണമറ്റ നാടക അവതരണങ്ങളിൽ എനിക്ക് ആത്മാർത്ഥമായ കൗതുകമുണ്ട്.

Timestamp TK

ഭാഗം ഒന്ന്

ഭാഗം ഒന്ന്

അങ്കം ഒന്ന്

അങ്കം ഒന്ന് രംഗം ഒന്ന്

കിങ്ങ്സ് ക്രോസ്

പല സ്ഥലങ്ങളിലേയ്ക്ക് പോകുവനായി ധൃതികൂട്ടി നിൽക്കുന്ന ആളുകളെകൊണ്ട് തിങ്ങിനിറഞ്ഞൊരു തീവണ്ടി സ്റ്റേഷൻ. ആ തിരക്കിനിടയിൽ നല്ല ഭാരം കയറ്റിയ രണ്ട് ഉന്തുവണ്ടികൾ കാണാം. വണ്ടിയിലെ സാധനങ്ങൾക്കെല്ലാം മുകളിൽ കിടുകിടെ ശബ്ദമുണ്ടാക്കികൊണ്ട് രണ്ട് വലിയ ഇരുമ്പ് കൂടുകൾ. ഈ ഉന്തുവണ്ടികൾ തള്ളുന്നത് രണ്ടാൺക്കുട്ടികളാണ്. ഒരാൾ ജെയിംസ് പോട്ടർ, മറ്റേയാൾ ആൽബസ് പോട്ടർ. അവരുടെ പിന്നാലെ അമ്മ ജിന്നിയുമുണ്ട്. തന്റെ മകൾ ലില്ലിയെ തോളിലെടുത്ത് അവർക്കൊപ്പം നടക്കുന്ന മുപ്പതിയേഴുകാരൻ യുവാവിന്റെ പേര്, ഹാരി.

ആൽബസ്

അച്ഛാ. ഇവൻ അതുതന്നെ പറഞ്ഞുകൊണ്ടിരിക്കുകയാ.

ഹാരി

ഒന്ന് നിറുത്ത്, ജയിംസ്.

ജയിംസ്

അവൻ ചിലപ്പോൾ സ്ലിതറിനിൽ ആയിരിക്കുമെന്നും, അങ്ങനെയാണെങ്കിൽ അവന് .....(അച്ഛന്റെ നോട്ടത്തിൽ നിന്ന് മാറിക്കൊണ്ട്) നല്ല സുഖമായിരിക്കുമെന്നും മാത്രമേ ഞാൻ പറഞ്ഞുള്ളു, അച്ഛാ.

ആൽബസ് (അമ്മയെ നോക്കിക്കൊണ്ട്)

അച്ഛനും അമ്മയും എനിക്ക് കത്തെഴുതുവല്ലോ അല്ലേ?

ജിന്നി

നിനക്ക് വേണമെങ്കിൽ ഞങ്ങൾ എല്ലാദിവസവും കത്തെഴുതിയേക്കാം.

ആൽബസ്

വേണ്ട വേണ്ട എന്നും വേണ്ട. ജയിംസ് പറഞ്ഞത് മിക്ക കുട്ടികൾക്കും മാസത്തിൽ ഒരിക്കലേ കത്ത് കിട്ടാറുള്ളു എന്നാ. എന്നും കത്തയച്ചാൽ....

ഹാരി

കഴിഞ്ഞ വർഷം നിന്റെ ചേട്ടന് ഞങ്ങൾ ആഴ്ച്ചയിൽ മൂന്ന് തവണയാണ് കത്തയച്ചിരുന്നത്.

ആൽബസ്

ശരിക്കും? ജയിംസേ!!

വളിച്ച ചിരിയോടെ നിൽക്കുന്ന ജയിംസിനെ ആൽബസ് ദേഷ്യത്തിൽ നോക്കുന്നു.

ജിന്നി

ഹോഗ്വാർട്ട്സിനെ പറ്റി ജയിംസ് പറയുന്നതെല്ലാം നീ വെള്ളം തൊടാതെ വിഴുങ്ങല്ലേ. ആളുകളെ പറ്റിക്കലാണല്ലോ അവന്റെ പ്രധാന ജോലി.

ജയിംസ്

നമ്മുക്കെന്നാൽ പോയാലോ?

ആൽബസ് അച്ഛനേയും അമ്മയേയും മാറിമാറി നോക്കുന്നു.

ജിന്നി

മോനേ അവിടെയെത്താൻ നീ ഒമ്പതാം പ്ലാറ്റ്ഫോമിനും പത്താം പ്ലാറ്റ്ഫോമിനുമിടയിലുള്ള ആ ഭിത്തിയ്ക്കുള്ളിലേയ്ക്ക് നേരേ നടന്ന് കയറിയാൽ മതി കെട്ടോ. ഒന്നും പേടിക്കാനില്ല.

ലില്ലി

എനിക്കത് കാണുവാൻ തിടുക്കമായി.

ഹാരി

പിന്നെ, നടത്തമിടയ്ക്ക് നിറുത്തുകയോ, ഭയപ്പെടുകയോ ചെയ്താൽ തീർച്ചയായും ഭിത്തിയിൽ ചെന്നിടിച്ചു നിൽക്കും. അതുകൊണ്ട് പേടിയുണ്ടെങ്കിൽ ഒറ്റയോട്ടത്തിൽ പോകുന്നതാണ് നല്ലത്.

ആൽബസ്

ഹമ്. പോകാം, ഞാൻ റെഡിയാ.

ഹാരിയും ലില്ലിയും ആൽബസിന്റെ ഉന്തുവണ്ടിയിൽ പിടിയ്ക്കുന്നു, ലില്ലി ജയിംസിന്റെ പെട്ടിയിലും- ആ കുടുംബം ഒരുമിച്ച് ഒമ്പതാം പ്ലാറ്റ്ഫോമിനും പത്താം പ്ലാറ്റ്ഫോമിനും ഇടയിലുള്ള ഭിത്തിയ്ക്കുള്ളിലേയ്ക്ക് ഓടിക്കയറുന്നു.

അങ്കം ഒന്ന് രംഗം രണ്ട്

പ്ലാറ്റ്ഫോം നമ്പർ ഒമ്പതേ മുക്കാൽ

അവിടെയാകമാനം ഹോഗ്വാർട്ട്സ് എക്സ്പ്രസ്സിൽ നിന്ന് വരുന്ന വെളുത്ത പുകകൊണ്ട് നിറഞ്ഞിരിക്കുന്നു.

ഇവിടയും തിരക്കുതന്നെ, പക്ഷെ വടിവൊത്ത കോട്ടുമിട്ട് നടക്കുന്ന മനുഷ്യർക്ക് പകരം മേലങ്കി അണിഞ്ഞ മാന്ത്രികർ ആണെന്ന് മാത്രം. എല്ലാവരും തങ്ങളുടെ മക്കളോട് യാത്രപറയുന്നതിന്റെ തിരക്കിലാണ്.

ആൽബസ്

ഇത് തന്നെ.

ലില്ലി

ഹായ്!

ആൽബസ്

പ്ലാറ്റ്ഫോം നമ്പർ ഒമ്പതേ മുക്കാൽ.

ലില്ലി

അവരെവിടെ? ഇവിടുണ്ടോ? ഇനി ചിലപ്പോൾ വന്നില്ലേ?

റോണിനെയും, ഭാര്യ ഹെർമയോണിയേയും, മകൾ റോസിനെയും ഹാരി ചൂണ്ടിക്കാണിക്കുന്നു. കണ്ടപാടെ ലില്ലി അവരുടെ അടുത്തേയ്ക്ക് ഓടി പോകുന്നു.

റോൺ അങ്കിൾ, റോൺ അങ്കിൾ!!!

പാഞ്ഞടുക്കുന്ന ലില്ലിയുടെ വിളികേട്ട് തിരിഞ്ഞ് നോക്കിയ റോൺ അവളെ കോരിയെടുക്കുന്നു.

റോൺ

ഇതാരാ.. എന്റെ ചക്കരക്കുട്ടിയാണോ...!

ലില്ലി

അങ്കിളെന്റെ വിദ്യ പഠിച്ചോ?

റോൺ

വീസ്ലീസ് വിസാർഡ് വീസസ് അംഗീകരിച്ചിട്ടുള്ള മൂക്ക് കക്കും ശ്വസനത്തെ പറ്റി മോള് കേട്ടിട്ടുണ്ടോ?

റോസ്

അമ്മേ! ഈ അച്ഛൻ ഇതാ വിണ്ടുമാ പൊട്ട സൂത്രപ്പണി കാണിക്കാൻ പോകുന്നേ!

ഹെർമയോണി

നീ പൊട്ടയെന്ന് പറഞ്ഞാലും, നിന്റെ അച്ഛൻ കരുതിയേക്കുന്നത് അത് വല്യ കേമമാണെന്നാ....

റോൺ

ഒരു നിമിഷമേ, ഞാനീ വായുവൊന്ന് ചവച്ച് കഴിച്ചോട്ടെ. ഇനിയിപ്പോ കാര്യം നിസാരമാ. എന്നെ ചിലപ്പോൾ വെളുത്തുള്ളി മണക്കും,മോളത് കാര്യമാക്കണ്ട...

അയാൾ അവളുടെ മുഖത്തേയ്ക്ക് ഊതുന്നു. ലില്ലി കുണുങ്ങി ചിരിക്കുന്നു.

ലില്ലി

അങ്കിളിന് കഞ്ഞിയുടെ മണം.

റോൺ

ബിങ്ങ്, ബാങ്ങ്, ബോയിംഗ്...ഇനി നിനക്കൊന്നും മണക്കുവാൻ പറ്റില്ല കുട്ടി സുന്ദരീ.. നിന്റെ മൂക്ക് ഞാനിങ്ങെടുക്കുന്നു.

റോൺ അവളുടെ മൂക്ക് പറിച്ചെടുക്കുന്നു.

ലില്ലി

അയ്യോ എന്റെ മൂക്കെവിടെ?

റോൺ

ട്ടടാ...!

അയാളുടെ കയ്യിൽ ഒന്നുമില്ലായിരുന്നു. എല്ലാവരും ആ പൊട്ട സൂത്രത്തിന്റെ പോഴത്തരം ആസ്വദിക്കുന്നു.

ലില്ലി

അങ്കിളൊരു കള്ളനാ.

ആൽബസ്

ദേ പിന്നെയും എല്ലാവരും നമ്മളെ തന്നെ നോക്കുന്നു.

റോൺ

ഞാൻ ഉള്ളതുകൊണ്ടാ! ഞാൻ ഭയങ്കര പ്രസിദ്ധനല്ലേ. എന്റെ മൂക്ക് പരിക്ഷണങ്ങളൊക്കെ വളരെ വിഖ്യാതമാണ്!

ഹെർമയോണി

ഒന്ന് നിർത്ത്... ശരിക്കുമെന്തോ പ്രശ്നമുണ്ട്.

ഹാരി

ശരിയായിത്തന്നെയല്ലേ വണ്ടി പാർക്ക് ചെയ്തത്?

റോൺ

അതേന്നേ. ഹെർമയോണി ഒട്ടും വിചാരിച്ചിരുന്നില്ല എനിക്ക് മഗിൾസിന്റെ ഡ്രൈവിംഗ് ടെസ്റ്റ് പാസാകുവാൻ കഴിയുമെന്ന്, അല്ലേ? അവള് വിചാരിച്ചത് പരിശോധകന്റെ മേൽ എനിക്ക് വിഭ്രാന്തി മന്ത്രം പ്രയോഗിക്കേണ്ടി വരുമെന്നായിരുന്നു.

ഹെർമയോണി

ഞാനങ്ങനെയൊന്നും വിചാരിച്ചിട്ടേയില്ല.. എനിക്ക് നിങ്ങളിൽ നല്ല പ്രതീക്ഷയായിരുന്നു.

റോസ്

അച്ഛന് വിഭ്രാന്തി മന്ത്രം പ്രയോഗിക്കേണ്ടിവന്നുവെന്ന് എനിക്കെന്തായാലും നല്ലയുറപ്പാ.

റോൺ

ഓയ്!

ആൽബസ്

അച്ഛാ...

ആൽബസ് ഹാരിയുടെ മേലങ്കിയിൽ പിടിച്ച് വലിക്കുന്നു. ഹാരി താഴേയ്ക്ക് നോക്കുന്നു.

അച്ഛന് തോന്നുന്നുണ്ടോ ....ചിലപ്പോൾ..ചിലപ്പോളെന്നെ സ്ലിതറിനിൽ ആയിരിക്കും ഇടുന്നതെന്ന്?

ഹാരി

അങ്ങനെയാണെങ്കിൽതന്നെ എന്തായിപ്പോ കുഴപ്പം?

ആൽബസ്

അത്... സ്ലിതറിൻ സർപ്പത്തിന്റെയും, ദുർമ്മന്ത്രവാദത്തിന്റെയും ഹൗസ് അല്ലേ... അത് ധൈര്യശാലികളായ മാന്ത്രികരുടെ ഹൗസ് അല്ലല്ലോ.

ഹാരി

ആൽബസ് സെവറസ്, ഹോഗ്വാർട്ട്സ്സിലുണ്ടായിരുന്ന രണ്ട് പ്രധാനപ്പെട്ട അദ്ധ്യാപകരുടെ പേരാണ് നിനക്കിട്ടിരിക്കുന്നത്. അതിലൊരാൾ സ്ലിതറിനായിരുന്നു. ഞാൻ കണ്ടിട്ടുള്ളതിൽവച്ച് ഏറ്റവും ധൈര്യശാലി ഒരുപക്ഷേ അദ്ധേഹം ആയിരിക്കും.

ആൽബസ്

എന്നാലും പറയച്ഛാ..

ഹാരി

നിന്നെയിത് അത്രയ്ക്ക് ബാധിക്കുന്ന കാര്യമാണെങ്കിൽ തരംതിരിക്കൽ തൊപ്പി നിന്റെ ആഗ്രഹവും കണക്കിലെടുത്തിട്ടേ നിന്നെ ഏതെങ്കിലും ഹൗസിൽ ഇടുകയുള്ളൂ.

ആൽബസ്

സത്യം?

ഹാരി

എന്റെ കാര്യത്തിൽ അങ്ങനെയായിരുന്നെടാ.

താൻ ആദ്യമായാണ് ഇതിനെക്കുറിച്ച് സംസാരിക്കുന്നതെന്ന് ഹാരി ഓർക്കുന്നു.

ഹോഗ്വാർട്ട്സ് നിന്നെ രൂപപ്പെടുത്തിയെടുക്കും ആൽബസ്, ഞാനുറപ്പുതരുന്നു. നിനക്കവിടെയൊന്നും പേടിക്കേണ്ടതായിട്ടില്ല.

ജയിംസ് (കള്ളച്ചിരിയോടെ)

തെസ്ട്രാൾസിനെ ഒഴികെ, അതിനെ സൂക്ഷിച്ചോണം കെട്ടോ.

ആൽബസ്

അതിനവർ അദൃശ്യരല്ലേ!

ഹാരി

നീ നിന്റെ അദ്ധ്യാപകർ പറയുന്നത് വിശ്വസിച്ചാൽ മതി, ജയിംസ് പറയുന്നതൊന്നും കേൾക്കാൻ നിൽക്കണ്ട കെട്ടോ. പിന്നെ അവിടെയുള്ള സമയം ആസ്വദിക്കുവാൻ മറക്കണ്ട. ഇതാ ഇപ്പൊ പോകും..ഈ തീവണ്ടിയിൽ തന്നെ പോകണമെന്നുണ്ടെങ്കിൽ വേഗം ചാടിക്കയറിക്കോ.

ലില്ലി

ഞാൻ തീവണ്ടിയുടെ പിറകേ ഓടുവാൻ പോകുവാണേ.

ജിന്നി

ലില്ലീ, മര്യാദയ്ക്ക് തിരിച്ചുവന്നോ.

ഹെർമയോണി

റോസ്, നെവിലിനോട് ഞങ്ങളുടെ സ്നേഹാന്വേഷണങ്ങൾ പറയുവാൻ മറക്കല്ലേ.

റോസ്

ടീച്ചറിനെ നിങ്ങളുടെ അന്വേഷണം അറിയിക്കുവാനോ... നല്ല കാര്യമായി... എനിക്ക് പറ്റില്ല!

റോസ് തീവണ്ടിയ്ക്കടുത്തേയ്ക്ക് നിങ്ങുന്നു. അവൾക്ക് പിന്നാലെ, ഹാരിയേയും ജിന്നിയേയും ഒരിക്കൽക്കൂടി കെട്ടിപ്പിടിച്ചിട്ട്, ആൽബസും.

ആൽബസ്

ശരി, പോയിവരട്ടെ.

അവൻ തിവണ്ടിയിൽ കയറുന്നു. തിവണ്ടി ചൂളം വിളിച്ച് പോകുന്നത് ഹെർമയോണിയും, റോണും, ഹാരിയും നോക്കിനിൽക്കുന്നു.

ജിന്നി

അവർക്ക് കുഴപ്പമൊന്നും ഉണ്ടാവില്ലല്ലോ, അല്ലേ?

ഹെർമയോണി

ഹോഗ്വാർട്ട്സ് വലിയൊരു സ്ഥലമാണ്.

റോൺ

വലുതും, അത്ഭുതാവഹവും, നിറയെ ഭക്ഷണവുമുള്ളയൊരു സ്ഥലം. അവിടേയ്ക്ക് തിരിച്ചു പോവാൻ ഞാൻ എന്തും ത്യജിക്കാം.

ഹാരി

സ്ലിതറിനിലായിരിക്കുമോയെന്ന് ആൽബസിന് വല്ലാത്ത പേടിയുണ്ട്.

ഹെർമയോണി

അത് കാര്യമാക്കേണ്ട... റോസിനാണെങ്കിൽ പേടി, അവൾക്ക് ആദ്യ രണ്ട് വർഷത്തിനുള്ളിൽ തന്നെ കിഡിച്ചിന്റെ സ്ക്കോറിങ് റിക്കാർഡ് തകർക്കുവാൻ പറ്റുമോയെന്നാ. പിന്നെ ഓ.ഡബ്ല്യൂ.എൽ-ന്റെ പരിക്ഷ എത്ര നേരത്തെയെഴുതുവാൻ കഴിയുമെന്നും.

റോൺ

എനിക്കറിയില്ല അവൾക്കെവിടുന്നാണ് ഇതുപോലത്തെ അതിമോഹങ്ങൾ കിട്ടിയതെന്ന്.

ജിന്നി

ഹാരിയ്ക്കെന്താ തോന്നുന്നത്..ആൽബസ്... അവൻ?

റോൺ

ജിന്നി, നിനക്കറിയുമോ ഞങ്ങളൊക്കെ വിചാരിച്ചിരുന്നത് നീ സ്ലിതറിനിൽ ആകുമെന്നായിരുന്നു.

ജിന്നി

എന്താ?

റോൺ

സത്യമായിട്ടും. ഫ്രെഡും ജോർജ്ജും പന്തയം വയ്ക്കുക വരെ ചെയ്തിരുന്നു.

ഹെർമയോണി

നമ്മുക്കെന്നാൽ പോയാലോ. ആളുകൾ നോക്കുന്നു.

ജിന്നി

നിങ്ങൾ മൂന്നും ഒരുമിച്ചുണ്ടെങ്കിൽ ആളുകൾ എപ്പോളും നോക്കിക്കൊണ്ടിരിക്കും.

നാലുപേരും നടന്ന് തുടങ്ങുന്നു..ജിന്നി ഹാരിയെ പിടിച്ച് നിർത്തുന്നു.

ഹാരി...അവന് ഒന്നും സംഭവിക്കില്ലല്ലോ അല്ലേ?

ഹാരി

അവന് ഒന്നും സംഭവിക്കില്ല തീർച്ച.

അങ്കം ഒന്ന് രംഗം മൂന്ന്

ഹോഗ്വാർട്ട്സ് എക്സ്പ്രസ്

ആൽബസും റോസും തീവണ്ടിക്കുള്ളിലൂടെ നടക്കുന്നു. ഒരാളുടെ മുഖത്ത് ഭയം, മറ്റേയാളുടെ മുഖത്ത് കൗതുകം.

എതിർദിശയിൽ, ഉന്തുവണ്ടി മാന്ത്രിക തന്റെ ഉന്തുവണ്ടിയും തള്ളിക്കൊണ്ട് വരുന്നു.

ഉന്തുവണ്ടി മാന്ത്രിക

എന്തെങ്കിലും വേണോ നിങ്ങൾക്ക് കുട്ടികളേ? മത്തങ്ങ അട, ചോക്ലേറ്റ് തവള, കുട്ടക്ക കേക്ക്..

റോസ് (ആൽബസ് ചോക്ലേറ്റ് തവളയെ നോക്കിനിൽക്കുന്നത് കണ്ട്)

ആൽ. നമ്മുക്ക് ചില കാര്യങ്ങളെക്കുറിച്ച് സംസാരിക്കേണ്ടതുണ്ട്.

ആൽബസ്

എന്തിനെ പറ്റി?

റോസ്

നമ്മൾ ആരോടൊക്കെ കൂട്ടുകൂടണമെന്ന്. നിനക്കറിയില്ലേ, എന്റെയച്ഛനും അമ്മയും നിന്റെ അച്ഛനെ കണ്ടുമുട്ടിയത് അവരുടെ ഹോഗ്വാർട്ട്സ് എക്സ്പ്രസിലുള്ള ആദ്യ യാത്രയിലാ...

ആൽബസ്

അപ്പോ.. നമ്മളിപ്പോ തിരഞ്ഞെടുക്കുവാൻ പോവുന്നത് എല്ലാക്കാലവും നമുക്കൊപ്പമുണ്ടാവേണ്ട സുഹൃത്തിനെ ആണല്ലേ? അത് ഗൗരവകരമായൊരു പണിയാണല്ലോ.

റോസ്

അല്ലടാ..ഒന്നാലോചിച്ച് നോക്ക്, ഞാനൊരു ഗ്രേഞ്ചർ-വീസ്ലി, നീയോ ഒരു പോട്ടർ. എല്ലാവർക്കും നമ്മളോട് ചങ്ങാത്തം കൂടുവാൻ വലിയ ആഗ്രഹമായിരിക്കും. അവരിൽ നമുക്കിഷ്ടമുള്ളവരെ തിരഞ്ഞെടുക്കാലോ.

ആൽബസ്

നമ്മളപ്പോ ഏത് കമ്പാർട്ട്മെന്റിലാണ് ഇരിക്കുവാൻ പോകുന്നത്?

റോസ്

നമ്മുക്കാദ്യം എല്ലാവരെയും ഒന്ന് വിലയിരുത്താം.. അതുകഴിഞ്ഞിട്ട് തീരുമാനിക്കാം.

ആൽബസ് ഒരു കമ്പാർട്ട്മെന്റിന്റെ വാതിൽ തുറക്കുന്നു - അകത്ത് സ്വർണ്ണത്തലമുടിയും നീലക്കണ്ണുകളും സുഭഗശരീരവുമുള്ളയൊരു ആൺകുട്ടി - സ്കോർപിയസ്. അവൻ മാത്രമാണ് ആ മുറിയിലുള്ളത്. ആൽബസ് പുഞ്ചിരിക്കുന്നു. സ്കോർപിയസും ചിരിക്കുന്നു.

ആൽബസ്

ഈ കമ്പാർട്ട്മെന്റിൽ...

സ്കോർപിയസ്

ഇവിടെ ഞാൻ മാത്രമേയുള്ളു..വേറാരുമില്ല.

ആൽബസ്

ആണോ. എങ്കിൽ ഞങ്ങൾ കുറച്ചുനേരത്തേയ്ക്ക് ഇവിടെ ഇരുന്നോട്ടേ..?

സ്കോർപിയസ്

അതിനെന്താ...

ആൽബസ്

ആൽബസ്..ആൽ...അതാണെന്റെ പേര്.

സ്കോർപിയസ്

സ്കോർപിയസ്..ഞാൻ സ്കോർപിയസ്..നീ ആൽബസ് അല്ലേ! നിന്റെ പേരോ?

ഈ സംഭാഷണത്തിൽ റോസിന് തീരെ താൽപ്പര്യമില്ലെന്ന് അവളുടെ മുഖത്ത് നിന്ന് വായിച്ചെടുക്കാം.

റോസ്

റോസ്.

സ്കോർപിയസ്

ഫിസ്സിങ്ങ് വിസ്ബീസ് കഴിക്കുന്നോ?

റോസ്

അയ്യോ വേണ്ട, ഞാനിപ്പോൾ പ്രാതൽ കഴിച്ചതേയുള്ളു.

സ്കോർപിയസ്

എന്റെ കയ്യിൽ കുറച്ച് ഷോക്ക്-ഓ-ചോക്ക്സും, പെപ്പർ ഇമ്പ്സും, ജെല്ലി സ്ലഗ്സുമുണ്ട്. കഴിക്കുന്നോ? അമ്മ പറയാറുണ്ട് (പാടുന്നു) 'മധുരമെപ്പോഴും നൽകും നിങ്ങൾക്ക് ചങ്ങാതികളെ' (പാട്ട് പാടിയത് മണ്ടത്തരമായെന്ന് മനസിലാക്കുന്നു.) എഹ്... ചുമ്മാ ഓരോ അബദ്ധ ധാരണകൾ.

ആൽബസ്

ഞാൻ കുറച്ച് കഴിയ്ക്കുവാ... മധുരപലഹാരങ്ങൾ കഴിയ്ക്കുവാൻ എന്റെയമ്മ എന്നെ അനുവദിക്കാറേയില്ല. മ്... മ്... ഇതിലേതാ ആദ്യം കഴിക്കേണ്ടത്?

റോസ് സ്ക്കോർപിയസ് കാണാതെ ആൽബസിനെ കുത്തുന്നു.

സ്ക്കോർപിയസ്

ഏയ് സാവധാനം..എനിക്ക് തോന്നുന്നു പെപ്പർ ഇമ്പാണ് മധുരപലഹാരങ്ങളുടെ രാജാവെന്ന്.. ചെവിയിലൂടെ പുകവരുന്ന തരത്തിലുള്ള പെപ്പർമിന്റ് പലഹാരങ്ങളുണ്ട്.

ആൽബസ്

കൊള്ളാലോ..എന്നാ അത് തന്നെ ആദ്യം..(റോസ് വീണ്ടും ആൽബസിനെ കുത്തുന്നു.) റോസ്, എന്നെ കുത്താതെ.

റോസ്

ഞാൻ നിന്നെ കുത്തിയൊന്നുമില്ല.

ആൽബസ്

നിയെന്നെ കുത്തുകയും ചെയ്തു. എനിക്ക് വേദനിക്കുകയും ചെയ്തു.

സ്ക്കോർപിയസിന്റെ മുഖം വാടുന്നു.

സ്ക്കോർപിയസ്

ഞാൻ കാരണമാ അവൾ നിന്നെ കുത്തുന്നത്.

ആൽബസ്

ങേ?

സ്ക്കോർപിയസ്

ഹമ്.. എനിക്കറിയാം നിങ്ങൾ ആരാണെന്ന്..അതുകൊണ്ടു തന്നെ നിങ്ങൾക്ക് ഞാനരാണെന്ന് അറിയാമെന്നതിൽ എനിക്കൊരാശ്ചര്യവുമില്ല.

ആൽബസ്

നീയെന്താ ഉദ്ദേശിക്കുന്നത്..നീ ആരാണെന്ന് ഞങ്ങൾക്ക് അറിയാമെന്നോ?

സ്ക്കോർപിയസ്

നീ ആൽബസ് പോട്ടർ, ഇവൾ റോസ് ഗ്രേഞ്ചർ വീസ്ലി. ഞാൻ സ്ക്കോർപിയസ് മാൽഫോയി, എന്റെ അച്ഛൻ ട്രാക്കോ മാൽഫോയി, അമ്മ അസ്റ്റോറിയ..നമ്മുടെ മാതാപിതാക്കൾ അത്ര രസത്തിലല്ലായിരുന്നു.

റോസ്

ഹേയ് അങ്ങനെയല്ല പറയേണ്ടിയത്..നിന്റെ അച്ഛനും അമ്മയും ശവംതീനികളാണെന്ന് പറയ്.

സ്ക്കോർപിയസ്(അപമാനത്താൽ)

അച്ഛനായിരുന്നു, അമ്മയല്ല.

റോസ് പുച്ഛത്തിൽ നോക്കുന്നു. സ്ക്കോർപിയസ് അതിന്റെ കാരണം അറിഞ്ഞെട്ടെന്നപോലെ പറയുന്നു.

എനിക്കറിയാം എല്ലാവരും എന്താണ് കരുതിവെച്ചിരിക്കുന്നതെന്ന്.. പക്ഷെ അതൊക്കെ നുണയാണ്.

ആൽബസ് അസ്വസ്ഥയായ റോസിനെയും നിരാശനായ സ്ക്കോർപിയസിനെയും മാറി മാറി നോക്കുന്നു.

ആൽബസ്

എല്ലാവരും എന്ത് കരുതിവച്ചിരിക്കുന്നുവെന്നാ?

സ്ക്കോർപിയസ്

അച്ഛനും അമ്മയ്ക്കും കുട്ടികൾ ഉണ്ടാകില്ലായിരുന്നുവെന്നും, അതുകൊണ്ട് അച്ഛനും മുത്തച്ഛനും മാൽഫോയി പരമ്പര അറ്റ് പോവരുതെന്നുള്ള വാശിയിൽ അമ്മയെ സമയസഞ്ചാരിയന്ത്രം ഉപയോഗിച്ച് അവിടേയ്ക്ക് ... അയച്ചുവെന്നുമാണ് എല്ലാവരും കരുതിയിരിക്കുന്നത്.

ആൽബസ്

എന്താ..എങ്ങോട്ടയച്ചുവെന്ന്?

റോസ്

ഇത്രയേയുള്ളു, ഇവൻ വോൾഡമോർട്ടിന്റെ മകനാണെന്നാ പറയപ്പെടുന്നത്.

അരോചകമായ നിശബ്ദത.

അത് മിക്കവാറും മണ്ടത്തരമായിരിക്കും..കണ്ടില്ലേ ഇവന് മൂക്കുണ്ട്.

എല്ലാവരുടെയും പിരിമുറുക്കം ചെറുതായൊന്ന് കുറയുന്നു. സ്കോർപിയസ് ദയനീയമായൊന്ന് ചിരിക്കുന്നു.

സ്ക്കോർപിയസ്

അതെ, ഈ മൂക്കെന്റെ അച്ഛൻന്റേത് പോലെ തന്നെയാ.. എനിക്കച്ഛന്റെ മൂക്കും, മുടിയും പേരുമാണ്. അത് അത്ര വല്യ കാര്യമാണെന്നല്ല. അച്ഛനും മകനും സാധാരണയായി ഉണ്ടാകുന്നയെല്ലാ പ്രശ്നങ്ങളും ഞങ്ങൾ തമ്മിലുമുണ്ട്. പക്ഷേ അന്ധകാരത്തിന്റെ പ്രഭുവിന്റെ മകൻ ആകുന്നതിലും എന്തുകൊണ്ടും നല്ലത് ഒരു മാൽഫോയി ആകുന്നത് തന്നെയാ.

സ്ക്കോർപിയസും മാൽഫോയിയും പരസ്പരം നോക്കുന്നു.

റോസ്

വാ ആൽബസ്..നമ്മുക്ക് മറ്റെവിടെയെങ്കിലും ഇരിക്കാം.

ആൽബസ് ഗഹനമായി ചിന്തിക്കുന്നു.

ആൽബസ്

ഇല്ല..(റോസിനെ നോക്കാതെ), ഞാനിവിടെയിരുന്നോളാം.. നീ വേണമെങ്കിൽ പൊയ്ക്കോ....

റോസ്

ആൽബസ്, ഞാൻ ഒരു നിമിഷം പോലും കാത്തുനിൽക്കില്ല കെട്ടോ.

ആൽബസ്

വേണ്ട, ഞാൻ ഇവിടെ തന്നെ ഇരിക്കുവാൻ പോകുകയാണ്.

റോസ് ഒരു നിമിഷം അവനെ നോക്കിയിട്ട് അവിടെനിന്ന് പോകുന്നു.

റോസ്

എന്നാ അങ്ങനെയാവട്ടെ!

അവിടെ സ്ക്കോർപിയസും ആൽബസും മാത്രമാവുന്നു, അവർ പരസ്പരം എന്തുപറയണമെന്നറിയാതെ ഇരിക്കുന്നു.

സ്ക്കോർപിയസ്

നന്ദി, ഇവിടെതന്നെ ഇരിക്കുവാൻ തീരുമാനിച്ചതിൽ.

ആൽബസ്

അയ്യേ, ഞാൻ നിനക്കുവേണ്ടിയല്ല ഇവിടെയിരിക്കാൻ തീരുമാനിച്ചത്, നിന്റെ കയ്യിലുള്ള പലഹാരങ്ങൾക്ക് വേണ്ടിയാ.

സ്ക്കോർപിയസ്

അവൾ നല്ല ദേഷ്യത്തിലാ.

ആൽബസ്

അതെ. നീയത് കാര്യമാക്കേണ്ട.

സ്ക്കോർപിയസ്

ഓ..എനിക്ക് കുഴപ്പമൊന്നുമില്ല..ഞാൻ എങ്ങനെയാ വിളിക്കേണ്ടത്, ആൽബസെന്നോ ആൽ എന്നോ?

സ്ക്കോർപിയസ് ഇളിച്ചുകൊണ്ട് രണ്ട് പലഹാരങ്ങൾ വായിലേയ്ക്കിടുന്നു.

ആൽബസ് *(ആലോചിക്കുന്നു)*

ആൽബസ്.

സ്ക്കോർപിയസ് (ചെവിയിലൂടെ പുക വരുന്നു)

പലഹാരങ്ങൾക്കുവേണ്ടിയാണെങ്കിലും നീയിവിടെത്തന്നെ നിന്നതിൽ ഒരുപാട് സന്തോഷം ആൽബസ്.

ആൽബസ് *(ചിരിക്കുന്നു)*

ഹായ് ഇത് കൊള്ളാലോ.

അങ്കം ഒന്ന് രംഗം നാല്

അവസ്ഥാന്തരം കാണിക്കുന്ന രംഗം

സമയബന്ധിതമല്ലാത്ത ഒരു പുതിയ ലോകത്തേയ്ക്ക് പ്രവേശിക്കുന്നു. ഈ രംഗം മായാജാലത്തെ മാത്രം സംബന്ധിച്ചതാണ്.

ഈ രംഗത്തിൽ, ഒരു ലോകത്ത് നിന്ന് മറ്റൊന്നിലേയ്ക്ക് പെട്ടന്നുള്ള മാറ്റങ്ങൾ ഉണ്ടാകും. അത് ഓരോ രംഗങ്ങൾ ആയിട്ടല്ല, മറിച്ച് ചെറിയ ശകലങ്ങളായി, കാലഗതി കാണിക്കുന്ന വിധത്തിലാണ്.

ആദ്യം നമ്മൾ ഹോഗ്വാർട്ട്സിന്റെയകത്ത് പ്രവേശിക്കുന്നു, ബൃഹത്തായ പൊതുഭക്ഷണമുറിയിൽ. എല്ലാവരും ആൽബസിന് ചുറ്റും നൃത്തം ചെയ്യുന്നു.

പോളി ചാപ്മാൻ

ആൽബസ് പോട്ടർ.

കാർൾ ജങ്കിൻസ്

നമുക്കൊപ്പം ഒരു പോട്ടർ.

യാൻ ഫ്രെഡ്രിക്ക്സ്

അദ്ധേഹത്തിന്റെ മുടിയാണ് അവനും. അതുപോലെ തന്നെ.

റോസ്

അവൻ എന്റെ അച്ഛന്റെ സഹോദരി പുത്രനാണ്. (അവർ തിരിഞ്ഞു നോക്കുന്നു) റോസ് ഗ്രേഞ്ചർ വീസ്ലി. കാണാൻ കഴിഞ്ഞതിൽ സന്തോഷം.

തരം തിരിക്കൽ തൊപ്പി കുട്ടികളുടെ ഇടയിലൂടെ നീങ്ങുന്നു. അത് റോസിനെയാണ് സമീപിക്കുന്നത് എന്ന് വ്യക്തം.

തന്റെ വിധി കാത്തിരിക്കുന്ന റോസിന്റെ മുഖത്ത് വല്ലാത്ത പിരിമുറുക്കം കാണാം.

തരംതിരിക്കൽ തൊപ്പി

ഞാൻ ചെയ്യുന്നീ ജോലി കാലാകാലങ്ങളായി
ആരുടെ തലയിലിരിക്കുന്നോ

അറിയുമവരുടെ മനസും, ചിന്തകളും
അതിനാൽ ഞാൻ പ്രസിദ്ധൻ, തരംതിരിക്കൽ തൊപ്പി.

തരംതിരിച്ചിട്ടുണ്ട് ഞാൻ വലിയവരെയും ചെറിയവരെയും
മഴയിലും വെയിലിലും ചെയ്തിട്ടുണ്ടെൻ ജോലി
അതിനാലെന്നെ തലയിൽവയ്ക്കു റോസ് ഗ്രേഞ്ചർ വീസ്ലി
അറിയാമപ്പോൾ എത് ഹൗസ് നീയെന്ന്...

തൊപ്പി റോസിന്റെ തലയിൽ വയ്ക്കുന്നു.

ഗ്രിഫിണ്ടോർ!

ഗ്രിഫിണ്ടോറിലെ മറ്റ് അംഗങ്ങൾ കരഘോഷം മുഴക്കുന്നു. റോസ് അവർക്കൊപ്പം ചേരുന്നു.

റോസ്

നന്ദി ഡംബൽഡോർ.

സ്കോർപിയസ് റോസ് ഇരുന്നിടത്ത്, തരംതിരിക്കൽ തൊപ്പിയുടെയടിയിൽ ഇരിക്കുവാനായി ഓടുന്നു.

തരംതിരിക്കൽ തൊപ്പി

സ്കോർപിയസ് മാൽഫോയി.

തൊപ്പി സ്കോർപ്പിയസിന്റെ തലയിൽ വയ്ക്കുന്നു.

സ്ലിതറിൻ!

സ്ക്കോർപിയസ് അത് പ്രതീക്ഷിച്ചിരുന്നിരുന്ന പോലെ തലകുലുക്കി ചെറുതായി ചിരിയ്ക്കുന്നു. സ്ലിതറിനിലെ മറ്റ് അംഗങ്ങൾ ഘരഘോഷം മുഴക്കുന്നു.

പോളി ചാപ്മാൻ

ഹമ്..അതങ്ങനയെ വരുകയുള്ളു.

ആൽബസ് പതുക്കെ അരങ്ങിന്റെ മുമ്പിലേയ്ക്ക് വരുന്നു.

തരംതിരിക്കൽ തൊപ്പി

ആൽബസ് പോട്ടർ.

തൊപ്പി ആൽബസിന്റെ തലയിൽ വയ്ക്കുന്നു. ഇത്തവണ അത് സംശയിച്ചിട്ടെന്നോണം കുറച്ചധികം സമയം എടുക്കുന്നു.

സ്ലിതറിൻ!

അവിടമാകെ നിശബ്ദമായി. അഗാധമായ നിശബ്ദത.. അരുതാത്തതെന്തോ സംഭവിച്ചത് പോലെ.

പോളി ചാപ്മാൻ

സ്ലിതറിൻ?

ക്രേയിഗ് ബൗക്കർ ജൂണിയർ

ഹോ!! ഒരു പോട്ടർ സ്ലിതറിനിലോ!!

ആൽബസ് അത്ര വിശ്വാസം വരാത്തതുപോലെ പകച്ചുനിൽക്കുന്നു. സ്കോർപിയസ് അതിസന്തോഷത്തിൽ ചിരിച്ചുകൊണ്ട് അവന്റെയടുത്തേയ്ക്ക് ഓടുന്നു.

സ്കോർപിയസ്

നിനക്ക് എന്റെയടുത്തിരിക്കാം!

ആൽബസ് *(അസ്വസ്ഥനായിരിക്കുന്നു)*

ആഹ്.ശരി.

യാൻ ഫെഡ്രിക്ക്സ്

അവന്റെ മുടിയ്ക്ക് അവന്റെയച്ഛന്റെ മുടിയുമായി അത്ര സാമ്യമില്ലെന്ന് തോന്നുന്നു.

റോസ്

ആൽബസ്? പക്ഷെ ഇതിലെന്തോ കുഴപ്പമുണ്ട്, ആൽബസ്. ഇതിങ്ങനെയല്ല ആവേണ്ടത്.

പെട്ടെന്ന് രംഗം മാഡം ഹൂച്ചിന്റെ പറക്കൽ ക്ലാസിലേയ്ക്ക് മാറുന്നു.

മാഡം ഹൂച്ച്

എല്ലാവരും എന്ത് നോക്കിനിൽക്കുവാ? ഒരു മന്ത്രച്ചൂൽ എടുത്തുകൊണ്ട് എന്റെ കൂടെ വരൂ, വേഗമാകട്ടെ.

കുട്ടികൾ അവനവന്റെ മന്ത്രച്ചൂലിന്റെ അടുത്ത് വന്നു നിൽക്കുന്നു.

കയ്യ് മുന്നോട്ട് നീട്ടി, മന്ത്രച്ചൂലിന് മുകളിലായ് പിടിച്ചുകൊണ്ട് 'പൊങ്ങട്ടെ' എന്ന് പറയു.

എല്ലാവരും

പൊങ്ങട്ടെ!

റോസിന്റെയും യാനിന്റെയും ചൂലുകൾ അവരുടെ കൈകളിലേയ്ക്കുയരുന്നു.

റോസും യാനും

ഏയ്..കിട്ടിപ്പോയി!

മാഡം ഹൂച്ച്

ഒന്നുകൂടി പറയു, ഹമ്. ഉഴപ്പുന്നവർക്ക് വേണ്ടിക്കളയുവാനുള്ള സമയമില്ല. ശരിക്കും ആഗ്രഹിച്ച് പറയു.

എല്ലാവരും *(റോസും യാനും ഒഴികെ)*

പൊങ്ങട്ടെ!

എല്ലാവരുടെയും മാന്ത്രികച്ചൂലുകൾ നിലത്തുനിന്നുയരുന്നു, സ്കോർപിയസിന്റേത് ഉൾപ്പെടെ. പക്ഷെ ആൽബസിന്റെ മാത്രം അപ്പോളും നിലത്തുതന്നെ കിടക്കുന്നു.

എല്ലാവരും *(റോസും, യാനും, ആൽബസുമൊഴികെ)*
കിട്ടിപ്പോയി!

ആൽബസ്
പൊങ്ങട്ടെ. പൊങ്ങട്ടെ. പൊങ്ങട്ടെ.

അവന്റെ മാന്ത്രികച്ചൂൽ കിടന്നിടത്തുനിന്ന് അനങ്ങുന്നുപോലുമില്ല. വിശ്വസിക്കാനാവാതെ അവൻ ചൂലിലേയ്ക്കുതന്നെ തുറിച്ചുനോക്കുന്നു. അവന്റെ സഹപാഠികൾ ഊറിച്ചിരിക്കുന്നു.

പോളി ചാപ്മാൻ
എന്തൊരു നാണക്കേടാ!! അവന് അവന്റെ അച്ഛന്റെ ഒരു ഗുണവും കിട്ടിയിട്ടില്ലല്ലോ?

കാർൾ ജങ്കിൻസ്
ആൽബസ് പോട്ടർ, സ്ലിതറിനിലെ പരിഹാസപാത്രം.

മാഡം ഹൂച്ച്
ശരി കുട്ടികളെ, പറക്കുവാൻ സമയമായി.

പെട്ടന്ന് ഹാരി ആരങ്ങിൽ പ്രത്യക്ഷനാകുന്നു. ആൽബസ് നീരാവിപോലെ പറന്ന് അവിടെ നിന്ന് മറയുന്നു. നമ്മൾ വീണ്ടും ഒമ്പതേ മുക്കാൽ പ്ലാറ്റ്ഫോമിൽ എത്തുന്നു, സമയം അതിശീഘ്രം കടന്നുപോയതുപോലെ. ആൽബസിനിപ്പോൾ ഒരു വയസുകൂടിയിട്ടുണ്ട് (ഹാരിക്കും, പക്ഷെ അത്ര പ്രകടമല്ല)

ആൽബസ്
ഹോ, അച്ഛാ ഞാൻ ഒന്ന് ചോദിച്ചോട്ടെ- എന്റെയടുത്തുനിന്ന് ഒരൽപ്പം മാറിനിൽക്കാമോ.

ഹാരി *(അത്ഭുതത്തോടെ)*
അതെന്താ രണ്ടാം വർഷക്കാർക്ക് അച്ഛന്റെകൂടെ നിൽക്കുന്നത് നാണക്കേടാണോ?

അമിത ഉപചാരശീലമുള്ളൊരു മാന്ത്രികൻ അവരെ ചുറ്റിപ്പറ്റിനടക്കുന്നു.

ആൽബസ്
അല്ല. അത്.. അച്ഛൻ അച്ഛനും, ഞാൻ ഞാനുമാ.. അത്രയേയുള്ളു-

ഹാരി
ആളുകൾ വെറുതെ നോക്കുന്നതല്ലേ? അവർ അങ്ങനെയാ.. അതുമല്ല അവർ നിന്നെയല്ല എന്നെയാ നോക്കുന്നത്.

അമിത ഉപചാരശീലമുള്ളയാ മാന്ത്രികൻ ഒപ്പിടുവാനായി ഹാരിയുടെ കയ്യിൽ എന്തോ കൊടുക്കുന്നു. ഹാരി ഒപ്പിടുന്നു.

ആൽബസ്

അതെ, ഹാരി പോട്ടറിനെയും അദ്ദേഹത്തിന്റെ ഒന്നിനും കൊള്ളാത്ത മകനെയും നോക്കുകയാണവർ.

ഹാരി

നീയെന്താ ഉദ്ദേശിച്ചത്?

ആൽബസ്

ഹാരി പോട്ടറും, അദ്ദേഹത്തിന്റെ സ്ലിതറിൻ മകനും.

ജയിംസ് തന്റെ ബാഗും സഞ്ചികളുമായി അവരെ പിന്നിട്ടോടുന്നു.

ജയിംസ്

സ്ലിതറിൻ, സ്ലിതറിൻ, അന്താളിച്ച് നിൽക്കാതെ വാ. തീവണ്ടിയിൽ കയറുവാൻ നേരമായി.

ഹാരി

നിനക്കെന്താണ് ജയിംസ്!

ജയിംസ് (അവൻ അപ്പോളേയ്ക്കും ഒരുപാട് ദൂരത്തിലായിരുന്നു) ക്രിസ്മസ്സിന് കാണാം, അച്ഛാ.

ഹാരി ഉത്കണ്ഠയോടെ ആൽബസിനെ നോക്കുന്നു.

ഹാരി

ആൽ-

ആൽബസ്

എന്റെ പേര് ആൽ എന്നല്ല, ആൽബസെന്നാണ്.

ഹാരി

എന്താ കാര്യം എന്ന് പറയ് നീ. എന്താ മറ്റുകുട്ടികൾ നിന്നെ വല്ലാതെ കളിയാക്കുന്നുണ്ടോ? അതാണോ കാര്യം? നിനക്കറിയുമോ ഹെർമയോണിയും റോണുമില്ലായിരുന്നുവെങ്കിൽ ഞാൻ ഹോഗ്വാർട്ട്സിൽ ഒരു വർഷം പോലും നിൽക്കില്ലായിരുന്നു. നീ കുറച്ച് സുഹൃത്തുക്കളെക്കൂടി ഉണ്ടാക്കുവാൻ നോക്ക്.

ആൽബസ്

എനിക്ക് ഒരു റോണിനെയും ഹെർമയോണിയേയും വേണ്ട.. എനിക്കൊരു ചങ്ങാതിയുണ്ട് സ്കോർപിയസ്, അച്ഛന് അവനെ ഇഷ്ടമല്ലായെന്നെനിക്കറിയാം..എന്നാലും എനിക്കവൻ മാത്രം മതി.

ഹാരി

നോക്ക്, എനിക്ക് നിന്നെ സന്തോഷമായി കണ്ടാൽ മാത്രം മതി. നീ ആരോട് കൂട്ടുകൂടിയാലും എന്നിക്കൊരു ഇഷ്ടക്കുറവുമില്ല മോനേ.

ആൽബസ്

എന്നെ സ്റ്റേഷണിലാക്കുവാൻ അച്ഛൻ വരേണ്ട കാര്യമില്ലായിരുന്നു.

ആൽബസ് പെട്ടിയുമെടുത്ത് നടക്കുന്നു.

ഹാരി

പക്ഷെ എനിക്ക് നിന്നെ യാത്രയാക്കണമായിരുന്നു

ആൽബസ് അപ്പോഴേയ്ക്കും പോയിക്കഴിഞ്ഞിരുന്നു. ഡ്രാക്കോ മാൽഫോയി ആളുകൾക്കിടയിൽനിന്ന് ഹാരിയുടെ പിന്നിൽ വന്നു നിൽക്കുന്നു. അയാൾ പതിവുപോലെ വടിവൊത്ത മേലങ്കി ധരിച്ചിരിക്കുന്നു, വെള്ളിമുടി പിന്നിലേയ്ക്ക് വൃത്തിയായി ചീകികെട്ടിയിരിക്കുന്നു.

ഡ്രാക്കോ

എനിക്കൊരു സഹായം ചെയ്യുമോ?

ഹാരി

ഡ്രാക്കോ.

ഡ്രാക്കോ

എന്റെ മകന്റെ പിതൃത്വത്തെക്കുറിച്ചുള്ള കഥകൾ കൂടുതൽ ശക്തിപ്രാപിക്കുന്നതേയുള്ളു. ഹോഗ്വാർട്ട്സിലെ കുട്ടികൾ അവനെ നിർദ്ധയമായി കളിയാക്കുന്നുണ്ട്. എല്ലാ സമയസഞ്ചാരികളും ഡിപ്പാർട്ട്മെന്റ് ഓഫ് മിസ്റ്ററീസ് യുദ്ധത്തിൽ മരിച്ചുവെന്നൊരു സത്യവാങ്മൂലം മന്ത്രാലയത്തിന് പുറപ്പെടുവിക്കാൻ കഴിഞ്ഞാൽ...

ഹാരി

ഡ്രാക്കോ അത്, അതത്ര കാര്യമാക്കേണ്ട. കുറച്ച് കഴിയുമ്പോളേയ്ക്കും അതൊക്കെ എല്ലാവരും മറന്നുകൊള്ളും.

ഡ്രാക്കോ

അതല്ല, എന്റെ മകൻ ഇതിന്റെ പേരിൽ ഒരുപാട് അനുഭവിക്കുന്നുണ്ട്. പോരാഞ്ഞിട്ട് അസ്റ്റോറിയക്ക് ഈയിടയായി അത്ര സുഖമില്ല. അതുകൊണ്ട് എന്നെക്കൊണ്ട് കഴിയുന്ന സഹായം എനിക്കവന് ചെയ്ത് കൊടുക്കണം.

ഹാരി

പരദൂഷണങ്ങൾക്ക് മറുപടി കൊടുക്കുവാൻ നിന്നാൽ അത് പടർന്ന് പന്തലിക്കുകയേയുള്ളു. വോൾഡമോർട്ടിന് കുട്ടികൾ ഉണ്ടെന്നുള്ള കിംബദന്തി കുറേക്കാലമായുള്ളതാണ്. സ്ക്കോർപിയസിന് മുമ്പും പലരേയും ഈ പേരിൽ ക്രൂശിച്ചിട്ടുണ്ട്. മന്ത്രാലയം ഇതിൽ ഇടപെടാതിരിക്കുന്നതാണ് നിങ്ങൾക്കും മറ്റെല്ലാവർക്കും നല്ലത്.

ഡ്രാക്കോ പുരികം ചുളിച്ച് ദേഷ്യത്തിൽ അരങ്ങിൽ നിന്ന് പോകുന്നു. ഹാരിയും പോകുന്നു. ഇപ്പോൾ അരങ്ങിൽ ആൽബസും റോസും മാത്രം. അവർ തങ്ങളുടെ പെട്ടികളുമായി പോകുവാൻ തയ്യാറായി നിൽക്കുന്നു.

ആൽബസ്

തീവണ്ടി എടുത്താൽ പിന്നെ നീയെന്നോട് സംസാരികേണ്ടതില്ല, കേട്ടോ.

റോസ്

അറിയാം. മുതിർന്നവരുടെ കൺവെട്ടത്ത് നിന്ന് മാറിയാൽ ഈ നടിപ്പിന്റെ ആവശ്യമില്ലല്ലോ.

സ്ക്കോർപിയസ് വലിയ പെട്ടികളുമായി അവർ നിൽക്കുന്നിടത്തേയ്ക്ക് ഓടിയെത്തുന്നു.

സ്ക്കോർപിയസ് *(പ്രതീക്ഷയോടെ)*

ഹായ് റോസ്.

റോസ് *(അത് കേട്ടമട്ട് കാണിക്കാതെ)*

അപ്പോൾ ശരി ആൽബസ്.

സ്ക്കോർപിയസ് *(അപ്പോഴും പ്രതീക്ഷയിൽ തന്നെ)*

അവൾ ഒട്ടുമലിയുന്നില്ലല്ലോ.

ഇപ്പോൾ നമ്മൾ പൊതുഭക്ഷണശാലയിൽ ആണ്. മുറിയുടെ മുമ്പിൽതന്നെ പ്രൊഫസർ മക്ഗോണഗൾ ഒരുപുഞ്ചിരിയോടുകൂടി നിലയുറപ്പിച്ചിട്ടുണ്ട്

പ്രൊഫസർ മക്ഗോണഗൾ

ഗ്രിഫിണ്ടോർ ക്വിഡിച്ച് ടീമിന്റെ പുതിയ അംഗമായി റോസ് ഗ്രേഞ്ചർ വീസ്ലിയെ തിരഞ്ഞെടുത്തിരിക്കുന്നതായി നിങ്ങളെ അറിയിച്ചുകൊള്ളുന്നു.

മുറിയിൽ കരഘോഷം നിറയുന്നു. സ്ക്കോർപിയസും അവർക്കൊപ്പം കയ്യടിക്കുന്നു.

ആൽബസ്

ഓഹ് നീയും അവൾക്കുവേണ്ടി കയ്യടിക്കുകയാണോ? ക്വിഡിച്ച് നമ്മൾക്കിഷ്ടമല്ലലോ..പോരാത്തതിന് അവൾ വേറെ ഹൗസും.

സ്ക്കോർപിയസ്

അവൾ നിന്റെ സഹോദരിയല്ലേ, ആൽബസ്.

ആൽബസ്

നിനക്ക് തോന്നുണ്ടോ അവൾ എനിക്കുവേണ്ടി കയ്യടിക്കുമെന്ന്?

സ്ക്കോർപിയസ്

എന്തായാലും അവൾ നല്ല മിടുക്കിയാണ്.

അങ്കം ഒന്ന് രംഗം നാല്

മാന്ത്രിക മരുന്നുകളുടെ ക്ലാസ്സ് തുടങ്ങിയപ്പോൾ തന്നെ ആൽബസിന് ചുറ്റും കുട്ടികൾ കൂടുന്നു.

പോളി ചാപ്മാൻ

ആൽബസ് പോട്ടർ. തികച്ചും അപ്രസക്തൻ. ഇവൻ പടിക്കെട്ടുകയറി പോകുമ്പോൾ വശങ്ങളിലുള്ള ചിത്രങ്ങൾ പോലും മുഖം തിരിച്ചുകളയും.

ആൽബസ് ഒന്നുകൂടി കുനിഞ്ഞുനിന്ന് മാന്ത്രികമരുന്ന് ഉണ്ടാക്കുവാൻ ശ്രമിക്കുന്നു.

ആൽബസ്

ഇനി നമ്മൾ ചേർക്കേണ്ടത് ..ബൈക്കോണിന്റെ കൊമ്പാണോ?

കാർൾ ജങ്കിൻസ്

അവനെയും വോൾഡമോർട്ടിന്റെ മകനെയും വെറുതെ വിട്ടേയ്ക്കെന്നെ.

ആൽബസ്

കുറച്ച് സലാമാണ്ടർ രക്തവും കൂടി...

മാന്ത്രികമരുന്ന് പൊട്ടിത്തെറിയ്ക്കുന്നു.

സ്ക്കോർപിയസ്

ശരി. അപ്പോൾ നമ്മളിനി ഇതിലെന്താ മാറ്റേണ്ടിയത്?

ആൽബസ്

എല്ലാം.

ഇവിടെനിന്നും സമയം മുന്നോട്ട് നീങ്ങുന്നു- ആൽബസിന്റെ കണ്ണുകൾക്ക് കൂടുതൽ കറുപ്പുനിറം തോന്നിയ്ക്കുന്നു. അവന്റെ മുഖം വിളറിയിട്ടുണ്ട്.

അവനിപ്പോളും ഭംഗിയുള്ളയൊരു കുട്ടിതന്നെയാണ്, പക്ഷെ അവനത് ആംഗീകരിക്കുവാൻ മടിയുള്ളതുപോലെ. അവനിപ്പോൾ വീണ്ടും അച്ഛനോടൊപ്പം, ഒമ്പതേ മുക്കാൽ പ്ലാറ്റ്ഫോമിൽ ആണ്. അയാൾ ഇപ്പോഴും തന്നെത്തന്നെയും തന്റെ മകനെയും എല്ലാം ശരിയാകുമെന്ന് വിശ്വസിപ്പിക്കുവാൻ ശ്രമിച്ചുകൊണ്ടിരിക്കുന്നു. രണ്ടുപേർക്കും ഒരു വയസുകൂടി കൂടിയിരിക്കുന്നു.

ഹാരി

മൂന്നാം വർഷം. പ്രധാനപ്പെട്ട വർഷം. ഇതാ നിനക്ക് ഹോഗ്സ്മീഡിൽ പോകുവാനായുള്ള സമ്മതപത്രം.

ആൽബസ്

എനിക്കിഷ്ട്ടമല്ല ഹോഗ്സ്മീഡ്.

ഹാരി

ഇഷ്ട്ടമില്ലെന്ന് പറയുവാനതിന് നീ അവിടെ ഒരിക്കലും പോയിട്ടില്ലല്ലോ!

ആൽബസ്

കാരണം അവിടെ മുഴുവൻ ഹോഗ്വാർട്ട്സിലെ കുട്ടികളാണെന്നെനിക്കറിയാം.

ആൽബസ് ആ കടലാസ് ചുരുട്ടിക്കൂട്ടുന്നു.

ഹാരി

നീ വെറുതെയൊന്ന് പോയിനോക്ക്- നിന്റെയമ്മയറിയാതെ ഹണിഡ്യൂക്ക്സിൽ പോയി കുടിച്ച് രസിക്കുവാനുള്ള ഒരവസരമാണിത്- വേണ്ട ആൽബസ്..അങ്ങനെ ചെയ്യല്ലേ.

ആൽബസ് *(മാന്ത്രികവടി നീട്ടുന്നു)*

ഇൻസെണ്ടിയോ!

ആ കടലാസ് കത്തിപ്പിടിക്കുന്നു.. അരങ്ങത്തേയ്ക്കത് ചാരമായി വീഴുന്നു.

ഹാരി

നീയെന്തൊരു മണ്ടത്തരമാ കാണിച്ചത്!

ആൽബസ്

തമാശയെന്താണെന്നാൽ ഈ മന്ത്രം ഫലിക്കുമെന്ന് ഞാൻ ഒട്ടും പ്രതീക്ഷിച്ചില്ല. സത്യത്തിൽ ഞാനീ മന്ത്രത്തിൽ വളരെ മോശമാണ്.

ഹാരി

ആൽ-ആൽബസ്, ഞാൻ പ്രൊഫസർ മക്ഗോണഗളുമായി കത്തുകൾ കൈമാറാറുണ്ട്- അവർ പറഞ്ഞത് നീയെപ്പോളും എല്ലാവരിൽനിന്നും മാറിനിൽക്കുകയാണെന്നാണല്ലോ- പാഠങ്ങൾ പഠിപ്പിക്കുമ്പോളും നീ യാതൊരു താൽപ്പര്യവും കാണിക്കാറില്ലെന്നും പറഞ്ഞു- തീർച്ചയായും നിനക്ക്-

ആൽബസ്

ഞാനെന്ത് ചെയ്യണമെന്നാ അച്ഛൻ പറഞ്ഞുവരുന്നത്? എന്താ വല്ല മന്ത്രവും ചെയ്ത് സ്വയം പ്രസിദ്ധനാവണോ? മറ്റൊരു ഹൗസിലേയ്ക്കെന്നെ മാറ്റണോ? അതുമല്ലെങ്കിൽ നല്ലൊരു വിദ്യാർത്ഥിയായി മാറണോ? അച്ഛൻ ഒരു കാര്യം ചെയ്യു.. മന്ത്രം കൊണ്ടെന്നെ നിങ്ങൾക്കിഷ്ടമുള്ള എന്തുവേണമെങ്കിലും ആക്ക്, എന്താ? അതാവുമ്പോൾ നമുക്ക് രണ്ടുപേർക്കും സമാധാനമാകും. എനിക്ക് പോകണം. തീവണ്ടിയിപ്പോൾ പോകും. കൂട്ടുകാരനെ കണ്ടുപിടിക്കേണ്ടതുണ്ട്.

ആൽബസ്, തന്റെ പെട്ടിയുടെ മുകളിൽ മൗനിയായി ഇരിക്കുന്ന സ്ക്കോർപിയസിന്റെ അടുത്തേയ്ക്ക് ഓടുന്നു.

(അതിസന്തോഷത്തോടെ) സ്ക്കോർപിയസ്...

(ആകുലതയോടെ) സ്കോർപിയസ്.. എന്താ എന്തുപറ്റി?

സ്കോർപിയസ് ഒന്നും മിണ്ടുന്നില്ല. ആൽബസ് തന്റെ സുഹൃത്തിന്റെ കണ്ണുകളിൽ നിന്ന് അവന്റെ വിഷമം വായിച്ചെടുക്കുവാൻ ശ്രമിക്കുന്നു.

നിന്റെ അമ്മ? അമ്മയ്ക്ക് കൂടുതലായോ?

സ്കോർപിയസ്

എത്ര മോശമാകാമോ അത്രയും മോശമായി.

ആൽബസ് സ്കോർപിയസിന്റെ അടുത്തിരിക്കുന്നു.

ആൽബസ്

ഞാൻ കരുതി നീയെനിക്കൊരു മൂങ്ങയെ അയക്കുമെന്ന്...

സ്കോർപിയസ്

എന്താ പറയേണ്ടിയതെന്ന് എനിക്കറിയില്ലായിരുന്നു.

ആൽബസ്

ഇപ്പോ എനിക്കറിയില്ല എന്താ നിന്നോട് പറയേണ്ടിയതെന്ന്...

സ്കോർപിയസ്

ഒന്നും പറയേണ്ട.

ആൽബസ്

എനിക്ക് ചെയ്യാൻ എന്തെങ്കിലും....

സ്കോർപിയസ്

ആഹ്..ശവ സംസ്ക്കാരത്തിന് വാ.

ആൽബസ്

തീർച്ചയായും.

സ്കോർപിയസ്

പിന്നെ..പിന്നെ എന്റെ നല്ല സുഹൃത്തായിരിക്കണം.

പെട്ടന്ന് രംഗം മാറുന്നു. അരങ്ങിന് നടുവിൽ തരംതിരിക്കൽ തൊപ്പി. നമ്മൾ വീണ്ടുമാ വലിയ ഭക്ഷണശാലയിലാണ്.

തരംതിരിക്കൽ തൊപ്പി

കേൾക്കുവാൻ പോകുന്നതിനെക്കുറിച്ച് ഭയമുണ്ടോ?
നീ പേടിക്കുന്ന ആ പേര് ഞാൻ പറയുമെന്ന് നീ പേടിക്കുന്നോ?
സ്ലിതറിനുമല്ല! ഗ്രിഫിണ്ടോറുമല്ല!
ഹഫിൾപഫുമല്ല! റാവെൻക്ലോവുമല്ല!
പേടിക്കേണ്ട കുട്ടി, എനിക്കറിയാം എന്താ ചെയ്യേണ്ടതെന്ന്,
ആദ്യം കരഞ്ഞാൽ, പതുക്കെ ചിരിയ്ക്കുവാൻ നീ പഠിച്ചുകൊള്ളും.
ലില്ലി പോട്ടർ. ഗ്രിഫിണ്ടോർ!

ലില്ലി

ഹാവൂ!

ആൽബസ്

നന്നായി.

സ്കോർപിയസ്

നീ ശരിയ്ക്കും കരുതിയോ അവൾ നമ്മൾക്കൊപ്പം ആകുമെന്ന്. പോട്ടർമാർ സ്ലിതറിനിൽപ്പെടുന്നവരല്ല.

ആൽബസ്

പക്ഷെ ഞാൻ..

അവൻ പശ്ചാതലത്തിലേയ്ക്ക് മറയുവാൻ തുടങ്ങുന്നു. പക്ഷെ അപ്പോൾ കുട്ടികളുടെ കൂട്ടച്ചിരിയുയരുന്നു. അവൻ അവരെ നോക്കി പറയുന്നു.

ഞാൻ തിരഞ്ഞെടുത്തതല്ല ഇത്..നിങ്ങൾക്കറിയാമത്. അയാളുടെ മകനാകുക എന്നത് ഞാനെടുത്ത തീരുമാനമല്ല.

അങ്കം ഒന്ന് രംഗം അഞ്ച്

മായാജാല മന്ത്രാലയം, ഹാരിയുടെ ഓഫീസ് മുറി

ഹെർമയോണി, ഹാരിയുടെ അലങ്കോലപ്പെട്ട് കിടക്കുന്ന ഓഫീസ് മുറിയിൽ, ഒരു കെട്ട് കടലാസുകൾക്ക് മുമ്പിലിരിക്കുന്നു. അവൾ അത് വായിച്ച് മനസിലാക്കുവാൻ ശ്രമിക്കുകയാണ്. ഹാരി അവിടേയ്ക്ക് തിടുക്കത്തിൽ കയറിവരുന്നു. അവൾ തലയുയർത്തി നോക്കുന്നു. അവന്റെ കവിളിൽ ഒരു മുറിവ്, അതിൽനിന്ന് രക്തം വന്നുകൊണ്ടിരിക്കുന്നു.

ഹെർമയോണി

കാര്യങ്ങൾ എങ്ങനെ പോയി?

ഹാരി *(പുഞ്ചിരിയോടെ)*

അറിഞ്ഞത് സത്യമായിരുന്നു.

ഹെർമയോണി

തിയഡോർ നോട്ട്?

ഹാരി

നമ്മുടെ പിടിയിലാണ്.

ഹെർമയോണി

സമയസഞ്ചാരി യന്ത്രമോ?

ഹാരി സമയസഞ്ചാരി യന്ത്രം പോകറ്റിൽനിന്ന് പുറത്തെടുക്കുന്നു. അത് വെട്ടിത്തിളങ്ങുന്നുണ്ട്. ഹെർമയോണി അതുകണ്ട് ആശ്ചര്യപ്പെടുന്നു.

ഇത് ശരിക്കും സമയസഞ്ചാരി യന്ത്രമാണോ? ഇത് പ്രവർത്തിക്കുമോ? ഇത് ഒരുമണിക്കൂർ മാത്രം പിന്നിലേയ്ക്കാക്കുന്ന യന്ത്രമല്ലല്ലോ അല്ലേ?

ഹാരി

അതൊന്നും ഇപ്പോൾ നമ്മുക്കറിയില്ല. എനിക്കിത് അവിടെവച്ച് തന്നെ ഒന്നു പ്രവർത്തിപ്പിച്ച് നോക്കണമെന്നുണ്ടായിരുന്നു, പക്ഷേ അതത്ര ബുദ്ധിയല്ലെന്ന് തോന്നി.

ഹെർമയോണി

എന്തായാലും നമ്മുടെ കയ്യിലിത് കിട്ടിയല്ലോ.

ഹാരി

നീയിത് സൂക്ഷിക്കണമെന്ന തീരുമാനത്തിൽ തന്നെയാണോ?

ഹെർമയോണി

വേറെ നിർവാഹമുണ്ടെന്ന് തോന്നുന്നില്ല. ഇത് നോക്കു. എന്റെ കയ്യിലുണ്ടായിരുന്ന സമയസഞ്ചാരി യന്ത്രം പോലയേ അല്ലിത്.

ഹാരി

നമ്മൾ കുട്ടികളായിരുന്നപ്പോൾ ഉണ്ടായിരുന്നതിനെക്കാളും ഒരുപാട് മാറിയിരിക്കുന്നു ഹാരി, മാന്ത്രിക ലോകം.

ഹെർമയോണി

ദാ, നിന്റെ മുഖത്ത് രക്തം.

ഹാരി തന്റെ മുഖം കണ്ണാടിയിൽ നോക്കുന്നു. മുറിവ് മേലങ്കികൊണ്ട് തുടയ്ക്കുന്നു.

സാരമില്ല, ഈ മുറിവിന് നെറ്റിയിലെ പാടുമായി നല്ല ചേർച്ചയാ.

ഹാരി *(പരിഹാസച്ചിരിയോടെ)*

അല്ല ഹെർമയോണി, നീയെന്താ എന്റെ ഓഫീസിലിരുന്ന് ചെയ്യുന്നത്?

ഹെർമയോണി

തിയഡോർ നോട്ടിനെക്കുറിച്ച് കേൾക്കുവാൻ എനിക്ക് തിടുക്കമായിരുന്നു- അപ്പോൾ വിചാരിച്ചു തന്ന വാക്ക് പാലിച്ച് നീ എഴുത്തുപണികൾ തുടങ്ങിയോ എന്ന് ഇവിടെ വന്നൊന്ന് നോക്കിക്കളയാമെന്ന്.

ഹാരി

ആഹ്. എന്നിട്ട് ഞാനത് പാലിച്ചില്ലായെന്ന് മനസിലായില്ലേ.

ഹെർമയോണി

ഇല്ല, നീ പാലിച്ചില്ല. അല്ലങ്കിൽ തന്നെ ആർക്കാ ഈ അലങ്കോലത്തിന്റെ ഇടയിൽ പണിയെടുക്കാൻ സാധികുന്നത്.

ഹാരി തന്റെ മന്ത്രവടി വീശുന്നു. കടലാസുകളും പുസ്തകങ്ങളും ഭംഗിയായി അടുക്കപ്പെടുന്നു. ഹാരി പുഞ്ചിരിക്കുന്നു.

ഹാരി

ഇപ്പോ നല്ല വൃത്തിയായില്ലേ!

ഹെർമയോണി

പക്ഷേയിപ്പോളും പ്രധാനപ്പെട്ട ഒരു സംഗതിയിവിടെ നമ്മുടെ ശ്രദ്ധയിൽപ്പെടാതെ കിടപ്പുണ്ട്... ഗ്രാഫോണുകളുടെ

അങ്കം ഒന്ന് രംഗം അഞ്ച്

മുതുകിൽക്കയറി പർവത ട്രോളുകൾ ഹംഗറിയിലൂടെ എവിടേയ്ക്കോ പോകുന്നുണ്ട്. മുതുകിൽ, ചിറകുകൾ ഉള്ള എന്തോ ചിത്രം പച്ചകുത്തിയിരിക്കുന്ന രാക്ഷസന്മാർ ഗ്രീക്ക് കടലുകളിലൂടെ നടക്കുന്നുണ്ട്. വെയർവൂൾഫുകളാകട്ടെ കൂട്ടമായി പാതാളത്തിലേയ്ക്ക് പോവുകയും ചെയ്തിരിക്കുന്നു-

ഹാരി

കൊള്ളാം, നമ്മുക്കവിടേയ്ക്ക് പോകാം. ഞാനിപ്പോൾ തന്നെ സംഘത്തിനെ തയ്യാറാക്കാം.

ഹെർമയോണി

ഹാരി, ഞാൻ ചെയ്യാം അത്. എഴുത്തുപണി ഭയങ്കര വിരസമാണ്.

ഹാരി

നിനക്കോ!

ഹെർമയോണി

എന്റെ തന്നെയുണ്ട് ആവശ്യത്തിലധികം ചെയ്തുതീർക്കുവാൻ. മാന്ത്രിക മഹായുദ്ധത്തിൽ വോൾഡമോർട്ടിന്റെ പക്ഷത്ത് നിന്ന് യുദ്ധം ചെയ്ത ജന്തുക്കളാണിത്. ഇത് അന്ധകാരത്തിന്റെ സഖ്യങ്ങളാണ്. അതും, ഇപ്പോൾ തിയഡോർ നോട്ടിന്റെ പക്കൽനിന്നും നമ്മൾ കണ്ടെടുത്തതും കൂടി കൂട്ടിവായിച്ചാൽ, അതിലെന്തോ കാര്യമുള്ളത് പോലെ. പക്ഷേ മാന്ത്രിക നിയമ നിർവഹണ മന്ത്രാലയത്തിന്റെ തലവൻ തന്റെ രേഖകളൊന്നും വായിക്കുന്നില്ലായെങ്കിൽ-

ഹാരി

എനിക്കത് വായിക്കേണ്ട ആവശ്യമില്ല- ഞാനതിനെക്കുറിച്ച് നേരിട്ടു കേൾക്കുകയാണ്, കാണുകയാണ്. തിയഡോർ നോട്ടിനെപ്പറ്റിയുള്ള വിവരവും ഞാനാണ് അറിഞ്ഞത്, ഞാൻ തന്നെയാണ് ആ വിവരത്തിന്റെ അടിസ്ഥാനത്തിൽ പ്രവർത്തിച്ചതും. നീയെന്നെ അങ്ങനെ കുറ്റപ്പെടുത്തേണ്ട കാര്യമൊന്നുമില്ല.

ഹെർമയോണി ഹാരിയെ നോക്കുന്നു

ഹെർമയോണി *(ചിരിക്കുന്നു)*

ഒരു മുട്ടായി കഴിയ്ക്കുന്നോ? റോണിനോട് പറയല്ലേ.

ഹാരി

നീ വിഷയം മാറ്റുവാണ്.

ഹെർമയോണി

അതെ. മുട്ടായി വേണോ?

ഹാരി

വേണ്ട. ഇപ്പോൾ മധുരം കഴിക്കാൻ പാടില്ല.

നിശബ്ദത.

നിനക്കറിയില്ലേ അതുകഴിച്ചാൽ അതിനടിമപ്പെട്ടുപോവുമെന്ന്?

ഹെർമയോണി

എന്താ പറയുക? എന്റെ മാതാപിതാക്കൾ ദന്തവൈദ്യർ ആയിരുന്നു, ചിലകാര്യങ്ങളൊക്കെ എനിക്ക് അനുസരിക്കാതിരിക്കേണ്ടിയതായി വന്നിട്ടുണ്ട്...(അവൾ തന്റെ സുഹൃത്തിനെ നോക്കി പുഞ്ചിരിക്കുന്നു) നോക്കൂ, എന്തായാലും നീ വലിയൊരു കാര്യമാണ് ചെയ്തിരിക്കുന്നത്. ഞാൻ നിന്നെ കുറ്റപ്പെടുത്തിയതല്ല- നീ എഴുത്തുപ്പണികളിൽ ഇടയ്ക്കിടയ്ക്കെങ്കിലും ശ്രദ്ധിക്കണമെന്നേ ഞാൻ പറയുന്നുള്ളു. ഇത് മായാജാല മന്ത്രാലയത്തിൽ നിന്നുള്ള ചെറിയൊരു താക്കീതാണെന്ന് കരുതിയാൽ മതി. (ഹാരിയുടെ മുഖം മങ്ങുന്നു.)

ഹാരിക്ക് അവൾ പറഞ്ഞതിന്റെ ധ്വനി മനസിലായി; അവൻ തലയാട്ടുന്നു.

ജിന്നിയും ആൽബസും എന്ത് പറയുന്നു?

ഹാരി

ഒരച്ഛന്റെ കടമകൾ നിർവഹിക്കുന്നതിൽ ഞാനീ എഴുത്തുപണികളിൽ എന്നപോലെ തന്നെ മോശമാണെന്നാണ് തോന്നുന്നത്. റോസിനും ഹ്യൂഗോയ്ക്കും സുഖമാണോ?

ഹെർമയോണി *(ചെറുചിരിയോടെ)*

അറിയാമോ, ഞാൻ എന്റെ സെക്രട്ടറി എഥേലിന്റെ കൂടെയാണ് കൂടുതൽ സമയം ചിലവഴിക്കുന്നതെന്നാ റോൺ പറയുന്നത്. നല്ല രക്ഷിതാക്കൾ ആകണമോ അതോ ജോലിയിൽ ആത്മാർത്ഥ കാണിക്കണമോ എന്ന തിരഞ്ഞെടുപ്പ് നമ്മുക്ക് എപ്പോളോ നടത്തേണ്ടിയതായി വന്നുവെന്ന് നിനക്ക് തോന്നാറുണ്ടോ. ഏതായലും നീയിപ്പോൾ വീട്ടിൽ പോകു ഹാരി, ഹോഗ്വാർട്ട്സ് തുറക്കുവാൻ ഇനി കുറച്ച് ദിവസങ്ങൾ കൂടിയേയുള്ളു. ഉള്ള സമയം അവരുടെ കൂടെ സന്തോഷിക്ക്. അതൊക്കെ കഴിഞ്ഞിട്ട് ഇവിടെവന്ന് സ്വസ്ഥമായി ഈ രേഖകൾ വായിക്ക് കെട്ടോ.

ഹാരി

നീ ശരിക്കും വിശ്വസിക്കുന്നുണ്ടോ ഇതിൽ എന്തോ കാര്യമുണ്ടെന്ന്?

ഹെർമയോണി *(ഒരു ചിരിയോടെ)*

ഉണ്ടാവാം. അങ്ങനെയുണ്ടെങ്കിൽ എല്ലാ തവണത്തേയും പോലെ അതിനെ തടുക്കുവാൻ നമ്മളെന്തെങ്കിലും മാർഗം കണ്ടെത്തും ഹാരി.

അവളൊന്നുകൂടി ചിരിച്ചിട്ട് ഒരു മിഠായി വായിലിട്ട് അവിടെ നിന്ന് പോകുന്നു. ഹാരി മുറിയിൽ ഒറ്റയ്ക്കാവുന്നു. തന്റെ ബാഗ് അടുക്കി അതുമായി ഓഫീസിന്റെ പുറത്തേയ്ക്ക് പോകുന്നു. ലോകത്തിന്റെ ഭാരം മുഴുവൻ തോളിലേറ്റിയപോലെ ക്ഷീണിതനാണ് ഹാരി. അവൻ ഒരു ടെലിഫോൺ ബൂത്തിൽ പ്രവേശിക്കുന്നു. 62442 എന്ന നമ്പർ അമർത്തുന്നു.

ടെലിഫോൺ പെട്ടി

ശുഭയാത്ര, ഹാരി പോട്ടർ.

അവൻ മായാജാല മന്ത്രാലയത്തിൽ നിന്ന് നടന്നകലുന്നു.

അങ്കം ഒന്ന് രംഗം ആറ്

ജിന്നിയുടെയും ഹാരി പോട്ടറിന്റെയും വീട്

ആൽബസിന് ഉറങ്ങുവാൻ കഴിയുന്നില്ല. അവൻ മുകളിലത്തെ ഗോവണിപ്പടിയുടെ മുകളിൽ ഇരിപ്പുറപ്പിച്ചിരിക്കുകയാണ്. താഴെനിന്ന് ആരെക്കെയോ സംസാരിക്കുന്നത് കേൾക്കാം. ഹാരിയെ രംഗത്ത് കാണിക്കുന്നതിന് മുമ്പ് തന്നെ അദ്ദേഹത്തിന്റെ ശബ്ദം കേൾക്കാം. ഹാരിയുടെ ഒപ്പം ചക്രക്കസേരയിൽ ഇരിക്കുന്ന ഒരു വൃദ്ധൻ, ആമോസ് ഡിഗറി.

ഹാരി

അമോസ്, എനിക്ക് മനസിലാകുന്നുണ്ട്-പക്ഷേ ഞാൻ വീട്ടിലെത്തിയതേ ഉള്ളു, പിന്നെ-

ആമോസ്

നിങ്ങളെ സന്ദർശിക്കുവാൻ ഒരു സാഹചര്യം ഒരുക്കിത്തരുവാനായി ഞാൻ പലതവണ മന്ത്രാലയവുമായി ബന്ധപ്പെട്ടതാണ്. അപ്പോ അവർ പറയും, 'ശരി ഡിഗറി, രണ്ട് മാസത്തിനുള്ളിൽ ഹാരിയെ കാണുവാനുള്ള സാഹചര്യം ഒരുക്കിത്തരുവാൻ ഞങ്ങൾ ശ്രമിക്കാം.' ഞാൻ അവരുടെ അറിയിപ്പിനായി ക്ഷമയോടെ കാത്തിരിക്കും.

ഹാരി

-അതിന് അർദ്ധ രാത്രിയിൽ എന്റെ വീട്ടിൽ കയറിവരുന്നത് ശരിയാണോ? അതും എന്റെ കുട്ടികൾ പുതിയ അദ്ധ്യാനവർഷത്തിനായി തയ്യാറെടുക്കുന്ന ഈ സമയത്ത്.

ആമോസ്

രണ്ട് മാസം കഴിയുമ്പോൾ എന്നെ തിരഞ്ഞ് അവരുടെ മൂങ്ങ വരും, 'ഡിഗറി, പോട്ടറിന് പെട്ടന്ന് സുപ്രധാനമായൊരു കാര്യത്തിനായി പോകേണ്ടി വന്നു. ആയതിനാൽ നിങ്ങളുടെ സന്ദർശനം കുറച്ച് ദിവസത്തേയ്ക്ക്

മാറ്റിവെയ്ക്കേണ്ടി വന്നതിൽ ഞങ്ങൾ അതിയായി വേദിക്കുന്നു. താങ്കൾക്ക് അടുത്ത രണ്ട് മാസത്തിനുള്ളിൽ എപ്പോളെങ്കിലും അതിനായുള്ള സമയവും സാഹചര്യവും ഉണ്ടാകുമോയെന്ന് ദയവായി ഞങ്ങളെ അറിയിക്കുക.' ഇതിങ്ങനെ തുടർന്നുകൊണ്ടേയിരിക്കും...നീ എന്നെ ഒഴിവാക്കുവാൻ ശ്രമിക്കുകയാണ്.

ഹാരി

ഒരിക്കലുമല്ല. മാന്ത്രിക നിയമ നിർവഹണ വിഭാഗത്തിന്റെ തലവനെന്ന നിലയ്ക്ക് എനിക്കൊരുപാട് ഉത്തരവാദിത്തങ്ങൾ ഉണ്ട്-

ആമോസ്

അതെ, പല കാര്യങ്ങൾക്കും നീ തന്നെയാണ് ഉത്തരവാദി.

ഹാരി

മനസിലായില്ല?

ആമോസ്

എന്റെ മകൻ സെഡ്രിക്ക്, അവനെ നിനക്ക് ഓർമയുണ്ടാകുമല്ലോ അല്ലേ?

ഹാരി *(സെഡ്രിക്കിന്റെ ഓർമ അവനെ വേദനിപ്പിക്കുന്നു)*

ഓർമയുണ്ട്, നല്ല ഓർമയുണ്ട് അങ്ങയുടെ മകനെ. അവന്റെ നിര്യാണത്തിൽ..

അമോസ്

വോൾഡമോർട്ടിന് നിന്നെയായിരുന്നു വേണ്ടിയത്! എന്റെ മകനെ ആയിരുന്നില്ല! നീ തന്നെയാണ് എന്നോടത് പറഞ്ഞത്. എന്റെ മകൻ, എന്റെ പാവം മകൻ, അവനൊരു ബലിയാടായിരുന്നു.

ഹാരി

ഡിഗറി, താങ്കൾക്കറിയാമല്ലോ സെഡ്രിക്കിന്റെ സ്മാരകമുണ്ടാക്കുവാൻ താങ്കൾ നടത്തുന്ന എല്ലാ ശ്രമങ്ങളെയും ഞാൻ ബഹുമാനിക്കുന്നു. പക്ഷേ..

ആമോസ്

സ്മാരകമോ? അതൊന്നുമല്ല എനിക്ക് വേണ്ടിയതിനി. ഞാനൊരു വയസനാണ്..വയസനായ, മരിച്ചുകൊണ്ടിരിക്കുന്ന ഒരു മനുഷ്യൻ. ഞാനിവിടെ വന്നത് നിന്നോട് അപേക്ഷിക്കുവാനാണ്.. എന്റെ മകനെ തിരികെ കൊണ്ടുവരുവാൻ.

ഹാരി ഞെട്ടലോടെ അയാളെ നോക്കുന്നു.

ഹാരി

തിരികെ കൊണ്ടുവരാണോ? ആമോസ് അതൊരിക്കലും നടക്കാത്ത കാര്യമാണ്.

ആമോസ്

മന്ത്രാലയത്തിൽ സമയസഞ്ചാരി യന്ത്രം ഉണ്ടെന്നെനിക്കറിയാം. ഇല്ലേ?

ഹാരി

അതെല്ലാം പണ്ടേ നശിപ്പിച്ചതാണ്.

ആമോസ്

ഞാനിത്ര തിടുക്കപ്പെട്ട് ഇപ്പോൾ ഇവിടെ വന്നത്, തിയഡോർ നോട്ടിന്റെ പക്കൽനിന്നും ഒരു സമയസഞ്ചാരി യന്ത്രം മന്ത്രാലയം പിടിച്ചെടുത്തെന്ന് പല സ്രോതസിൽനിന്നും ഞാൻ അറിയുവാൻ ഇടയായതുകൊണ്ട് മാത്രമാണ്.

നീണ്ട നിശബ്ദത. ഹാരിക്ക് ഈ അവസ്ഥ വല്ലാതെ ബുദ്ധിമുട്ടുണ്ടാകുന്നുണ്ട്. ആൽബസ് അവർക്കടുത്തേയ്ക്ക് നീങ്ങുന്നതനുസരിച്ച് അവരെ കൂടുതൽ വ്യക്തമായി കാണുവാൻ സാധിക്കുന്നു. ആൽബസ് അവർ സംസാരിക്കുന്നത് കാതോർത്ത് നിൽക്കുന്നു.

ഹാരി

ആമോസ്, സമയവും കാലവുംവെച്ച് കളിക്കുവാനോ.. അത് നമുക്ക് ചെയ്യുവാൻ പറ്റില്ലയെന്ന് താങ്കൾക്കറിയാമല്ലോ.

ആമോസ്

നീ ജീവിക്കുവാനായി എത്ര പേരാണ് തങ്ങളുടെ ജീവൻ ബലികഴിച്ചത്? അവരിലൊരാളെ തിരിച്ചുകൊണ്ടുവരുവാൻ മാത്രമാണ് ഞാൻ നിന്നോട് അപേക്ഷിക്കുന്നത്.

ഇത് ഹാരിയെ വല്ലാതെ വേദനിപ്പിക്കുന്നു, വേദനയിൽ മുഖം ഘനക്കുന്നു. അയാൾ ചിന്തിക്കുന്നു.

ഹാരി

നിങ്ങൾ കേട്ടത് എന്തുതന്നെയായാലും, തിയഡോർ നോട്ടിന്റെ കയ്യിൽ നിന്ന് യന്ത്രം കിട്ടിയെന്ന് പറയുന്നത് ഒരു കള്ളക്കഥ മാത്രമാണ്. എന്നോട് ക്ഷമിക്കണം.

ഡെൽഫി

ഹേയ്.

മുകളിലെ നടയിൽനിന്നും തന്നെ എത്തിനോക്കുന്ന, ഇരുപത് വയസോളം തോന്നിക്കുന്ന, കണ്ണിൽ ദൃഢനിശ്ചയമുള്ള ഡെൽഫിയെ കണ്ടതും ആൽബസ് പേടിച്ചൊരു ചാട്ടം.

അയ്യോ, ഞാൻ നിന്നെ പേടിപ്പിക്കാൻ ഉദ്ദേശിച്ചില്ല കെട്ടോ. ഞാനും നിന്നെപ്പോലെ ഇങ്ങനെ പടിയിലിരുന്ന് മറ്റുള്ളവർ പറയുന്നത് ഒളിച്ച് കേൾക്കാറുണ്ടായിരുന്നു. ഇങ്ങനെ പടിയിലിരിക്കും, ആരെങ്കിലും എന്തെങ്കിലും പറയുന്നുണ്ടോ എന്ന് കാതോർത്ത്.

ആൽബസ്

ആരാ നിങ്ങൾ? ഇത്.. ഇതെന്റെ വീടാണ്..

ഡെൽഫി

സംശയമെന്താ, ഞാനൊരു മോഷ്ടാവാണ്... നിന്റെ കയ്യിലുള്ളതെല്ലാം ഞാൻ തട്ടിയെടുക്കുവാൻ പോവുകയാ, നിന്റെ മാന്ത്രിക വടി, നിന്റെ സ്വർണം, നിന്റെ ചോക്ലേറ്റ് തവള..എല്ലാം ഞാനെടുക്കും! (അവൾ ആൽബസിനെ പേടിപ്പെടുത്തി നോക്കുന്നു, പെട്ടെന്നു തന്നെ അവൾക്ക് ചിരിപൊട്ടുന്നു.) അല്ലെങ്കിൽ ചിലപ്പോൾ ഞാൻ ഡെൽഫി ഡിഗറി ആവും, എന്താ!

(അവൾ നടയിറങ്ങി ആൽബസിന്റെ അടുത്തേയ്ക്ക് വരുന്നു)

ഡെൽഫി ഞാനാണ് അദ്ദേഹത്തെ ശുശ്രൂഷിക്കുന്നത്, ആമോസിനെ. (ആമോസിനെ ചൂണ്ടിക്കാണിക്കുന്നു) നീയോ?

ആൽബസ് *(ശോകപൂർണ്ണമായ ചിരി)*

ആൽബസ്

ഡെൽഫി

ഓ..! ആൽബസ് പോട്ടർ! അപ്പോ ഹാരി നിന്റെ അച്ഛനാണല്ലേ? അത് നല്ല രസമായിരിക്കുമല്ലോ?

ആൽബസ്

അത്ര രസമുള്ള കാര്യമല്ലത്ത്.

ഡെൽഫി

ആ.. ഞാനിതിന്റെയകത്ത് കാലിട്ടോ? 'ഡെൽഫിനി ഡിഗറി- അവൾ വീഴാത്ത കുഴികളില്ല' എന്നായിരുന്നു സ്കൂളിൽ എല്ലാവരും എന്നെ പറ്റി പറഞ്ഞിരുന്നത്.

ആൽബസ്

എന്നെയും അവിടുള്ളവർ ഒരുപാട് കളിയാക്കാറുണ്ട്.

നിശബ്ദത. അവൾ അവനെ സൂക്ഷ്മമായി നോക്കുന്നു.

അമോസ്

ഡെൽഫി.

അവൾ പോകുവാൻ തുടങ്ങുന്നു. പക്ഷേ എന്തോ ആലോചിച്ച പോലെ ഒന്നു നിന്നിട്ട് ആൽബസിനെ നോക്കി ചിരിക്കുന്നു.

ഡെൽഫി

നമ്മൾ ആരുടെ ബന്ധുക്കാരാണ് ആവേണ്ടതെന്ന് നമ്മളല്ല തീരുമാനിക്കുന്നത്. ആമോസ് ഞാൻ ശുശ്രൂഷിക്കുന്ന രോഗി മാത്രമല്ല, അദ്ദേഹം എന്റെ അങ്കിളാണ്. അപ്പർ ഫ്ലാഗ്ലിയിലെ ജോലി സ്വീകരിക്കുവാൻ ഞാൻ തയ്യാറായതിന് അങ്ങനെയൊരു കാരണം കൂടിയുണ്ട്.

പക്ഷേ അതിപ്പോ എനിക്ക് വളരെ ബുദ്ധിമുട്ടാണ് ഉണ്ടാക്കിയിരിക്കുന്നത്. സ്വന്തം ഭൂതകാലത്തിൽ കുടുങ്ങിപ്പോയവരുടെ കൂടെ ജീവിക്കുക വളരെ ക്ലേശകരമാണ്, അല്ലേ?

ആമോസ്

ഡെൽഫീ!

ആൽബസ്

അപ്പർ ഫ്ലാഗ്ലി?

ഡെൽഫി

സെന്റ്. ഓസ്വാൾഡ്സ് ഹോം ഫോർ വിച്ചസ് ആൻഡ് വിസാർഡ്സ്. നിനക്ക് താൽപര്യം ഉണ്ടെങ്കിൽ ഇടയ്ക്ക് അവിടേയ്ക്കൊക്കെ വരൂ.

ആമോസ്

ഡെൽഫീ!

അവൾ ചിരിച്ച്കൊണ്ട് പടിയിറങ്ങുന്നു. ആമോസും ഹാരിയുമുള്ള മുറിയിലേയ്ക്കവൾ പ്രവേശിക്കുന്നു. ആൽബസ് അവളെ തന്നെ നിരീക്ഷിക്കുകയാണ്.

ഡെൽഫി

എന്താ, അങ്കിളേ?

ആമോസ്

ഇതാണ് ഒരിക്കൽ വലിയ മഹാനായിരുന്ന ഹാരി പോട്ടർ, ഇപ്പോ ഒരു വികാരങ്ങളുമില്ലാത്ത കല്ലുപോലുള്ളയൊരു മനുഷ്യൻ. അധികാരത്തിൽ കുടുങ്ങിപ്പോയ സാറേ ഞാൻ നിങ്ങളെ സമാധാനത്തിൽ വിടുന്നു. സമാധാനമാണോ ശരിയായ വാക്കെന്നെനിക്കറിയില്ല. ഡെൽഫി, എന്റെ കസേരയിങ്ങ് എടുക്ക്..

ഡെൽഫി

ശരി, അങ്കിൾ.

ആമോസിനെ മുറിയുടെ പുറത്തേയ്ക്ക് ഉന്തികൊണ്ട് പോകുന്നു. ഹാരി ഒറ്റയ്ക്കായി.. ആശയറ്റപോലുള്ള മുഖഭാവം. ആൽബസ് അച്ഛനെ നോക്കി ചിന്താമഗ്നനായി നിൽക്കുന്നു.

അങ്കം ഒന്ന് രംഗം ഏഴ്

ജിന്നിയുടെയും ഹാരി പോട്ടറിന്റെയും വീട്, ആൽബസിന്റെ മുറി

ആൽബസ് തന്റെ കട്ടിലിൽ ഇരിക്കുകയാണ്. അവന്റെ മുറിയുടെ വാതിലിന് പുറത്ത് ലോകം അതിവേഗത്തിൽ ചലിച്ചുകൊണ്ടിരിക്കുന്നു. അവൻ മെത്തയിൽ നിശ്ചലനായി ഇരിക്കുന്നു. ദൂരെ നിന്ന് ജയിംസിന്റെ അലർച്ചകേൾക്കാം.

ജിന്നി

ജയിംസ്, ആ മുടിയുടെ കാര്യം നീയൊന്നു വിട്, എന്നിട്ട് ദയവുചെയ്ത് ആ മുറിയൊന്ന് വൃത്തിയാക്കിയിട്...

ജയിംസ്

ഇത് ഞാൻ എങ്ങനെ വിട്ടുകളയാനാ ഈ പറയുന്നെ.. നോക്ക് എന്റെ മുടി പിങ്ക് നിറത്തിലാ ഇപ്പോ.. മിക്കവാറും ഞാൻ അദൃശ്യതാ മേലങ്കിയിട്ട് നടക്കേണ്ടി വരും!

ജയിംസ് വാതിലിന്റെ അടുത്ത് വന്ന് നിൽക്കുന്നു, അവന്റെ മുടി പിങ്ക് നിറത്തിലാണ്.

ജിന്നി

അതിന് വേണ്ടിയല്ല അച്ഛൻ നിനക്കാ മേലങ്കി തന്നത്, കേട്ടോ!

ലില്ലി

എന്റെ മാന്ത്രിക മരുന്നിന്റെ പുസ്തകം ആരെങ്കിലും കണ്ടോ?

ജിന്നി

ലില്ലി പോട്ടർ, നാളെ അതും ധരിച്ചുകൊണ്ട് സ്ക്കൂളിൽ പോകാമെന്ന് നീ വിചാരിക്കേണ്ട..

ലില്ലിയെ ഇപ്പോൾ ആൽബസിന്റെ മുറിയുടെ വാതിൽക്കൽ കാണാം. പടപടെത്തുടിയ്ക്കുന്ന ഫെയറി ചിറകുകളാണ് അവൾ ധരിച്ചിരിക്കുന്നത്.

ലില്ലി

എഹ്, എനിക്കിത് ഭയങ്കര ഇഷ്ട്ടമാ..കണ്ടോ ഇത് പടപാടാന്ന് ഇളകുന്നത്.

ഹാരി ആൽബസിന്റെ മുറിയുടെ വാതിൽക്കൽ വരുന്നു. ലില്ലി അവിടെ നിന്ന് പോകുന്നു. ഹാരി മുറിയിലേയ്ക്ക് എത്തിനോക്കുന്നു.

ഹാരി

ആൽബസ്...

അവർക്കിടയിൽ വല്ലാത്തൊരു നിശബ്ദത. ജിന്നി അവിടേയ്ക്ക് വരുന്നു. അവിടെ നടക്കുന്നത് എന്താണെന്ന് മനസിലാക്കി ജിന്നി ഒരു നിമിഷം അവിടെ നിൽക്കുന്നു.

ഇതാ, റോൺ സ്ക്കൂൾ തുറക്കുന്നത് പ്രമാണിച്ചയച്ച സമ്മാനമാ.

ആൽബസ്

പ്രണയ ലേഹ്യമോ... ശരി.

ഹാരി

റോൺ തമാശയ്ക്ക് ചെയ്തതാണ് കെട്ടോ. ലില്ലിയ്ക്ക് കിട്ടിയതെന്താണെന്നോ. കുശു വിടുന്നൊരു നോമിനെ, ജയിംസിനാണെങ്കിൽ ഒരു ചീർപ്പ്..അത് വച്ച് ചീകിയിട്ടവന്റെ മുടിയുടെ നിറം പിങ്കായി. റോണല്ലേ..നിനക്കറിയാമല്ലോ?

ഹാരി പ്രണയ ലേഹ്യത്തിന്റെ കുപ്പി ആൽബസിന്റെ കട്ടിലിൽ വയ്ക്കുന്നു.

ഞാനും നിനക്കൊരു സമ്മാനം കൊണ്ടുവന്നിട്ടുണ്ട്.. ഇതാ..

ഹാരി ഒരു ചെറിയ പുതപ്പ് അവന് നേർക്ക് നീട്ടുന്നു. ജിന്നി അതിലേയ്ക്ക് നോക്കുന്നു. അച്ഛൻ മകനുമായി കൂട്ടുകൂടുവാൻ ശ്രമിയ്ക്കുകയാണെന്ന് മനസിലാക്കി ജിന്നി ശബ്ദമുണ്ടാക്കാതെ രംഗമൊഴിയുന്നു.

ആൽബസ്

ഈ പഴഞ്ചൻ പുതപ്പോ?

ഹാരി

ഈ വർഷം നിനക്കെന്ത് സമ്മാനമാണ് തരേണ്ടിയതെന്ന് ഞാനൊരുപാട് ആലോചിച്ചു. ജയിംസിന് ഞാൻ അദൃശ്യതാ മേലങ്കിയാണ് കൊടുത്തത്. അവൻ കുറേക്കാലമായി അതിനുവേണ്ടി എന്റെ പിന്നാലേ നടക്കുകയാരുന്നല്ലോ..ലില്ലിക്ക്- എനിക്കറിയാം അവൾക്ക് ചിറകുകൾ വലിയ ഇഷ്ട്ടമാണെന്ന്.. പക്ഷേ നിനക്ക്.. നിനക്ക് പതിനാല് വയസായിപ്പോൾ.. ഞാനേറ്റവും വിലമതിക്കുന്ന സാധനമാണിത്.. എന്റെ അമ്മയുടേതായി എന്റെ കയ്യിൽ ആകെയുള്ളതാണീ പുതപ്പ്.

എന്നെ ഇതിൽ പൊതിഞ്ഞാണ് ഡ്രസ്ലികളുടെ കയ്യിൽ ഏൽപ്പിച്ചത്. ഇത് നഷ്ടപ്പെട്ടുപോയെന്നാണ് ഞാൻ കരുതിയിരുന്നത്. പക്ഷെ പെറ്റൂണിയ ആന്റി മരിച്ചപ്പോൾ, അവരുടെ സാധനങ്ങൾക്കിടയിൽ നിന്ന് ഡഡ്ലിയ്ക്ക് ഇത് ലഭിക്കുകയുണ്ടായി. അവനാണ് ഇതെനിക്കയച്ച് തന്നത്. അന്നുതൊട്ട്, എന്തെങ്കിലും ബുദ്ധിമുട്ടുണ്ടായാൽ ഞാനിതെടുത്ത് ചേർത്തുപിടിയ്ക്കും. ഇതെനിക്കെപ്പോളും ഭാഗ്യം കൊണ്ടുവന്ന് തരും. ഞാൻ കരുതി ഇത് നിനക്കും..

ആൽബസ്

എനിക്കും ഇതെടുത്ത് പിടിക്കണം എന്നോ? ശരി. തീർച്ചയായും. നോക്കാം ഇതെനിക്കും ഭാഗ്യം കൊണ്ടുവരുമോയെന്ന്. എനിക്കാണെങ്കിൽ ഇപ്പോൾ കുറച്ച് ഭാഗ്യം അത്യാവശ്യമാണ് താനും.

അവൻ പുതപ്പിൽ തൊടുന്നു.

പക്ഷെ ഇത് അച്ഛൻ തന്നെ വെച്ചോളു.

ഹാരി

പെറ്റൂണിയ ഇത് സൂക്ഷിച്ച് വെച്ചത്, ഇതെന്നെങ്കിലും എന്റെ കയ്യിൽ എത്തണമെന്ന് ആഗ്രഹിച്ചിട്ടായിരിക്കും. ഇപ്പോൾ എനിക്കു തോന്നുന്നത് ഇത് സൂക്ഷിക്കേണ്ടത് നീയാണെന്നാണ്..എനിക്കെന്റെ അമ്മയെ കണ്ട ഓർമ്മ പോലുമില്ല. എങ്കിലും എനിക്കറിയാം ഇത് നിന്റെ കയ്യിലിരിക്കുവാനാണ് അമ്മ ആഗ്രഹിക്കുന്നതെന്ന്. ഹാലോവിന്റെ അന്ന്, അവർ മരിച്ച ആ ദിവസം മാത്രം എനിക്കിത് നെഞ്ചോട് ചേർത്തുപിടിയ്ക്കണം. അന്ന് ഞാൻ നിന്നെ വന്ന് കണ്ടുകൊള്ളാം..അത് നമ്മുക്ക് രണ്ടുപേർക്കും നല്ലതായിരിക്കും...

ആൽബസ്

അച്ഛാ, കൊണ്ടു പോകുവാനുള്ളതൊക്കെ അടുക്കിവയ്ക്കണം, അച്ഛന് തീർച്ചയായും മന്ത്രാലയത്തിലെ ജോലി ഉണ്ടാവുമല്ലോ ചെയ്ത് തീർക്കുവാൻ. അത് കൊണ്ട്...

ഹാരി

ആൽബസ്, നീയീ പുതപ്പ് സൂക്ഷിക്കണമെന്നാണ് ഞാൻ ആഗ്രഹിക്കുന്നത്.

ആൽബസ്

എന്നിട്ട്? ഇതുകൊണ്ട് എന്ത് ചെയ്യുവാനാ?? ഫെയറിച്ചിറകുകളും, അദൃശ്യതാ മേലങ്കിയുമൊക്കെ ഇതിലുമെത്രയോ നല്ല സമ്മാനങ്ങളാ.. ഇതൊരുമാതിരി..

ഹാരിയുടെ ഹൃദയം നുറുങ്ങുന്നു. അയാൾ മകനെ നോക്കുന്നു.

ഹാരി

ഞാൻ നിന്നെ പെട്ടിയടുക്കുവാൻ സഹായിക്കാം. അത് എനിക്ക് വളരെ താൽപ്പര്യമുള്ള പണിയാണ്. കാരണം പ്രൈവറ്റ് ഡ്രൈവിൽ നിന്ന് ഹോഗ്വാർട്ട്സിലേയ്ക്ക് പോകുന്ന ദിവസമാണ് സാധനങ്ങളൊക്കെ പെട്ടിയിലടുക്കിയിരുന്നത്. ഹമ്.. എനിക്കറിയാം നിനക്കത് അത്ര ഇഷ്ടമല്ലെന്ന്..പക്ഷെ..

ആൽബസ്

അച്ഛന് ഭൂമിയിലെ സ്വർഗമാവും അത്. എനിക്കറിയാം. സ്വന്തം അങ്കിളിന്റെയും ആന്റിയുടെയും പീഢനം സഹിച്ച് വളർന്ന പാവം അനാഥനായ കുട്ടി...

ഹാരി

ആൽബസ്, നിറുത്ത്.. നമ്മുക്ക് മറ്റെന്തെങ്കിലും...

ആൽബസ്

അവരുടെ മകൻ ഡഡ്ലിയുടെ ക്രൂര വിനോദങ്ങൾക്ക് പാത്രമായ കുട്ടി.. ഹോഗ്വാർട്ട്സ് ഉള്ളതുകൊണ്ട് മാത്രം അവിടുന്നു രക്ഷപെടുന്നു..എനിക്കറിയാം ആ കഥകളൊക്കെ.

ഹാരി

ഇതൊന്നും കേട്ട് ഞാൻ പ്രകോപിതനാകുമെന്ന് നീ കരുതേണ്ട, ആൽബസ് പോട്ടർ.

ആൽബസ്

ആ പാവം അനാഥൻ ഞങ്ങളെയെല്ലാം രക്ഷിക്കുവാനായി സ്വന്തം ജീവൻ വരെ പണയം വെച്ചു. അതുകൊണ്ട് മാന്ത്രിക സമൂഹത്തിലെ എല്ലാവരെയും പ്രതിനിധീകരിച്ച് ഞാൻ നന്ദി അറിയിച്ച് കൊള്ളട്ടെ..താങ്കൾ ചെയ്യത വീര കൃത്യങ്ങൾക്ക് ഞങ്ങൾ എന്നും കടപ്പെട്ടവരാണ്. ഇത്രയും മതിയോ അതോ ഞാനിനി കുമ്പിടുകകൂടി വേണോ?

ഹാരി

ആൽബസ്, ഒന്ന് നിർത്തുമോ, നിനക്കറിയാമല്ലോ എനിക്കിതിലൊന്നിലും യാതൊരു താൽപര്യവും ഇല്ലായെന്ന്.

ആൽബസ്

പക്ഷെ ഇപ്പോ എന്റെ ഹൃദയം നന്ദി കൊണ്ട് വിങ്ങിപൊട്ടുകയാ..മിക്കവാറും ഈ പൂത്ത പുതപ്പ് തരുവാൻ കാണിച്ച ആ മഹാമനസ് കണ്ടിട്ടാവും...

ഹാരി

പൂത്ത പുതപ്പോ?

ആൽബസ്

ഇവിടെ എന്ത് സംഭവിക്കുമെന്നാ അച്ഛൻ കരുതിയത്? ഞാൻ കെട്ടിപ്പിടിച്ച് പറയുമെന്നോ, ഞാൻ നിങ്ങളെ എക്കാലവും സ്നേഹിച്ചിരുന്നിരുന്നുവെന്ന്?

ഹാരി *(ദേഷ്യം വന്ന് തുടങ്ങുന്നു)*

നിന്റെ നിരാശയുടെ ഉത്തരവാദിത്തം ഇനിയും ഞാനേറ്റെടുക്കുമെന്ന് നീ കരുതേണ്ട. ഒന്നുമില്ലെങ്കിലും നിനക്ക് ഒരച്ഛനുണ്ടല്ലോ എന്നെങ്കിലും ആശ്വസിക്ക്. എനിക്കതുമില്ലായിരുന്നു എന്ന് നീ ഓർമ്മിക്കണം, കെട്ടോ?

ആൽബസ്

അതാണ് ദൗർഭാഗ്യകരം എന്നാണോ അച്ഛൻ കരുതുന്നത്? എന്നാ എനിക്കങ്ങനെയല്ല തോന്നുന്നത്.

ഹാരി

ഞാൻ ജീവിച്ചിരിപ്പില്ലായിരുന്നെങ്കിൽ എന്നാണല്ലേ നീയാഗ്രഹിക്കുന്നത്?

ആൽബസ്

അല്ല! എന്റെ അച്ഛൻ നിങ്ങളല്ലായിരുന്നുവെങ്കിൽ എന്ന് മാത്രമാണ് ഞാൻ ആഗ്രഹിക്കുന്നത്.

ഹാരി *(മുഖം ചുവക്കുന്നു)*

ഹം.. നീയെന്റെ മകൻ അല്ലായിരുന്നുവെങ്കിൽ എന്ന് ഞാനും ആഗ്രഹിച്ചിട്ടുണ്ട്.

നിശബ്ദത. ആൽബസ് തലയാട്ടുന്നു. താനെന്താണ് പറഞ്ഞതെന്നപ്പോളാണ് ഹാരി തിരിച്ചറിയുന്നത്.

അല്ല, ഞാനതല്ല ഉദ്ദേശിച്ചത്..

ആൽബസ്

അതെ. അതുതന്നെയാണ് നിങ്ങൾ ഉദ്ദേശിച്ചത്.

ഹാരി

ആൽബസ്, നീയെന്നെ വെറുതെ ദേഷ്യം പിടിപ്പിച്ചിട്ടല്ലേ ഞാൻ...

ആൽബസ്

നിങ്ങളങ്ങനെ തന്നെയാണ് ആഗ്രഹിക്കുന്നത്.. ഞാനതിൽ അച്ഛനെ കുറ്റപ്പെടുത്തില്ല.

വീണ്ടും നിശബ്ദത.

എന്നെയൊന്ന് ഒറ്റയ്ക്കിരിക്കുവാൻ സമ്മതിക്കാമോ.

ഹാരി

ആൽബസ്, ഞാൻ...

ആൽബസ് പുതപ്പെടുത്ത് എറിയുന്നു. അത് ചെന്ന് വീഴുന്നത് റോണിന്റെ പ്രണയ ലേഹ്യത്തിലാണ്. കുപ്പി മറിഞ്ഞ് മെത്തയിലും പുതപ്പിലുമാകെ ലേഹ്യമാകുന്നു. അതിൽ നിന്ന് ചെറുതായി പുക വരുന്നു.

ആൽബസ്

നന്നായി.. ഇനിയെനിക്കപ്പോ പ്രണയവുമില്ല ഭാഗ്യവുമില്ല.

ആൽബസ് മുറിയ്ക്ക് പുറത്തേയ്ക്ക് ഓടുന്നു. ഹാരി അവന്റെ പിന്നാലെയും.

ഹാരി

ആൽബസ്. ആൽബസ് ...നിൽക്കൂ..

അങ്കം ഒന്ന് രംഗം എട്ട്

സ്വപ്നം, മലമുകളിലെ കുടിൽ

വലിയൊരു മാന്ത്രികച്ചൂൽ, അത് വന്ന് ഭിത്തിയിൽ ഇടിയ്ക്കുന്ന വലിയ ശബ്ദം. ഡഡ്ലി ഡ്രസ്ലിയും, പെറ്റൂണിയ ആന്റിയും, വെർണോൺ അങ്കിളും ഒരു കട്ടിലിന്റെ പിന്നിൽ പേടിച്ച് പമ്മിയിരിക്കുന്നു.

ഡഡ്ലി ഡ്രസ്ലി

അമ്മേ, എനിക്ക് പേടിയാകുന്നു.

പെറ്റൂണിയ ആന്റി

എനിക്കറിയാം മോനേ, നമ്മളിങ്ങോട്ട് വരരുതായിരുന്നു. വെർണോൺ, വെർണോൺ. ഒളിയ്ക്കുവാൻ പറ്റുന്ന ഒരിടവുമില്ലല്ലോ ഇവിടടുത്തൊന്നും. ആ വിളക്കുമാടമാണെങ്കിൽ ഒരുപാട് ദൂരയും!

മറ്റൊരു വലിയ മാന്ത്രികച്ചൂൽ.

വെർണോൺ അങ്കിൾ

ആഹാ. എന്തുതന്നെ ആയാലും അത് ഈ വീടിനകത്ത് കയറത്തില്ല.

പെറ്റൂണിയ ആന്റി

നമ്മൾ ശപിക്കപ്പെട്ടവരാണ്! ഇവൻ നമ്മളെ ശപിച്ചിട്ടുണ്ട് തീർച്ച! ഈ ചെറുക്കൻ നമ്മളെ ശപിച്ചല്ലോ!! *(കൊച്ചു ഹാരിയെ നോക്കിക്കൊണ്ട്)* ഇതെല്ലാം നീ കാരണമാണ്.. പോ, പോയി നിന്റെ മാളത്തിൽക്കയറ്.

കൊച്ചു ഹാരി അവിടെ നിന്ന് പിൻവാങ്ങുന്നു. വെർണോൺ അങ്കിൾ അതാ തന്റെ തോക്കുമായി രംഗത്ത്.

വെർണോൺ അങ്കിൾ

ആരാണെങ്കിലും ഞാൻ മുന്നറിയിപ്പ് തരുകയാണ്, എന്റെ കയ്യിൽ തോക്കുണ്ട്.

വലിയൊരു ഇടി..അതിൽ വാതിലിന്റെ കുറ്റി പറിഞ്ഞു വീഴുന്നു. തുറന്ന വാതിക്കൽ ഹാഗ്രിഡ് നിൽക്കുന്നു. അയാൾ എല്ലാവരെയും ഒന്ന് നോക്കുന്നു.

ഹാഗ്രിഡ്

അല്ല, നിങ്ങൾക്ക് ഒരു ചായ തന്നുകൂടെ? യാത്ര അത്ര സുഖകരമല്ലായിരുന്നു.

ഡഡ്ലി ഡ്രസ്ലി

ഉയ്യോ. ഇതെന്തൊരു വലിയ മനുഷ്യനാ!

വെർണോൺ അങ്കിൾ

അവിടെ നിൽക്ക്, അവിടെ നിൽക്ക്. പെറ്റൂണിയ, ഡഡ്ലി, എന്റെ പിന്നിൽ തന്നെ നിൽക്ക്. ഈ രാക്ഷസനെ ഇപ്പോ തന്നെ ഞാനിവിടെ നിന്ന് തുരത്തും.

ഹാഗ്രിഡ്

എന്താ? (ഹാഗ്രിഡ് വെർണോണിന്റെ തോക്ക് പിടിച്ച് മേടിക്കുന്നു.) ഇതുപോലത്തെ സാധനങ്ങൾ കണ്ടിട്ട് കുറേക്കാലമായി. (തോക്കിന്റെ തുമ്പ് വളച്ച്, കെട്ടിട്ടുവയ്ക്കുന്നു.) ഇപ്പോ എങ്ങനെയുണ്ട്. (ഇത് പറയുന്നതിനിടയിൽ ഹാരിയെ കണ്ട് സംസാരം നിർത്തുന്നു.) ഹാരി പോട്ടർ.

കൊച്ചു ഹാരി

അതെ.

ഹാഗ്രിഡ്

ഇതിന് മുമ്പ് ഞാൻ കാണുമ്പോൾ നീയൊരു കുഞ്ഞുവാവയായിരുന്നു. നീ അച്ഛനെ പോലെ തന്നെയാണല്ലോ, പക്ഷേ കണ്ണുകൾ അമ്മയുടേതാണ്.

കൊച്ചു ഹാരി

നിങ്ങൾക്കെന്റെ അച്ഛനേയും അമ്മയേയും അറിയാമോ?

ഹാഗ്രിഡ്

ആഹ്, ഞാനെന്താ ഈ ചെയ്യുന്നത്? ജന്മദിനാശംസകൾ ഹാരി. ഇതാ, ഞാൻ നിനക്കുവേണ്ടി കൊണ്ടുവന്നതാ. ഞാൻ അറിയാതെ അതിന്റെ മുകളിലിരുന്നിട്ട് കുറച്ച് ഭാഗം പൊടിഞ്ഞു പോയിട്ടുണ്ട്. എന്നാലും നല്ല രുചിയാണിതിന്.

തന്റെ കുപ്പായത്തിനുള്ളിൽ നിന്ന് ഹാഗ്രിഡ് പകുതി ചളുങ്ങിയ ഒരു ചോക്ലേറ്റ് കേക്ക് പുറത്തെടുക്കുന്നു. അതിന്റെ പച്ച ക്രീമിന് മുകളിൽ 'പിറന്നാൾ മംഗളങ്ങൾ ഹാരി' എന്നെഴുതിയിരിക്കുന്നു.

കൊച്ചു ഹാരി

നിങ്ങൾ ആരാണ്?

ഹാഗ്രിഡ് *(ചിരിക്കുന്നു)*

ശരിയാണല്ലോ, ഞാൻ എന്നെ പരിചയപ്പെടുത്തുവാൻ മറന്നു. ഞാൻ റൂബിയസ് ഹാഗ്രിഡ്, ഹോഗ്വാർട്ട്സിന്റെ കാവൽക്കാരനും, താക്കോൽ സൂക്ഷിപ്പുകാരനും. (അയാൾ ചുറ്റും നോക്കുന്നു.) അല്ല ആ ചായയുടെ കാര്യം എന്തായി? നിങ്ങളുടെ കയ്യിൽ ഇത്തിരി വീര്യം കൂടിയ എന്തെങ്കിലും ഉണ്ടെങ്കിൽ അതായാലും മതി കേട്ടോ.

കൊച്ചു ഹാരി

ഹോഗ്. എവിടെയെന്നാ പറഞ്ഞത്?

ഹാഗ്രിഡ്

ഹോഗ്വാർട്ട്സ്. നിനക്ക് ഹോഗ്വാർട്ട്സിനെ പറ്റി അറിയാതിരിക്കാൻ വഴിയില്ലല്ലോ.

കൊച്ചു ഹാരി

ഇല്ല ..ക്ഷമിക്കണം.. എനിക്കറിയില്ല.

ഹാഗ്രിഡ്

ക്ഷമയോ? എന്തിന്? ഇവരാണ് ക്ഷമ ചോദിക്കേണ്ടത്! ഞാൻ അയച്ചിരുന്ന കത്തുകളൊന്നും നിനക്ക് കിട്ടുന്നില്ലയെന്ന് എനിക്ക് മനസിലായിരുന്നു. പക്ഷേ ഹോഗ്വാർട്ട്സിനെ പറ്റി നീ കേട്ടിട്ട് പോലുമുണ്ടാവില്ലയെന്ന് ഞാൻ ഒട്ടും കരുതിയില്ല. അപ്പോ നിന്റെ അച്ഛനും അമ്മയും അതൊക്കെ എങ്ങനെ പഠിച്ചുവെന്നാ നീ കരുതിയത്?

കൊച്ചു ഹാരി

പഠിച്ചെന്നോ? എന്ത്?

ഹാഗ്രിഡ് ഭീക്ഷണിപ്പെടുത്തുന്ന രീതിയിൽ വെർണോണിനെ നോക്കുന്നു

ഹാഗ്രിഡ്

അപ്പോൾ ഇവന് ഒന്നിനെപ്പറ്റിയും ഒരറിവുമില്ലെന്നാണോ നിങ്ങൾ പറഞ്ഞുവരുന്നത്?

വെർണോൺ അങ്കിൾ

ഇതിൽക്കൂടുതൽ ഒന്നും നിങ്ങൾ അവനോടു പറയരുത്! ഞാനാ പറയുന്നത്!

കൊച്ചു ഹാരി

എന്നോടെന്ത് പറയരുതെന്ന്?

ഹാഗ്രിഡ് വെർണോണിനെയും, കൊച്ചു ഹാരിയേയും മാറി മാറി നോക്കുന്നു.

ഹാഗ്രിഡ്

ഹാരി- നീയൊരു മാന്ത്രികനാണ്- നിയാണ് എല്ലാം മാറ്റിമറിച്ചത്. നീ ലോകത്തിലെ തന്നെ ഏറ്റവും പേരുകേട്ട മാന്ത്രികനാണ് ഹാരി..

അപ്പോൾ, പ്രേക്ഷകർ ഇരിക്കുന്ന മുറിയുടെ പിൻവശത്തുനിന്നും പതുങ്ങിയ ശബ്ദം കേൾക്കാൻ തുടങ്ങുന്നു..അത് വോൾഡമോർട്ടിന്റെ ശബ്ദമാണ്..

ഹാരീരീരീ...പോട്ടർ...

അങ്കം ഒന്ന് രംഗം ഒമ്പത്

ജിന്നിയുടെയും ഹാരി പോട്ടറിന്റെയും വീട്, കിടപ്പുമുറി

ഹാരി ഉറക്കത്തിൽ നിന്ന് ഞെട്ടിയെണീക്കുന്നു.

അയ്യാൾ വല്ലാതെ അണയ്ക്കുന്നുണ്ട്..ഒരു നിമിഷം ദീർഘശ്വാസമെടുത്ത് സ്വയം ശാന്തനാകുന്നു. നെറ്റിയിലെ മുറിവിൽ സഹിയ്ക്കവയ്യാത്ത വേദന അനുഭവപ്പെടുന്നു.

ജിന്നി

ഹാരീ...

ഹാരി

കുഴപ്പമൊന്നുമില്ല. നീയുറങ്ങിക്കോളു.

ജിന്നി

ലുമോസ്.

മന്ത്രവടിയിൽ നിന്നും പ്രവഹിക്കുന്ന വെളിച്ചം മുറിയിലാകെ നിറയുന്നു. ഹാരി ജിന്നിയുടെ മുഖത്തേയ്ക്ക് നോക്കുന്നു.

പേടിസ്വപ്നം കണ്ടോ?

ഹാരി

മ്ം.

ജിന്നി

എന്തിനെ പറ്റി?

ഹാരി

ഡ്രസ്ലികളെ..ഹമ് അങ്ങനെയാ തുടങ്ങിയത്..പക്ഷേ പിന്നെയത് മറ്റൊന്നായി

നിശബ്ദത. ജിന്നി ഹാരിയെ നോക്കി അവന്റെ മനസിലുള്ളത് എന്താണെന്നറിയുവാൻ ശ്രമിക്കുന്നു.

ജിന്നി

ഉറക്കമരുന്ന് തരട്ടെ?

ഹാരി

വേണ്ട... ഇപ്പോ ശരിയായിക്കൊള്ളും..നീയുറങ്ങിക്കൊ.

ജിന്നി

കണ്ടിട്ട് നിങ്ങൾക്ക് എന്തോ സംഭ്രമം ഉള്ളപോലെ.

ഹാരി ഒന്നും പറയുന്നില്ല.

(ഹാരിയുടെ അസ്വസ്ഥത കണ്ടിട്ട്) ആമോസ് ഡിഗറിയെ പറഞ്ഞ് അനുനയിപ്പിക്കുവാൻ പാടുപെട്ടല്ലേ.

ഹാരി

അദ്ദേഹതിന്റെ അമർഷം എനിക്ക് മനസിലാകും. പക്ഷേ അദ്ദേഹം പറഞ്ഞതത്രയും അക്ഷരാർത്ഥത്തിൽ ശരിയാണെന്ന് ഓർക്കുമ്പോഴാ..അദ്ദേഹത്തിന് തന്റെ മകനെ നഷ്ട്ടമായത് ഞാൻ കാരണമല്ലേ.

ജിന്നി

അങ്ങനൊന്നും വിചാരിക്കേണ്ട-

ഹാരി

എനിക്കൊന്നും പറയുവാനില്ല.. ആരോടും..പറഞ്ഞതൊക്കെ പറയാൻ പാടില്ലാത്തതായിരുന്നു.

ജിന്നിയ്ക്ക് ഹാരി എന്താണ് ഉദ്ദേശിക്കുന്നതെന്ന് മനസിലാകുന്നു.

ജിന്നി

അപ്പോ അതാണല്ലേ നിങ്ങളെ വിഷമിപ്പിക്കുന്ന കാര്യം? ഹോഗ്വാർട്ട്സ് തുറക്കുന്നതിന്റെ തൊട്ടുമുമ്പുള്ള ദിവസം, അവിടേയ്ക്ക് പോകുവാൻ താൽപര്യം ഇല്ലെങ്കിൽ, ഇങ്ങനെയായിലെങ്കിലെ അത്ഭുതമുള്ളു. ആലിന് ആ കരിമ്പടം കൊടുക്കുവാൻ ശ്രമിച്ചത് നന്നായെന്നാണ് എനിക്ക് തോന്നുന്നത്.

ഹാരി

പക്ഷേ കാര്യങ്ങൾ അവിടുന്നും പോയി. ഞാൻ അവനോട് എന്തൊക്കെയോ പറഞ്ഞു ജിന്നി.

ജിന്നി

ഞാൻ കേട്ടു.

ഹാരി

എന്നിട്ടിപ്പോഴും നീയെന്നോട് സംസാരിക്കുന്നതോ?

ജിന്നി

അത്..എനിക്കറിയാം നിങ്ങൾ അത് ഒന്നുമുദ്ദേശിച്ച് പറഞ്ഞതല്ലെന്ന്. സമയം ഒത്തുവരുമ്പോൾ നിങ്ങൾ അവനോട് സംസാരിച്ചെല്ലാം ശരിയാക്കിക്കൊള്ളുമെന്നും എനിക്കറിയാം. ഞാനൊരു കാര്യം പറയട്ടെ ഹാരി,

അത്..അവനോട് സത്യസന്ധമായി സംസാരിക്കുന്നതാണ് നല്ലത്..അവന് അത്രയേ വേണ്ടു താനും.

ഹാരി

അവനും ജയിംസിനേയും ലില്ലിയേം പോലെ ആയിരുന്നുവെങ്കിൽ...

ജിന്നി *(തുറന്നടിച്ച്)*

ആഹാ, അത്ര സത്യസന്ധത കാണിക്കണമെന്നല്ല ഞാനുദ്ദേശിച്ചത്.

ഹാരി

അങ്ങനെയല്ല, അവനേതെങ്കിലും തരത്തിൽ മാറണമെന്നല്ല ഞാൻ ഉദ്ദേശിച്ചത്..അവന്റെ അവസ്ഥ എനിക്ക് മനസിലാകും.. അത്...

ജിന്നി

ആൽബസ് മറ്റുള്ളവരിൽ നിന്നും വ്യത്യസ്ഥനാണ്.. അതൊരു നല്ല കാര്യമല്ലേ. ഹാരി പോട്ടർ എന്ന മറ നിലനിർത്തിക്കൊണ്ടാണ് നീ എപ്പോളും അവനോട് സംസാരിക്കുന്നത്. ശരിക്കുമുള്ള നീ ആരാണെന്ന് മനസിലാക്കുവാൻ അവനൊരു അവസരം കൊടുക്ക്.

ഹാരി

'സത്യം മനോഹരമാണ്, അതുപോലെതന്നെ ഭയാനകവും. അതുകൊണ്ട് വളരെ ശ്രദ്ധയോടുകൂടിയെ അതിനെ കൈകാര്യം ചെയ്യാവു.'

ജിന്നി അത്ഭുതത്തോടെ ഹാരിയെ നോക്കുന്നു.

ഡംബൾഡോർ.

ജിന്നി

ഒരു കുട്ടിയോടും പറയാൻ പാടില്ലാത്ത കാര്യം.

ഹാരി

പക്ഷേ ആ കുട്ടി ലോകത്തെ രക്ഷിക്കുവാനായി മരിയ്ക്കുമെന്ന് വിശ്വസിക്കുമ്പോളോ!

ഹാരി ദീർഘശ്വാസമെടുക്കുന്നു- തന്റെ നെറ്റിയിൽ തൊടാതിരിക്കുവാനായി ആവുന്നപോലെ ശ്രമിയ്ക്കുന്നു.

ജിന്നി

ഹാരി.എന്താ..എന്തുപറ്റി?

ഹാരി

ഒന്നുമില്ല..ഒരു കുഴപ്പവുമില്ല.. നീ പറഞ്ഞത് ശരിയാ.. ഞാൻ ശ്രമിക്കാം അതുപോലെ...

ജിന്നി

എന്താ മുറിവ് വേദനിക്കുന്നുണ്ടോ?

ഹാരി

ഇല്ലില്ല..എനിക്കൊരു കുഴപ്പവുമില്ല....നമ്മുക്കുറങ്ങാം.. നീ വാ.

ജിന്നി

ഹാരി..എത്ര നാളായി ഈ മുറിവ് വേദനിക്കുവാൻ തുടങ്ങിയിട്ട്? എന്നോട് പറയ്..

ഹാരി ജിന്നിയുടെ നേർക്ക് തിരിയുന്നു, അയാളുടെ മുഖത്തുനിന്നും എല്ലാം വായിച്ചെടുക്കാം.

ഹാരി

ഇരുപത്തിരണ്ട് വർഷങ്ങൾ.

അങ്കം ഒന്ന് രംഗം പത്ത്

ഹൊഗ്വാർട്ട്സ് എക്സ്പ്രസ്

ആൽബസ് തിരക്കേറിയ ആ തീവണ്ടിയിലൂടെ അതിവേഗം നടക്കുന്നു. തന്നെ ആരും ശ്രദ്ധിക്കാതിരിക്കുവാനായി അവൻ തല താഴ്ത്തിയാണ് നടക്കുന്നത്.

റോസ്

ആൽബസ്, ഞാൻ നിന്നെ തിരഞ്ഞ് നടക്കുകയായിരുന്നു....

ആൽബസ്

എന്നെയോ? എന്തിന്?

തനിക്ക് പറയേണ്ട കാര്യം എങ്ങനെയാണ് അവതരിപ്പിക്കേണ്ടതെന്ന് റോസിന് തീർച്ചയില്ല.

റോസ്

ആൽബസ്, ഇത് നമ്മുടെ നാലാം വർഷത്തിന്റെ തുടക്കമാണ്, അതായത് മറ്റൊരു വർഷത്തിന്റെ ആരംഭം. നമുക്ക് വീണ്ടും പഴയപോലെ സുഹൃത്തുക്കളാകാം?

ആൽബസ്

അതിന് നമ്മളൊരിക്കലും സുഹൃത്തുക്കളായിരുന്നില്ലല്ലോ.

റോസ്

അത്ര പരുഷമായി സംസാരിക്കാതെ! എനിക്ക് ആറ് വയസായിരുന്നപ്പോൾ നീയായിരുന്നല്ലോ എന്റെ ആത്മമിത്രം.

ആൽബസ്

അത് കുറെ കൊല്ലങ്ങൾക്ക് മുമ്പല്ലേ!

അവൻ അവിടുന്ന് പോകുവാൻ തുടങ്ങുമ്പോൾ അവൾ അവനെ ഒരു ഒഴിഞ്ഞ കമ്പാർട്ട്മെന്റിലേയ്ക്ക് പിടിച്ചുവലിച്ചുകൊണ്ടുപോകുന്നു.

റോസ്

നീ അറിഞ്ഞോ, കുറച്ച് ദിവസങ്ങൾക്കുമുമ്പ് മന്ത്രാലയം ഒരു മിന്നൽ പരിശോധന നടത്തി. നിന്റെ അച്ഛൻ

അതിസാഹസികമായ ഇടപെടൽകൊണ്ടാണത്രെ അത് വിജയകരമായി പൂർത്തിയാക്കുവാൻ കഴിഞ്ഞത്.

ആൽബസ്

നീ എപ്പോളും എങ്ങനെയാണ് ഞാൻ കേട്ടിട്ടുപോലുമില്ലാത്ത കാര്യങ്ങളെപ്പറ്റി അറിയുന്നത്?

റോസ്

അവർ മിന്നൽപരിശോധന നടത്തിയയാളുടെ - തിയോഡർ നോട്ടെന്നോ മറ്റോ ആണ് പേര്- ആഹ് അയാളുടെ വീട്ടിൽ കൈവശം വയ്ക്കുവാൻ അനുമതിയില്ലാത്ത പല സാധനങ്ങളും ഉണ്ടായിരുന്നുവെന്നുപോലും. ആക്കൂട്ടത്തിൽ ഒരു സമയസഞ്ചാരിയന്ത്രവും ഉണ്ടായിരുന്നുവത്രെ.

ആൽബസ് റോസിനെ ഇമവെട്ടാതെ നോക്കുന്നു. അവന് വീട്ടിൽ നടന്ന സംഭവം എന്താണെന്ന് മനസിലാകുന്നു.

ആൽബസ്

സമയസഞ്ചാരി യന്ത്രമോ? ശരിക്കും അച്ഛൻ അത് പിടിച്ചെടുത്തോ?

റോസ്

ശ്..ശ്..പതുക്കെ.. കൊള്ളാമല്ലേ?

ആൽബസ്

നിനക്കുറപ്പാണോ?

റോസ്

തീർച്ചയായും.

ആൽബസ്

എനിക്കെത്രയും പെട്ടന്ന് സ്ക്കോർപിയസിനെ കണ്ടുപിടിക്കണം.

അവൻ സ്ക്കോർപിയസിനെ തിരഞ്ഞുനടക്കുന്നു. റോസ് അവനെ പിന്തുടരുന്നു.

റോസ്

ആൽബസ്!

ആൽബസ് ഗൗരവത്തിൽ തിരിഞ്ഞുനോക്കുന്നു.

ആൽബസ്

എന്നോട് കൂട്ടുകൂടണമെന്ന് നിന്നോടാരാണ് പറഞ്ഞത്?

റോസ് *(വിഷണ്ണയാകുന്നു)*

അത്, നിന്റെയമ്മ എന്റെയച്ഛന് മൂങ്ങയെ അയച്ചിരുന്നു.. പക്ഷെ അതവർക്ക് നിന്നെപ്പറ്റിയത്ര വേവലാതിയുള്ളതുകൊണ്ടാ.. അപ്പോൾ ഞാൻ കരുതി..

ആൽബസ്

എന്നെ ദയവായിയൊന്ന് ഒറ്റയ്ക്ക് വിടുമോ റോസ്.

സ്ക്കോർപിയസ് താൻ സ്ഥിരം ഇരിക്കാറുള്ള കമ്പാർട്ട്മെന്റിൽ ഇരിയ്ക്കുന്നു. ആൽബസ് അതിനുള്ളിലേയ്ക്ക് പ്രവേശിക്കുന്നു. റോസപ്പോളും അവന്റെ പിന്നാലേ തന്നെയുണ്ട്.

സ്ക്കോർപിയസ്

ആൽബസ്! ഇതാരാ റോസോ, എന്താ നിന്നെ ഈ മണം?

റോസ്

മണമോ?

സ്ക്കോർപിയസ്

അല്ല, അങ്ങനെയല്ല..ഞാനുദ്ദേശിച്ചത് നല്ല മണമെന്നാ.. നിനക്ക് നല്ല പൂക്കളുടെയും റൊട്ടിയുടെയും മണം.

റോസ്

ആൽബസ്, ഞാൻ ഇവിടെ തന്നെ കാണും. എന്തെങ്കിലും ആവശ്യമുണ്ടെങ്കിൽ വിളിച്ചാൽ മതികെട്ടോ.

സ്ക്കോർപിയസ് *(താൻ പറഞ്ഞത് വ്യക്തമാകുവാൻ ശ്രമിച്ചുകൊണ്ട്)*

അയ്യോ റോസ് ഞാൻ നല്ല റൊട്ടിയുടെ മണമെന്നാ ഉദ്ദേശിച്ചത്..അതിനെന്താ ഇത്ര പ്രശ്നം ..റൊട്ടി നല്ലതല്ലേ?

റോസ് ദേഷ്യത്തിൽ തലകുലുക്കിക്കൊണ്ട് അവിടെനിന്ന് പോകുന്നു.

റോസ്സ്

റൊട്ടിക്കെന്താ കുഴപ്പമെന്ന്!

ആൽബസ്

ഞാൻ നിന്നെ എവിടെയൊക്കെ തിരക്കിയെന്നോ...

സ്ക്കോർപിയസ്

ആഹാ..എന്തായാലും ഇപ്പോ എന്നെ കണ്ടുപിടിച്ചല്ലോ! ഞാൻ ഒളിച്ചിരുക്കുകയൊന്നും അല്ലായിരുന്നു. നിനക്കറിയാമല്ലോ എനിക്കെപ്പോളും കുറച്ച് നേരത്തേ കയറിയിരിക്കുവാനാണ് ഇഷ്ടമെന്ന്..അങ്ങനെ ചെയ്താൽ ആരുടേയും കൂവലും പരിഹാസവുമൊന്നും കേൾക്കേണ്ടല്ലോ... ഇല്ലേ ചിലപ്പോൾ എന്റെ പെട്ടിയിലവർ വോൾഡമോർട്ടിന്റെ മകൻ എന്നെഴുതിക്കളയും.. എത്ര കൊല്ലം കഴിഞ്ഞാലും അതവർക്കൊരു രസമാണ്.

ആൽബസ് അവനെ മുറുക്കെ കെട്ടിപ്പിടിക്കുന്നു. ഒരു നിമിഷത്തേയ്ക്ക് അവർ അങ്ങനെ നിൽക്കുന്നു. ആൽബസിന്റെ പെട്ടന്നുള്ളയീ പ്രവർത്തികണ്ട് സ്ക്കോർപിയസ് അന്താളിപ്പിലാണ്.

ഹം..അതേ..നമ്മൾ ഇതിനുമുമ്പ് കെട്ടിപിടിച്ചിട്ടുണ്ടോ? നമ്മളിങ്ങനെ കെട്ടിപ്പിടിക്കാറുണ്ടോ?

അവർ പെട്ടന്ന് പിടുത്തംവിട്ട് മാറി നിൽക്കുന്നു.

ആൽബസ്

ഒന്നുമില്ല..കഴിഞ്ഞയൊരു ദിവസം അത്ര നല്ലതല്ലായിരുന്നു.

സ്കോർപിയസ്

എന്ത് പറ്റി?

ആൽബസ്

അത് പിന്നെപ്പറയാം. തൽക്കാലം നമ്മുക്കി തീവണ്ടിയുടെ പുറത്ത് കടക്കണം.

തീവണ്ടിയുടെ ചൂളംവിളി കേൾക്കാം..തീവണ്ടി ഓടിത്തുടങ്ങുന്നു.

സ്കോർപിയസ്

വൈകി പോയല്ലോ. തീവണ്ടി ഓടിത്തുടങ്ങിയിരിക്കുന്നു. ഇനിയിപ്പോ ഹോഗ്വാർട്ട്സിൽ എത്തിയിട്ട് ഇറങ്ങാം!

ആൽബസ്

അല്ല... എന്നാൽ നമുക്കീ ഓടുന്ന തീവണ്ടിയിൽനിന്ന് എങ്ങനെയെങ്കിലും ഇറങ്ങണം.

ഉന്തുവണ്ടി മാന്ത്രിക

എന്തെങ്കിലും വേണോ നിങ്ങൾക്ക് കുട്ടികളെ?

ആൽബസ് പുറത്തിറങ്ങുവാനായി വാതിൽ തുറക്കുന്നു.

സ്കോർപിയസ്

ഓടുന്ന മാന്ത്രിക തീവണ്ടി.

ഉന്തുവണ്ടി മാന്ത്രിക

മത്തങ്ങ കേക്ക്, കുട്ടക കേക്ക്?

സ്കോർപിയസ്

ആൽബസ് സെവറസ് പോട്ടർ, നിനക്കെന്താ ഭ്രാന്തായോ?

ആൽബസ്

ആദ്യത്തെ ചോദ്യം. ട്രൈ വിസാർഡ് ടൂർണമെന്റിനെക്കുറിച്ച് നിനക്കെന്താണ് അറിയാവുന്നത്?

സ്കോർപസ് *(സന്തോഷത്തിൽ)*

ചോദ്യോത്തര പരുപാടിയോ, കൊള്ളാലോ! മൂന്ന് സ്കൂളുകളും തങ്ങളുടെ കുട്ടികളിൽനിന്ന് ഓരോ ചാമ്പ്യന്മാരെ തിരഞ്ഞെടുത്ത്, ഒറ്റ കപ്പിനുവേണ്ടിയുള്ള മൂന്ന് മത്സരങ്ങളിൽ പങ്കെടുപ്പിക്കും. ആട്ടെ, അതുമായി നമ്മുക്കെന്താ ബന്ധം?

ആൽബസ്

നിനക്കിതൊക്കെ അറിയാമല്ലേ..വലിയ ബുദ്ധിജീവി തന്നെ.

സ്ക്കോർപിയസ്

ആഹ്..അതെ.

ആൽബസ്

രണ്ടാമത്തെ ചോദ്യം. എന്തുകൊണ്ടാണ് ഈ ടൂർണമെന്റ് ഇരുപത്തൊന്ന് വർഷമായി നടത്താത്തത്?

സ്ക്കോർപിയസ്

അതുപിന്നെ, ഏറ്റവും അവസാനം നടന്ന മത്സരത്തിൽ നിന്റെ അച്ഛനും സെഡ്രിക്ക് ഡിഗറി എന്നയൊരു കുട്ടിയുംകൂടി ആ കപ്പ് ഒരുമിച്ച് എടുക്കുവാൻ ശ്രമിച്ചു. പക്ഷെ ആ കപ്പൊരു പോർട്ട്കീ ആയിരുന്നു. ആ കപ്പവരെ വോൾഡമോർട്ടിന്റെ അടുത്തെത്തിച്ചു. സെഡ്രിക്ക് അവിടെവെച്ച് കൊല്ലപ്പെട്ടു. ഈ സംഭവത്തിന് ശേഷം ഒരിക്കലും ടൂർണമെന്റ് നടത്തിയിട്ടില്ല.

ആൽബസ്

ശരിയാണ്. ഇനി മൂന്നാമത്തെ ചോദ്യം. സെഡ്രിക്ക് വധിക്കപ്പെടണമായിരുന്നോ? ചോദ്യവും ഉത്തരവും നല്ല എളുപ്പമാണ്: സെഡ്രിക്ക് കൊല്ലപ്പെടുവാൻ പാടില്ലായിരുന്നു. വോൾഡമോർട്ട് അന്ന് പറഞ്ഞത് കൂടെയുള്ളവനെ കൊന്നേക്കാനാണ്..അയാൾ മരിച്ചത് എന്റെ അച്ഛന്റെകൂടെ ആയതുകൊണ്ട് മാത്രമായിരുന്നു.. അച്ഛന് അയാളെ രക്ഷിക്കുവാൻ കഴിഞ്ഞില്ല.. പക്ഷെ നമുക്ക് കഴിയും. ഒരു തെറ്റുപറ്റി..നമ്മളത് തിരുത്തുവാൻ പോകുന്നു. നമ്മളൊരു സമയസഞ്ചാരി യന്ത്രമുപയോഗിച്ച് എല്ലാം ശരിയാക്കുവാൻ പോകുന്നു.. നമ്മളയാളെ തിരിച്ചുകൊണ്ടുവരുവാൻ പോകുന്നു.

സ്ക്കോർപിയസ്

ആൽബസ്, നിനക്കറിയാമല്ലോ ഞാൻ സമയസഞ്ചാരി യന്ത്രങ്ങളുടെ വലിയ ആരാധകനല്ലായെന്ന്.

ആൽബസ്

ആമോസ് ഡിഗറി ആ യന്ത്രത്തിന് വേണ്ടി യാചിച്ചപ്പോൾ അങ്ങനെയൊന്ന് ഉണ്ടെന്നുപോലും അച്ഛൻ ഭാവിച്ചില്ല. തന്റെ മകനെ മരണത്തിൽനിന്ന് തിരികെകൊണ്ടുവരുവാൻ ആഗ്രഹിച്ചയൊരു വൃദ്ധനോട് അച്ഛൻ നുണപറഞ്ഞു. എന്തുകൊണ്ടാ... അച്ഛന് അതൊരു കാര്യമേ അല്ലാത്തതുകൊണ്ട്. അച്ഛന്റെ വീരസാഹസിക കഥകൾ മാത്രമെ എല്ലാവരും പറയുകയുള്ളു. പക്ഷേ അച്ഛൻ തെറ്റുകളും ചെയ്തിട്ടുണ്ട്..വലിയ തെറ്റുകൾ. എനിക്കതിൽ ഒന്നെങ്കിലും ശരിയാക്കണം. എനിക്ക് സെഡ്രിക്കിനെ രക്ഷിക്കണം.

സ്ക്കോർപിയസ്

നിന്റെ തലയ്ക്കെന്തെങ്കിലും കുഴപ്പമുണ്ടോ?

ആൽബസ്

സ്ക്കോർപിയസ്, കളിയല്ല ഞാനിത് ചെയ്യുവാൻ പോകുവാ. എനിക്കിത് ചെയ്തേ പറ്റൂ. പക്ഷേ നീയെന്റെ കൂടെയില്ലെങ്കിൽ ഞാനെല്ലാം കുളമാക്കുമെന്ന് നിനക്കറിയാമല്ലോ. അതുകൊണ്ട് നീയെന്റെകൂടെ വന്നേ തീരൂ. വാ.

അവൻ ഒന്ന് ചിരിച്ചിട്ട് അവിടെ നിന്ന് നടന്നുമറയുന്നു. സ്ക്കോർപിയസ് ഒരു നിമിഷം ആലോചിച്ച് നിൽക്കുന്നു. പക്ഷേ താൻ എന്താണ് ചെയ്യേണ്ടതെന്നും, ചെയ്യുവാൻ പോകുന്നതെന്നും അവനറിയാം. അവൻ എഴുന്നേറ്റ് ആൽബസിന് പിന്നാലെ പോകുന്നു.

അങ്കം ഒന്ന് രംഗം പതിനൊന്ന്

ഹോഗ്വാർട്ട്സ്സ് എക്സ്പ്രസ്സ്, മുകൾ ഭാഗം

തീവണ്ടിയുടെ മുകളിൽ അൽബസ് ദൃഢനിശ്ചയത്തോടും, സ്കോർപിയസ് പേടിച്ചരണ്ടും നിൽക്കുന്നു. നാലുവശങ്ങളിൽനിന്നും ശക്തമായി കാറ്റടിയ്ക്കുന്നു.

സ്ക്കോർപിയസ്

അങ്ങനെ നമ്മൾ തീവണ്ടിയുടെ മുകളിൽ എത്തി. എന്തൊരു വേഗതയാണ്.. പേടിപ്പെടുത്തുന്ന വേഗത. നന്നായി നീ ഇങ്ങനെയൊരു തീരുമാനമെടുത്തത്.. എനിക്ക് എന്നെപ്പറ്റി ഒരുപാട് മനസിലാക്കുവാൻ പറ്റിയതുപ്പോലെ..നിന്നെക്കുറിച്ചും. പക്ഷേ.

ആൽബസ്

എന്റെ കണക്കുകൂട്ടലനുസരിച്ച് ഉടനെ തീവണ്ടിപ്പാലമാകും. അവിടെനിന്ന് ഒരൽപ്പം പോയാൽ സെന്റ്. ഓസ്വാൾഡ്സ് ഹോം ഫോർ ഓൾഡ് വിച്ചസ് ആൻഡ് വിസാർഡ്സ് ആയി.

സ്ക്കോർപിയസ്

എന്തെന്ന്? എവിടെയെന്ന്?? നോക്ക്, ജീവിതത്തിലാദ്യമായി ഒരു നിഷേധിയായതിൽ എനിക്കും നിന്നെപ്പോലെ ആവേശമുണ്ട്..തീവണ്ടിയുടെ മുകളിൽ ഇങ്ങനെ നിൽക്കുന്നതൊക്കെ കൊള്ളാം..പക്ഷെ..ഇനി..അയ്യോ..

സ്ക്കോർപിയസ് താൻ കാണുവാനൊട്ടും ആഗ്രഹിക്കാത്തതെന്തോ കാണുന്നു.

ആൽബസ്

തലയണമന്ത്രം ഫലിച്ചില്ലയെങ്കിൽ ഈ വെള്ളത്തിലേയ്ക്ക് ചാടിയാലും മതിയാകും കേട്ടോ.

സ്ക്കോർപിയസ്

ആൽബസ്..ഉന്തുവണ്ടി മാന്ത്രിക.

ആൽബസ്

എന്തായിത്, നിനക്ക് ഈ സമയത്തും പലഹാരം വേണോ?

സ്ക്കോർപ്പിയസ്

അതല്ല ആൽബസ്, നോക്ക് ആ ഉന്തുവണ്ടിമാന്ത്രിക നമ്മുടെ അടുത്തേയ്ക്ക് തന്നെ വരുന്നു..

ആൽബസ്

ഏയ്, അതെങ്ങനെയാ നമ്മൾ തീവണ്ടിയുടെ മുകളിലല്ലേ.

സ്ക്കോർപിയസ് അവരെ അവന് ചൂണ്ടിക്കാണിച്ചുകൊടുക്കുന്നു. തങ്ങളുടെ നേരെ അനായാസം ഉന്തുവണ്ടിയും ഉന്തികൊണ്ടുവരുന്ന ഉന്തുവണ്ടിമന്ത്രികയെ ആൽബസ് കാണുന്നു.

ഉന്തുവണ്ടിമാന്ത്രിക

എന്തെങ്കിലും വേണോ കുട്ടികളെ? മത്തങ്ങ കേക്കോ, ചോക്ലേറ്റ് തവളയോ, കുട്ടക കേക്കോ അങ്ങനെയെന്തെങ്കിലും?

ആൽബസ്

ഓ...

ഉന്തുവണ്ടിമാന്ത്രിക

ആർക്കും എന്നെപ്പറ്റി ഒന്നുമറിയില്ല. ആളുകൾ എന്റെകയ്യിൽ നിന്ന് കേക്കൊക്കെ മേടിക്കും, പക്ഷെ എന്നെ ശ്രദ്ധിയ്ക്കുക പോലുമില്ല. ആരെങ്കിലും എന്റെ പേര് ചോദിച്ചതായിട്ടുപോലും എനിക്കോർമ്മയില്ല.

ആൽബസ്

എന്താ നിങ്ങളുടെ പേര്?

ഉന്തുവണ്ടി മാന്ത്രിക

എനിക്കോർമ്മയില്ല. എനിക്കാകെ ഓർമ്മയുള്ളത് ഹോഗ്വാർട്ട്സ് എക്സ്പ്രസ് ആദ്യമായി ഓടിയ അന്ന് ഒറ്റാലിൻ ഗ്യാമ്പോളാണ് എനിക്കീ ജോലി തന്നതെന്ന് മാത്രമാണ്.

സ്ക്കോർപിയസ്

അത് അതിന് നൂറ്റിതൊണ്ണൂറ് വർഷങ്ങൾക്കുമുമ്പ് നടന്ന കാര്യമല്ലേ. നിങ്ങളീ ജോലിചെയ്യുവാൻ തുടങ്ങിയിട്ടത്ര വർഷങ്ങളായെന്നോ?

ഉന്തുവണ്ടിമാന്ത്രിക

ഞാനീ കൈകൾകൊണ്ട് ആറായിരം കോടിയ്ക്കുമേൽ മത്തങ്ങ കേക്കുകളുണ്ടാക്കിയിട്ടുണ്ട്. പക്ഷെ ആരും ഇതുവരെ മനസിലാക്കിയിട്ടില്ല ആ കേക്കുകൾ മറ്റ് വസ്തുക്കളായി എത്ര എളുപ്പത്തിലാണ് രൂപാന്തരം പ്രാപിക്കുന്നതെന്ന്.

അവർ ഒരു മത്തങ്ങ കേക്കെടുത്ത് കൈബോംബെറിയുന്ന പോലെ എറിയുന്നു. അത് പൊട്ടിത്തെറിക്കുന്നു.

എന്റെ ചോക്ലേറ്റ് കേക്കുകൊണ്ട് എന്താ ചെയ്യാൻപറ്റുന്നതെന്ന് ഞാൻ പറഞ്ഞാൽ നിങ്ങൾ വിശ്വസിക്കില്ല. അതൊക്കെ പോട്ടെ. ഇന്നുവരെ ഞാനൊരിക്കലും ആരെയും ഹോഗ്വാർട്ട്സ് എത്തുന്നതിനുമുമ്പ് ഈ തീവണ്ടിയിൽനിന്ന് പോകുവാനനുവധിച്ചിട്ടില്ല..സൈറസ് ബ്ലാകും, ഫ്രെഡ് വീസ്ലിയും, ജോർജ് വീസ്ലിയുമൊക്കെ അതിന് ശ്രമിച്ചിട്ടുള്ളവരാണ്.. പക്ഷെ ആർക്കും അതിന് കഴിഞ്ഞിട്ടില്ല..കാരണം, ഈ തീവണ്ടിയ്ക്ക് ഇതിൽനിന്ന് ആരും പുറത്തുപോവുന്നതിഷ്ട്ടമല്ല.

ഉന്തുവണ്ടിമാന്ത്രികയുടെ കൈകൾ മൂർച്ചയുള്ള മുള്ളുകളായി മാറുന്നു. അവർ ചിരിയ്ക്കുന്നു.

അതുകൊണ്ട് വേഗം നിങ്ങളുടെ ഇരിപ്പിടങ്ങളിലേയ്ക്ക് തിരിച്ച് പൊക്കോളു.

ആൽബസ്

സ്കോർപിയസ്, നീ പറഞ്ഞത് ശരിയാണ്. ഇതൊരു മാന്ത്രിക തീവണ്ടി തന്നെ.

സ്കോർപിയസ്

ഈ നിർണ്ണായക സമയത്തേതായാലും അതൊരു പ്രശംസയായി കണക്കാക്കുവാൻ പറ്റില്ലലോ.

ആൽബസ്

ഞാൻ പറഞ്ഞതും ശരിയാണ്..നോക്ക് നമ്മളിപ്പോൾ തീവണ്ടിപാലത്തിലെത്തും.. കീഴെ വെള്ളമുണ്ട്..വേഗം തലയണമന്ത്രം ചൊല്ലിക്കൊണ്ട് ചാടിക്കോ.

സ്കോർപിയസ്

ആൽബസ്, ഇതത്ര നല്ല തീരുമാനമല്ല.

ആൽബസ്

ആണോ? (ഒരു നിമിഷം മടിച്ചുനിൽക്കുന്നു) ഇനിയിപ്പോ പറഞ്ഞിട്ട് കാര്യമില്ല... വേഗം ചാടിക്കോ..മൂന്ന്... രണ്ട്... ഒന്ന്... മൊളിയരേ!

ചാടുന്നതിനൊപ്പം ഉറക്കെ മന്ത്രമുരുവിടുന്നു.

സ്കോർപിയസ്

ആൽബസ്...ആൽബസ്...

അവൻ തന്റെ സുഹൃത്ത് ചാടിയ സ്ഥലത്തേയ്ക്ക് നോക്കുന്നു. പാറിപ്പറക്കുന്ന മുടിയും, മൂർച്ചയേറിയ മുള്ളുകളുമായി ഉന്തുവണ്ടിമാന്ത്രിക തന്റെയടുത്തേയ്ക്ക് വരുന്നതും അവൻ കാണുന്നു.

ഹമ്..അപ്പോ ശരി നമുക്ക് പിന്നെ കാണാം..ഇപ്പോ എനിക്കെന്റെ കൂട്ടുകാരെന്റെകൂടെ പോയെപറ്റു.

അവൻ തന്റെ മൂക്കടച്ചുപിടിച്ചുകൊണ്ട് ആൽബസിന് പിന്നാലെ വെള്ളത്തിലേയ്ക്ക് ചാടുന്നു. ചാടുന്നതിനൊപ്പം മന്ത്രവുമുരുവിടുന്നു.

മൊളിയരെ!

അങ്കം ഒന്ന് രംഗം പന്ത്രണ്ട്

മായാജാല മന്ത്രാലയം, യോഗമുറി

മുറിയിൽ നിറയെ മന്ത്രവാദികൾ. അവർ പരസ്പരം കലപിലസംസാരിച്ചുകൊണ്ടിരിക്കുന്നു. അവർക്കിടയിൽ ജിന്നിയും, ഡ്രാക്കോയും, റോണും. മുറിയിലെ രംഗപീഠത്തിൽ ഹെർമയോണിയും, ഹാരിയും.

ഹെർമയോണി

ഓർഡർ. ഓർഡർ. ഇനി നിങ്ങളെ നിശബ്ദരാകുവാൻ ഞാൻ മന്ത്രമുപയോഗിക്കണോ? *(അവൾ തന്റെ മന്ത്രവടിയുപയോഗിച്ച് ആൾക്കൂട്ടത്തെ നിശബ്ദരാക്കുന്നു.)* ഇപ്പോ ശരിയായി. പതിവിന് വിരുദ്ധമായി നടത്തപ്പെടുന്നയീ പൊതുയോഗത്തിലേയ്ക്ക് നിങ്ങൾക്കെല്ലാവർക്കും സ്വാഗതം. എല്ലാവർക്കും തന്നെ ഇതിൽ സംബന്ധിക്കുവാൻ സാധിച്ചതിൽ ഒരുപാട് സന്തോഷം. നിങ്ങൾക്കെല്ലാവർക്കും അറിയാവുന്നതുപോലെ നമ്മുടെ സമൂഹം കുറേ വർഷങ്ങളായി വളരെ സമാധാനത്തിൽ കഴിഞ്ഞുവരുകയാണ്. ഹോഗ്വാർട്ട്സ് യുദ്ധത്തിൽവച്ച് വോൾഡമോർട്ടിനെ പരാജയപ്പെടുത്തിയിട്ട് ഇപ്പോൾ ഇരുപത്തിരണ്ട് വർഷങ്ങളായിരിക്കുന്നു. നമ്മൾ അനുഭവിച്ച സംഘർഷങ്ങളൊന്നും അറിയിക്കാതെ ഒരു പുതിയ തലമുറയെ വളർത്തിയെടുക്കുവാൻ കഴിഞ്ഞതിൽ നമുക്കെല്ലാവർക്കും അഭിമാനിക്കാം. പക്ഷെ, അതിനിനിക്കഴിയുമോ എന്നറിയില്ല. ഹാരി?

ഹാരി

വോൾഡമോർട്ടുമായി സഖ്യം ചേർന്നവർ രണ്ടുമൂന്ന് മാസങ്ങളായി പല നീക്കങ്ങളും നടത്തുന്നതായി ഒരു സൂചന ലഭിച്ചിട്ടുണ്ട്. യൂറോപ്പിനപ്പുറത്തേയ്ക്ക് പോകുന്ന ട്രോളുകളും, കടൽക്കടക്കുന്ന രാക്ഷസന്മാരും നമ്മുടെ നിരീക്ഷണത്തിലാണ്. വെയർവൂൾഫുകൾ പക്ഷെ കുറച്ചാഴ്ചകൾക്ക് മുമ്പ് നമ്മുടെ കണ്ണുവെട്ടിച്ചെങ്ങോട്ടോ

പോയിയെന്ന് നിങ്ങളെയറിക്കുന്നതിൽ ഞാൻ അതിയായി ഖേദിക്കുന്നു. അവരെങ്ങോട്ടാണ് പോവുന്നതെന്നോ, ആരുപറഞ്ഞിട്ടാണ് പോവുന്നതെന്നോ നമ്മുക്കറിയില്ല.. പക്ഷെ നമ്മുക്കറിയാം അവരെങ്ങോട്ടോ പോവുകയാണെന്ന്.. അതെന്താണ് സൂചിപ്പിക്കുന്നതെന്ന് നമ്മൾ ചിന്തിക്കേണ്ടിയിരിക്കുന്നു. അതുകൊണ്ടാണ് ഇങ്ങനെയൊരു യോഗം വിളിച്ചുചേർത്തിരിക്കുന്നത്. ആരെങ്കിലും ഇതുപോലെയെന്തെങ്കിലും കണ്ടിട്ടുണ്ടെങ്കിലോ, എന്തെങ്കിലും വിചിത്രമായി തോന്നിയിട്ടുണ്ടെങ്കിലോ ഈ അവസരത്തിൽ അത് ദയവായി ഞങ്ങളോടു പങ്കുവയ്ക്കുക. അങ്ങനെയുള്ള പക്ഷം നിങ്ങളുടെ മാന്ത്രികവടിയുയർത്തുക.. എല്ലാവർക്കും പറയുവാനുള്ളത് നമ്മൾ കേൾക്കുന്നതാണ്. പ്രഫസർ മക്ഗോണഗൾ.

പ്രഫസർ മക്ഗോണഗൾ

ഞങ്ങൾ വേനലവധി കഴിഞ്ഞുവന്നപ്പോൾ മാന്ത്രികമരുന്നുകൾ സൂക്ഷിച്ചിരുന്ന മുറിയിലാരോ കയറിയിരുന്നപോലെ തോന്നി, പക്ഷെ ഒരുപാട് മരുന്നുകളൊന്നും നഷ്ടമായിരുന്നില്ലതാനും. കാണാതായതാകട്ടെ ബൂംസ്ലാങ്ങിന്റെ തൊലി, ലേസ്വിങ് തുടങ്ങിയ ചില നിയന്ത്രണങ്ങളൊന്നും ഏർപ്പെടുത്തിയിട്ടില്ലാത്ത സാധനങ്ങളും. ഞങ്ങളിത് പീവ്സിനെയറിയിച്ചിട്ടുണ്ട്.

ഹെർമയോണി

നന്ദി, പ്രഫസർ. ഞങ്ങളിതിനെക്കുറിച്ച് അന്വേഷിക്കാം. *(അവൾ മറ്റാരെങ്കിലും സംസാരിക്കുവാൻ താൽപ്പര്യം കാണിക്കുന്നുണ്ടോയെന്ന് മുറിയിലാകെ നോക്കുന്നു.)* മറ്റാർക്കെങ്കിലും എന്തെങ്കിലും പറയുവാനുണ്ടോ? ഇല്ലാ? ഇതിലേറ്റവും ഗൗരവമേറിയ സംഗതിയിതാണ്, ഹാരിയുടെ നെറ്റിയിലെ മുറിവ് വീണ്ടും വേദനിക്കുവാൻ തുടങ്ങിയിരിക്കുന്നു.

ഡ്രാക്കോ

വോൾഡമോർട്ട് എന്നേ മരിച്ചതാണ്, വോൾഡമോർട്ട് ഇപ്പോൾ ജീവനോടെയില്ല.

ഹെർമയോണി

അതെ ഡ്രാക്കോ, വോൾഡമോർട്ട് മരിച്ചുപോയി. പക്ഷേ ഈ സൂചനകളൊക്കെ വിരൽചൂണ്ടുന്നത് വോൾഡമോർട്ടോ, അയാളുടെ എന്തെങ്കിലും അവശേഷിപ്പുകളോ തിരികെയെത്തിയെന്ന സാധ്യതയിലേയ്ക്കാണെങ്കിലോ എന്നാണ് ഞങ്ങൾ ഭയക്കുന്നത്.

മുറിയിൽക്കൂടിയിരികുന്നവർ പേടിച്ചനോട്ടങ്ങൾ കൈമാറുന്നു.

ഹാരി

ഇനി ചോദിക്കുവാൻപോകുന്നത് ചിലരെയെങ്കിലും വിഷമിപ്പിക്കുമെന്നറിയാം. എങ്കിലും ആ സാധ്യതയും കൂടി തള്ളിക്കളയുവാനായി ചോദിക്കുകയാണ്. അന്ധകാരത്തിന്റെ മുദ്രയുള്ളവർക്ക് എന്തെങ്കിലും അസ്വസ്ഥതകൾ തോന്നിയോ? ചെറിയ വേദനയെങ്കിലും?

ഡ്രാക്കോ

കൊള്ളാം വീണ്ടും ഞങ്ങളെ വേർതിരിച്ച് കാണുവാൻ തുടങ്ങിയല്ലേ..അന്ധകാരത്തിന്റെ മുദ്രയുള്ളവർ അല്ലേ?

ഹെർമയോണി

അങ്ങനല്ല ഡ്രാക്കോ. ഹാരി അതറിയുവാൻ വേണ്ടിയല്ലേ.

ഡ്രാക്കോ

നിങ്ങൾക്കറിയാമോ ഇപ്പോളെന്തിനാണ് ഇങ്ങനെയൊരു കഥയെന്ന്? ഹാരിയ്ക്ക് വീണ്ടും പത്രങ്ങളിൽ നിറയണം. എല്ലാ വർഷവും ഒരു തവണയെങ്കിലും വോൾഡമോർട്ട് തിരിച്ചുവന്നുവെന്ന വാർത്ത ഡെയിലി പ്രോഫറ്റിൽ കാണാം.

ഹാരി

ഞാനല്ല അതിലൊരു വാർത്തയും കൊടുത്തത്.

ഡ്രാക്കോ

ശരിയ്ക്കും? നിന്റെ ഭാര്യതന്നെയല്ലേ ഡെയിലി പ്രോഫറ്റിന്റെ എഡിറ്റർ?

ജിന്നി ദേഷ്യത്തിൽ മുന്നോട്ടുവരുന്നു.

ജിന്നി

അതെ, പക്ഷെ കായികവാർത്തകളുടെ ആണന്നേയുള്ളു.

ഹെർമയോണി

ഡ്രാക്കോ.. ഹാരി ഈ വിഷയം മന്ത്രാലയത്തിന്റെ ശ്രദ്ധയിൽപ്പെടുത്തി. മായാജാല മന്ത്രാലയത്തിന്റെ മന്ത്രിയെന്ന നിലയ്ക്ക് ഞാൻ...

ഡ്രാക്കോ

അവന്റെ സുഹൃത്തായതുകൊണ്ട് മാത്രമാണ് നിനക്കാ ഒരോട്ട് കിട്ടിയതെന്നിവിടെ ആർക്കാണറിയാത്തത്.

ഡ്രാക്കോയെ അടിയ്ക്കുവാനോങ്ങുന്ന റോണിനെ ജിന്നി പിടിച്ചുവയ്ക്കുന്നു.

റോൺ

നിന്റെ വിടുവായിൽ ഇടി വേണോ നിനക്ക്?

ഡ്രാക്കോ

ഞാൻ പറഞ്ഞതിൽ എന്താണ് തെറ്റ്. ഇവന്റെ പ്രസിദ്ധി നിങ്ങളെല്ലാവരെയും നന്നായി സഹായിച്ചിട്ടുണ്ട്..

വീണ്ടുമെല്ലാവരും ഹാരിയുടെ പേര് പറഞ്ഞുതുടങ്ങുവാൻ ഇതിലും നല്ലയെന്ത് മാർഗമാണുള്ളത്.. ഇങ്ങനെ (ഹാരിയെ പോലെ അഭിനയിക്കുന്നു) 'എന്റെ മുറിവ് വേദനിക്കുന്നേ, എന്റെ മുറിവ് വേദനിക്കുന്നേയെന്ന് നിലവിളിക്കുകയല്ലാതെ. നിങ്ങൾക്കറിയുമോ ഇതിന്റെയൊക്കെ ഫലമനുഭവിക്കുന്നത് എന്റെ മകനാണ്.. അവന്റെ പിതൃത്വത്തെപറ്റിയുള്ള കഥകൾ അവർ പിന്നെയും ചികഞ്ഞെടുത്തവനെ ഉപദ്രവിക്കും.

ഹാരി

ഡ്രാക്കോ, അതിന് ഇതുമായി സ്ക്കോർപിയസിന് എന്തെങ്കിലും ബന്ധമുണ്ടെന്ന് ആരാണ് പറഞ്ഞത്?

ഡ്രാക്കോ

ഹം..ഈ യോഗം തീർത്തും ഫലശൂന്യമാണ്..ഞാൻ പോകുന്നു.

അയാൾ പുറത്തേയ്ക്ക് പോകുന്നു. കൂട്ടത്തിൽ മറ്റുള്ളവരും പോകുവാൻ തുടങ്ങുന്നു.

ഹെർമയോണി

ആരും പോകരുത്..ഇതല്ല നമ്മൾ ചെയ്യേണ്ടത്. എല്ലാവരും തിരിച്ചുവരൂ.നമ്മൾ ഇതിനേക്കുറിച്ച് എന്തെങ്കിലുമൊരു തീരുമാനം എടുക്കേണ്ടതുണ്ട്.

അങ്കം ഒന്ന് രംഗം പതിമൂന്ന്

സെന്റ് ഓസ്വാൾഡ്സ് ഹോം ഫോർ വിച്ചസ് ആൻഡ് വിസാർഡ്സ്

ഇത് സെന്റ് ഓസ്വാൾഡ്സ് ഹോം ഫോർ വിച്ചസ് ആൻഡ് വിസാർഡ്സ്. ഇവിടെ എല്ലാം മായാജാലത്തിന്റെ നിയന്ത്രണത്തിലാണ്.

നിങ്ങൾ ഊഹിക്കുന്നതുപോലെ വളരെ രസകരമാണിവിടെ. ഇവിടെ ഊന്നുവടികൾക്ക് ജിവനുണ്ട്, വസ്ത്രം നെയ്യുവാനുള്ള കമ്പിളിനൂലുകൾ കെട്ടുപിണഞ്ഞു കിടക്കുന്നു, പുരുഷശുശ്രൂഷകരെ റ്റാങ്കോ കളിപ്പിക്കുന്നു. ഒക്കെയും ഇന്ദ്രജാലംകൊണ്ടുള്ള കളികൾ.

ഇവിടെയുള്ള മാന്ത്രികർ എന്തെങ്കിലും ആവശ്യങ്ങൾക്ക് വേണ്ടിയല്ല മായാജാല വിദ്യകൾ ഉപയോഗിക്കുന്നത്, മറിച്ച് തികച്ചും കളിതമാശയ്ക്കായാണ്.

ആൽബസും സ്കോർപിയസും ചുറ്റും നോക്കികൊണ്ട് പ്രവേശിയ്ക്കുന്നു. മുഖത്ത് ചെറിയ പേടിയും അന്താളിപ്പുമുണ്ട്.

ആൽബസും സ്കോർപിയസും

അതേ, ഒരു നിമിഷം...ഒന്ന് നിൽക്കുമോ!

സ്കോർപിയസ്

എന്തൊരു അലങ്കോലമാണിവിടെ!

ആൽബസ്

ഞങ്ങൾ ആമോസ് ഡിഗറിയെ കാണുവാൻ വന്നതാണ്

പെട്ടന്നവിടെയാകെ നിശബ്ദമായി. എല്ലാം പെട്ടന്നുതന്നെ ചലനമറ്റുനിൽക്കുന്നു. അവിടെയാകെ ചെറിയൊരു മ്ലാനത പടർന്നു.

കമ്പിളിനൂൽ സ്ത്രീ

നിങ്ങൾക്കാ കിളവനെ കണ്ടിട്ടെന്തിനാണ്?

ഡെൽഫി ഒരുപുഞ്ചിരിയുമായി അവിടേയ്ക്ക് വരുന്നു.

ഡെൽഫി

ആൽബസ്? ആൽബസ് നിയോ! നീ എങ്ങനെയിവിടെ!! ആശ്ചര്യം തന്നെ. വരൂ ആമോസിനെ കാണണ്ടേ!

അങ്കം ഒന്ന് രംഗം പതിനാല്

സെന്റ് ഓസ്വാൾഡ്സ് ഹോം ഫോർ ഓൾഡ് വിച്ചസ് ആൻഡ് വിസാർഡ്സ്, ആമോസിന്റെ മുറി

ആമോസ് സ്ക്കോർപിയസിനെയും ആൽബസിനെയും ദേഷ്യത്തിൽ നോക്കുന്നു. ഡെൽഫി മൂവരെയും വീക്ഷിച്ചുകൊണ്ട് നിൽക്കുന്നു.

ആമോസ്

ഞാൻ വളച്ചുകെട്ടൊന്നുമില്ലാതെ തന്നെ ചോദിക്കാം. ഞാനും ഹാരിയും തമ്മിൽ സംസാരിച്ചതപ്പോൾ നീ ഒളിഞ്ഞുനിന്ന് കേട്ടു. അത് പോരഞ്ഞിട്ട് ആ കേട്ടതുംകൊണ്ട് വല്ലവന്റെയും കാര്യത്തിൽ ഇടപെടുവാൻ വേണ്ടിയിറങ്ങിത്തിരിച്ചു-രണ്ടാമതൊന്ന് ആലോചിക്കുകപോലും ചെയ്യാതെ അല്ലേ!

ആൽബസ്

എന്റെ അച്ഛൻ നിങ്ങളോട് പറഞ്ഞത് നുണയാണ്-അവരുടെ കയ്യിൽ സമയസഞ്ചാരി യന്ത്രം ഉണ്ട്.

ആമോസ്

അതെനിക്കറിയാം..അവരുടെ കയ്യിലുണ്ടത്. കഴിഞ്ഞോ? എന്നാ പൊയ്ക്കോളു.

ആൽബസ്

ഇല്ലില്ല.. ഞങ്ങൾ നിങ്ങളെ സഹായിക്കാനാണ് വന്നത്.

ആമോസ്

സഹായമോ? നിങ്ങളെപ്പോലെ രണ്ട് പീറചെക്കന്മാരെകൊണ്ട് എനിക്കെന്തുപകാരമാ?

ആൽബസ്

എന്റെയച്ഛൻ നിങ്ങൾക്കെല്ലാവർക്കും മനസിലാക്കി തന്നതല്ലേ, മന്ത്രികലോകത്തിന്റെ വിധി തിരുത്തുവാൻ പ്രായമൊരു മാനദണ്ഡമേ അല്ലയെന്ന്.

ആമോസ്

അതുകൊണ്ട്? നിയൊരു പോട്ടർ ആയതുകൊണ്ട് മാത്രം ഇക്കാര്യത്തിൽ ഇടപെടുവാൻ നിന്നെ ഞാൻ സമ്മതിക്കണോ? അത്രമാത്രം വിശ്വാസമാണോ നിനക്ക് നിന്റെ കുടുംബപ്പേരിൽ?

ആൽബസ്

അല്ല!

ആമോസ്

സ്ലിതറിനിൽ പെട്ടയൊരു പോട്ടർ. കേട്ടിടുണ്ട്, ഞാൻ നിന്നെ പറ്റി. കൂടെക്കൊണ്ടുവന്നിരിക്കുന്നതോ ഒരു മാൽഫോയിയെ- ചിലപ്പോൾ വോൾഡമോർട്ട് തന്നെയായേക്കാവുന്ന ഒരു മാൽഫോയിയെ. ആർക്കറിയാം നീ ദുർമന്ത്രവാദത്തിൽ ഏർപ്പെട്ടിട്ടില്ലയെന്ന്?

ആൽബസ്

പക്ഷെ-

ആമോസ്

ഹാരിയുടെ കയ്യിൽ അതുണ്ടെന്നെനിക്ക് അറിയാമായിരുന്നെങ്കിലും, നിങ്ങൾ പറഞ്ഞതുകൊണ്ട് അതുറപ്പിക്കുവാൻ പറ്റി. നിന്റെ അച്ഛൻ പറഞ്ഞത് കളവാണ്. അപ്പോ ഇനി നിങ്ങൾ രണ്ടും എന്റെ സമയം മിനക്കെടുത്താതെ വേഗം പോയിക്കോളൂ.

ആൽബസ് *(ശക്തിയും മനോധൈര്യവും സംഭരിച്ചുകൊണ്ട്)*

ഇല്ല, താങ്കൾ ഞാൻ പറയുന്നത് കേൾക്കണം, നിങ്ങൾതന്നെ അന്ന് പറഞ്ഞല്ലോ എന്റെ അച്ഛന്റെ കൈകളിൽ എത്രമാത്രം ചോരപുരണ്ടിട്ടുണ്ടെന്ന്. എനിക്കത് തിരുത്തണം. അതിലൊന്നെങ്കിലും നേരെയാക്കുവാൻ എന്നെ നിങ്ങൾ അനുവദിക്കണം. ദയവായി എന്നെ നിങ്ങൾ വിശ്വസിക്കു.

ആമോസ് *(ഉയർന്ന ശബ്ദത്തിൽ)*

നിങ്ങൾക്കെന്താ പറഞ്ഞത് മനസിലാകുന്നില്ലേ? നിങ്ങളെ വിശ്വസിക്കുവാനെനിക്കൊരു കാരണവുമില്ല..അതുകൊണ്ട് ഇപ്പൊ ഈ നിമിഷം ഇവിടെ നിന്നു പൊയ്ക്കോ... അല്ലായെങ്കിൽ ഞാൻ എന്റേതായ മാർഗങ്ങളുപയോഗിച്ച് നിങ്ങളെ പറഞ്ഞ് വിടും.

അയാൾ തന്റെ മന്ത്രികവടിയുയർത്തുന്നു. ആൽബസ് അതിലേയ്ക്ക് തുറിച്ചു നോക്കുന്നു-അവൻ തളർന്ന് വീഴുന്നു.

സ്കോർപിയസ്

വാ നമ്മുക്ക് പോകാം. എപ്പോളുമിങ്ങനെയാണ്.. ഒരാവശ്യവുമില്ലാത്തിടത്ത് കയറിച്ചെല്ലും.

ആൽബസ് പോകുവാൻ വിസമ്മതിക്കുന്നു. സ്കോർപിയസ് അവനെ കയ്യിൽ പിടിച്ചുവലിച്ചു കൊണ്ടുപോകുവാൻ ശ്രമിയ്ക്കുന്നു. ആൽബസ് ഒന്നുകൂടി തിരിഞ്ഞുനോക്കിയിട്ട് നടക്കുന്നു.

ഡെൽഫി

അങ്കിൾ, അവരെ അവിശ്വസിക്കേണ്ട കാര്യമില്ല.

അവർ നിൽക്കുന്നു.

അവർ മാത്രമെ നമ്മളെ സഹായിക്കുവാനുള്ള മനസ് കാണിച്ചിട്ടുള്ളു. അവർ തങ്ങളുടെ ജീവൻ പണയം വച്ചും അങ്കിളിന്റെ മകനെ തിരികെ കൊണ്ടുവരുവാൻ സന്നദ്ധരായാണിവിടെ വന്നിരിക്കുന്നത്. ഇവിടെ വരുവാൻ തുനിഞ്ഞത് തന്നെ ഒരു സാഹസമാണ്.

ആമോസ്

നമ്മൾ സെഡ്രിക്കിന് വേണ്ടിയാണ് ഇതൊക്കെ ചെയ്യുന്നത്.. അത് നീ മറന്നോ?

ഡെൽഫി

അതുകൊണ്ട്? അങ്കിൾ തന്നെയല്ലേ പറഞ്ഞത് ഹോഗ്വാർട്ട്സിന്റെയുള്ളിൽ ആരെങ്കിലും ഉണ്ടാവുന്നത് നമ്മുക്ക് നല്ല ഗുണം ചെയ്യുമെന്ന്?

ഡെൽഫി ആമോസിന്റെ ശിരസിൽ ചുംബിക്കുന്നു. ആമോസ് ടെല്ഫിയെ നോക്കിയിട്ട് കുട്ടികളെ നോക്കുന്നു.

ആമോസ്

എന്തിനാണ് നിങ്ങൾ ഈ കഷ്ട്ടപ്പാട് സഹിക്കുന്നത്? നിങ്ങൾക്കെന്താണ് ഇതുകൊണ്ടുപകാരം?

ആൽബസ്

നിങ്ങളുടെ മകൻ മരിക്കേണ്ടിയവനല്ലായിരുന്നു. അദ്ധേഹത്തെ തിരികെ കൊണ്ടുവരുവാൻ നിങ്ങളെ സഹായിക്കുവാൻ ഞങ്ങൾക്ക് കഴിയും.

ആമോസ് *(മുഖത്ത് ദൈന്യത)*

എനിക്കീ ജിവിതത്തിൽ കിട്ടിയ ഏറ്റവും വലിയ സന്തോഷമായിരുന്നു എന്റെ മകൻ..നിങ്ങൾ പറഞ്ഞത് ശരിയാ.. അവനോട് ചെയ്തത് അനീതിയാണ്.. വലിയ അനീതി.. നിങ്ങൾ ശരിക്കും ആലോചിച്ചെടുത്ത തീരുമാനമാണോയിത്..

ആൽബസ്

അതെ.. ഞങ്ങൾ വളരെ ആലോചിച്ചെടുത്ത തിരുമാനമാണ്.

ആമോസ്

ഇത് അപകടം പിടിച്ചപണിയാണ്.

ആൽബസ്

ഞങ്ങൾക്കറിയാം.

സ്കോർപിയസ്

ഏ? നമ്മുക്കറിയാമോ?

ആമോസ്

ഡെൽഫി, നീയും ഇവരുടെകൂടെ പോകാമോ?

ഡെൽഫി

അങ്കിളിന് സന്തോഷമാവുമെങ്കിൽ തീർച്ചയായും.

അവൾ ആൽബസിനെ നോക്കി പുഞ്ചിരിക്കുന്നു. അവനും ചിരിക്കുന്നു.

ആമോസ്

നിങ്ങൾക്കറിയാലോ അല്ലേ, സമയസഞ്ചാരി യന്ത്രം കൈക്കലാക്കുന്നത് പോലും ജീവനപായത്തിലാകുന്ന കാര്യമാണെന്ന്.

ആൽബസ്

ജീവൻ പണയംവെച്ചും താങ്കളെ സഹായിക്കുവാൻ ഞങ്ങൾ തയ്യാറാണ്.

സ്കോർപിയസ്

ശരിക്കും?

ആമോസ് *(അതി ഗൗരവത്തിൽ)*

നിങ്ങൾക്കതിനുള്ള മനോധൈര്യം ഉണ്ടാവട്ടെ.

അങ്കം ഒന്ന് രംഗം പതിനഞ്ച്

ഹാരിയുടെയും ജിന്നിയുടെയും വീട്, അടുക്കള

ഹാരിയും, റോണും, ഹെർമയോണിയും, ജിന്നിയും ഒരുമിച്ച് ഭക്ഷണം കഴിയ്ക്കുന്നു.

ഹെർമയോണി

ഞാൻ ഡ്രാക്കോയോട് പലതവണ പറഞ്ഞതാണ്, സ്കോർപിയസിനെക്കുറിച്ച് മന്ത്രാലയത്തിലുള്ള ആളുകളല്ല അതുമിതും പറഞ്ഞുപരത്തുന്നതെന്ന്.

ജിന്നി

അസ്റ്റോറിയയുടെ മരണത്തിന് ശേഷം, നമ്മുടെ എന്തെങ്കിലും സഹായം വേണമെങ്കിൽ മടിക്കാതെയറിയിക്കണം എന്നുപറഞ്ഞൊരു കത്ത് ഞാൻ ഡ്രാക്കോയ്ക്ക് അയച്ചിരുന്നു. സ്കോർപിയസ് ആൽബസിന്റെ വലിയ കൂട്ടുകാരനായതുകൊണ്ട് ക്രിസ്തുമസ് അവധിക്ക് കുറച്ചുദിവസം അവന് ഇവിടെവന്നു നിൽക്കുവാനെങ്ങാനും ആഗ്രഹമുണ്ടെങ്കിലോ എന്നുകരുതിയിട്ടാണ് ഞാനങ്ങനെ കത്തയച്ചത്. പക്ഷേ എനിക്കുകിട്ടിയ മറുപടിയെന്താണെന്നോ: 'കഴിയുമെങ്കിൽ നിന്റെ ഭർത്താവിനോട് പറയ് എന്റെ മകനെതിരെയുള്ള ആരോപണങ്ങൾ എന്നന്നേയ്ക്കുമായി നിറുത്തണമെന്ന്.'

ഹെർമയോണി

അവനോട് എത്ര പറഞ്ഞാലും അവനതങ്ങനെ തന്നെ വിശ്വസിക്കുവാനാണിഷ്ടം.

ജിന്നി

അവനോട് സംസാരിക്കുവാൻ പോലും വയ്യാണ്ടായി.

റോൺ

എനിക്കും അവന്റെ നഷ്ടത്തിൽ സങ്കടമുണ്ട്. പക്ഷേ അവൻ ഹെർമയോണിയെ ഓരോന്നുപറഞ്ഞ് അധിക്ഷേപിക്കുമ്പോൾ

തോന്നും... പിന്നെ ഇപ്പോളത്തെ പ്രശ്നത്തെപറ്റി എന്നോട് ചോദിച്ചാൽ... (അവൻ ഹാരിയെ നോക്കുന്നു) എടാ പൊട്ടാ, ഞാൻ ഹെർമയോണിയോട് എപ്പോഴും പറയുന്നപോലെ ഇതൊക്കെ നിന്റെ വെറും തോന്നലായിരിക്കും.

ഹെർമയോണി

ഏ, എന്നോടോ?

റോൺ

ട്രോളുകൾ വല്ലോ വിരുന്നിനും പോകുന്നതാവും, രാക്ഷസർ വല്ല കല്ല്യാണത്തിനും. നീ ചീത്ത സ്വപ്നങ്ങൾ കാണുന്നത് ചിലപ്പോൾ ആൽബസിനെക്കുറിച്ചുള്ള നിന്റെ വേവലാതികൊണ്ടാവും. പിന്നെ മുറിവ് വേദനിക്കുന്നത്, അത് നിനക്കു പ്രായമായി വരുകയല്ലേ അതുകണ്ടാവും.

ഹാരി

പ്രായമോ എനിക്കോ? നന്ദിയുണ്ട് സുഹൃത്തേ.

റോൺ

സത്യം പറഞ്ഞാൽ ഈയിടെയായി ഇരിക്കുവാൻ നോക്കുമ്പോൾ മുട്ടിനെന്ത് വേദനയാണെന്നറിയുമോ. എന്റെ കാൽ പാദങ്ങളോ- അതിന്റെ വേദനയെപറ്റി വേണമെങ്കിൽ ഞാൻ ഖണ്ഡകാവ്യങ്ങൾ എഴുതാം..അത്ര കഷ്ടമാണ്... ഞാൻ പറഞ്ഞുവന്നത്, അതുപോലെയാകാം ചിലപ്പോൾ നിന്റെ മുറിവിന്റെ കാര്യവും.

ജിന്നി

ചേട്ടനൊരുപാട് മണ്ടത്തരം പറയുന്നല്ലോ.

റോൺ

അതെന്റെയൊരു കഴിവായിട്ടാണ് ഞാൻ കരുതിയേക്കുന്നത്. അതുപോലെ, പലതരം സ്കൈവിങ്ങ് സ്നായ്ക്ക് ബോക്സുകളുണ്ടാക്കുന്നതും. പിന്നെ നിങ്ങളെയൊക്കെ ഇങ്ങനെയതിരറ്റ് സ്നേഹിക്കുന്നതുമൊക്കെ എന്റെ മാത്രം സവിശേഷ കഴിവുകളാണെന്നേ..ഈ തൊലുമ്പി ജിന്നിയോട് പോലും എനിക്ക് സ്നേഹമല്ലേ.

ജിന്നി

മര്യാദയ്ക്കിരുന്നില്ലയെങ്കിൽ റൊണാൾഡ് വീസ്ലി, നിന്റെ കാര്യം ഞാൻ അമ്മയോട് പറഞ്ഞുകൊടുക്കും കെട്ടോ.

റോൺ

നീ പറയില്ല.

ഹെർമയോണി

വോൾഡമോർട്ടിന്റെ എന്തെങ്കിലും, ഏതെങ്കിലും രൂപത്തിൽ ഇപ്പോളും അവശേഷിക്കുന്നുണ്ടെങ്കിൽ നമ്മൾ ജാഗ്രതയോടിരിക്കണം. എനിക്ക് പേടിയുണ്ട്.

ജിന്നി

എനിക്കും.

റോൺ

അമ്മയെ അല്ലാതെ വേറൊരാളെയും എനിക്ക് പേടില്ല,

ഹെർമയോണി

ഞാൻ കാര്യമായിട്ടാണ് പറയുന്നത്, ഹാരി. ഇക്കാര്യത്തിൽ ഞാൻ കോർണേലിയസ് ഫഡ്ജിനെ പോലെ കയ്യുംകെട്ടിയിരിക്കില്ല. ഡ്രാക്കോ മാൽഫോയിയോട് ഞാൻ പറയേണ്ടത് പറഞ്ഞിരിക്കും, അതിന്റെ പേരിൽ ഇനിയിപ്പോ എന്തൊക്കെ ദുഷ്പ്പേര് കേട്ടാലും.

റോൺ

നിനക്ക് പണ്ടേ സൽപ്പേരിനോട് ഒരു താൽപ്പര്യവുമില്ലല്ലേ?

ഹെർമയോണി ചാമ്പലാക്കിക്കളയുന്ന നോട്ടംനോക്കിക്കൊണ്ട് റോണിനെ ഇടിയ്ക്കുവാനോങ്ങുന്നു. റോൺ വിദഗ്ദ്ധമായി ഒഴിഞ്ഞുമാറുന്നു.

ച്ചേ! കിട്ടിയില്ല.

റോണിനെ ജിന്നി പൊതിരെ തല്ലുന്നു. റോൺ വേദനകൊണ്ട് പുളയുന്നു.

അടിയ്ക്ക്..നല്ലയടി കൊടുക്ക്.

പെട്ടന്ന് മുറിയിലേയ്ക്കൊരു മൂങ്ങ പ്രവേശിയ്ക്കുന്നു. അത് പറന്നുതാഴ്ന്ന് ഹാരിയുടെ പാത്രത്തിലേയ്ക്കൊരു കത്തിടുന്നു.

ഹെർമയോണി

ഇത്ര താമസിച്ച് സാധാരണ മൂങ്ങ വരാറില്ലല്ലോ!

ഹാരി കത്ത് തുറക്കുന്നു. ഞെട്ടുന്നു.

ഹാരി

പ്രഫസർ മക്ക്ഗോണഗൾ ആണ്.

ജിന്നി

എന്താ കത്തിൽ?

ഹാരിയുടെ മുഖം വാടുന്നു.

ഹാരി

ജിന്നി, അത്..ആൽബസ്..ആൽബസും സ്ക്കോർപിയസും -അവർ അവിടെയെത്തിയിട്ടില്ലായെന്ന്..അവരെ കാണ്മാനില്ല!

അങ്കം ഒന്ന് രംഗം പതിനാറ്

വൈറ്റ്ഹാൾ, നിലവറ

സ്ക്കോർപിയസ് ഒരു കുപ്പിയിലേയ്ക്ക് കോങ്കണ്ണിട്ട് നോക്കിക്കൊണ്ടിരിക്കുന്നു. അവന്റെ അടുത്ത് തന്നെ ആൽബസും ഡെൽഫിയുമുണ്ട്.

സ്ക്കോർപിയസ്

അപ്പോ നമ്മളിതങ്ങ് വെറുതെ കുടിച്ചാൽ മതിയോ?

ആൽബസ്

നിനക്കത് ഞാൻ പറഞ്ഞുതരണോ സ്ക്കോർപിയസ്? നീയല്ലേ വലിയ മാന്ത്രികമരുന്ന് വിദഗ്ദ്ധൻ.. പറയ് പോളിജൂസ് എന്താണ് ചെയ്യുന്നത്? ഏതായാലും ഡെൽഫി ഇത് അതിഗംഭീരമായി ഉണ്ടാക്കിയിട്ടുണ്ട്, നമ്മളിപ്പോൾ ഇത് കുടിച്ച് രൂപം മാറി മന്ത്രാലയത്തിൽ പ്രവേശിയ്ക്കുവാൻ പോകുന്നു.

സ്ക്കോർപിയസ്

ശരി, രണ്ടേരണ്ടു കാര്യങ്ങൾക്കൂടി, ഒന്ന്, വേദനയുണ്ടാകുമോ?

ഡെൽഫി

ഭയങ്കര വേദനയായിരിക്കും.

സ്ക്കോർപിയസ്

നന്നായി.. രണ്ടാമത്തെ കാര്യം, നിങ്ങൾ രണ്ടിലാർക്കെങ്കിലും അറിയുമോ ഇതിന്റെ രുചിയെന്താണെന്ന്? ഇതിന് മീനിന്റെ ചുവയാണെന്നാ ഞാൻ കേട്ടിട്ടുള്ളത്..ഇനി അങ്ങനെവല്ലതും ആണെങ്കിൽ ഞാൻ ശർദ്ധിച്ചുകളയും കെട്ടോ. മീനും ഞാനുമായി ചേരില്ല..അതാ.

ഡെൽഫി

സമ്മതിച്ചു. *(അവൾ ശ്വാസമെടുത്തിട്ട് ഒറ്റവലിയ്ക്ക് കയ്യിലിരുന്ന മരുന്ന് കുടിയ്ക്കുന്നു.)* മീനിന്റെ ചുവയൊന്നുമില്ലയിതിന് *(അവൾ രൂപം മാറുവാൻ തുടങ്ങുന്നു. അത്യന്തം ഉത്കണ്ഠയുളവാക്കുന്നതാണ് ആ*

(പ്രക്രിയ.) മ്..മ്.. സത്യത്തിൽ ഇതിന് നല്ല രുചിയാണ്. പക്ഷേ ഇത്തിരി വേദനയുണ്ട്. *(അവൾ ഉറക്കെ ഏമ്പക്കം വിടുന്നു)..* എഹ്ഹ്..പറഞ്ഞത് തിരിച്ചെടുക്കുന്നു.. ചെറിയയൊരു.. *(അവൾ ഒന്നുകൂടി ഏമ്പക്കം വിട്ടിട്ട് ഹെർമയോണിയായി മാറുന്നു)* ചെറിയ. അല്ല വല്ലാത്തൊരു മീൻ ചുവ.

ആൽബസ്

അതിശയം തന്നെ!

സ്കോർപിയസ്

അതി ഗംഭീരം!

ഡെൽഫി/ ഹെർമയോണി

എനിക്കിത് എന്റെ ശബ്ദം പോലയേ തോന്നുന്നില്ല - എനിക്കിപ്പോൾ ശരിയ്ക്കും അവളുടെ ശബ്ദമാണല്ലേ!

ആൽബസ്

ഇനി ഞാൻ.

സ്കോർപിയസ്

അതെന്ത് കഥ, നമ്മൾ ഇത് ചെയ്യുന്നുണ്ടെങ്കിൽ (അവൻ കള്ളച്ചിരിയോടെ നമ്മുക്ക് സുപരിചിതമായ ഒരു കണ്ണട ധരിയ്ക്കുന്നു) ഒരുമിച്ച് ചെയ്യും.

ആൽബസ്

മൂന്ന്. രണ്ട്. ഒന്ന്.

അവർ കുടിയ്ക്കുന്നു.

ഇത് കുഴപ്പമില്ലല്ലോ *(വേദനകൊണ്ട് പുളയുന്നു).* അത്ര കൊള്ളില്ലയിത്.

ആൽബസ് റോൺ ആയും, സ്കോർപിയസ് ഹാരിയായും മാറുന്നു.

രണ്ടുപേരും പരസ്പ്പരം നോക്കുന്നു... നിശബ്ദത.

ആൽബസ്/റോൺ

ഇത് എന്തോപോലെ ഉണ്ടല്ലേ?

സ്കോർപിയസ്/ഹാരി *(അവൻ അഭിനയം തുടങ്ങിക്കഴിഞ്ഞു.. നന്നായി ആസ്വദിക്കുന്നുണ്ടെന്ന് വ്യക്തം)*

പോടാ..കേറിപ്പോടാ നിന്റെ മുറിയിൽ. നീയെന്താ ഇങ്ങനെയായിപ്പോയത്. എന്റെ മകൻ തന്നെയാണോ നീയ്?

ആൽബസ്/റോൺ *(ചിരിക്കുന്നു)*

സ്കോർപിയസ്...

സ്കോർപിയസ്/ഹാരി *(തന്റെ മേലങ്കി തോളിലിട്ടുകൊണ്ട്)*

അല്ല..നീ റോണാകണമെന്നും, ഞാൻ നിന്റെ അച്ഛനാകണമെന്നും നീ തന്നെയല്ലേ തീരുമാനിച്ചത്..കുറച്ച്

തമാശയാക്കാമെന്ന് കരുതിയിട്ടല്ലേ ഞാൻ... *(വീണ്ടും ഉച്ചത്തിൽ എമ്പക്കം വിടുന്നു.)* ഓഹ്.. എന്തൊരു ചുവ.

ആൽബസ്/റോൺ

റോൺ അങ്കിളിന് കുറച്ച് കുടവയറുണ്ട്..പക്ഷേ പുളിയ്ക്കത് നന്നായി ഒളിപ്പിയ്ക്കുവാനറിയാം.

ഡെൽഫി/ ഹെർമയോണി

പോകാം-എന്ത് പറയുന്നു?

അവർ റോഡിലേയ്ക്കിറങ്ങുന്നു..എന്നിട്ടവർ ഒരു ടെലിഫോൺ ബൂത്തിൽ കയറി 62442 എന്ന നമ്പർ ഞെക്കുന്നു.

ടെലിഫോൺ പെട്ടി

വരൂ, ഹാരി പോട്ടർ. സ്വാഗതം ഹെർമയോണി ഗ്രേഞ്ചർ, സ്വാഗതം റോൺ വീസ്ലി.

അവർ ടെലിഫോൺ പെട്ടിയെ നോക്കി ചിരിച്ചിട്ട് അകത്തേയ്ക്ക് നടന്നുപോകുന്നു.

അങ്കം ഒന്ന് രംഗം പതിനേഴ്

മായാജാല മന്ത്രാലയം, യോഗ മുറി

ഹാരിയും, ഹെർമയോണിയും, ജിന്നിയും, ഡ്രാക്കോയും *ഒരു ചെറിയ മുറിയിൽ വട്ടം കൂടിനിൽക്കുന്നു.*

ഡ്രാക്കോ

തീവണ്ടിപ്പാളത്തിന്റെയടുത്തെല്ലാം നമ്മൾ അന്വേഷിച്ചോ.

ഹാരി

എന്റെ കീഴിലുള്ളവർ അവിടെ മുഴുവനും അന്വേഷിച്ചതാണ്... ഇപ്പോൾ ഒരിക്കൽക്കൂടി അന്വേഷിച്ചുകൊണ്ടിരിക്കുകയാണ്.

ഡ്രാക്കോ

ഉന്തുവണ്ടി മാന്ത്രികയ്ക്ക് നമ്മുക്കാവശ്യമുള്ളതൊന്നും പറയുവാനില്ലേ?

ഹെർമയോണി

ഉന്തുവണ്ടി മാന്ത്രിക ഭയങ്കര ദേഷ്യത്തിലാണ്. ഒറ്റാലിൻ ഗ്യാമ്പോളിന്റെ പേര് മോശമാക്കിയെന്ന് തന്നെയും പിന്നേയും പറഞ്ഞുകൊണ്ടിരിയ്ക്കുകയാണ്. അവർക്ക് പ്രശ്നം തന്റെ റെക്കോർഡ് പോയെന്നുള്ളതാ.

ജിന്നി

മഗ്ഗിൾസ് ആരെങ്കിലും എന്തെങ്കിലും ആസ്വാഭികത തോന്നിയതായി പറഞ്ഞോ?

ഹെർമയോണി

ഇതുവരെയില്ല. ഞാൻ മഗ്ഗിളുകളുടെ പ്രധാനമന്ത്രിയുമായി ബന്ധപ്പെട്ടിരുന്നു.. അദ്ദേഹം മിസ്പെർ ഫയൽ ചെയ്യാമെന്നാണ് പറഞ്ഞത്. മിസ്പെർ, കേട്ടാൽ എന്തോ മന്ത്രമാണെന്ന് തോന്നുമല്ലേ? പക്ഷേയല്ല.

ഡ്രാക്കോ

ഏഹ്, അപ്പോൾ ആ മഗ്ഗിൾസ്സ് നമ്മളുടെ കുട്ടികളെ കണ്ടുപിടിക്കുമെന്ന് കരുതിയാണോ നമ്മൾ

ഇങ്ങനെയിരിക്കുന്നത്? അവരോട് നിങ്ങൾ ഹാരിയുടെ മുറിവിനെപ്പറ്റിയും പറഞ്ഞോ ആവോ?

ഹെർമയോണി

നമ്മളവരോട് അങ്ങനെ സഹായമായിട്ടൊന്നും ചോദിച്ചിട്ടില്ല. ആർക്കറിയാം ഹാരിയുടെ മുറിവ് വേദനിക്കുന്നതും ഇതുമായി എന്തെങ്കിലും ബന്ധമുണ്ടോയെന്ന്. എന്തായാലും അതും ഞങ്ങൾ കാര്യമായി പരിഗണിക്കുന്നുണ്ട്. ആരെങ്കിലും ദുർമന്ത്രവാദത്തിൽ ഏർപ്പെട്ടിട്ടുണ്ടോയെന്ന് അന്വേഷിക്കുകയാണ് ഇപ്പോൾ നമ്മുടെ ഔറോറുകൾ.

ഡ്രാക്കോ

ഈ നടന്നതിന് ശവം തീനികളുമായി യാതൊരു ബന്ധവുമില്ല.

ഹെർമയോണി

എനിക്കതിൽ അത്ര ഉറപ്പില്ല.

ഡ്രാക്കോ

ഞാൻ പറയുന്നത് ശരിയാണെന്ന് എനിക്കുറപ്പാണ്.. ഇപ്പോഴും ദുർമന്ത്രവാദം തുടരുന്നത് ഏത് വിഢ്ഢികളാണെങ്കിലും, അവർക്ക് എന്റെ മകനെ തൊടുവാനുള്ള ധൈര്യമുണ്ടാവില്ല.. കാരണം അവൻ മാൽഫോയി ആണ്.

ഹാരി

പുതിയതായി മറ്റൊന്നും സംഭവിക്കുന്നില്ലയെങ്കിൽ-

ജിന്നി

എനിക്കും ഡ്രാക്കോ പറയുന്നതിൽ കാര്യമുണ്ടെന്നാണ് തോന്നുന്നത്- ആരെങ്കിലും തട്ടികൊണ്ടുപോയതാണെങ്കിൽ- ആൽബസിനെ കൊണ്ടുപോകുന്നത് മനസിലാക്കാം..പക്ഷേ രണ്ടുപേരെയും...

ഹാരിയുടെയും ജിന്നിയുടെയും കണ്ണുകൾ തമ്മിലുടക്കുന്നു, അവനെന്ത് പറയണമെന്നാണ് അവൾ ആഗ്രഹിക്കുന്നതെന്ന് വ്യക്തം.

ഡ്രാക്കോ

മാത്രമല്ല.. സ്ക്കോർപിയസിന് തന്നെത്താനെ തീരുമാനമെടുക്കുവാനുള്ള കഴിവൊന്നുമില്ല..അതുകൊണ്ട് തീർച്ചയായും ആൽബസാണ് അവനെ തീവണ്ടിയിൽ നിന്നിറക്കിക്കൊണ്ടുപോയത്. അതെവിടേയ്ക്കാകുമെന്നാണ് നിങ്ങൾ കരുത്തുന്നതെന്ന് മാത്രം എനിക്കറിഞ്ഞാൽ മതി.

ജിന്നി

ഹാരി, അവർ ഒളിച്ചോടിയതാണ്, അത് നമ്മുക്ക് രണ്ടിനും അറിയാം.

അവർ തമ്മിൽ നോട്ടം കൈമാറുന്നത് ഡ്രാക്കോ ശ്രദ്ധിയ്ക്കുന്നു.

ഡ്രാക്കോ

അറിയാമോ നിങ്ങൾക്ക്? എന്താ നിങ്ങൾ ഞങ്ങളിൽനിന്ന് ഒളിയ്ക്കുന്നത്?

നിശബ്ദത.

അതെന്താണെങ്കിലും ദയവായി ഞങ്ങളോടുകൂടി പറയ്.

ഹാരി

അവർ പോകുന്നതിന്റെ തലേന്നുരാത്രി ഞങ്ങൾ തമ്മിലൊരു വഴക്കുണ്ടായി.

ഡ്രാക്കോ

എന്നിട്ട്...

ഹാരി പറയുവാനൊന്ന് മടിക്കുന്നു. എന്നിട്ട് ധൈര്യം സംഭരിച്ച് ഡ്രാക്കോയുടെ കണ്ണിൽ നോക്കുന്നു.

ഹാരി

എന്നിട്ട്.. ഞാനവനോട് പറഞ്ഞു, അവൻ എന്റെ മകൻ അല്ലായിരുന്നുവെങ്കിൽ എന്ന് ഞാൻ പലപ്പോഴും ആഗ്രഹിച്ചിട്ടുണ്ടെന്ന്.

വീണ്ടും മൂകത... ഡ്രാക്കോ ദേഷ്യത്തിൽ ഹാരിയുടെ അടുത്തേയ്ക്ക് നീങ്ങുന്നു.

ഡ്രാക്കോ

സ്ക്കോർപിയസിന് എന്തെങ്കിലും സംഭവിച്ചിട്ടുണ്ടെങ്കിൽ...

ജിന്നി *അവർക്കിടയിലേയ്ക്ക് നീങ്ങി നില്ക്കുന്നു*

ജിന്നി

ദയവായി വെറുതെ ഭീക്ഷണി മുഴക്കാതെ ഡ്രാക്കോ.. ഇതതിനുള്ള സമയമല്ല.

ഡ്രാക്കോ *(അലറുന്നു)*

എന്റെ മകനെ കാണ്മാനില്ല!

ജിന്നി *(അതേയുച്ചത്തിൽ തന്നെ അലറുന്നു)*

എന്റെ മകനെയും കാണാനില്ല!

അവൻ അവളെ നോക്കുന്നു. ആ മുറിയാകേ വികാരഭരിതമാകുന്നു.

ഡ്രാക്കോ *(തന്റെ അച്ഛനെപ്പോലെതന്നെ ചുണ്ട് കോട്ടുന്നു)*

നിങ്ങൾക്ക് സ്വർണം വേണോ, തരാം.. എല്ലാം തരാം.. മാൽഫോയികൾക്കുള്ളതെല്ലാം തരാം... അതിന്റെയെല്ലാം ഏക അവകാശിയവനാണ്.. എനിക്ക് സ്വന്തമെന്ന് പറയുവാനവനേയുള്ളു.

ഹെർമയോണി

നന്ദി ഡ്രാക്കോ.. ആവശ്യത്തിനുള്ള സ്വർണവും പണവുമൊക്കെ മന്ത്രാലയത്തിനുണ്ട്.

ഡ്രാക്കോ പോകുവാൻ തുടങ്ങുന്നു. നടത്തം നിർത്തിയിട്ട് ഹാരിയെ നോക്കുന്നു.

ഡ്രാക്കോ

നീയെന്ത് ചെയ്തിട്ടുണ്ടെന്നോ, ആരെയൊക്കെ രക്ഷിച്ചിട്ടുണ്ടെന്നോ എനിക്കറിയണ്ട, നീ എന്റെ കുടുംബത്തിന് പണ്ടുതൊട്ടെ ഒഴിയാത്തൊരു ശാപമാണ്, ഹാരി പോട്ടർ.

അങ്കം ഒന്ന് രംഗം പതിനെട്ട്

മായാജാല മന്ത്രാലയം, വരാന്ത

സ്കോർപിയസ്/ഹാരി

നിങ്ങൾക്കുറപ്പാണോ അതിവിടെത്തന്നെ ഉണ്ടാവുമെന്ന്?

ഒരു കാവൽക്കാരൻ അവിടെക്കൂടി പോകുന്നു. സ്കോർപിയസും/ഹാരിയും ഡെൽഫിയും/ ഹെർമയോണിയും ഉടനെ അഭിനയിക്കുവാൻ തുടങ്ങുന്നു.

അതെ മന്ത്രി, ഇത് തിർച്ചയായും ഗൗരവമേറിയ വിഷയമാണ്. ഇതിനെക്കുറിച്ച് കാര്യമായി ചർച്ചചെയ്യേണ്ടതുണ്ട്.

കാവൽക്കാരൻ *(ബഹുമാനത്തിൽ തല കുമ്പിടുന്നു)*

നമസ്ക്കാരം മന്ത്രി.

ഡെൽഫി/ഹെർമയോണി

നമ്മുക്കിതിനെപറ്റി ഒരുമിച്ചിരുന്നൊന്ന് സംസാരിക്കണം.

കാവൽക്കാരൻ നടന്നുമറയുന്നു. അവർ ദീർഘനിശ്വാസം വിടുന്നു.

അത്, മന്ത്രാലയത്തിലെ ഒരു ജീവനക്കാരി ഞങ്ങളെ സന്ദർശിക്കുവാൻ വന്നപ്പോൾ അങ്കിളിന്റെ നിർദ്ദേശ പ്രകാരം അയാൾക്ക് കുടിക്കുവാൻകൊടുത്ത വെള്ളതിൽ ഞാൻ വെറിറ്റാസെറം ചേർത്തു. അയാളാണ് ഞങ്ങളോട് പറഞ്ഞത് സമയസഞ്ചാരി യന്ത്രം പിടിച്ചെടുത്തെന്നും അതിവിടെയാണ് സൂക്ഷിച്ചിരിക്കുന്നതെന്നും-അത് മന്ത്രിയുടെ മുറിയിൽ തന്നെയാണ് വെച്ചിരിക്കുന്നത്.

അവൾ അടുത്തുള്ള വാതിലിലേയ്ക്ക് ചൂണ്ടിക്കാണിക്കുന്നു. ഉടനെ എവിടെനിന്നോ ആരുടെയോ സംസാരം കേൾക്കുന്നു.

ഹെർമയോണി *(ദൂരെ നിന്ന്)*

ഹാരി...ഇങ്ങനെ ഒഴിഞ്ഞുമാറിയിട്ട് കാര്യമില്ല..പറയ് എന്തായുണ്ടായതെന്ന്...

ഹാരി *(ദൂരെ നിന്ന്)*

ഏയ്, അതിനെപറ്റിയെനിക്കൊന്നും സംസാരിക്കുവാനില്ല.

ടെല്ഫി/ഹെർമയോണി

അയ്യോ!

ആൽബസ്/റോൺ

ഹെർമയോണിയും അച്ഛനും.

മൂവരും ഭയചകിതരാകുന്നു.

സ്ക്കോർപിയസ്/ഹാരി

വാ, ഒളിച്ചിരിക്കാം.. ഓഹ് ഇവിടെയൊന്നും ഒളിച്ചിരിക്കുവാനൊരു സ്ഥലവുമില്ലല്ലോ..ആർക്കെങ്കിലും ഗോപ്യതാ മാന്ത്രമറിയാമോ?

ഡെൽഫി/ഹെർമയോണി

നമ്മുക്ക് ഹെർമയോണിയുടെ ഓഫിസിലേയ്ക്ക് കയറാം?

ആൽബസ്/റോൺ

അവരങ്ങോട്ടായിരിക്കും വരുന്നത്...

ഡെൽഫി/ഹെർമയോണി

വേറൊരു സ്ഥലവുമില്ല.

അവൾ ആ മുറിയുടെ കതക് തുറക്കുവാൻ നോക്കുന്നു... തുറക്കുന്നില്ല... വീണ്ടും ശ്രമിക്കുന്നു.

ഹെർമയോണി *(ദൂരെ നിന്ന്)*

നീ എന്നോടോ ജിന്നിയോടോ അതിനെപറ്റിയൊന്നും പറയുവാൻ കൂട്ടാക്കുന്നില്ലെങ്കിൽ...

സ്ക്കോർപിയസ്/ഹാരി

മാറിനിൽക്ക്. അലോഹമോറാ!

അവൻ തന്റെ മാന്ത്രികവടി കതകിന് നേരേ വീശുന്നു. കതക് തുറക്കുന്നു ..അവൻ അഭിമാനത്തിൽ പുഞ്ചിരിക്കുന്നു.

ആൽബസ്, നീ പോയി അവർ ഇങ്ങോട്ട് കയറുവാതിരിക്കുവാൻ എന്തെങ്കിലും ചെയ്യ്.

ഹാരി *(ദൂരെ നിന്ന്)*

എന്താ അതിനെക്കുറിച്ച് പറയേണ്ടിയത്?

ആൽബസ്/റോൺ

ഞാനോ. അതെന്താ ഞാൻ തന്നെ പോകണമെന്നിത്ര നിർബന്ധം?

ഡെൽഫി/ഹെർമയോണി

പൊട്ടാ, ഞങ്ങളെ രണ്ടിനേയും അവർ കാണുവാൻ പാടില്ലല്ലോ..ഞങ്ങളിപ്പോൾ അവരുടെ രൂപത്തിലല്ലേ...

ഹെർമയോണി *(ദൂരെ നിന്ന്)*

നീ അങ്ങനെയൊരിക്കലും പറയുവാൻ പാടില്ലായിരുന്നു- പക്ഷെ-അതുമാത്രമല്ല ഇപ്പോളത്തെ പ്രശ്നം-

ആൽബസ്/റോൺ

അയ്യോ എനിക്ക് പറ്റില്ല ..

അവിടെ ചെറിയൊരു പിടിവലിനടക്കുന്നു. ഹെർമയോണിയും ഹാരിയും വരാന്തയുടെ ഒരുവശത്തുനിന്നു അവിടേയ്ക്ക് വരുമ്പോളേയ്ക്കും കതകിനുപുറത്ത് ആൽബസ്/റോൺ മാത്രമാകുന്നു.

ഹാരി

ഹെർമയോണി, നീയിക്കാര്യത്തിൽ കാണിക്കുന്ന താൽപ്പര്യത്തിന് നന്ദി, പക്ഷെ-

ഹെർമയോണി

റോൺ?

ആൽബസ്/റോൺ

ഒട്ടും പ്രതീക്ഷിച്ചില്ലല്ലേ!!!

ഹെർമയോണി

നീയെന്താ ഇവിടെ?

ആൽബസ്/റോൺ

ഭർത്താവിന് ഭാര്യയെക്കാണുവാൻ അങ്ങനെ പ്രത്യേകിച്ചൊരു കാരണം വേണോ?

അവൻ ഹെർമയോണിയെ മുറുക്കെ ചുംബിക്കുന്നു.

ഹാരി

ഞാൻ പോയേക്കാം...

ഹെർമയോണി

ഹാരി. ഞാൻ പറഞ്ഞുവന്നത് എന്താണെന്നുവെച്ചാൽ, നീയിങ്ങനെ ആൽബസിനോട് പറഞ്ഞതിനെ പറ്റി ചിന്തിച്ചുകൊണ്ടിരുന്നിട്ട് ഒരു കാര്യവുമില്ല.

ആൽബസ്/റോൺ

ഒഹ്, നിങ്ങൾ സംസാരിക്കുന്നത് ഹാരി എന്നോ.. *(അവൻ പെട്ടന്ന് തിരുത്തുന്നു)* ആൽബസിനോട് അവൻ തന്റെ മകനാല്ലായിരുന്നുവെങ്കിൽ എന്ന് പറഞ്ഞതിനെ പറ്റിയോണല്ലേ.

ഹെർമയോണി

റോൺ!

ആൽബസ്,റോൺ

മനസിൽ വെച്ചുകൊണ്ടിരിക്കുന്നതിലും നല്ലത് തുറന്ന് പറയുന്നതാണെന്നാ എനിക്ക് തോന്നുന്നത്...

ഹെർമയോണി

അവനത് മനസിലായിട്ടുണ്ടാകും... നമ്മളെല്ലാവരും വായിതോന്നുന്നത് വിളിച്ചുപറയുന്നവരാണ്.. ഒന്നും മനസിൽ കരുതിയിട്ടാവില്ല അതൊക്കെ പറയുന്നത്. അതവന് മനസിലായിക്കൊള്ളും.

ആൽബസ്/റോൺ

ചിലപ്പോൾ നമ്മൾ മനസ്സിൽ കരുതിയിരിക്കുന്ന കാര്യങ്ങൾ തന്നെയാവും നമ്മുടെ വായിൽനിന്നറിയാതെ വീഴുന്നത്...

ഹെർമയോണി

റോൺ, ഇപ്പൊ ഇതിനുള്ള സമയമല്ല...

ആൽബസ്/റോൺ

അല്ല, തീർച്ചയായുമല്ല..എന്നാ നീ പൊയ്ക്കോ.. പിന്നെക്കാണാം.

അവൾ തന്റെ ഓഫിസ് മുറിയിൽ കയറാതെ പോകുമെന്ന പ്രതീക്ഷയിൽ ആൽബസ്/റോൺ അവൾ പോകുന്നത് നോക്കിനിൽക്കുന്നു. പക്ഷെ ഹെർമയോണി തന്റെ മുറിയിൽക്കയറുവാൻ തുടങ്ങുന്നു. അപ്പോളേയ്ക്കും അവളെത്തടയുവാനായി അവൻ ഓടുന്നു. റോൺ വാതിലിന് മുമ്പിൽ അവളെ കടത്തിവിടാതെ നിൽക്കുന്നു. ഓരോ തവണ ഹെർമയോണി കതകിൽ പിടിയ്ക്കുവാൻ ശ്രമിയ്ക്കുമ്പോളും തന്റെ അരക്കെട്ട് അങ്ങോട്ടുമിങ്ങോട്ടും ഇളക്കി റോൺ അവളെ തടയുവാൻ ശ്രമിക്കുന്നു.

ഹെർമയോണി

നീയെന്തിനാ എന്നെ മുറിയിൽക്കയറ്റാതെ തടഞ്ഞുവച്ചിരിയ്ക്കുന്നത്?

ആൽബസ്/റോൺ

ഞാൻ ആരെയും തടഞ്ഞിട്ടില്ലല്ലോ!

അവൾ വിണ്ടും കതകിൽ പിടിയ്ക്കുവാനായി ഓങ്ങുന്നു. അവൻ വിണ്ടും അതുതടയുന്നു.

ഹെർമയോണി

കണ്ടോ.. മര്യാദയ്ക്ക് മാറിനിൽക്ക്, റോൺ

ഹെർമയോണി അവനെ വെട്ടിച്ച് കതക് തുറക്കുവാൻ നോക്കുന്നു

ആൽബസ്/റോൺ

നമ്മുക്കൊരു കുട്ടിയുംകൂടെ വേണ്ടേ ഹെർമയോണി!

ഹെർമയോണി

എന്താ?

ആൽബസ്/റോൺ

ഒരു കുട്ടിയുംകൂടി, അല്ലെങ്കിലൊരു ഒഴിവുദിവസം.. ഇതിൽ രണ്ടിലേതെങ്കിലും എനിക്ക് വേണം. ചക്കരേ, നമുക്ക് ഇതിനെ പറ്റി സംസാരിക്കാം? ലീക്കി കോൾഡ്രണിൽ പോയി എന്തെങ്കിലും കുടിച്ചോണ്ട്?

ഹെർമയോണി ആലോചിക്കുന്നു, അവൾ സംശയത്തോടെ അവന്റെ മുഖത്തോട്ടും കതകിലേയ്ക്കും മാറി മാറി നോക്കുന്നു. അവളുടെ മനസലിയുന്നു.

ഹെർമയോണി

ഇനി ഒരിക്കൽക്കൂടി ഈ സ്വഭാവവുമായി എന്റെയടുത്ത് വന്നാലുണ്ടല്ലോ, മെർലിന് പോലും നിന്നെ സഹായിക്കുവാൻ കഴിഞ്ഞെന്ന് വരുകയില്ല. എനിക്ക് ജോലിയുണ്ട്.

അവൾ അരങ്ങിൽ നിന്ന് പോകുന്നു, ഒപ്പം ഹാരിയും.

ആൽബസ്/ റോൺ കതകിന് നേരേ തിരിയുന്നു. അപ്പോൾ ഹെർമയോണി വിണ്ടും അവിടേയ്ക്ക് ഒറ്റയ്ക്ക് വരുന്നു.

കുട്ടിയോ അവധിയോ വേണമല്ലേ? ചിലദിവസങ്ങളിൽ നിനക്ക് ശരിയ്ക്കും കിറുക്കാകുമല്ലേ?

ആൽബസ്/റോൺ

അതുകൊണ്ടല്ലേ നീ എന്നെ കല്ല്യാണം കഴിയ്ക്കുവാൻ സമ്മതിച്ചത്? ഈ കിറുക്ക് കണ്ടിട്ട്...

അവൾ വീണ്ടും അവിടെനിന്ന് പോകുന്നു. അവൻ കതക് തുറക്കുവാൻ ശ്രമിയ്ക്കുന്നു. അവൾ വീണ്ടും വരുന്നതുകണ്ട് അവൻ പതുക്കെ കതകടയ്ക്കുന്നു.

ഹെർമയോണി

എനിക്ക് മീനിന്റെ ചുവ കിട്ടിയല്ലോ..ഞാൻ പറഞ്ഞതല്ലേ ആ ഫിഷ് ഫിംഗർ സാൻവിച്ച് കഴിക്കരുതെന്ന്.

ആൽബസ്/റോൺ

കണ്ടുപിടിച്ചല്ലേ..ക്ഷമിച്ചേക്കെന്നേ.

അവൾ വീണ്ടും പോകുന്നു. അവൾ പോയെന്നുറപ്പുവരുത്തിയതിന് ശേഷം അവൻ കതക് തുറക്കുന്നു. അവന്റെ മുഖത്ത് വല്ലാത്ത ആശ്വാസം കാണാം.

അങ്കം ഒന്ന് രംഗം പത്തൊമ്പത്

മായാജാല മന്ത്രാലയം, ഹെർമയോണിയുടെ ഒഫീസ്

ആൽബസ്/റോൺ *മുറിയ്ക്കുള്ളിൽ കയറുമ്പോൾ സ്കോർപിയസും/ഹാരിയും ഡെൽഫിയും/ഹെർമയോണിയും മുറിയുടെ വാതിലിനു് മറുവശത്ത് ഒളിച്ചുനിൽക്കുകയാണ്.*

ആൽബസ്/റോൺ

ഇത് മൊത്തത്തിൽ വല്ലാത്തൊരു പരുപാടിയായിപ്പോയി.

ഡെൽഫി/ഹെർമയോണി

നീ തകർത്തഭിനയിച്ചല്ലോ.. തടയാൻ കണ്ടെത്തിയ വഴിയേതായാലും കൊള്ളാം.

സ്കോർപിയസ്/ഹാരി

സ്വന്തം ആന്റിയെ പതിനായിരം പ്രാവിശ്യമിങ്ങനെ ഉമ്മവച്ചതിന് നിന്നെ തല്ലണോ അതോ അഭിനന്ദിക്കണോ എന്നാ എന്റെ സംശയം!

ആൽബസ്/റോൺ

റോണങ്കിൽ ശരിക്കും ഇങ്ങനെയൊക്കെ തന്നെയാ. ഞാൻ എങ്ങനെയെങ്കിലും അവരുടെ ശ്രദ്ധതിരിയ്ക്കുവാൻ നോക്കിയതല്ലേ... എന്താണെങ്കിലെന്താ അവരിവിടെ കയറാതെ പോയല്ലോ.

സ്കോർപിയസ്/ഹാരി

അത് പോട്ടെ എന്താ നിന്റെ അച്ഛൻ പറഞ്ഞത്?

ഡെൽഫി/ഹെർമയോണി

കുട്ടികളെ... അവളിപ്പോ തിരിച്ചെത്തും–നമുക്കധികം സമയമില്ല.

ആൽബസ്/റോൺ *(സ്കോർപിയസിനോട്/ഹാരിയോട്)*

നീയത് കേട്ടോ?

അങ്കം ഒന്ന് രംഗം പത്തൊമ്പത്

ഡെൽഫി/ഹെർമയോണി

ഹെർമയോണി സമയസഞ്ചാരി യന്ത്രം എവിടെയാവും സൂക്ഷിച്ചിട്ടുണ്ടാവുക? *(അവൾ മുറിയിലൊന്നോടിച്ച് നോക്കുന്നു. പുസ്തകങ്ങൾ അടുക്കിവെച്ചിരിക്കുന്നയൊരു ഷെൽഫ് അവളുടെ കണ്ണിൽപ്പെടുന്നു)* നിങ്ങളാ ഷെൽഫിൽ നോക്കിക്കേ.

അവർ ഷെൽഫിൽ തിരയുവാൻ തുടങ്ങുന്നു. സ്ക്കോർപിയസ്/ഹാരി തന്റെ കൂട്ടുകാരനെ ഉത്കണ്ഠയോടെ നോക്കുന്നു.

സ്ക്കോർപിയസ്/ഹാരി

നീയെന്താ എന്നോടക്കാര്യം പറയാതിരുന്നത്?

ആൽബസ്/റോൺ

എന്താ ഞാൻ വന്നപാടെ പറയണമായിരുന്നോ, അതേ എന്റെ അച്ഛൻ പറഞ്ഞു ഞാൻ അദ്ദേഹത്തിന്റെ മകനല്ലായിരുന്നെങ്കിൽ എന്ന് അദ്ദേഹം ആഗ്രഹിക്കുന്നു എന്ന്?

സ്ക്കോർപിയസ്/ഹാരി *എന്താ പറയേണ്ടിയതെന്ന് ആലോചിക്കുന്നു.*

സ്ക്കോർപിയസ്/ഹാരി

എനിക്കറിയാം-വോൾഡമോർട്ടുമായി ബന്ധിപ്പിച്ചെല്ലാവരും പറയുന്നത് ഒരു കാര്യമില്ലാത്ത കാര്യമാണെന്ന്. എങ്കിലും ചിലപ്പോളൊക്കെ എനിക്ക് തോന്നാറുണ്ട്, 'ഇവനെങ്ങനെയാ എനിക്കുണ്ടായത്?' എന്നെന്റെ അച്ഛനും ചിന്തിയ്ക്കുന്നുണ്ടെന്ന്.

ആൽബസ്/റോൺ

എന്നാലും എന്റെയച്ഛനെക്കാളും എന്തുകൊണ്ടും ഭേതമാ. എനിക്കുറപ്പാ, എന്നെയെങ്ങനെയൊരു പാഠം പഠിപ്പിക്കാമെന്ന ചിന്തയാ അച്ഛന് സദാസമയവും.

ഡെൽഫി/ഹെർമയോണി *രണ്ടുപേരെയും പിടിച്ചുവലിച്ചുകൊണ്ട് വീണ്ടും ഷെൽഫിന്റെയടുത്ത് കൊണ്ടുപോയി നിർത്തുന്നു.*

ഡെൽഫി/ഹെർമയോണി

തൽക്കാലം ഇക്കാര്യത്തിൽ ശ്രദ്ധിയ്ക്ക്.

സ്ക്കോർപിയസ്/ഹാരി

ഞാൻ പറയുന്നത് എന്താണെന്നുവെച്ചാൽ -നമ്മൾ കൂട്ടുകാരായതിന് ഒരു കാരണമുണ്ട് ആൽബസ്, ഇല്ലേ? ഈ സാഹസം എന്തിന്റെ പേരിലായാലും...

പറഞ്ഞ് പകുതിയാക്കിയിട്ട് അവൻ ഷെൽഫിലൊരു പുസ്തകം കണ്ട് പുരികംചുളിക്കുന്നു.

നീ ഷെഫിലിരിക്കുന്നയാ പുസ്തകങ്ങൾ കണ്ടോ? അതൊക്കെ നിരോധിച്ചിരിക്കുന്ന പുസ്തകങ്ങളാ.

ആൽബസ്/റോൺ

ഓഹ്.. സ്ക്കോർപിയസിനെ ഒരു വായനശാലയിലേയ്ക്ക് കൂട്ടികൊണ്ടുപോയാൽ മതി.. അവന്റെ എല്ലാ വിഷമങ്ങളും പമ്പകടക്കും, അതിപ്പോൾ എത്ര വലിയ വിഷമമാണെങ്കിലും.

സ്ക്കോർപിയസ്/ഹാരി

നിയന്ത്രിതവിഭാഗത്തിലെഎല്ലാപുസ്തകങ്ങളുമിവിടെയുണ്ട്... അത് കൂടാതെ *പൈശാചിക മന്ത്രങ്ങളും, പതിനഞ്ചാം നൂറ്റാണ്ടിലെ ശത്രുക്കളും* ഉണ്ടിവിടെ. നോക്ക് അതാ ഒരു *ഇന്ദ്രജാലക്കാരന്റെ ലഘുകാവ്യങ്ങൾ,* അതാണെങ്കിൽ ഹോഗ്വാർട്ട്സിൽ പോലുമില്ലാത്തതാണ്.

ആൽബസ്/റോൺ

നിഴലുകളും പ്രേതങ്ങളും. ആഭിചാരവിദ്യക്കൊരു വഴികാട്ടി.

ഡെൽഫി/ഹെർമയോണി

ഇവിടെ കുറേ വിശേഷപ്പെട്ട പുസ്തകങ്ങളുണ്ടല്ലേ...

ആൽബസ്/റോൺ

ഒപ്പാൽ ഫയറിന്റെ യഥാർത്ഥ ചരിത്രം. സർവ്വാധിപത്യ മന്ത്രവും അതിന്റെ ദുരുപയോഗവും.

സ്ക്കോർപിയസ്/ഹാരി

ഉയ്യോ ഇവിടെ നോക്കിക്കേ..സിബിൽ ട്രെലോവ്നിയുടെ *എന്റെ കണ്ണുകളും, അവയ്ക്കപ്പുറമുള്ള കാഴ്ച്ചകളും. ഭവിഷ്യജ്ഞാനത്തിന്റെ* പുസ്തകമോ! ഹെർമയോണി ഗ്രേഞ്ചർ വെറുത്തിരുന്ന വിഷയമല്ലേ അത്. ഇതേതായാലും കൊള്ളാം.

അവനത് ഷെൽഫിൽനിന്നെടുക്കുന്നു. തുറന്നതും, പുസ്തകം സംസാരിക്കുവാൻ തുടങ്ങുന്നു.

പുസ്തകം

നാലാമത്തേതാണ് ആദ്യത്തേത്, നിരാശയെ ധ്വനിപ്പിയ്ക്കും ഗരുഢനിലുണ്ട് പരുന്തിലില്ല.

സ്ക്കോർപിയസ്/ഹാരി

ആഹാ. സംസാരിക്കുന്ന പുസ്തകമോ... വിചിത്രം തന്നെ.

പുസ്തകം

രണ്ടാമത്തേത് ഇരുകാലിൽ നടക്കുന്നവയിൽ നിറംക്കുറവുള്ളവർ. വൃത്തികെട്ടതും രോമാവൃതമായതും, മുട്ടയുടെയൊരു രോഗം.

മൂന്നാമത്തേത് കയറുവാനൊരു മലയാണ്, പോകുവാനൊരു പാതയും.

ആൽബസ്/റോൺ

ഇതൊരു കടംകഥയാണ്..ഇത് നമ്മളോടൊരു കടംകഥ ചോദിക്കുകയാണല്ലോ..

പുസ്തകം

നഗരത്തിലൂടൊരു യാത്രയും, പുഴയിലൂടൊരു സവാരിയും.

ഡെൽഫി/ഹെർമയോണി

നിങ്ങളെന്താ ഈ ചെയ്തത്?

സ്ക്കോർപിയസ്/ഹാരി

അത്, ഞാനീ പുസ്തകമൊന്ന് തുറന്നതേയുള്ളു- അതിനെന്താ ഇത്ര കുറ്റപ്പെടുത്തി പറയുവാൻ...

ആൽബസിനെ/റോണിനെ *പിടിയ്ക്കുവാനായി പുസ്തകങ്ങൾ ഷെൽഫിൽ നിന്ന് കൈനീട്ടുന്നു. അവൻ കഷ്ടിച്ച് അവരുടെ പിടിയിൽനിന്ന് തെന്നിമാറുന്നു.*

ആൽബസ്/റോൺ

എന്തായിരുന്നത്?

ഡെൽഫി/ഹെർമയോണി

അവളിവിടെ ആയുധവത്ക്കരിച്ചിരിക്കുകയാണ്, ഈ വായനശാല മുഴുവൻ. ഇവിടെ തന്നെയാവണം സമയസഞ്ചാരി യന്ത്രം സൂക്ഷിച്ചിരിക്കുന്നത്. കടംകഥയ്ക്കുത്തരം കണ്ടുപിടിച്ചാൽ അതെവിടെയാണെന്നുള്ളത് നമ്മുക്കറിയുവാൻ കഴിയുമായിരിക്കും... വേഗം.

ആൽബസ്/റോൺ

നാലാമത്തേതാണ് ആദ്യത്തെ. ഗരുഡനിലുണ്ട് പരുന്തിലില്ല. കി-ഡെ-

സ്ക്കോർപിയസ്/ഹാരി

രണ്ടാമത്തേത് മുട്ടയുടെയൊരു രോഗമാണ്, ഇരുകാലിൽ നടക്കുന്നവയിൽ നിറം കുറവുള്ളത്.

ഡെൽഫി/ഹെർമയോണി *(ആവേശത്തിൽ)*

മെൻ! ഡ-മെൻ-ടോർസ്. വേഗം ഡമെന്റോർസിനെ പറ്റിയുള്ള പുസ്തകം കണ്ടുപിടിക്ക്. *(ഡെൽഫി/ഹെർമയോണി ഷെൽഫിന്റെ അടുത്തേയ്ക്ക് പോകുന്നു, എല്ലാവരെയും ഞെട്ടിച്ചുകൊണ്ട് പുസ്തകങ്ങൾ അവളെ വിഴുങ്ങുവാൻ ശ്രമിക്കുന്നു.)* ആൽബസ്! *(ആൽബസ്/റോൺ ഷെൽഫിന്റെ അടുത്തേയ്ക്ക് ഓടിയടുക്കുന്നു. പക്ഷേ അപ്പോളേയ്ക്കും അവളെ ഷെൽഫ് പൂർണമായും വിഴുങ്ങിയിരുന്നു),*

ആൽബസ്/റോൺ

ഡെൽഫി! എന്തായിവിടെ സംഭവിക്കുന്നത്?

സ്ക്കോർപിയസ്/ഹാരി

നീയിവിടെ ശ്രദ്ധിയ്ക്ക് ഹാരി..അവൾ പറഞ്ഞത് ചെയ്യാദ്യം. ഡമെന്റോർസിനെ പറ്റിയുള്ള ഒരു പുസ്തകം കണ്ടുപിടിയ്ക്ക് നീ.. വളരെ സൂക്ഷിച്ചേ.

ആൽബസ്/റോൺ

ഏ, ഇവിടുണ്ട്. *പ്രബലരായ ഡമെന്റോർസ്സ്: അസ്ക്കബാന്റെ ചരിത്രം.*

ആ പുസ്തകം അപകടകരമാം വിധം സ്ക്കോർപിയസിന്റെ/ഹാരിയുടെ മുമ്പിലേയ്ക്ക് പറന്നുവരുന്നു. രക്ഷപ്പെടുവാൻ വേണ്ടി പെട്ടെന്ന് ഓടി മാറുന്നതിനിടയിൽ അവൻ ഒരു ഷെൽഫിൽ ചെന്നിടിയ്ക്കുന്നു. പുസ്തകം താനേ തുറക്കപ്പെടുന്നു. തന്റെ താളുകൾ ഊക്കത്തിൽ ഇളക്കി അത് അവനെ വിഴുങ്ങുവാൻ ശ്രമിയ്ക്കുന്നു.

പുസ്തകം

അഴിക്കുള്ളിലാണെന്റെ ജനനം
എങ്കിലും, പകയിലത് തകർത്തെറിഞ്ഞു
ഉള്ളിലെ ശുഷ്ക്കിച്ച ജീവൻ
മോചിപ്പിച്ചു എന്നെ
തടഞ്ഞുവെച്ചിരുന്നവയിൽ നിന്നൊക്കെയും.

ആൽബസ്/റോൺ

വോൾഡമോർട്ട്.

ഡെൽഫി പുസ്തകങ്ങൾക്കിടയിലൂടെ നൂഴ്ന്നുവരുന്നു, അവൾ തിരിച്ച് ഡെൽഫിയായിരിക്കുന്നു.

ഡെൽഫി

വേഗം കണ്ടുപിടിയ്ക്ക്!

പുസ്തകങ്ങൾ വീണ്ടും അലറിക്കൊണ്ട് അവളെ ഉള്ളിലേയ്ക്ക് വലിച്ചെടുക്കുന്നു.

ആൽബസ്/റോൺ

ഡെൽഫി! ഡെൽഫി!

അവൻ അവളുടെ കയ്യിൽ പിടിച്ചുവലിച്ച് തിരിച്ചെടുക്കുവാൻ നോക്കുന്നു, പക്ഷേ അപ്പോളേയ്ക്കും അവളെ പുസ്തകങ്ങൾ ഉള്ളിലേയ്ക്ക് വലിച്ചെടുത്തിരുന്നു.

സ്ക്കോർപിയസ്/ഹാരി

അവൾ വീണ്ടും സ്വന്തം രൂപത്തിലായി - നീ ശ്രദ്ധിച്ചോ?

ആൽബസ്/റോൺ

ഇല്ല! ഇപ്പോ അതിനുള്ള നേരമാണല്ലോ! അവളെ ഇപ്പോ ആ പുസ്തകങ്ങൾ ചവച്ചരച്ച് തിന്നും!

അയാളെപ്പറ്റിയുള്ള എന്തെങ്കിലും കണ്ടുപിടിയ്ക്ക് വേഗം.

അവനൊരു പുസ്തകം കിട്ടുന്നു.

സ്ലിതറിന്റെ അനന്തരാവകാശി? ഇതാണോ?

അവനാ പുസ്തകം ഷെൽഫിൽനിന്നെടുക്കുവാൻ നോക്കുന്നു. പക്ഷേ ഷെൽഫ് ആ പുസ്തകം പിടിച്ചുവയ്ക്കുന്നു. അവൻ അത് കൈക്കലാക്കുവാൻ പരമാവധി ശ്രമിക്കുന്നു. പക്ഷേ, ഷെൽഫ് ആൽബസിനെ/റോണിനെ വിഴുങ്ങുവാൻ തുടങ്ങുന്നു.

സ്ക്കോർപിയസ്/ഹാരി

അൽബസ്? ആൽബസ്!!

സ്ക്കോർപിയസ്/ഹാരി അവന്റെ അടുത്തെത്തിയപ്പോളേയ്ക്കും ആൽബസിനെ/റോണിനെ അത് പൂർണ്ണമായും വിഴുങ്ങിയിരുന്നു. സ്ക്കോർപിയസ് എന്തോ ആലോചിക്കുന്നു. ഇനി എല്ലാം തന്റെ കയ്യിലാണെന്ന് അവൻ തിരിച്ചറിയുന്നു.

അപ്പോ അതല്ല. പിന്നെയേതാണ്. വോൾഡമോർട്ട്. വോൾഡമോർട്ട്. വോൾഡമോർട്ട്.

അവൻ ഷെൽഫിലൂടെ കണ്ണോടിയ്ക്കുന്നു.

മാർവലോ: പരമാർത്ഥം, ഇത് തന്നെയാവണം..

അവനതെടുത്ത് തുറക്കുന്നു. അത് പിടുത്തം വിടുവിച്ച് മാറുന്നു, അതിൽനിന്ന് പ്രകാശം പുറപ്പെടുന്നുണ്ട്. ഗാംഭീര്യമുള്ള ശബ്ദത്തിലത് ഇങ്ങനെ പറഞ്ഞുതുടങ്ങുന്നു.

പുസ്തകം

നീ കാണാത്ത ജീവിയാണ് ഞാൻ
ഞാൻ നീയാണ്, ഞാൻ ഞാനാണ്,
പ്രവചനാതീതമായ പ്രതിധ്വനി.
ചിലപ്പോ മുമ്പിൽ ചിലപ്പോ പിന്നിൽ
നിന്റെ സന്തത സഹചാരി.

ആൽബസ് പുസ്തകങ്ങൾക്കിടയിലൂടെ നൂഴ്ന്നുവരുന്നു. അവനും തന്റെ സ്വന്തം രൂപത്തിലായിരിക്കുന്നു.

സ്ക്കോർപിയസ്/ഹാരി

ആൽബസ്...

അവൻ ആൽബസിനെ/റോണിനെ പിടിച്ചുവലിയ്ക്കുവാൻ ശ്രമിയ്ക്കുന്നു. പക്ഷേ, ഷെൽഫിന്റെ ശക്തിയ്ക്ക് മുമ്പിൽ അവൻ തോൽക്കുന്നു.

ആൽബസ്

വേണ്ട വേണ്ട... നീ ചിന്തിയ്ക്ക് .

ആൽബസിനെ പുസ്തകങ്ങൾ കൂടുതൽ ശക്തിയോടുകൂടി ഉള്ളിലേയ്ക്ക് വലിച്ചെടുക്കുന്നു.

സ്ക്കോർപിയസ്/ഹാരി

എനിക്ക് കിട്ടുന്നില്ല.. കാണാത്ത പ്രതിധ്വനിയോ, അതെന്താ. ഓ എന്നെകൊണ്ട് ആകെ കൊള്ളാവുന്നത് അത്യാവശ്യ സമയത്തിതുപോലെ കണ്ണുംമിഴിച്ച് നിക്കാനാണ്..എന്നെകൊണ്ട് പറ്റില്ലിത്.

പുസ്തകങ്ങൾ അവനെയും അവർക്കുള്ളിലേയ്ക്ക് എടുക്കുന്നു. അവൻ നിസ്സഹായനാണ്. ഭയാനകമായ അന്തരീക്ഷം.

നിശബ്ദത. അവർ മൂവരേയും ഷെൽഫ് വിഴുങ്ങിയിരിക്കുന്നു.

പെട്ടന്ന് ഭയങ്കര ശബ്ദത്തിൽ ഷെൽഫിൽനിന്ന് പുസ്തകങ്ങൾ താഴേയ്ക്ക് വീഴുന്നു - സ്ക്കോർപിയസ് പുസ്തകങ്ങൾക്കിടയിൽനിന്ന് ഒരുവിതം പുറത്തുവരുന്നു.

സ്ക്കോർപിയസ്

വേണ്ട! വേണ്ട! സിബിൽ ട്രെല്ലോവ്നി..വേണ്ട!!

അവൻ ചുറുചുറുക്കോടെ ചുറ്റും നോക്കുന്നു.

ഇത് വല്ല്യ അബദ്ധം ആയിപ്പോയല്ലോ! ആൽബസ്? കേൾക്കുന്നുണ്ടോ? ഒരു സമയസഞ്ചാരി യന്ത്രത്തിന് വേണ്ടി ഇത്ര പാടുപെടേണ്ട വല്ല കാര്യവുമുണ്ടോ! ഓഹ്... സ്ക്കോർപിയസ്. ചിന്തിക്ക്.

പുസ്തകങ്ങൾ വീണ്ടുമവനെ പിടിയ്ക്കുന്നു. പക്ഷേ അവൻ അവയുടെ കയ്യിൽനിന്ന് രക്ഷപ്പെടുന്നു.

സന്തത സഹചാരി. ചിലപ്പോൾ മുന്നിൽ ചിലപ്പോൾ പിന്നിൽ. കിട്ടിപ്പോയി. ഞാനത് വിട്ടുപോയി. നിഴൽ. നിഴലാണ്. നിഴലും പ്രേതങ്ങളും..അത് തന്നെയാണ്...

അവൻ ഷെൽഫിൽ വലിഞ്ഞുകയറുന്നു, അത് സാഹസികമാണ്, കാരണം അവനോരോ ചുവടുവയ്ക്കുമ്പോളും പുസ്തകങ്ങൾ അവനെ വിഴുങ്ങുവാനോങ്ങിക്കൊണ്ടിരിക്കുകയാണ്. അവനൊരുവിധത്തിൽ ആ പുസ്തകം ഷെൽഫിൽനിന്നെടുക്കുന്നു. അത് കയ്യിലെടുത്തതും എല്ലാം ശാന്തമാകുന്നു, നിശബ്ദമാകുന്നു.

അത്-

ആൽബസും ഡെൽഫിയും ഷെൽഫിൽനിന്ന് തറയിലേയ്ക്ക് ഊക്കത്തിൽ വീഴുന്നു.

ഏയ്! നമ്മൾ ജയിച്ചേ.

അവൻ വിജയാഹ്ളാദത്തിൽ തന്റെ കൈകൾ പൊക്കുന്നു. ആൽബസ് ഉത്കണ്ഠയോടെ ഡെൽഫിയെ നോക്കുന്നു.

ആൽബസ്

ഡെൽഫി, നിനക്ക് കുഴപ്പമൊന്നുമില്ലലോ അല്ലേ...?

ഡെൽഫി

എയ്... സത്യത്തിൽ നല്ല രസമായിരുന്നു. ഒന്നൊന്നര സംഭവമായിപ്പോയി.

സ്ക്കോർപസ് മുറുക്കെപ്പിടിച്ചിരിക്കുന്ന പുസ്തകം ആൽബസ് ശ്രദ്ധിയ്ക്കുന്നു.

ആൽബസ്

അതാണോ...? അതാണോ സ്ക്കോർപിയസ്? എന്താ അതിന്റെയകത്ത്?

ഡെൽഫി

തുറന്ന് നോക്കാം?

സ്ക്കോർപിയസ് പുസ്തകം തുറക്കുന്നു. അതിന്റെയൊത്ത നടുക്ക് തിളങ്ങുന്ന സമയസഞ്ചാരി യന്ത്രം.

ഹായി.

സ്ക്കോർപിയസ്

അങ്ങനെ നമ്മളീ യന്ത്രം കണ്ടുപിടിച്ചിരിക്കുന്നു. ഞാനൊട്ടും കരുതിയില്ല നമുക്കിത് കണ്ടുപിടിക്കുവാൻ കഴിയുമെന്ന്.

ആൽബസ്

എടാ, നമ്മൾ ഇത് കൈക്കലാക്കിയതേയുള്ളു, ഇനി സെഡ്രിക്കിനെ രക്ഷിക്കണം. നമ്മുടെ പദ്ധതി തുടങ്ങിയിട്ടേയുള്ളു. ഇനിയുമുണ്ട് കടമ്പകളൊരുപാട്.

സ്ക്കോർപിയസ്

തുടങ്ങിയതേയുള്ളല്ലേ. ഈ നേരത്തിനിടയിൽ തന്നെ തീരേണ്ടതായിരുന്നു നമ്മളെല്ലാം. നന്നായി! അപ്പോ ഇനിയങ്ങോട്ട് ഇതിലും രസമായിരിക്കുമല്ലോ.

അരങ്ങിലെ വെളിച്ചമണയുന്നു.

ഇടവേള

ഭാഗം ഒന്ന്

അങ്കം രണ്ട്

അങ്കം രണ്ട് രംഗം ഒന്ന്

സ്വപ്നം, പ്രൈവറ്റ് ഡ്രൈവ്, പടിക്കെട്ടിനടിയിലുള്ള ചെറിയ അറ

പടിക്കെട്ടിനടിയിലുള്ള ചെറിയ അറയിൽ ഉറങ്ങിക്കൊണ്ടിരിക്കുന്ന ഹാരി പേടിസ്വപ്നം കാണുകയാണ്. തന്റെ ചുറ്റുമേതോ നീചശക്തിയുടെ സാന്നിദ്ധ്യമുണ്ടെന്ന് തിരിച്ചറിഞ്ഞിട്ടെന്നപോലെ അവൻ അസ്വസ്ഥനായി തിരിഞ്ഞും മറിഞ്ഞും കിടക്കുന്നു.

പെറ്റൂണിയ ആന്റി (അരങ്ങിന് വെളിയിൽ നിന്ന്)

ഹാരി, ഹാരി. നീ എന്തായീ പാത്രങ്ങൾ കഴുകാഞ്ഞത്? ഇതിന്റെ കോലം കണ്ടില്ലേ! മതി ഉറങ്ങിയത്, ഇങ്ങോട്ട് എഴുന്നേറ്റെ നീ.

കണ്ണ് തുറന്ന കൊച്ചു ഹാരി കാണുന്നത്, കുത്താൻവരുന്ന പോത്തിനെ പോലെ തന്റെ നേർക്കടുക്കുന്ന പെറ്റൂണിയ ആന്റിയെ ആണ്.

കൊച്ചു ഹാരി

ആന്റി, സമയം എത്രയായി?

പെറ്റൂണിയ ആന്റി

എഴുന്നേല്ക്കുവാനുള്ള സമയമൊക്കെ ആയി. നന്നാക്കിയെടുക്കുവാൻ പറ്റുമായിരിക്കുമെന്ന് കരുതിയാ നിന്നെ വളർത്തിക്കോളാമെന്ന് ഞങ്ങൾ സമ്മതിച്ചത് - എന്നിട്ടിപ്പോ - കുരുത്തംകെട്ടവൻ. പറഞ്ഞിട്ടെന്താ, നീ ഇങ്ങനെയായി തീർന്നതിന് ഞങ്ങൾ തന്നെയാ കാരണക്കാര്.

കൊച്ചു ഹാരി

ഞാൻ നന്നാവാൻ ശ്രമിച്ചോളാം...

പെറ്റൂണിയ ആന്റി

ശ്രമിച്ചതുകൊണ്ടായില്ലല്ലോ. ആഹ് - കുപ്പിഗ്ലാസ്സിൽ ഒക്കെ ഭയങ്കര മെഴുക്കുണ്ട്, പാത്രങ്ങളിലൊക്കെ സോപ്പിന്റെ പതയും. നീ വേഗമെഴുന്നേറ്റ് അതൊക്കെ കഴുകിക്കെ.

അവൻ കട്ടിലിൽ നിന്നെഴുന്നേൽക്കുന്നു. അവന്റെ നിക്കറിന്റെ പിന്നിൽ നനവ് കാണാം.

എന്റെ ദൈവമേ... നീ എന്തായീ ചെയ്തത്? പിന്നേം കിടന്നുമുള്ളിയല്ലേ?

അവർ മെത്തവിരിപ്പ് പൊക്കിനോക്കുന്നു.

നിനക്ക് നല്ല തല്ലിന്റെ കുറവാ.

കൊച്ചു ഹാരി

ഞാൻ... ഞാനറിയാതെയാണ്. ഉറക്കത്തിൽ പേടിസ്വപ്നം കണ്ടപ്പോ അറിയാതെ പറ്റിയതാ...

പെറ്റൂണിയ ആന്റി

വൃത്തികെട്ട ചെറുക്കൻ. മൃഗങ്ങളാണിങ്ങനെ സ്വന്തം ദേഹത്ത് മൂത്രമൊഴിക്കുന്നത്. മൃഗങ്ങളും നിന്നെപ്പോലെ വൃത്തികെട്ട ചെറുക്കന്മാരും.

കൊച്ചു ഹാരി

ഞാൻ അച്ഛനെയും അമ്മയേയും സ്വപ്നം കണ്ടു. അവർ മരിക്കുന്നത്...

പെറ്റൂണിയ ആന്റി

എനിക്ക് കേൾക്കണ്ട നിന്റെ കഥകളൊന്നും!

കൊച്ചു ഹാരി

ഏതോ ഒരു മനുഷ്യൻ അദ്കവ അദ്- അക്കാബ്ര അദ് - എന്നോ മറ്റോ അലറുന്നത്. ഒപ്പം പാമ്പിന്റെ സീൽക്കാരവും. അമ്മ അലറിവിളിക്കുന്നത് ഞാൻ ശരിക്കും കേട്ടു.

പെറ്റൂണിയ ആന്റി ഒരുനിമിഷം എന്താ പറയേണ്ടിയതെന്നറിയാതെ നിൽക്കുന്നു.

പെറ്റൂണിയ ആന്റി

എടാ ചെറുക്കാ, നീ ശരിക്കും അവർ മരിച്ച രംഗമാണ് കണ്ടതെങ്കിൽ, വണ്ടി ബ്രേക്കിടുന്ന ശബ്ദവും, പിന്നെ കൂട്ടിയിടിയുടെ ശബ്ദവുമല്ലേ കേൾക്കുകയുണ്ടായിരുന്നുള്ളൂ. നിനക്കറിയാമല്ലോ അത്. നിന്റെ അമ്മയ്ക്ക് നിലവിളിയ്ക്കുവാൻ പോലുമുള്ള സാവകാശം കിട്ടിയിട്ടുണ്ടാവുമെന്ന് എനിക്ക് തോന്നുന്നില്ല. ഇപ്പൊ ആ വിരിപ്പ് മാറ്റിയിട്ട് വേഗം അടുക്കളയിലേയ്ക്ക് വന്ന് പാത്രം കഴുക. ഇനിയും എന്നെക്കൊണ്ടിത് പറയിക്കല്ല്, കേട്ടോ.

അവർ കതക് വലിച്ചടച്ചിട്ട് പോകുന്നു.

വിരിപ്പും പിടിച്ചുകൊണ്ട് നിൽക്കുന്ന കൊച്ചു ഹാരി മാത്രമാവുന്നവിടെ.

പെട്ടന്ന് മറ്റൊരു സ്വപ്നത്തിലേയ്ക്ക് മാറുന്നു. അതിനനുസരിച്ച് അരങ്ങും മാറുന്നു. അരങ്ങത്ത് മരങ്ങൾ.

അവയ്ക്കിടയിൽ നിന്ന് ആൽബസ് പ്രത്യക്ഷപ്പെടുന്നു. അവൻ കൊച്ചു ഹാരിയെ നോക്കി നിൽക്കുന്നു.

പക്ഷെ, എന്തോ ഒരു ശക്തി അൽബസിനെ അരങ്ങിന് വെളിയിലേയ്ക്ക് അതിശക്തിയിൽ വലിച്ചുകൊണ്ട് പോകുന്നു. അരങ്ങിലും, കാണികൾക്കിടയിലുമായി പാർസൽ റ്റംഗിലുള്ള മന്ത്രണങ്ങൾ മാറ്റൊലികൊള്ളുന്നു.

അവൻ വരുന്നു. അവൻ വരുന്നു.

ആരുടെ ശബ്ദമാണിതെന്ന് വ്യക്തമാണ്.

വോൾഡമോർട്ടിന്റെ ശബ്ദം...

ഹാരീരീരി പോട്ടർർർ.

അങ്കം രണ്ട് രംഗം രണ്ട്

ജിന്നിയുടെയും ഹാരി പോട്ടറിന്റെയും വീട്, പടിക്കെട്ട്

ഹാരി ഇരുട്ടത്ത് നടക്കുന്നു. അയാൾ അതിവേഗം ശ്വസിക്കുന്നുണ്ട്. മുഖത്ത് വല്ലാത്ത പേടി.

ഹാരി

ലുമോസ്.

വെട്ടം കണ്ട് ആശ്ചര്യപെട്ട് ജിന്നി ആ മുറിയിലേയ്ക്ക് പ്രവേശിക്കുന്നു.

ജിന്നി

എന്ത് പറ്റി?

ഹാരി

ഞാൻ ഉറങ്ങുകയായിരുന്നു.

ജിന്നി

അതെ, ഞാൻ കണ്ടായിരുന്നു.

ഹാരി

നീ ഉറങ്ങുകയല്ലായിരുന്നല്ലോ. എന്തെങ്കിലും വാർത്ത? മൂങ്ങകൾ എഴുത്ത് വല്ലതും കൊണ്ടുവന്നോ?

ജിന്നി ഹാരിയെ നോക്കുന്നു. അവളുടെ കണ്ണുകളിൽ ഭയവും, ക്ഷീണവും.

ജിന്നി

ഇല്ല.

ഹാരി

ഉറക്കത്തിൽ ഞാനൊരു സ്വപ്നം കണ്ടു - ഞാൻ പടിക്കെട്ടിനടിയിലെ ആ മുറിയിലായിരുന്നു - അപ്പോൾ... അപ്പോൾ..അയാളുടെ ശബ്ദം ഞാൻ കേട്ടു - വോൾഡമോർട്ടിന്റെ ശബ്ദം- വളരെ വ്യക്തമായി.

ജിന്നി

വോൾഡമോർട്ടിന്റെ ശബ്ദമോ?

ഹാരി

ആ, എന്നിട്ട് ഞാൻ ആൽബസിനെ കണ്ടു. അവൻ ചുവന്നയൊരു... അവനൊരു ഡംസ്ട്രാങ്ങ് മേലങ്കിയണിഞ്ഞിരുന്നു.

ജിന്നി

ഡംസ്ട്രാങ്ങ് മേലങ്കിയോ?

ഹാരി ചിന്താമഗ്നനാകുന്നു.

ഹാരി

ജിന്നീ, എനിക്കറിയാം അവനെവിടെയുണ്ടെന്ന്...

ജിന്നി

ഇതിന് കാരണക്കാരി ഞാനാണ് - സന്നദ്ധസഹായത്തിന് ആളുകളെ അന്വേഷിച്ചുകൊണ്ടൊരു വാർത്ത ഉൾപ്പെടുത്തിയ ഡയിലി പ്രോഫെറ്റിന്റെ ഒരു പതിപ്പ് അത്യാവശ്യമായി ഇറക്കുവാൻ ഞാൻ നിർദ്ദേശം കൊടുത്തിരുന്നു.

പ്രൊഫസർ മക്ഗോണഗൾ

ഒഹ്. അത് നന്നായി. കുറച്ചുപേരെങ്കിലും സന്നദ്ധരായി വരുമെന്ന് നമ്മുക്ക് പ്രതീക്ഷിക്കാം.

റോണും പ്രവേശിയ്ക്കുന്നു. മേലാകെ ചാരം. കറിയുടെ കറപുരണ്ട ഒരു തൂവാലയുണ്ട് ദേഹത്ത്.

റോൺ

എന്താ തീരുമാനിച്ചത് - ഓ ഫ്ലൂ പൊടിയുപയോഗിച്ച് ഇങ്ങോട്ട് വരുവാൻ നോക്കിയതാ... ശരിയായില്ല. അടുക്കളയിലാണ് ചെന്നുവീണത്. (*ഹെർമയോണി അവനെ തുറിച്ചുനോക്കുന്നു, റോൺ ചെറുചമ്മലോടെ ദേഹത്ത് നിന്ന് തൂവാല മാറ്റുന്നു*) എന്താ?

വീണ്ടും ചിമ്മിനിയിൽനിന്ന് ശബ്ദം. ഇത്തവണ ഡ്രാക്കോ ആണ്. അവൻ വന്നത് ചാരത്തിന്റെയും പൊടിയുടെയും പ്രവാഹവുമായാണ്.

എല്ലാവരും വിശ്വാസം വരാതെ അയാളെ നോക്കുന്നു. അയാൾ എഴുന്നേറ്റ് തന്റെ ദേഹത്തെ ചാരം തട്ടിക്കളയുന്നു.

ഡ്രാക്കോ

ക്ഷമികണം... തറയിലാകെ ചാരമായി, മിനർവാ.

പ്രൊഫസർ മക്ഗോണഗൾ

ഓഹ്. അത് സാരമില്ല... എന്റെ തെറ്റാണ്, ഞാനല്ലേ ഇവിടെ ചിമ്മിനി വെച്ചത്.

ഹാരി

നിന്നെ ഇവിടെയൊട്ടും പ്രതീക്ഷിച്ചിരുന്നില്ല ഡ്രാക്കോ. ഞാൻ കരുതി നിനക്കെന്റെ സ്വപ്നങ്ങളിൽ വിശ്വാസമില്ലെന്ന്.

ഡ്രാക്കോ

ഇല്ല, എനിക്ക് നിന്റെ സ്വപ്നങ്ങളിൽ ഇപ്പോളും ഒരു വിശ്വാസവുമില്ല. പക്ഷെ നിന്റെ ഭാഗ്യത്തിലുണ്ട്.

ജിന്നി

വരൂ, നമ്മുക്ക് വേഗം വിലക്കപ്പെട്ട വനത്തിലേയ്ക്ക് പോകാം. അവരെ കണ്ടുപിടിക്കാം.

അങ്കം രണ്ട് രംഗം നാല്

വിലക്കപ്പെട്ട വനത്തിന്റെ ഒരറ്റം

ആൽബസും ഡെൽഫിയും മാന്ത്രികവടിയും പിടിച്ചുകൊണ്ട് പരസ്പരം നോക്കി നിൽക്കുന്നു.

ആൽബസ്

എക്സ്പ്പെല്ലിയാർമസ്!

ഡെൽഫിയുടെ മാന്ത്രികവടി അന്തരീക്ഷത്തിൽ ഒഴുകിനടക്കുന്നു.

ഡെൽഫി

നീ വേഗം പഠിച്ചെടുത്തല്ലോയിത്! കൊള്ളാം, നീ നന്നായി ചെയുന്നുണ്ട്.

അവൾ തന്റെ മാന്ത്രികവടി തിരിച്ചെടുക്കുന്നു.

ഗാംഭീര്യത്തിൽ.

'നീ ആരെയും നിരായുധനാക്കുവാൻ കഴിവുള്ള ചെറുപ്പക്കാരനാണ് ആൽബസ്'. ഞാൻ നല്ല അർത്ഥത്തിലാണുകെട്ടോ പറഞ്ഞത്.

ആൽബസ്

എക്സ്പ്പെല്ലിയാർമസ്!

അവളുടെ മാന്ത്രികവടി വീണ്ടും അന്തരീക്ഷത്തിൽ ഒഴുകിനടക്കുന്നു.

ഡെൽഫി

ഇതാ നമ്മുടെ വിജയി.

ഹൈ-ഫൈ.

ആൽബസ്

സത്യത്തിൽ ഞാൻ ഒരിക്കലും മന്ത്രങ്ങളിൽ മിടുക്കനായിരുന്നില്ല.

സ്ക്കോർപിയസ് അരങ്ങിന്റെ പിന്നിൽ പ്രത്യക്ഷപ്പെടുന്നു. തന്റെ സുഹൃത്ത് ഒരു പെണ്ണിനോട് സംസാരിക്കുന്നത്

അവൻ നോക്കിനിൽക്കുന്നു. അവന്റെ പാതിമനസ് അതിൽ സന്തോഷിക്കുകയും മറുപാതി അതിൽ അസഹിഷ്ണനാവുകയും ചെയ്യുന്നു.

ഡെൽഫി

ഞാനുമിതിൽ വട്ടപൂജ്യമായിരുന്നു - പിന്നെയെങ്ങനെയോ അതങ്ങ് ശരിയായി. നിന്റെ കാര്യത്തിലും അതുപോലാകും. ഞാൻ ഭയങ്കര മാന്ത്രികയൊന്നുമല്ല, എന്നാലും എനിക്ക് തോന്നുന്നത് നീ ഒരൊന്നൊന്നര മാന്ത്രികനാകുമെന്നാണ്.

ആൽബസ്

എങ്കിൽ ഇത് കഴിഞ്ഞും നീയെന്റെ കൂടെ നിൽക്കണം - എന്നെ കുറേക്കൂടി മന്ത്രങ്ങൾ പഠിപ്പിക്കണം-

ഡെൽഫി

തീർച്ചയായും. ഞാനിവിടെയൊക്കെക്കാണും. നമ്മളിപ്പോൾ സുഹൃത്തുക്കളല്ലേ?

ആൽബസ്

അതെയതെ. തീർച്ചയായും നമ്മൾ സുഹൃത്തുക്കളാണ്.

ഡെൽഫി

കൊള്ളാം. വിസ്സോ!

സ്ക്കോർപിയസ്

വിസ്സോയോ! എന്നുവെച്ചാൽ?

സ്ക്കോർപിയസ് അവർക്കടുത്തേയ്ക്ക് വരുന്നു.

ആൽബസ്

എന്റെ മന്ത്രം ഫലിച്ചു. എനിക്കറിയാം അത് തിരെ നിസാരമായൊരു മന്ത്രാമാണെന്ന്. എന്നാലും ഞാനത് - എനിക്കത് ശരിക്കും ചെയ്യുവാൻ കഴിഞ്ഞു.

സ്ക്കോർപിയസ് *(അത്യുത്സാഹത്തിൽ, അവർക്കൊപ്പം കൂടുവാൻ ശ്രമിച്ചുകൊണ്ട്)*

ഞാൻ സ്ക്കൂളിലേയ്ക്ക് എത്തുവാനുള്ള വഴികണ്ടുപിടിച്ചു. ഉറപ്പാണല്ലോ അല്ലേ ഇത് വിചാരിച്ചപോലൊക്കെ നടക്കുമെന്ന്.

ഡെൽഫി

നടക്കുമെന്നേ... ഉറപ്പ്!

ആൽബസ്

ഇത് കിടിലം പദ്ധതിയാണ്. സെഡ്രിക്ക് കൊല്ലപ്പെടുവാതിരിക്കുവാനുള്ള വഴി അവനെ ട്രൈവിസാർഡ് ടൂർണമെന്റിൽ ജയിക്കുവാൻ അനുവദിക്കാതിരിക്കുക എന്നുള്ളതാണ്. ജയിച്ചില്ലെങ്കിൽ അവൻ കൊല്ലപ്പെടില്ലല്ലോ.

സ്കോർപിയസ്

അതെനിക്ക് മനസിലായി... എന്നാലും...

ആൽബസ്

നമ്മളിത്രയുമേ ചെയ്യേണ്ടതുള്ളു. ആദ്യത്തെ മത്സരത്തിൽ തന്നെ അവനെ തോൽപ്പിക്കുവാൻ വേണ്ടത് ചെയ്യുക. ഡ്രാഗൺന്റെ അടുത്തുനിന്ന് സ്വർണമുട്ടയെടുക്കുന്നതാണ് ആദ്യത്തെ ഇനം - സെഡ്രിക്ക് എങ്ങനെയായിരുന്നു ഡ്രാഗൺന്റെ ശ്രദ്ധതിരിച്ചത്-

ഡെൽഫി കൈയ്യുയർത്തുന്നു. ആൽബസ് ചിരിച്ചുകൊണ്ട് അവൾക്കുനേരെ വിരൽച്ചൂണ്ടുന്നു. അവർ രണ്ടുപേരും നല്ല സുഹൃത്തുക്കളായിക്കഴിഞ്ഞിരിക്കുന്നു.

ഡിഗറി.

ഡെൽഫി

ഒരു കല്ലിനെ പട്ടിയാക്കിയിട്ട്.

ആൽബസ്

അതെ, എക്സ്പ്പെല്ലിയാർമസ് പ്രയോഗിച്ചാൽ പിന്നെയവന് അത് ചെയ്യുവാൻ കഴിയില്ല. സംഗതിയെന്തെളുപ്പം.

സ്കോർപിയസിന് അവരുടെ കളിയത്ര ഇഷ്ടപ്പെടുന്നില്ല.

സ്കോർപിയസ്

ശരി, രണ്ട് ചോദ്യങ്ങൾ. ആദ്യത്തേത്, ഡ്രാഗൺ അവനെ കൊല്ലില്ലയെന്ന് എന്തുറപ്പുണ്ട്?

ഡെൽഫി

ഇവനെപ്പോളും കാണുമല്ലോ രണ്ട് ചോദ്യങ്ങൾ! തീർച്ചയായും കൊല്ലില്ല, കാരണം ഇത് ഹോഗ്വാർട്ട്സ് ആണ്. ഒരു മത്സരാർത്ഥിക്കും ഒന്നും സംഭവിക്കുവാൻ ഇവരൊരിക്കലും അനുവദിക്കില്ല.

സ്കോർപിയസ്

ശരി, രണ്ടാമത്തെ ചോദ്യം - ആദ്യത്തേതിലും പ്രധാനപെട്ട ചോദ്യം - തിരികെ വരുവാൻ കഴിയുമെന്ന് ഒരുറപ്പുമില്ലാതെയാണ് നമ്മൾ വർഷങ്ങൾ പിന്നിലേയ്ക്ക് പോകുവാൻ പോകുന്നത്, അല്ലേ. അങ്ങനെയാണെങ്കിൽ നമ്മുക്കാദ്യം ഒരുമണിക്കൂർ പിറകോട്ടൊന്ന് പോയിനോക്കിയാലോ...

ഡെൽഫി

അത് നടക്കില്ല സ്കോർപിയസ്, അതിനും കൂടിയുള്ള സമയം നമുക്കില്ല - ഇവിടെ, സ്ക്കൂളിന്റെ ഇത്രയുമടുത്ത് ഇങ്ങനെ നിൽക്കുന്നത് അപകടകരമാണ്- ഇതിനോടകം തന്നെ അവർ നിങ്ങളെ അന്വേഷിച്ചിറങ്ങിയിട്ടുണ്ടാവും.

ആൽബസ്

ഇവൾ പറയുന്നത് ശരിയാ.

ഡെൽഫി

ഇതാ, ഇനി നിങ്ങളിത് ധരിക്കണം -

അവൾ രണ്ട് വലിയ കൂടുകളെടുക്കുന്നു. ആൽബസും സ്കോർപിയസും അവയിൽനിന്ന് രണ്ട് മേലങ്കികൾ പുറത്തെടുക്കുന്നു.

ആൽബസ്

പക്ഷേ ഇത്... ഇത് ഡംസ്ട്രാങ്ങിന്റെ മേലങ്കികളല്ലേ!

ഡെൽഫി

അങ്കിളിന്റെ ബുദ്ധിയാണ്. നിങ്ങൾ ഹോഗ്വാർട്ട്സിന്റെ മേലങ്കികൾ ധരിച്ചാൽ അവർ നിങ്ങളെ സംശയിക്കും, കാരണം ഇങ്ങനെ രണ്ടുപേർ ഹോഗ്വാർട്ട്സിൽ ഇല്ലായെന്ന് അവർക്കറിയാമല്ലോ. ഇതാണെങ്കിൽ ആ കുഴപ്പമുണ്ടാവില്ല. ട്രൈവിസാർഡ് ടൂർണമെന്റിൽ മത്സരിക്കുവാൻ വന്ന ഡംസ്ട്രാങ്ങിലെ കുട്ടികളാണെന്നവർ കരുതിക്കൊള്ളും.

ആൽബസ്

അത് കൊള്ളാം. അല്ല നിനക്കില്ലേ മേലങ്കി?

ഡെൽഫി

ആൽബസ്, ആ ചോദ്യം എനിക്കേതായാലും ഇഷ്ടപ്പെട്ടു. എന്നാലും എനിക്ക് സ്കൂൾകുട്ടിയായി നടിക്കുവാനുള്ള പ്രായമല്ലല്ലോ..! ഞാനവിടെ എവിടെയേലും ആരുടയും കണ്ണിൽപ്പെടാതെ നിന്നോളാം... വല്ല ഡ്രാഗൺ പരിപാലകയോ മറ്റോ ആയി. നിങ്ങളെന്തായാലും മന്ത്രങ്ങൾ പ്രയോഗിക്കുവാൻ പഠിച്ചുകഴിഞ്ഞു. പിന്നെന്താ...

സ്കോർപിയസ് *അവളെ നോക്കുന്നു, എന്നിട്ട്* ആൽബസി*നെയും.*

സ്കോർപിയസ്

നീ വരണ്ട.

ഡെൽഫി

ങേ, അതെന്താ?

സ്കോർപിയസ്

നീ പറഞ്ഞത് ശരിയാണ്. ഇനിയിപ്പോൾ മന്ത്രങ്ങൾ ചെയ്യുവാൻ ഞങ്ങൾക്ക് നിന്റെ സഹായം വേണ്ട. കുട്ടികളുടെ മേലങ്കി ധരിയ്ക്കുവാൻ നിനക്ക് പറ്റുകയുമില്ല. അപ്പോൾ പിന്നെ നീ വരാതിരിക്കുന്നതാണ് നല്ലത്. ഡെൽഫി നീ വരണ്ട.

ഡെൽഫി

പക്ഷെ എനിക്ക് വരണം. വകയിലാണെങ്കിലും അവനെന്റെ സഹോദരനാണ്. ആൽബസ്?

ആൽബസ്

അവൻ പറഞ്ഞത് ശരിയാണെന്നാ എനിക്കും തോന്നുന്നത്.

ഡെൽഫി

എന്താ?

ആൽബസ്

ഞങ്ങളിത് കുളമാക്കില്ല, സത്യം.

ഡെൽഫി

എന്നെക്കൂടാതെ പക്ഷെ - നിങ്ങൾക്ക് സമയസഞ്ചാരിയന്ത്രം പ്രവർത്തിപ്പിക്കുവാൻ കഴിയില്ലല്ലോ!

സ്ക്കോർപിയസ്

നീ ഞങ്ങൾക്കത് പഠിപ്പിച്ചുതന്നായിരുന്നല്ലോ.

ഡെൽഫി *നിരാശയാകുന്നു.*

ഡെൽഫി

ഇല്ല, ഞാൻ നിങ്ങളെ ഒറ്റയ്ക്ക് വിടില്ല...

ആൽബസ്

നീ തന്നെയാണ് നിന്റെ അങ്കിളിനോട് പറഞ്ഞത് ഞങ്ങളെ വിശ്വസിച്ചുകൊള്ളാൻ. ഇനിയിപ്പോ നിന്റെ ഊഴമാണ്. സ്ക്കൂൾ ഇവിടെയടുത്താണ്. ...ഞങ്ങൾ പോകട്ടെ.

ഡെൽഫി *അവരെ രണ്ടുപേരെയും നോക്കി ദീർഘശ്വാസം എടുക്കുന്നു. എന്നിട്ട് ചെറുതായി ചിരിച്ച് തലകുലുക്കുന്നു.*

ഡെൽഫി

എന്നാ ഇനി നിൽക്കണ്ട. പൊയ്ക്കോളു. വളരെക്കുറച്ചുപേർക്ക് മാത്രം കിട്ടിയിട്ടുള്ള അവസരമാണ് നിങ്ങൾക്കിന്ന് കിട്ടുവാൻപോകുന്നത് - നിങ്ങൾക്ക് ചരിത്രം തിരുത്തുവാനുള്ള ഒരവസരമാണിത് -സമയത്തെതന്നെ മാറ്റുവാനുള്ളയൊരു അവസരം. അതിലൊക്കെയുപരി ഒരു പാവം വൃദ്ധന് തന്റെ മകനെ തിരികെ കൊടുക്കുവാനുള്ള ഒരവസരമാണ് നിങ്ങൾക്ക് കിട്ടിയിരിക്കുന്നത്. അത് നന്നായി വിനിയോഗിക്കണം.

അവൾ പുഞ്ചിരിച്ചുകൊണ്ട് ആൽബസിനെ നോക്കുന്നു. കുനിഞ്ഞവന്റെ ഇരു കവിളുകളിലും ഉമ്മവയ്ക്കുന്നു.

അവൾ കാട്ടിലേയ്ക്ക് നടന്നകലുന്നു. ആൽബസ് അവൾ പോകുന്നത് നോക്കിനിൽക്കുന്നു.

സ്കോർപിയസ്

കണ്ടോ അവൾ എനിക്ക് ഉമ്മ തന്നില്ല - നീ ശ്രദ്ധിച്ചോ? (അവൻ തന്റെ സുഹൃത്തിനെ നോക്കുന്നു) എന്തുപറ്റി? നിനക്ക് കുഴപ്പമൊന്നുമില്ലല്ലോ അല്ലേ? നീയാകെ വിളറിവെളുത്തിരിക്കുന്നു. ചുവന്നും. ഒരേ സമയം വിളറിയും ചുവന്നും.

ആൽബസ്

വാ, നമ്മുക്കിത് ചെയ്യാം.

അങ്കം രണ്ട് രംഗം അഞ്ച്

വിലക്കപ്പെട്ട വനം

കാണാതായ കുട്ടികളെ തിരഞ്ഞ് മരങ്ങൾക്കിടയിലൂടെ നടക്കുന്ന ആളുകൾ. അവർ ഓരോ അടി വയ്ക്കുന്നതനുസരിച്ച് ആ കാട് കൂടുതൽ വലുതും, നിബിടവുമായിക്കൊണ്ടിരിക്കുന്നത് പോലെ. മാറ്റാളുകൾ മായുന്നു, അരങ്ങത്ത് ഹാരി മാത്രമാകുന്നു..

അവൻ എന്തോ അനക്കം കേട്ട് തന്റെ വലത്തുവശത്തേയ്ക്ക് തിരിഞ്ഞുനോക്കുന്നു..

ഹാരി

ആൽബസ്? സ്കോർപിയസ്? ആൽബസ്?

അത് കുളമ്പടി ശബ്ദമായിരുന്നു. ഹാരി ഭയചകിതനാകുന്നു. ആ ശബ്ദം എവിടെ നിന്നാണ് കേൾക്കുന്നതെന്ന് ഹാരി ചെവിയോർക്കുന്നു. പെട്ടന്ന് ബെയിൻ അരങ്ങത്ത് വെളിച്ചത്തിലേയ്ക്ക് വരുന്നു. വലിയൊരു സെന്റോർ ആണ് ബെയിൻ.

ബെയിൻ

ഹാരി പോട്ടർ.

ഹാരി

ഓ... നിനക്കിപ്പോളും എന്നെ ഓർമ്മയുണ്ടോ ബെയിൻ?

ബെയിൻ

നീ ഒരുപാട് വളർന്നിരിക്കുന്നു ഹാരി!

ഹാരി

ശരിയാ, പ്രായമായി.

ബെയിൻ

പക്ഷേ ഒട്ടും സാമാന്യമര്യാദയില്ല. എന്തിനാണ് ഞങ്ങളുടെ സ്ഥലത്ത് നീ അതിക്രമിച്ച് കയറിയത്.

ഹാരി

ഞാനെപ്പോഴും സെന്റോറുകളുടെ സ്വകാര്യതയെ മാനിക്കുന്നവനാണ്. നമ്മൾ ശത്രുക്കളല്ല ബെയിൻ. ഹോഗ്വാർട്ട്സ് യുദ്ധത്തിൽ ഞങ്ങൾക്കൊപ്പം നിങ്ങളും ധീരമായി പൊരുതിയതല്ലേ... മാത്രമല്ല ഞാൻ നിനക്കൊപ്പം നിന്നാണ് പൊരുതിയതും.

ബെയിൻ

ഞാനെന്റെ ഭാഗം ചെയ്തെന്നേയുള്ളു. പക്ഷേ അത് നിനക്ക് വേണ്ടിയായിരുന്നില്ല. എന്റെ വർഗത്തിനുവേണ്ടിയായിരുന്നു. യുദ്ധത്തിന് ശേഷം ഈ കാട് സെന്റോറുകൾക്കായി മാറ്റിവയ്ക്കപ്പെട്ടതാണ്. ഞങ്ങളുടെ അനുവാദമില്ലാതെ ഞങ്ങളുടെ സ്ഥലത്ത് നീ പ്രവേശിച്ചിട്ടുണ്ടെങ്കിൽ നീ ഞങ്ങളുടെ ശത്രു തന്നെയാണ്.

ഹാരി

എന്റെ മകനെ കാണാനില്ല. അവനെ കണ്ടുപിടിക്കുവാൻ ദയവായി നിങ്ങളും എന്നെ സഹായിക്കണം.

ബെയിൻ

അവൻ ഇവിടുണ്ടെന്നോ? ഞങ്ങളുടെയീ കാട്ടിൽ?

ഹാരി

ഉണ്ട്.

ബെയിൻ

അപ്പോൾ അവനും നിന്നെപ്പോലെ തന്നെ ബുദ്ധിശൂന്യനാണെന്ന് ചുരുക്കം.

ഹാരി

ബെയിൻ, നിനക്കെന്നെ സഹായിക്കുവാൻ കഴിയുമോ?

നിശബ്ദത. ബെയിൻ ഹാരിയെ *രാജകീയ ഭാവത്തിൽ നോക്കുന്നു.*

ബെയിൻ

എനിക്കറിയാവുന്ന ഒരു കാര്യം ഞാൻ നിന്നോട് പറയാം... പക്ഷേ നിനക്കുവേണ്ടിയല്ല, അതും എന്റെ വർഗത്തിനുവേണ്ടി തന്നെയാണ്... ഞങ്ങൾക്ക് ഒരു യുദ്ധം കൂടിയുണ്ടാകുന്നതിനോട് ഒരു താൽപര്യവുമില്ല.

ഹാരി

ഞങ്ങൾക്കുമില്ല. എന്താ നിനക്കറിയാവുന്നത്?

ബെയിൻ

ഞാൻ നിന്റെ മകനെ കണ്ടിട്ടുണ്ട് ഹാരി പോട്ടർ. എവിടെയെന്നോ? നക്ഷത്രങ്ങൾക്കിടയില്.

ഹാരി

എന്താ നീയി പറയുന്നത്? നീയവനെ നക്ഷത്രങ്ങൾക്കിടയിൽ കണ്ടിട്ടുണ്ടെന്നോ?

ബെയിൻ

അതെ. അവനിപ്പോൾ എവിടെയുണ്ടെന്നും, എവിടെ ചെന്നാൽ നിങ്ങൾക്കവനെ കണ്ടുപിടിക്കാൻ പറ്റുമെന്നും എനിക്ക് പറയുവാൻ കഴിയും.

ഹാരി

പക്ഷേ നീയെന്തോ കണ്ടെന്നല്ലേ പറഞ്ഞത്? നിനക്ക് ഭാവികാലാം ദർശനം കിട്ടിയല്ലേ?

ബെയിൻ

നിന്റെ മകന്റെ ചുറ്റും കരിമേഘമായിരുന്നു, അപകടകരമായ, കറുത്ത മേഘം.

ഹാരി

ആൽബസിന് ചുറ്റുമോ?

ബെയിൻ

നമ്മളെയെല്ലാം അപകടത്തിലാക്കുവാൻ പോന്നയൊരു കറുത്ത മേഘം. നീ നിന്റെ മകനെ കണ്ടെത്തുകതന്നെ ചെയ്യും ഹാരി പോട്ടർ. പക്ഷേ വീണ്ടും നിനക്കവനെ നഷ്ടപ്പെടും, എന്നന്നേയ്ക്കുമായി.

അവൻ കുതിരയുടെ കരച്ചിൽ പോലെയൊരു ശബ്ദം പുറപ്പെടുവിച്ചുകൊണ്ട് അവിടെനിന്ന് പോകുന്നു. പരിഭ്രാന്തനായ ഹാരി മാത്രമാകുന്നവിടെ. ഹാരി വീണ്ടുമവരെ കൂടുതൽ തീക്ഷണതയിൽ അന്വേഷിക്കുവാൻ തുടങ്ങുന്നു.

ഹാരി

ആൽബസ്! ആൽബസ്!

അങ്കം രണ്ട് രംഗം ആറ്
വിലക്കപ്പെട്ട വനത്തിന്റെ അറ്റം

സ്ക്കോർപിയസും ആൽബസും കാടിന്റെ മറ്റൊരറ്റത്ത് എത്തിയിരിക്കുന്നു. മരങ്ങൾക്കിടയിൽ ഒരു വിടവ് കാണാം. അതിലൂടെ പ്രകാശം കടന്നുവരുന്നുണ്ട്...

സ്ക്കോർപിയസ്

അതാ...

സ്ക്കോർപിയസ് പറഞ്ഞ ദിക്കിലേയ്ക്ക് ആൽബസ് നോകുന്നു. അയാൾ ആശ്വാസ സൂചകമായി ദീർഘനിശ്വാസമെടുക്കുന്നു.

ആൽബസ്

ഹോഗ്വാർട്ട്സ്. ഇവിടുന്നു നോക്കിയാൽ, ഹോഗ്വാർട്ട്സ് കാണുവാൻ ഇങ്ങനെയാണല്ലെ!

സ്ക്കോർപിയസ്

ഇപ്പോഴും കാണുമ്പോളൊരു തരിപ്പ്. നിനക്കോ?

മരങ്ങൾക്കിടയിലൂടെ ഹോഗ്വാർട്ട്സ് കാണാം. എണ്ണമറ്റ ഗോപുരങ്ങളുടെയും, കെട്ടിടങ്ങളുടെയുമൊരു സമുച്ചയം.

ഹോഗ്വാർട്ട്സിനെപറ്റി കേട്ടയന്നുമുതൽ എങ്ങനെയെങ്കിലും ഇവിടെയെത്തിയാൽ മതിയെന്നായിരുന്നു എനിക്ക്. അച്ഛനും ഇവിടം അത്ര ഇഷ്ട്ടമല്ലായിരുന്നു. എങ്കിലും അച്ഛൻ പറഞ്ഞ കഥകളിലെ ഹോഗ്വാർട്ട്സ് എനിക്ക് വല്യ ഇഷ്ട്ടമായിരുന്നു. പത്ത് വയസുള്ളപ്പോൾ മുതൽ, ഉറക്കമെണീറ്റാൽ ഞാനാദ്യം ചെയ്തിരുന്നത് ഡെയിലി പ്രോഫറ്റ് നോക്കുകയായിരുന്നു. എന്തിനാണെന്നോ? ഹോഗ്വാർട്ട്സിന് എന്തെങ്കിലും സംഭവിച്ചുകാണുമോയെന്ന് എപ്പോളും എനിക്ക് ഭയമായിരുന്നു. എനിക്കിവിടെ വരുവാൻ പറ്റിയില്ലെങ്കിലോ എന്ന ഭയമായിരുന്നു എനിക്ക്.

ആൽബസ്

എന്നിട്ട് നീയിവിടെയെത്തിയപ്പോളോ.. മതിയായല്ലോ.

സ്ക്കോർപ്പിയസ്

ഏയ്... അത്ര കുഴപ്പമൊന്നുമില്ല.

ആൽബസ് തന്റെ സുഹൃത്തിനെ ഞെട്ടലോടെ നോക്കുന്നു

ഞാനാകെ ആഗ്രഹിച്ചിരുന്നത് ഇവിടെ വരുവാൻ കഴിയണമെന്നും, ഹാരി പോട്ടറിനെ പോലെയൊരു സുഹൃത്തിനെ കിട്ടണമെന്നുമായിരുന്നു. എന്തൊക്കെയായാലും ഞാനെന്ത് ഭാഗ്യവാനാണല്ലേ. എനിക്ക് അദ്ദേഹത്തിന്റെ മകനെ തന്നെ ഉറ്റമിത്രമായി കിട്ടി.

ആൽബസ്

പക്ഷേ ഞാനെന്റെ അച്ഛനെ പോലയേയല്ലല്ലോ.

സ്ക്കോർപ്പിയസ്

അതിലും നല്ലതാണ്..ആൽബസ് നീയെന്റെ ഉറ്റമിത്രമാണ്. നമ്മളിപ്പോൾ ചെയ്യുന്നത് ചെയ്യുവാനൊട്ടും പാടില്ലാത്ത കാര്യമാണ്. എനിക്കിത്തിരി പേടിയുണ്ടെന്ന് തുറന്ന് സമ്മതിക്കുന്നതിൽ എനിക്ക് മടിയൊന്നുമില്ല.

ആൽബസ് സ്ക്കോർപ്പിയസിനെ നോക്കി പുഞ്ചിരിക്കുന്നു.

ആൽബസ്

നീയെന്റെയും ഉറ്റമിത്രമാണ്. പേടിക്കേണ്ട - എനിക്കിത് നന്നായി പര്യവസാനിക്കുമെന്നാ തോന്നുന്നത്.

റോണിന്റെ ശബ്ദം കേൾക്കുവാൻ തുടങ്ങുന്നു. അവൻ അടുത്തുതന്നെയുണ്ടെന്ന് വ്യക്തമാണ്.

റോൺ

ആൽബസ്! ആൽബസ്!

ആൽബസ് ഭയന്ന് നോക്കുന്നു.

ആൽബസ്

പെട്ടെന്നിവിടുന്ന് പോകണം - വേഗം വാ

ആൽബസ് സ്ക്കോർപ്പിയസിന്റെ കയ്യിൽനിന്നും സമയസഞ്ചാരി യന്ത്രം മേടിക്കുന്നു. അവനതിൽ മുറുക്കെ ഞെക്കുമ്പോൾ അത് കയ്യിലിരുന്ന് വിറയ്ക്കുവാൻ തുടങ്ങുന്നു. പെട്ടന്നത് പൊട്ടിത്തെറിച്ചൊരു കൊടുങ്കാറ്റുണ്ടാക്കുന്നു.

അതോടുകൂടി അരങ്ങ് മാറിമറയാൻ തുടങ്ങി. അവിടെയാകെ കണ്ണഞ്ചിപ്പിക്കുന്ന പ്രകാശം നിറയുന്നു. ഭയങ്കര ശബ്ദം! സമയം നിൽക്കുന്നു.. സൂചി പിന്നോട്ട് കറങ്ങുവാൻ തുടങ്ങി..ആദ്യം പതുക്കെ... പിന്നെ കറക്കം അതിവേഗത്തിലാകുന്നു.

അങ്കം രണ്ട് രംഗം ഏഴ്

ട്രൈവിസാർഡ് ടൂർണമെന്റ്, വിലക്കപ്പെട്ട വനത്തിന്റെ ഒരറ്റം, 1994

ആൽബസിനെയും സ്ക്കോർപിയസിനെയും എതിരേൽക്കുവാൻ എന്ന് തോന്നിക്കുന്ന വിധത്തിൽ ആളുകളുടെ ആർപ്പുവിളി ശബ്ദം കേൾക്കുന്നു.

സൊണോറസ് മന്ത്രമുപയോഗിച്ച് തന്റെ ശബ്ദം പതിൻമടങ്ങ് വർദ്ധിപ്പിച്ചുകൊണ്ട് അരങ്ങിൽ നിൽക്കുകയാണ് ലോകത്തിലെ ഏറ്റവും കേമനായ കലാകാരൻ, കയ്യിൽ ഒരു പന്തുണ്ട്.

ലുഡോ ബാഗ്മാൻ

മാന്യമഹാജനങ്ങളെ, ഇതാ ഇന്നിവിടെ ആരംഭിക്കുവാൻ പോകുകയാണ് നിങ്ങളെല്ലാം കാത്തിരുന്ന ട്രൈവിസാർഡ് ടൂർണമെന്റ്.

കരഘോഷം ഉച്ചത്തിലാകുന്നു.

ഹോഗ്വാർട്ട്സിൽ നിന്നുമുള്ളവർ ഉറക്കെ കയ്യടിക്കൂ..

ഉച്ചത്തിലുള്ള കയ്യടി.

ഡംസ്ട്രാങ്ങിൽ നിന്നുമുള്ളവർ കയ്യടിക്കൂ..

വീണ്ടും ഉച്ചത്തിൽ കയ്യടി.

ഇനി ബോബാറ്റണിൽ നിന്നുള്ളവർ കയ്യടിക്കൂ..

വളരെ ശോഷിച്ച ഘരഘോഷം.

ഫ്രാൻസിൽ നിന്നുള്ളവർക്ക് അത്ര ആവേശം പോര.

സ്ക്കോർപിയസ് *(ചിരിയ്ക്കുന്നു)*

അതാണ് ലുഡോ ബാഗ്മാൻ.

ലുഡോ ബാഗ്മാൻ

മാന്യരെ... അടുത്തതായി ഞാൻ നിങ്ങൾക്ക് മുമ്പിൽ അവതരിപ്പിക്കുന്നു, ഈ ടൂർണമെന്റിന്റെ ജീവനും ശ്വാസവുമായ ആ മൂന്ന് ചാമ്പ്യന്മാരെ.. ഡംസ്ട്രാങ്ങിനെ

പ്രതിനിധീകരിച്ചിതാ എത്തുന്നു...വിക്ടർ ക്രാസി ക്രം. ആഹാ..എത്ര നല്ല പുരികങ്ങൾ..എന്തൊരു ആകാരം.. എത്ര നല്ല കുട്ടി...

സ്ക്കോർപിയസും ആൽബസും *(പൂർണമായും ഡംസ്ട്രാങ്ങിലെ കുട്ടികളായി അഭിനയിച്ച് തുടങ്ങിയിരിക്കുന്നവർ)*
ക്രാസി ക്രം ...ക്രാസി ക്രം.

ലുഡോ ബാഗ്മാൻ
ബോബാറ്റൺ അക്കാദമിയിൽ നിന്നിതാ വരുന്നു- സൂട്ട് അലോർസ്, ഫ്ലയർ ഡെലക്കോർ!

വളരെ ശാന്തമായ കയ്യടി.

ഹോഗ്വാർട്ട്സിൽ നിന്നും.. ഒന്നല്ല രണ്ട് കുട്ടികൾ! ആ പേര് കേൾക്കുമ്പോള് നമ്മുടെയെല്ലാം രക്തം തിളക്കും, സെഡ്രിക്ക് ഡിഗറി.

ആൾക്കൂട്ടം ആവേശം കൊള്ളുന്നു.

അടുത്തയാൾ... നമുക്കെല്ലാവർക്കും സുപരിചിതനാണവൻ. എല്ലാത്തിനെയും അതിജീവിച്ച കുട്ടി... നമ്മളെയൊക്കെ തുടർച്ചയായി അത്ഭുതപ്പെടുത്തികൊണ്ടിരിക്കുന്ന കുട്ടി.

ആൽബസ്
അതെന്റെ അച്ഛനാണ്.

ലുഡോ ബഗ്മാൻ
അതെ, ഹാരി പോട്ടർ...

കരഘോഷം മുഴങ്ങുന്നു. ആൾക്കൂട്ടത്തിന്റെ ഒരു മൂലക്കിരിപ്പുറച്ചിരിപ്പിക്കുന്ന ഒരു പെൺകുട്ടി അത്യാവേശത്തോടെ കൈകൊട്ടുന്നു. അത് കൊച്ചു ഹെർമയോണിയാണ് (റോസിനെ അവതരിപ്പിക്കുന്ന കുട്ടി തന്നെയാണ് ഈ വേഷവും ചെയ്യുന്നത്). സെഡ്രിക്കിന്റെ പേര് പറഞ്ഞപ്പോളുണ്ടായ അത്രയും ആവേശം ഹാരിയുടെ പേര് പറഞ്ഞപ്പോൾ ഇല്ലായിരുന്നുവെന്നത് വ്യക്തമാണ്.)

ആദ്യത്തെ ഇനം തുടങ്ങുവാൻ പോകുകയാണ്. ദയവായി നിശബ്ദത പാലിക്കുക. ആദ്യത്തെ മത്സരമിതാണ്... ഡ്രാഗണിന്റെ കൂട്ടിൽനിന്നും സ്വർണ്ണ മുട്ട കൈക്കലാക്കുക. ഇതാ സുഹൃത്തുക്കളെ നിങ്ങൾക്കുമുമ്പിൽ അവതരിപ്പിക്കുന്നു, ഡ്രാഗണുകളെയും അവയുടെ പരിപാലകൻ ചാർലി വീസ്ലിയേയും.

വീണ്ടും ഹർഷാരവം.

കൊച്ചു ഹെർമയോണി
നീയെന്തിനാ ഇത്ര ചേർന്നുനിൽക്കുന്നത്! കുറച്ച് മാറിനിന്നിരുന്നെങ്കിൽ നന്നായിരുന്നേനെ.

സ്ക്കോർപിയസ്

റോസ്? നീയെന്താ ഇവിടെ?

കൊച്ചു ഹെർമയോണി

റോസോ? ആരാ റോസ്? അല്ല നീ ഡംസ്ട്രാങ്ങിലെ മറ്റുള്ളവരെപ്പോലെ അല്ലല്ലോ സംസാരിക്കുന്നത്!

ആൽബസ് *(മറ്റുള്ളവരെ പോലെ സംസാരിക്കുവാൻ ശ്രമിച്ചുകൊണ്ട്)*

ക്ഷമിക്കണം ഹെർമയോണി, ഇവന് ആളുമാറിപ്പോയതാ.

കൊച്ചു ഹെർമയോണി

എന്റെ പേരെങ്ങനെ നിനക്കറിയാം?

ലുഡോ ബാഗ്മാൻ

ഒട്ടും സമയം കളയാതെതന്നെ നമുക്കാരംഭിക്കാം. ഇതാ നിങ്ങൾക്കുള്ള ആദ്യ ചാമ്പ്യൻ - സ്വീഡിഷ് ഷോർട്ട് സ്നൌട്ടിനെ നോക്കിനിൽക്കുന്ന സെഡ്രിക്ക് ഡിഗറി!!

ഡ്രാഗൺന്റെ ശബ്ദം ഹെർമയോണിയുടെ ശ്രദ്ധവ്യതിചലിപ്പിക്കുന്നു.

സെഡ്രിക്ക് സ്റ്റേജിൽ കയറുന്നു. അവൻ തയ്യാറായിക്കഴിഞ്ഞു. മുഖത്ത് ചെറിയ പേടിയുണ്ട്, എങ്കിലും മത്സരത്തിന് തയ്യാറാണെന്ന് വ്യക്തം. ഡ്രാഗണിന്റെ ചലനം കണക്കാക്കി അവൻ അങ്ങോട്ടുമിങ്ങോട്ടും തെന്നിമാറുന്നു. പെൺകുട്ടികള് ഒറ്റക്കെട്ടായി വിളിച്ചുപറയുന്നു: 'ഞങ്ങളുടെ ഡിഗറിയ്ക്ക് ഒരു പോറൽപോലും ഏൽപ്പിച്ചേക്കല്ലേ ഡ്രാഗൺ.'

സ്ക്കോർപിയസ് *അസ്വസ്ഥനായി കാണപ്പെടുന്നു.*

സ്ക്കോർപിയസ്

ആൽബസ്, എന്തോ കുഴപ്പമുണ്ട്. സമയസഞ്ചാരി യന്ത്രം വിറയ്ക്കുന്നു.

സൂചി വീണ്ടും ചലിച്ചുതുടങ്ങി, അപകടമാം വിധം ശബ്ദം കൂടുന്നു.

ലുഡോ ബാഗ്മാൻ

അതാ സെഡ്രിക്ക് വലത്തേയ്ക്ക് ചാടുന്നു - ഇതാ ഇപ്പോൾ ഇടത്തേയ്ക്ക് - ഇനിയീ ധീരനായ ചെറുപ്പക്കാരന്റെ കയ്യിലെന്ത് വിദ്യയാണോ ഉള്ളത്-

ആൽബസ് *(തന്റെ മാന്ത്രികവടി നീട്ടുന്നു)*

എക്സ്പ്പെല്ലിയാർമസ്!

സെഡ്രിക്കിന്റെ *മാന്ത്രികവടി* ആൽബസിന്റെ *കയ്യിലെത്തുന്നു.*

ലുഡോ ബാഗ്മാൻ

ഓഹ്-എന്താണ് സംഭവിക്കുന്നത്? ഇത് എന്തെങ്കിലും ദുർമന്ത്രവാദമാണോ? അതോ മറ്റെന്തെങ്കിലും? സെഡ്രിക്ക് ഡിഗറി നിരായുധനായിരിക്കുന്നു-

സ്കോർപിയസ്

ആൽബസ്, ഈ സമയസഞ്ചാരി യന്ത്രത്തിന്... ഇതിനെന്തോ കുഴപ്പമുണ്ട്...

സമയസഞ്ചാരി യന്ത്രം പൂർവ്വാധികം ഉച്ചത്തിൽ ശബ്ദമുണ്ടാക്കുന്നു.

ലുഡോ ബാഗ്മാൻ

ഡിഗറിയ്ക്ക് പ്രതികൂലമായാണ് എല്ലാം സംഭവിക്കുന്നത്. ഡിഗറിയുടെ ഭാഗം ഇവിടെ അവസാനിച്ചിരിയ്ക്കുന്നുവെന്ന് തോന്നുന്നു.

സ്കോർപിയസ് ആൽബസിനെമുറുക്കെപ്പിടിയ്ക്കുന്നു.

സമയസഞ്ചാരി യന്ത്രത്തിന്റെ ശബ്ദം മൂർദ്ധന്യത്തിലെത്തുന്നു. കണ്ണഞ്ചിപ്പിക്കുന്ന പ്രകാശം. വീണ്ടും വർത്തമാനകാലത്തെത്തുന്നു, ആൽബസ് വേദനകൊണ്ട് പുളയുന്നു.

സ്കോർപിയസ്

ആൽബസ്! നിനക്ക് വേദനിക്കുന്നുണ്ടോ? ആൽബസ്...?

ആൽബസ്

എന്താ സംഭവിച്ചത്?

സ്കോർപിയസ്

എനിക്കറിയില്ല. ചിലപ്പോൾ ഇതിന് എന്തെങ്കിലും തരത്തിലുള്ള സമയപരിധിയുണ്ടാവും.

ആൽബസ്

നമ്മളേറ്റ കാര്യം നമുക്ക് ചെയ്യുവാൻ സാധിച്ചോ? എന്തെങ്കിലും മാറ്റം വരുത്തുവാൻ നമുക്ക് സാധിച്ചോ?

പെട്ടന്ന് അരങ്ങിന്റെ പലവശങ്ങളിൽനിന്നുമായി ഹാരിയും, റോണും (റോൺ വശങ്ങളിൽ നിന്നുമാണ് മുടിയിൽ വകുപ്പെടുത്തിരിക്കുന്നത്. പിന്നെ വൃത്തിയുള്ള വസ്ത്രങ്ങളുമാണ് ധരിച്ചിരിക്കുന്നത്), ജിന്നിയും, ഡ്രാക്കോയും പ്രവേശിക്കുന്നു. സ്കോർപിയസ് അവരെയെല്ലാം ഞെട്ടി നോക്കുന്നു, എന്നിട്ടാരും കാണാതെ സമയസഞ്ചാരിയന്ത്രം തന്റെ കീശയിൽ ഒളിപ്പിക്കുന്നു. ആൽബസ് അവരെ വികാരശൂന്യമായി നോക്കുന്നു - അവന് നല്ല വേദനയുണ്ടെന്ന് സ്പഷ്ടം.

റോൺ

ഞാൻ പറഞ്ഞതല്ലേ, ഞാനിവരെ കണ്ടുവെന്ന്.

സ്കോർപിയസ്

എന്താ സംഭവിച്ചതെന്ന് ഇപ്പോളറിയാം.

ആൽബസ്

എന്താ അച്ഛാ, എന്തെങ്കിലും പ്രശ്നമുണ്ടോ?

ഹാരി വിശ്വസിക്കാനാവാതെ തന്റെ മകനെ നോക്കുന്നു.

ഹാരി

ഉണ്ട് പ്രശ്നമുണ്ട്... നീ തന്നെ പറയ് എന്താണെന്ന്.

ആൽബസ് തറയിലേയ്ക്ക് തളർന്നുവീഴുന്നു. ഹാരിയും ജിന്നിയും അവന്റെയടുത്തേയ്ക്ക് കുതിയ്ക്കുന്നു.

അങ്കം രണ്ട് രംഗം എട്ട്

ഹോഗ്വാർട്ട്സ്, ആശുപത്രി മുറി

ആൽബസ് ആശുപത്രിക്കിടയ്ക്കയിൽ മയക്കത്തിലാണ്. അവന്റെയരികിൽ അസ്വസ്ഥനായി ഹാരിയിരിക്കുന്നു. അവർക്ക് മുകളിലായി, ചുവരിൽ ഒരു സ്വാത്തികനായ മനുഷ്യന്റെ രേഖാചിത്രം തൂക്കിയിട്ടിരിക്കുന്നു. ചിത്രത്തിലെ മനുഷ്യൻ അവരെ രണ്ടുപേരെയും നിരീക്ഷിക്കുകയാണ്. ഹാരി തന്റെ കണ്ണുകൾ തിരുമിയിട്ട്, എഴുന്നേറ്റ് മുറിയിലാകെ നടക്കുന്നു..

തന്റെ നടുവ് നിവർത്തിയിട്ട് നേരെ നിൽക്കുമ്പോൾ ചുവരിലെ രേഖാചിത്രത്തിൽ ഹാരിയുടെ കണ്ണുകളുടക്കുന്നു. ഹാരി ഞെട്ടുന്നു.

ഹാരി

പ്രൊഫസർ ഡംബൽഡോർ.

ഡംബൽഡോർ

ശുഭ സായാഹ്നം, ഹാരി.

ഹാരി

നിങ്ങളുടെ അഭാവം ഞാൻ നന്നായി അറിയുന്നുണ്ടായിരുന്നു. പുതിയ പ്രധാനദ്ധ്യാപികയുടെ മുറിയിൽ ചെല്ലുമ്പോളൊക്കെ ഞാൻ നോക്കാറുണ്ട്. പക്ഷേ, അപ്പോളൊക്കെ നിങ്ങളുടെ ചിത്രത്തിന്റെ ചട്ടക്കൂട് ശൂന്യമായിരുന്നു.

ഡംബൽഡോർ

ആ, അതുപിന്നെ എന്റെ മറ്റ് ചിത്രങ്ങളുടെ ചട്ടകൂടുകളിലേയ്ക്കും എനിക്ക് വല്ലപ്പോഴുമൊക്കെ പോകണ്ടേ. (*അദ്ദേഹം ആൽബസിനെ നോക്കുന്നു*). ഉടനെ സുഖം പ്രാപിക്കുമോ?

ഹാരി

ബോധം പോയിട്ടിപ്പോ ഇരുപത്തിനാല് മണിക്കൂറായി.. മാഡം പോംഫ്രി അവന്റെ കൈ ശരിയാക്കി. അവർ

ഒരു വിചിത്രമായ കാര്യം പറഞ്ഞു, അവന്റെ മുറിവ് ഇരുപത് വർഷങ്ങൾക്ക് മുമ്പുണ്ടായിട്ട്, കാലക്രമേണ തികച്ചും വിപരീത ദിശയിൽ ഉറച്ചതുപോലുണ്ടെന്ന്. അവർ പറഞ്ഞത് വേഗം സുഖം പ്രാപിക്കുമെന്നാ.

ഡംബൽഡോർ

ഹമ്, സ്വന്തം മകനെ ഈയവസ്ഥയിൽ കാണുവാൻ നല്ല ബുദ്ധിമുട്ടുണ്ടാവുമല്ലേ.

ഹാരി *തലയുയർത്തി* ഡംബൽഡോറിനെ നോക്കുന്നു. *പിന്നെ താഴേയ്ക്ക്* ആൽബസി*നെയും.*

ഹാരി

ഞാനിവന് താങ്കളുടെ പേര് നല്കിയപ്പോൾ താങ്കൾക്കെങ്ങനെ തോന്നിയെന്ന് ഞാനൊരിക്കലും ചോദിച്ചിട്ടില്ലല്ലേ, ഉണ്ടോ?

ഡംബൽഡോർ

സത്യം പറഞ്ഞാൽ, അത് ഈ പാവം കുട്ടിയുടെമേൽ വലിയൊരു ഭാരം വെച്ചതുപോലെയാണ്.

ഹാരി

എനിക്ക് താങ്കളുടെ സഹായം വേണം. താങ്കളുടെ ഉപദേശം വേണമൊരുകാര്യത്തിൽ. ബെയിൻ പറയുകയുണ്ടായി ആൽബസ് വലിയൊരു ആപത്തിൽ പെട്ടിരിക്കുകയാണെന്ന്. ഡംബൽഡോർ, ഞാനെങ്ങനെയാണ് എന്റെ മകനെ ആ വിപത്തിൽ നിന്ന് സംരക്ഷിക്കുക?

ഡംബൽഡോർ

ഒരു കുട്ടിയെ വിപത്തിൽ നിന്നെങ്ങനെ രക്ഷിക്കണമെന്ന് നീ നല്ലയാളോടുതന്നെയാണ് ചോദിച്ചത്. കുട്ടികളെ അപകടത്തിൽ നിന്ന് രക്ഷിക്കുക അസാധ്യമാണ് ഹാരി. വേദന വന്നേ തീരു, അത് വരുകയും ചെയ്യും.

ഹാരി

അപ്പോ... ഞാനത് കയ്യുംകെട്ടി നോക്കി നിൽക്കണമെന്നാണോ പറയുന്നത്?

ഡംബൽഡോർ

അല്ല. ജീവിതത്തെ എങ്ങനെ എതിരിടണമെന്ന് നീയവന് പഠിപ്പിച്ചു കൊടുക്കണം.

ഹാരി

എങ്ങനെ? അവനതിന് ഞാൻ പറയുന്നതൊന്നും കേൾക്കുവാൻകൂടി നിൽക്കില്ല.

ഡംബൽഡോർ

ചിലപ്പോൾ നീയവനെ നന്നായി മനസിലാക്കുവാൻ കാത്തിരിക്കുകയാകും അവൻ.

ഹാരി തന്റെ പുരികം ചുളിക്കുന്നു. താൻ കേട്ടത് മനസിലാക്കുവാൻ ശ്രമിക്കുകയാണ് അവൻ.

(വികാര തീവ്രതയിൽ) ഇങ്ങനെ, ആളുകൾ പറയുന്നത് കേൾക്കുവാൻ കഴിയുക എന്നത് എന്നെപ്പോലെയുള്ള രേഖാ ചിത്രങ്ങൾക്ക് ലഭിച്ചിട്ടുള്ള അനുഗ്രഹവും, അതേ സമയം ശാപവുമാണ്. സ്ക്കൂളിലും, മന്ത്രാലയത്തിലും ആളുകൾ പറയുന്നത് ഞാൻ കേൾക്കാറുണ്ട്.

ഹാരി

എന്ത് കിംവദന്തിയാണ് എന്നേയും എന്റെ മകനെയും പറ്റി പ്രചരിക്കുന്നത്?

ഡംബൾഡോർ

കിംവദന്തിയല്ല. നിങ്ങൾ രണ്ടുപേരും കലഹത്തിലാണെന്നുള്ള ആകുലത. അവന് നിന്നോട് ദേഷ്യമാണെന്നും മറ്റുമുള്ള കഥകൾ. ഞാൻ മനസിലാക്കിയത് നീ അവനോടുള്ള സ്നേഹംകൊണ്ട് അന്ധനായി തീർന്നിരിക്കുകയാണെന്നാണ്.

ഹാരി

അന്ധനോ?

ഡംബൾഡോർ

അവൻ എന്താണെന്ന് കാണുവാൻ ശ്രമിക്കണം ഹാരി നീ. അവനെ അലട്ടുന്നതെന്താണെന്ന് നീ കണ്ടുപിടിയ്ക്കണം.

ഹാരി

അപ്പോ, ഞാൻ അവനെ ഇതുവരെ ശരിക്കും മനസിലാക്കിയിട്ടില്ലെ? എന്താ എന്റെ മകനെ അലട്ടുന്നത് (അവൻ ആലോചിക്കുന്നു) അതോ ഞാൻ ചോദിക്കേണ്ടത് ആരാണ് അവനെ അലട്ടുന്നത് എന്നാണോ?

ആൽബസ് *(ഉറക്കത്തിൽ ഞരങ്ങുന്നു)*

അച്ഛാ...

ഹാരി

ഈ കറുത്ത മേഘം, അതൊരു വ്യക്തിയാണല്ലേ?

ഡംബൾഡോർ

എന്തായാലും, എന്റെ അഭിപ്രായത്തിന് ഇനിയെന്ത് വിലയാണ്? ഞാനൊരു രേഖാ ചിത്രം മാത്രമാണ് ഹാരി, ഒരു ഓർമ്മ മാത്രം. പിന്നെ ഇക്കാര്യത്തിൽ നിന്നെ ഉപദേശിക്കുവാൻ ഞാനൊരിക്കലും ഒരു അച്ഛനായിട്ടുമില്ല.

ഹാരി

എങ്കിലും എനിക്ക് താങ്കളുടെ ഉപദേശം വേണം.

ആൽബസ്

അച്ഛാ?

അങ്കം രണ്ട് രംഗം മൂന്ന്

ഹോഗ്വാർട്ട്സ്, പ്രധാനദ്ധ്യാപികയുടെ ഓഫീസ്

ഹാരിയും ജിന്നിയും പ്രൊഫസർ മക്ഗോണഗളിന്റെ മുറിയിൽ നിൽക്കുന്നു.

പ്രൊഫസർ മക്ഗോണകൾ

വിലക്കപ്പെട്ട വനത്തിൽ എവിടെയാണ് അവരെന്ന് കൃത്യമായി അറിയില്ലയല്ലേ?

ഹാരി

ഇല്ല. ഞാനൊരുപാട് നാളുകൂടിയാ ഇതുപോലുള്ള സ്വപ്നങ്ങൾ കാണുന്നത്. ആൽബസ് അവിടെയുണ്ടായിരുന്നു. എനിക്കറിയാം അവൻ അവിടെ തന്നെയുണ്ട്.

ജിന്നി

എത്രയും വേഗം നമുക്കവിടെ അന്വേഷണം തുടങ്ങണം.

പ്രൊഫസർ മക്ഗോണഗൾ

ഞാൻ നിങ്ങൾക്കൊപ്പം പ്രൊഫസർ ലോങ്ങ്ബോട്ടത്തിനെയും അയക്കാം - സസ്യജാലങ്ങളെപറ്റിയുള്ള അദേഹത്തിന്റെ അറിവ് ഒരുപക്ഷേ നിങ്ങൾക്ക് ഉപകാരപെട്ടേക്കാം - പിന്നെ -

പെട്ടന്ന് ചിമ്മിനിയിൽനിന്ന് എന്തോ ചെറിയ ശബ്ദം കേൾക്കുന്നു. പ്രൊഫസർ മക്ഗോണഗൾ അവിടേയ്ക്ക് ഉത്കണ്ഠയോടെ നോക്കുമ്പോൾ അവിടെ ഹെർമയോണി.

ഹെർമയോണി

ഞാൻ കേട്ടത് സത്യമാണോ? എനിക്ക് ചെയ്യുവാൻ കഴിയുന്നതായി എന്തെങ്കിലുമുണ്ടോ?

പ്രൊഫസർ മക്ഗോണഗൾ

മന്ത്രിയോ - ഇത് തീർത്തും അപ്രതീക്ഷിതമാണല്ലോ...

ഹാരി ആൽബസിനെ നോക്കുന്നു. തിരിഞ്ഞു ഡംബൾഡോറിനെ നോക്കിയപ്പോളേയ്ക്കും അദ്ദേഹം അവിടെ നിന്ന് പോയിരുന്നു.

ഹാരി

അയ്യോ, പോയോ?

ആൽബസ്

നമ്മൾ- നമ്മൾ ആശുപത്രി മുറിയിലാണോ?

ഹാരി *തിരിഞ്ഞ്* ആൽബസിനെ *ശ്രദ്ധിയ്ക്കുന്നു.*

ഹാരി *(ആശയക്കുഴപ്പത്തിലാകുന്നു)*

അതെ. നിനക്ക് കുഴപ്പമൊന്നുമില്ല.. നിന്നെ പൂർവ്വസ്ഥിതിയിലെത്തിയ്ക്കുവാൻ എന്ത് തരണമെന്ന് മാഡം പോംഫ്രിയ്ക്ക് അറിയില്ലായിരുന്നു. അവർ പറഞ്ഞത് നീ കുറേയധികം ചോക്ലേറ്റ് കഴിച്ചിട്ടുണ്ടായിരിക്കുമെന്നാ. എനിക്ക് നിന്നോടൊരു കാര്യം പറയുവാനുണ്ട്, എനിക്കറിയാം നിനക്കത് ഇഷ്ടമാകില്ലയെന്ന്. എന്നാലും എനിക്കത് പറയണം.

ആൽബസ് *തന്റെ അച്ഛനെ നോക്കുന്നു, എന്താവും അദ്ദേഹത്തിന് പറയുവാനുണ്ടാകുക?*

ആൽബസ്

കുഴപ്പമില്ല. പറഞ്ഞോളു.

ഹാരി *വലിയൊരു കഷ്ണം ചോക്ലേറ്റെടുത്ത് വായിലിടുന്നു.* ആൽബസ് *സംശയത്തോടെ തന്റെ അച്ഛനെ നോക്കുന്നു.*

മെച്ചമുണ്ടോ?

ഹാരി

ഉണ്ട്, നല്ല വ്യത്യാസമുണ്ട്.

അയാൾ തന്റെ മകന് നേർക്കും ചോക്ലേറ്റ് നീട്ടുന്നു. ആൽബസ് *ഒരു കഷ്ണമെടുക്കുന്നു. അച്ഛനും മകനുമൊരുമിച്ച് കഴിയ്ക്കുന്നു.*

നിന്റെ കൈക്കെങ്ങനെയുണ്ട്?

ആൽബസ് *തന്റെ കൈ മടക്കുവാൻ നോക്കുന്നു.*

ആൽബസ്

കുഴപ്പമൊന്നുമില്ല.

ഹാരി *(വളരെ മയത്തിൽ)*

നീയെവിടെ പോയതായിരുന്നു ആൽബസ്? നിന്നെ കാണാതായപ്പോൾ നിന്റെയമ്മയും ഞാനും എത്ര വിഷമിച്ചെന്നോ?

ആൽബസ് മുഖമുയർത്തി നോക്കുന്നു, ആവൻ വലിയൊരു നുണയനാണ്.

ആൽബസ്

ഞങ്ങൾക്ക് സ്ക്കൂളിൽ പോകണ്ടായിരുന്നു. ഞങ്ങൾ കരുതി മഗ്ഗിളുകളുടെയിടയിൽ ജീവിക്കാമെന്ന്. ആ തീരുമാനം തെറ്റായിപ്പോയെന്ന് തിരിച്ചറിഞ്ഞപ്പോൾ ഞങ്ങൾ ഹോഗ്വാർട്ട്സിലേയ്ക്ക് തിരികെ പോരുകയായിരുന്നു. അപ്പോളാണ് നിങ്ങൾ ഞങ്ങളെ കണ്ടുപിടിച്ചത്.

ഹാരി

അപ്പോൾ ഡംസ്ട്രാങ്ങിന്റെ മേലങ്കിയോ?

ആൽബസ്

അതുപിന്നെ... ഞങ്ങൾ - സ്ക്കോർപിയസും ഞാനും -

ഹാരി

നീയെന്തിനാണ് ഓടിപ്പോയത്? ഞാൻ കാരണമാണോ? ഞാങ്ങനെ പറഞ്ഞിട്ടാണോ?

ആൽബസ്

അറിയില്ല. ഹോഗ്വാർട്ട്സ് എനിക്ക് യോജിച്ച സ്ഥലമല്ല..

ഹാരി

സ്ക്കോർപിയസും ഓടിപ്പോകുവാൻ നിന്നെ പ്രോൽസാഹിപ്പിച്ചോ?

ആൽബസ്

സ്ക്കോർപിയസോ? എയ് ...ഇല്ല.

ഹാരി ആൽബസിനെ തന്നെ നോക്കുന്നു, ഗഹനമായി ചിന്തിയ്ക്കുന്നു.

ഹാരി

നീ, നീ സ്ക്കോർപിയസ് മാൽഫോയിയുമായുള്ള ചങ്ങാത്തമുപേക്ഷിക്കണം.

ആൽബസ്

എന്താ? എന്തുകൊണ്ട്?

ഹാരി

എനിക്കറിയില്ല നിങ്ങളെങ്ങനെ ചങ്ങാതികളായെന്ന്, ഏതായാലും ഇപ്പോൾ നിങ്ങൾ സുഹൃത്തുക്കളാണ്. പക്ഷേ ആ സൗഹൃദം നീയുപേക്ഷിക്കണം.

ആൽബസ്

എന്റെ ആത്മമിത്രമാണവൻ. എനിക്കുള്ള ഏക ചങ്ങാതി.

ഹാരി

അവൻ അപകടകാരിയാണ്.

ആൽബസ്

സ്ക്കോർപിയസോ? അച്ഛൻ അവനെ കണ്ടിട്ടുണ്ടോ? അച്ഛൻ ശരിയ്ക്കും വിശ്വസിക്കുന്നുണ്ടോ അവൻ വോൾഡമോർട്ടിന്റെ മകനാണെന്ന്?

ഹാരി

അവനാരാണെന്നൊന്നും എനിക്കറിയില്ല. പക്ഷേ ഒന്നറിയാം, നീയവനിൽ നിന്നകന്നുനിൽക്കണം. ബെയിൻ എന്നോട് പറഞ്ഞതാണ്-

ആൽബസ്

ബെയിനോ? അതാരാണ്?

ഹാരി

ഭാവി ദർശിക്കുവാൻ കഴിവുള്ളയൊരു സെന്റോർ. അവൻ പറഞ്ഞു നിന്റെ ചുറ്റുമൊരു കരിമേഘമുണ്ടെന്നും-

ആൽബസ്

കരിമേഘമോ?

ഹാരി

ദുർമന്ത്രവാദം വീണ്ടും തുടങ്ങിയിട്ടുണ്ടെന്ന് വിശ്വസിക്കുവാൻ ധാരാളം കാരണങ്ങളുണ്ടെനിക്ക്. എനിക്കതിൽ നിന്ന് നിന്നെ സംരക്ഷിക്കേണ്ടതുണ്ട്. അവനിൽ നിന്ന് നിന്നെ സംരക്ഷിക്കണം.. സ്കോർപിയസിൽ നിന്ന് രക്ഷിക്കണം.

ആൽബസ് ഒരു നിമിഷം മിണ്ടാതെയിരിക്കുന്നു, അവന്റെ മുഖം ഘനക്കുന്നു.

ആൽബസ്

ഇല്ലെങ്കിലോ? ഞാനവനിൽ നിന്ന് മാറിനിന്നില്ലയെങ്കിലോ?

ഹാരി *തന്റെ മകനെ നോക്കുന്നു.*

ഹാരി

ഒരു ഭൂപടമുണ്ട് ഞങ്ങളുടെ കൈവശം. നീയെപ്പോഴും ഞങ്ങളുടെ നിരീക്ഷണത്തിലായിരിക്കുവാൻ ഞങ്ങളത് ഉപയോഗിക്കുവാൻ പോകുകയാണ്. പ്രൊഫസർ മക്ഗോണഗൾ നിന്നെ ഓരോ നിമിഷവും നിരീക്ഷിച്ചുകൊണ്ടിരിയ്ക്കും. നിങ്ങളെയെപ്പോഴെങ്കിലും ഒരുമിച്ച് കാണുവാനിടയായാൽ, അവർ അവിടെ പറന്നെത്തിക്കൊള്ളും. സ്ക്കോർപിയസുള്ള ഒരു ക്ലാസിലും നീയിനിമുതൽ പോകരുത്. നീയിനിതൊട്ട് ഗ്രിഫിണ്ടോറിന്റെ ഹാളിൽ ഇരുന്നാൽ മതി.

ആൽബസ്

ഞാൻ സ്ലിതറിനാണ്! ഞാനെങ്ങനെയാ ഗ്രിഫിണ്ടോറിൽ പോയിരിക്കുന്നത്!

ഹാരി

കളിക്കല്ലേ ആൽബസ്. ഗ്രിഫിണ്ടോറിൽ ആണെന്ന് നിനക്ക് ഒട്ടും ഓർമയില്ലല്ലേ? നിന്നെ സ്കോർപിയസിന്റെ കൂടെ കണ്ടെന്നറിഞ്ഞാൽ തീർച്ചയായും ഞാനൊരു മന്ത്രം പ്രയോഗിക്കും. പിന്നെ നിന്റെയോരോ അനക്കവും സംഭാഷണവും എനിക്ക് നേരിട്ടറിയുവാൻ കഴിയും. അതുമാത്രമല്ല, അവന്റെ പിതൃത്വത്തെപറ്റി അന്വേഷിക്കുവാൻ ഞാൻ ആളുകളെ നിയോഗിക്കുകയും ചെയ്യും, കേട്ടോ.

ആൽബസ് *(കരയുവാൻ തുടങ്ങുന്നു)*

പക്ഷേ അച്ഛാ... അങ്ങനെ ചെയ്യരുത്... നിങ്ങൾക്ക്...

ഹാരി

ഇത്രയും കാലം ഞാൻ കരുതിയിരുന്നത് നിനക്കെന്നെ ഇഷ്ടമല്ലാത്തതുകൊണ്ട് എനിക്കൊരു നല്ല അച്ഛനാവാൻ കഴിഞ്ഞിട്ടില്ലയെന്നാ. ഇപ്പോളാണ് ഞാൻ തിരിച്ചറിയുന്നത് നിന്റെ ഇഷ്ടമല്ല അതിന് വേണ്ടിയതെന്ന്. ഞാൻ നിന്റെ അച്ഛനാണ്, നിന്നെക്കാളും ലോകം കണ്ടിട്ടുമുണ്ട്. അതുകൊണ്ടുതന്നെ നീയെന്നെ അനുസരിക്കണം. എനിക്കും വിഷമമുണ്ട്, പക്ഷെ ഇതല്ലാതെ വേറെ ഒരു മാർഗവും എന്റെ മുമ്പിലില്ല.

അങ്കം രണ്ട് രംഗം ഒമ്പത്

ഹോഗ്വാർട്ട്സ്, പടിക്കെട്ട്

ആൽബസ് അരങ്ങിന്റെ അറ്റംവരെ ഹാരിയെ പിന്തുടരുന്നു.

ആൽബസ്

ഞാൻ ഓടിപ്പോയാലോ?

ഹാരി

ആൽബസ്, മര്യാദയ്ക്ക് കട്ടിലിൽ പോയിക്കിടക്ക്.

ആൽബസ്

ഞാനിനിയും ഓടിപ്പോകും.

ഹാരി

ഇല്ല. നീ പോകില്ല.

ആൽബസ്

പോകും- കണ്ടോ ഇത്തവണ ഞാൻ ഉറപ്പുവരുത്തും റോൺ അങ്കിളിന് ഞങ്ങളെ കണ്ടുപിടിയ്ക്കുവാൻ കഴിയുകയില്ലയെന്ന്.

റോൺ

എന്നെപ്പറ്റി വലതും പറഞ്ഞായിരുന്നോ?

റോൺ ഒരു പടിക്കെട്ട് കയറുന്നു, മുടിയുടെ വകുപ്പിപ്പോൾ ആകെ അലങ്കോലമായിരിക്കുന്നു. മേലങ്കി ഒരൽപ്പം ചെറുതാണ്, അവന്റെ വസ്ത്രങ്ങൾ ആരും ശ്രദ്ധിയ്ക്കുന്നപോലെ വൃത്തിയുള്ളതാണ്.

ആൽബസ്

അങ്കിൾ റോൺ! ഡമ്പൾഡോറിന് നന്ദി. അങ്കിളിന്റെ തമാശകൾ എപ്പോളെങ്കിലും കേൾക്കണമെന്ന് തോന്നിയിട്ടുണ്ടെങ്കിൽ അതിപ്പോളാണ്...

റോൺ *സംശയിച്ച് നെറ്റിചുളിയ്ക്കുന്നു.*

റോൺ

തമാശയോ? എനിക്കൊരു തമാശയുമറിയില്ല.

ആൽബസ്

അങ്കിളിനറിയാം. തമാശക്കട നടത്തുന്നയാൾക്കെങ്ങനെ തമാശ അറിയാതിരിക്കും!

റോൺ *(തീർത്തും ചിന്താകുഴപ്പത്തിലാകുന്നു)*

തമാശക്കടയോ? എന്തായാലും എനിക്കുതന്നെ നിങ്ങളെ പിടിയ്ക്കുവാൻ പറ്റിയതിൽ സന്തോഷമുണ്ട്. നിനക്ക് കുറച്ച് മിഠായി കൊണ്ടുവരുവാനാണ് ഞാൻ കരുതിയത് - വേഗം സുഖം പ്രാപിക്കുക എന്നൊക്കെ എഴുതിയ - പക്ഷെ പത്മ ഇക്കാര്യത്തിലൊക്കെ എന്നെക്കാളും ചിന്തിയ്ക്കുന്ന ആളാണ്. അവളാണ് പറഞ്ഞത് നിനക്ക് സ്കൂളിലേയ്ക്കുപകാരമുള്ള എന്തെങ്കിലും മേടിക്കുവാൻ. ഞാൻ നിനക്കതുകൊണ്ട് ഈ തൂവൽ പേനകളാണ് വാങ്ങിയത്. നോക്ക് ഏറ്റവും കൂടിയ ഇനമാണ്.

ആൽബസ്

ആരാ പത്മ?

ഹാരി *ആൽബസിനെ നോക്കി നെറ്റിചുളിക്കുന്നു.*

ഹാരി

നിന്റെ ആന്റി.

ആൽബസ്

എനിക്ക് പത്മയെന്നൊരു ആന്റിയുണ്ടോ?

റോൺ

(ഹാരിയോട്) ഇവന്റെ തലയ്ക്കിട്ടാരെങ്കിലും ആശയക്കുഴപ്പമന്ത്രം പ്രയോഗിച്ചോ? (ആൽബസിനോട്) എന്റെ ഭാര്യ പത്മ. ഇപ്പോ ഓർമ്മ വന്നോ? അവന്റെ മുഖത്തോട് കുറച്ചുകൂടി ചേർന്നുകൊണ്ട്, റോണിനെ പുതിന മണക്കുന്നുണ്ട്. പത്മയേ.. പഞ്ചുവിന്റെ അമ്മ! (ഹാരിയോട്.) പഞ്ചു കാരണമാ ഞാൻ ഇന്നും വരേണ്ടിവന്നത്. അവൻ വീണ്ടും കുഴപ്പമുണ്ടാക്കി. ഞാൻ പറഞ്ഞതാ ഒരു കൂകിവിളിക്കത്തയച്ചാൽ മതിയെന്ന്. പക്ഷെ പത്മായ്ക്കൊരേ നിർബന്ധം, ഞാൻ നേരിട്ട് വരണമെന്ന്. എന്നിട്ടെന്താ അവനെന്റെ മുഖത്തുനോക്കി ചിരിയ്ക്കുക മാത്രം ചെയ്തു.

ആൽബസ്

പക്ഷെ... അങ്കിൾ കല്ല്യാണം കഴിച്ചിരിയ്ക്കുന്നത് ഹെർമയോണിയെ അല്ലേ?

റോണിനിതൊട്ടും പിടികിട്ടുന്നില്ല.

റോൺ

ഹെർമയോണിയേയോ? മെർലിന്റെ താടി. അല്ലല്ല.

ഹാരി

ഒന്നും പറയണ്ട, അവൻ തന്റെ ഹൗസ് ഗ്രിഫിണ്ടോറാണെന്നതു പോലും മറന്നുപോയിരിക്കുന്നു.

റോൺ

അയ്യോ പാവം പയ്യൻ, ടാ നീ ഗ്രിഫിണ്ടോർ തന്നെയാ കേട്ടോ!

ആൽബസ്

അതെങ്ങനെയാ ഞാൻ ഗ്രിഫിണ്ടോർ ആകുന്നത്?

റോൺ

നീ തരംതിരിക്കൽ തൊപ്പിയോട് അത്രമാത്രം കെഞ്ചിപറഞ്ഞു, നിനക്കോർമ്മയില്ലേ? പഞ്ചു നീയുമായി പന്തയം വെച്ചിരുന്നു നിനക്കൊരിക്കലും ഗ്രിഫിണ്ടോർ ആകുവാൻ കഴിയില്ലെന്ന്. അതുകൊണ്ട് നീ അവനെ തോൽപ്പിക്കാനായി ഗ്രിഫിണ്ടോറിൽ തന്നെയാവണമെന്ന് തീരുമാനമെടുത്തു. നിന്നെ കുറ്റംപറഞ്ഞിട്ട് കാര്യമില്ല, ആർക്കായാലും തോന്നിപ്പോകും ഇടയ്ക്കെങ്കിലും അവന്റെ മുഖത്തെ ചിരിയൊന്ന് മാഞ്ഞുകണ്ടിരുന്നെങ്കിൽ എന്ന്. (പേടിച്ച്) അയ്യോ ഞാനിങ്ങനെ പറഞ്ഞെന്ന് പത്മയോട് പറഞ്ഞേക്കല്ലേ.

അൽബസ്

പഞ്ചു ആരാ?

റോണും ഹാരിയും ആൽബസിനെ തുറിച്ചുനോക്കുന്നു.

റോൺ

ഈശ്വരാ, നിനക്ക് ശരിയിക്കും ബോധമില്ലല്ലേ? എന്തായാലും ഞാൻ പോട്ടെ, ഇല്ലെങ്കിൽ എനിക്കിപ്പോ കിട്ടും ഒരു കൂകിവിളിക്കത്ത്.

അവനാകെ സംഭ്രമത്തിലാണ്, ധൈര്യമൊക്കെ ചോർന്നുപോയിരിക്കുന്നു.

ആൽബസ്

ഇതൊന്നും എനിക്ക് മനസിലാകുന്നില്ല.

ഹാരി

നീയെന്തൊക്കെ സൂത്രമെടുത്താലും ഞാൻ പറഞ്ഞതിലൊന്നും ഒരു മാറ്റവും ഉണ്ടാവാൻ പോകുന്നില്ല.

ആൽബസ്

അച്ഛാ, അച്ഛൻ ഈ രണ്ടിലൊന്ന് തിരഞ്ഞെടുത്തേ തീരു. ഒന്നുകിൽ എന്നെ-

ഹാരി

ഇല്ല അൽബസ്. അതൊന്നും ഇനി നടക്കില്ല. മര്യാദയ്ക്ക് ഞാൻ പറഞ്ഞത് അനുസരിച്ചോ. ഇല്ലെങ്കിൽ നീ കൂടുതൽ പ്രശ്നങ്ങളിൽ ചെന്നുചാടും.

പടിക്കെട്ടിൽ സ്കോർപിയസ് പ്രത്യക്ഷപ്പെടുന്നു. ആൽബസിനെ കണ്ട് അവന്റെ മുഖം വിടരുന്നു.

സ്കോർപിയസ്

ആൽബസ്? നിനക്കെങ്ങനെയുണ്ട്?

അവർ പോകുവാൻ തയ്യാറായി നില്ക്കുന്നു.

ഹാരി

അവന് ഒരു കുഴപ്പവുമില്ല. എന്നാ നീ പൊയ്ക്കോളു, ഞങ്ങൾ പോകാനിറങ്ങുകയാ.

ആൽബസ് സ്കോർപിയസിനെ നോക്കുന്നു, അവന്റെ ഹൃദയം നുറുങ്ങുന്നു. അവൻ അച്ഛന്റെയൊപ്പം നടക്കുവാൻ തുടങ്ങുന്നു.

സ്കോർപിയസ്

എന്താ സംഭവിക്കുന്നത്? നീ എന്നോട് ദേഷ്യത്തിലാണോ?

ആൽബസ് നടത്തം നിർത്തി സ്കോർപിയസിനെ നോക്കുന്നു.

ആൽബസ്

നമ്മൾ വിചാരിച്ചത് നടന്നോ? എന്തെങ്കിലും?

സ്കോർപിയസ്

ഇല്ല... പക്ഷേ, ആൽബസ്-

ഹാരി

ആൽബസ്. നീയീ പറയുന്നത് എന്തുതന്നെയാണെങ്കിലും മര്യാദയ്ക്ക് നിറുത്തുന്നതാ നിനക്ക് നല്ലത്. ഇനി ഒരിക്കൽക്കൂടി ഞാനിത് പറയില്ല. കേട്ടല്ലോ.

അൽബസ് തന്റെ അച്ഛനും കൂട്ടുകാരനുമിടയിൽ പിച്ചിചീന്തപ്പെടുന്നു.

ആൽബസ്

എനിക്കിനി കഴിയില്ല?

സ്കോർപിയസ്

നിനക്കെന്ത് കഴിയില്ലായെന്ന്?

ആൽബസ്

അത്- നമ്മൾ പിരിയുന്നതാ നമ്മുക്ക് രണ്ടിനും നല്ലത്, സ്കോർപിയസ്.

ആൽബസ് *നടന്നുനീങ്ങുന്നത് തകർന്ന ഹൃദയവുമായി* സ്കോർപിയസ് *നോക്കിനില്ക്കുന്നു.*

അങ്കം രണ്ട് രംഗം പത്ത്

ഹോഗ്വാർട്ട്സ്, പ്രധാനദ്ധ്യാപികയുടെ ഓഫീസ്

അസന്തുഷ്ടയായ മക്ഗോണഗളും, എന്തോ തീരുമാനിച്ചുറപ്പിച്ച ഭാവത്തിൽ ഹാരിയും, എന്ത് ചെയ്യണമെന്നറിയാതെ ഇരിയ്ക്കുന്ന ജിന്നിയും.

പ്രൊഫസർ മക്ഗോണഗൾ

ഇത്തരം ആവശ്യങ്ങൾക്കുവേണ്ടിയാണ് മാറോഡർ ഭൂപടം കണ്ടുപിടിയ്ക്കപ്പെട്ടതെന്ന് എനിക്ക് തോന്നുന്നില്ല, ഹാരി.

ഹാരി

അവരെ ഒരുമിച്ചുകണ്ടാൽ, നിങ്ങളൊട്ടും സമയം കളയാതെ അവിടെയെത്തി, അവരെ തമ്മിൽ പിരിക്കണം.

പ്രൊഫസർ മക്ഗോണഗൾ

ഹാരി, നിനക്കുറപ്പാണോ ഇത് ശരിയായ തീരുമാനമാണെന്? എനിക്കറിയാം സെന്റോറുകളുടെ ജ്ഞാനം എത്രമടങ്ങാണെന്ന്. എങ്കിലും ബെയിൻ, അവൻ വളരെ ദേഷ്യക്കാരനായ സേന്റോറാണ്. അവൻ അവനിഷ്ടമുള്ള രീതിയിൽ കാര്യങ്ങൾ വളച്ചൊടിച്ച് നിന്നോട് പറഞ്ഞതാണെങ്കിലോ!

ഹാരി

എനിക്ക് ബെയിനെ വിശ്വാസമാണ്. ആൽബസും സ്കോർപിയസും തമ്മിൽ പിരിഞ്ഞിരുന്നേ തീരു, അതാണ് അവനും മറ്റുള്ളവർക്കും നല്ലത്.

ജിന്നി

ഹാരി എന്താണ് ഉദ്ദേശിക്കുന്നതെന്നുവെച്ചാൽ...

ഹാരി *(തീർത്തുപറയുന്നു)*

പ്രൊഫസറിന് അറിയാം ഞാനെന്താ ഉദ്ദേശിക്കുന്നതെന്ന്.

തന്നോടങ്ങനെ സംസാരിച്ചതിൽ ആശ്ചര്യപ്പെട്ട് ജിന്നി ഹാരിയെ നോക്കുന്നു.

പ്രൊഫസർ മക്ഗോണഗൾ

ആൽബസിനെ ഈ രാജ്യത്തുള്ള പേരുകേട്ട എല്ലാ മാന്ത്രികരും പരിശോധിച്ചതാണ്. അവർക്കൊന്നും അവന്റെ മേൽ എന്തെങ്കിലും ശാപമോ മറ്റോ ഉള്ളതായി കണ്ടുപിടിയ്ക്കുവാൻ കഴിഞ്ഞിട്ടില്ല.

ഹാരി

ഡംബൾഡോർ, ഡംബൾഡോർ പറഞ്ഞു -

പ്രൊഫസർ മക്ഗോണഗൾ

എന്താ?

ഹാരി

അദ്ദേഹത്തിന്റെ ഛായാചിത്രം. ഞങ്ങൾ തമ്മിൽ സംസാരിക്കുകയുണ്ടായി. അദ്ദേഹം ചില കാര്യങ്ങൾ പറഞ്ഞു. അതിൽ കാര്യമുണ്ടെന്നാണ് എനിക്ക് തോന്നുന്നത്.

പ്രൊഫസർ മക്ഗോണഗൾ

ഡംബൾഡോർ എന്നേ മരിച്ചതാണ്, ഹാരി. ഞാൻ മുമ്പും നിന്നോട് പറഞ്ഞിട്ടുണ്ട്, ഛായാചിത്രങ്ങൾ ചിത്രങ്ങൾ മാത്രമാണ്. അതിനെ ആ വ്യക്തിയായി കരുതരുതെന്ന്.

ഹാരി

അദ്ദേഹം പറഞ്ഞു അവനോടുള്ള സ്നേഹം എന്നെ അന്ധനാക്കി തിർത്തിരിക്കുകയാണെന്ന്.

പ്രൊഫസർ മക്ഗോണഗൾ

പ്രധാനദ്ധ്യാപകരുടെ ഛായാചിത്രങ്ങൾ സ്ഥാപിക്കുന്നത് അവരുടെ ഓർമ്മയ്ക്കുവേണ്ടി മാത്രമാണ്. പല തീരുമാനങ്ങൾ എടുക്കുവാനും അത് ഒരു മനോബലം തരുമെന്നതിനപ്പുറം അതിനെ പൂർണമായി ആശ്രയിക്കുന്നത് നന്നല്ല. ഞാനീ പദവി ഏറ്റെടുത്തപ്പോൾ എന്നെ മറ്റുള്ളവർ ഉപദേശിച്ചിരുന്നു, ഈ ഛായാചിത്രങ്ങളെ അവർ പ്രതിനിധാനം ചെയ്യുന്ന വ്യക്തികളായി തെറ്റുധരിക്കരുതെന്ന്. അത് തന്നെയാണ് നിന്നോടും എനിക്ക് പറയുവാനുള്ളത്.

ഹാരി

പക്ഷേ അദ്ദേഹം പറഞ്ഞത് ശരിയാണ്. എനിക്കതിപ്പോൾ മനസിലാകുന്നുണ്ട്.

പ്രൊഫസർ മക്ഗോണഗൾ

ഹാരി, നീ വല്ലാത്ത സമ്മർദ്ധത്തിലൂടെയാണ് കടന്നുപോകുന്നത്. ആൽബസിനെ കാണാതായതും, നിന്റെ മുറിവ് വർഷങ്ങൾക്ക് ശേഷം വീണ്ടും വേദനിച്ച്

തുടങ്ങിയതുമെല്ലാം നിന്നെ വല്ലാതെ ബാധിച്ചിട്ടുണ്ട്. പക്ഷേ, നീയി ചെയ്യുന്നത് ഒട്ടും ശരിയല്ല ഹാരി.

ഹാരി

ആൽബസിന് പണ്ടും എന്നെ ഇഷ്ട്ടമല്ലായിരുന്നു. ഇനിയൊരിക്കലും അവൻ എന്നെ സ്നേഹിച്ചില്ലായെന്നും വരാം. പക്ഷെ അവൻ സുരക്ഷിതനായിരിക്കും, എനിക്കതുമതി. മിനർവാ, നിങ്ങളോടുള്ള എല്ലാ ബഹുമാനത്തോടും കൂടി പറയുകയാണ്, നിങ്ങൾക്കെന്നെ മനസിലാക്കുവാൻ കഴിയില്ല. കാരണം നിങ്ങൾക്ക് മക്കളില്ല.

ജിന്നി

ഹാരി!

ഹാരി

നിങ്ങൾക്ക് എന്റെ വികാരം മനസിലാവില്ല.

പ്രൊഫസർ മക്ഗോണഗൾ *(അതവരെ വല്ലാതെ വേദനിപ്പിച്ചു)*

ഞാനെന്റെ ജീവിതകാലം മുഴുവനും ചിലവഴിച്ചത് അദ്ധ്യാപനത്തിനായാണ്. അത് മതി..

ഹാരി

എന്റെ മകനെവിടെയെന്ന് ഈ ഭൂപടം നിങ്ങൾക്കെപ്പോളും കാണിച്ചുതരും. നിങ്ങൾ ഇത് ഉപയോഗിക്കണമെന്നുള്ളത് എന്റെ അനുശാസനമാണ്. നിങ്ങളിത് ചെയ്യുന്നില്ലയെന്ന് ഞാനറിയുന്ന പക്ഷം- എന്റെ മന്ത്രാലയത്തിലെ ആളുകളുമായി ഞാനൊരു വരവുവരും..മനസിലായല്ലോ?

പ്രൊഫസർ മക്ഗോണഗൾ *(അന്താളിപ്പോടെ)*

മനസിലായി!

ഹാരിയുടെ പെരുമാറ്റത്തിലെ മാറ്റം കണ്ടന്താളിച്ച ജിന്നി ഹാരിയെ നോക്കുന്നു. ഹാരി തിരികെ നോക്കുന്നുപോലുമില്ല.

അങ്കം രണ്ട് രംഗം പതിനൊന്ന്

ഹോഗ്‌വാർട്ട്സ്, ദുർമന്ത്രാവാദ പ്രതിരോധത്തിന്റെ ക്ലാസ്

ആൽബസ് ക്ലാസിൽ പ്രവേശിക്കുന്നു.

ഹെർമയോണി

വന്നല്ലോ കാണാതായ ആൾ!

ആൽബസ്

ഹെർമയോണി?

അവൻ ആശ്ചര്യപ്പെടുന്നു. കുട്ടികളുടെ മുമ്പിൽ നിൽക്കുകയാണ് ഹെർമയോണി.

ഹെർമയോണി

കുട്ടികൾ എന്നെ വിളിക്കേണ്ടത് പ്രൊഫസർ ഗ്രേഞ്ചർ എന്നാണെന്നാണ് ഞാൻ കരുതിയത്.

ആൽബസ്

നിങ്ങളെന്താ ഇവിടെ ചെയ്യുന്നെ?

ഹെർമയോണി

പഠിപ്പിക്കുന്നു. നീയെന്താ ഇവിടെ ചെയ്യുന്നത്? പഠിക്കുകയാണെന്ന് വിശ്വസിക്കുവാനാണ് എനിക്കിഷ്ടം.

ആൽബസ്

പക്ഷേ... പക്ഷേ... നിങ്ങൾ മായാജാല ലോകത്തിന്റെ മന്ത്രിയല്ലേ?

ഹെർമയോണി

നീ വീണ്ടുമാ സ്വപ്നങ്ങൾ കാണുവാൻ തുടങ്ങിയല്ലേ? സാരമില്ല ഇന്നു നമ്മൾ ആശ്രയദാതാ മന്ത്രങ്ങളാണ് പഠിക്കുവാൻ പോകുന്നത്.

ആൽബസ് *(അത്ഭുതത്തോടെ)*

ങേ, അപ്പോ നിങ്ങൾ ദുർമന്ത്രവാദ പ്രതിരോധത്തിന്റെ ടീച്ചാറാണോ?

മറ്റ് കുട്ടികൾ അമർത്തിച്ചിരിക്കുന്നു.

ഹെർമയോണി

എന്റെ ക്ഷമ നശിച്ചുകെട്ടോ. നീ കാണിക്കുന്ന ഈ അതികപ്രസംഗത്തിന് ഗ്രിഫിണ്ടോറിന്റെ പത്ത് പോയിന്റ് കുറച്ചിരിക്കുന്നു.

പോളി ചാപ്മാൻ *(എഴുന്നേറ്റ് നിൽക്കുന്നു)*

അയ്യോ, ഇല്ല. ഇവനിത് മനപ്പൂർവ്വം ചെയ്യുന്നതാ. എല്ലാവർക്കും അറിയാവുന്നതാണ് ഇവന് ഗ്രിഫിണ്ടോറിനെ ഇഷ്ടമേ അല്ലെന്നുള്ളത്.

ഹെർമയോണി

സ്ഥിതി കൂടുതൽ വഷളാകുന്നതിന് മുമ്പ് സ്വന്തം സ്ഥാനത്തിരിക്കുന്നതാ നിനക്ക് നല്ലത് പോളി ചാപ്മാൻ. (പോളി ദീർഘശ്വാസം വിട്ടിട്ട് സ്വന്തം സ്ഥാനത്തിരിക്കുന്നു.) ആൽബസ്, ഈ നാട്യം നിറുത്തിയിട്ട് നീയും പോയി നിന്റെ സ്ഥാനത്തിരിയ്ക്ക്.

ആൽബസ്

പക്ഷേ നിങ്ങളിത്ര ക്രൂരയല്ലായിരുന്നു.

ഹെർമയോണി

ഗ്രിഫിണ്ടോറിന്റെ ഇരുപത് പോയിന്റുകൂടി ഞാൻ കുറയ്ക്കുന്നു. ഇപ്പോ ശരിയ്ക്കും ബോധ്യമായല്ലോ ഞാൻ ക്രൂരയാണെന്ന്.

യാൻ ഫെഡ്രിക്ക്സ്

ആൽബസ് മര്യാദ്യക്ക് വന്നിരിന്നോ..

ആൽബസ് ഇരിക്കുന്നു.

ആൽബസ്

ഞാനൊരു കാര്യം പറഞ്ഞോട്ടെ-

ഹെർമയോണി

ഇല്ല, പറ്റില്ല. മിണ്ടാതിരുന്നില്ലെങ്കിൽ ഇവിടെ നിനക്ക് ഉള്ള പേരുകൂടി ഞാൻ കളയും. എന്താണ് ആശ്രയദാതാ മന്ത്രമെന്ന് ആർക്കാണ് അറിയാവുന്നത്? ആർക്കുമറിയില്ലേ? ഇത്രയും വിവരദോഷികളായ കുട്ടികളെ ഞാൻ കണ്ടിട്ടേയില്ല!

ഹെർമയോണി പരിഹാസച്ചിരി ചിരിയ്ക്കുന്നു. ഇപ്പോൾ അവർ ശരിയ്ക്കും ക്രൂരയാണ്.

ആൽബസ്

ഇല്ല. എന്താ ഈ സംഭവിക്കുന്നത്. റോസെവിടെ? നിങ്ങളെന്ത് കോമാളിത്തരമാണ് കാണിക്കുന്നതെന്ന് അവൾ പറയും.

ഹെർമയോണി

റോസോ, അതാരാ? നിന്റെ മായാവി സുഹൃത്താണോ?

ആൽബസ്

റോസ് ഗേഞ്ചർ-വീസ്ലി! നിങ്ങളുടെ മകൾ! (അവൻ എന്തോ ഓർമിക്കുന്നു) ഓ... ശരിയാണ്... നിങ്ങളും റോണും വിവാഹം കഴിച്ചില്ലല്ലോ... അപ്പോ റോസ്...

കൂട്ടച്ചിരി ഉയരുന്നു.

ഹെർമയോണി

അത്രയ്ക്കായോ! ഗ്രിഫിണ്ടോറിന്റെ അമ്പത് പോയിന്റുകൾ കുറയ്ക്കുന്നു. ഇനി ആരെങ്കിലും ഞാൻ സംസാരിക്കുന്നതിനിടയിൽ കയറിയാൽ ഉറപ്പായിട്ടും നൂറ് പോയിന്റാവും ഞാൻ കുറയ്ക്കുക, മനസിലായല്ലോ.

അവൾ കുട്ടികളെയൊന്നാകെ തുറിച്ചുനോക്കുന്നു. ആരും ചെറുവിരൽപ്പോലും അനക്കുന്നില്ല.

കൊള്ളാം. ആശ്രയദാതാ മന്ത്രം നിങ്ങളുടെ എല്ലാ നല്ല ചിന്തകളുടെയുമൊരു പ്രക്ഷേപണമാണ്. നിങ്ങൾക്കേറ്റവും അടുപ്പം തോന്നുന്ന ഒരു മൃഗത്തിന്റെ രൂപമാകുമത് സ്വീകരിക്കുന്നത്. അത് പ്രകാശത്തിന്റെയൊരു വരദാനമാണ്. നിങ്ങൾക്കൊരു ആശ്രയദാതാവിനെ പുറപ്പെടുവിക്കുവാൻ കഴിഞ്ഞാൽ ഈ ലോകത്തിലുള്ള എന്തിൽനിന്നും സ്വയം രക്ഷിക്കുവാൻ നിങ്ങൾ പ്രാപ്തരായെന്ന് അനുമാനിക്കാം.

അങ്കം രണ്ട് രംഗം പന്ത്രണ്ട്

ഹോഗ്വാർട്ട്സ്, കോണിപ്പടികൾ

ആൽബസ് ഒരു കോണിപ്പടി കയറുകയാണ്. തന്റെ ചുറ്റും നോക്കിക്കൊണ്ടാണ് അവൻ ഓരോ പടിയും കയറുന്നത്.

അവൻ പ്രത്യേകിച്ചൊന്നും കാണുന്നില്ല. കോണിപ്പടിയിൽ നിന്ന് മുറിയിലേയ്ക്ക് കയറുന്നു. കോണിപ്പടി താളത്തിൽ മറ്റൊരു വശത്തേയ്ക്ക് ചലിയ്ക്കുന്നു.

സ്കോർപിയസും അവന് പിന്നാലെ പടിക്കെട്ട് കയറുന്നു. താൻ ആൽബസിനെ കണ്ടുവെന്ന് അവന് തോന്നിയെങ്കിലും, ആൽബസ് ആ പടികെട്ടിൽ ഇല്ലയെന്ന് അവൻ മനസിലാക്കുന്നു.

പടിക്കെട്ട് വീണ്ടും മറ്റൊരുവശത്തേയ്ക്ക് ചലിയ്ക്കുവാൻ തുടങ്ങിയപ്പോൾ സ്കോർപിയസ് നിലത്തേയ്ക്ക് വീഴുന്നു.

മാഡം ഹൂച്ചും അരങ്ങത്ത് വന്ന് കോണിപ്പടി കയറുന്നു. ഇറങ്ങാറായപ്പോൾ തറയിൽ കിടക്കുന്ന സ്കോർപിയസിനോട് അവിടുന്ന് മാറുവാൻ ആംഗ്യം കാണിക്കുന്നു.

അവൻ മാറുന്നു. അവന്റെ ഒറ്റപ്പെടൽ വ്യക്തമാണ്.

ആൽബസ് അരങ്ങത്ത് പ്രവേശിച്ച് വീണ്ടും കോണിപ്പടികയറുന്നു.

സ്കോർപിയസും മറ്റൊരു കോണിപ്പടി കയറുന്നു.

കോണിപ്പടികൾ നീങ്ങുന്നതിനിടയിൽ അവർ പരസ്പരം കാണുന്നു.

ഒരേ സമയം നിരാശാജനകവും പ്രതീക്ഷാവഹവുമായ കണ്ടുമുട്ടൽ.

ആൽബസ് സ്കോർപിയസിനെ കാണാത്ത മട്ടിൽ നിൽക്കുന്നു.

കോണിപ്പടികൾ വീണ്ടും രണ്ടുദിശയിൽ ചലിക്കുന്നു. അവർ പരസ്പരം നോക്കുന്നു. ഒരാൾ കുറ്റബോധത്തിലും, മറ്റയാൾ നീറുന്ന വേദനയിലും - രണ്ടുപേരുടെയും മുഖത്ത് അതികഠിനമായ നിരാശ തളംകെട്ടിയിരിക്കുന്നു.

അങ്കം രണ്ട് രംഗം പതിമൂന്ന്

ജിന്നിയുടെയും ഹാരി പോട്ടറിന്റെയും വീട്, അടുക്കള

ജിന്നിയും ഹാരിയും പരസ്പ്പരം ദേഷ്യത്തിൽ നോക്കുന്നു. സംസാരിച്ച് തീർക്കുവാനൊരു വിഷയമുണ്ട്. അത് രണ്ടുപേർക്കുമറിയുകയും ചെയ്യാം.

ഹാരി

ഇതാണ് ശരിയായ തീരുമാനം.

ജിന്നി

നിനക്കെന്താ ഇത്ര ഉറപ്പ്!

ഹാരി

അവനോട് സത്യസന്ധമായിരിക്കുവാൻ നീയെന്നോട് പറഞ്ഞു. പക്ഷേ എനിക്ക് തോന്നി ഞാനാദ്യം എന്നോട് തന്നെ സത്യസന്ധത കാണിക്കണമെന്ന്, എന്റെ മനസ് പറയുന്ന കാര്യങ്ങൾ വിശ്വസിക്കണമെന്ന്.

ജിന്നി

ഹാരി, ഇതുവരെ ജീവിച്ചിരുന്ന മാന്ത്രികരിൽ ശുദ്ധഹൃദയത്തിന് ഉടമയായിട്ടുള്ള ചുരുക്കം ചിലരിൽ ഒരാളായിട്ടാണ് ഞാൻ നിന്നെയും കണ്ടത്. നിന്റെ മനസൊരിക്കലും ഇത് ചെയ്യുവാൻ നിന്നോട് പറയില്ലയെന്ന് എനിക്കുറപ്പാണ്.

കതകിൽ ആരോ കൊട്ടുന്നു.

തൽക്കാലം ഒരു വഴക്കൊഴിവാകുന്നു.

അവൾ പോകുന്നു.

ഒരു നിമിഷത്തിന് ശേഷം, ഡ്രാക്കോ പ്രവേശിക്കുന്നു. അയാൾ തന്റെ കോപം ഒളിപ്പിക്കുവാൻ ശ്രമിക്കുന്നു.

ഡ്രാക്കോ

ഞാൻ അധികം സമയമെടുക്കില്ല.

ഹാരി

എന്താ കാര്യം?

ഡ്രാക്കോ

ഞാൻ നിന്നോട് തർക്കിക്കുവാൻ വന്നതല്ല. എന്റെ മകൻ ആകെ വിഷമത്തിലാണ്. ഞാൻ അവന്റെ അച്ഛനാണ്. അതുകൊണ്ട് നിന്നോട് വന്ന് ചോദിക്കണം എന്നു തോന്നി, എന്തിനാണ് നീ അവരെ പിരിച്ചതെന്ന്.

ഹാരി

ഞാനല്ല അവരെ പിരിച്ചത്.

ഡ്രാക്കോ

ഞാനറിഞ്ഞു നീ ക്ലാസുകളുടെ സമയക്രമം മാറ്റിയതും, അദ്ധ്യാപകരെയും ആൽബസിനെയും ഭീക്ഷണിപ്പെടുത്തിയതും. അതൊക്കെ എന്തിനായിരുന്നു?

ഹാരി *ഡ്രാക്കോയെ ഒന്ന് നോക്കിയിട്ട് പെട്ടന്നു നോട്ടം മാറ്റുന്നു.*

ഹാരി

എനിക്കെന്റെ മകനെ സംരക്ഷിക്കേണ്ടതുണ്ട്.

ഡ്രാക്കോ

സ്ക്കോർപിയസിൽ നിന്നോ?

ഹാരി

എന്റെ മകന്റെ ചുറ്റും, അവന്റെ സമീപത്ത് അന്ധകാരം കാണുന്നുണ്ടെന്ന് ബെയിൻ എന്നോട് പറഞ്ഞു.

ഡ്രാക്കോ

അതുകൊണ്ട്? നീയെന്താണ് ഉദ്ദേശിക്കുന്നത്, പോട്ടർ?

ഹാരി *തിരിഞ്ഞ് ഡ്രാക്കോയുടെ കണ്ണിൽ നോക്കുന്നു.*

ഹാരി

നിനക്കുറപ്പാണോ... നിനക്ക് ശരിയ്ക്കും ഉറപ്പാണോ ഡ്രാക്കോ, അവൻ നിനക്കുണ്ടായത് തന്നെയാണെന്ന്?

നിശ്ബ്ദത.

ഡ്രാക്കോ

പറഞ്ഞത് തിരിച്ചെടുക്ക് ഹാരി... ഇപ്പോൾ തന്നെ.

ഹാരി *വിസ്സമതിക്കുന്നു. അതുകൊണ്ട്* ഡ്രാക്കോ *തന്റെ മാന്ത്രികവടി കൈയിലെടുക്കുന്നു.*

ഹാരി

ഒന്നുകൂടി ആലോചിച്ചിട്ട് മതി.

ഡ്രാക്കോ

എനിക്കൊന്നും ആലോചിക്കുവാനില്ല.

ഹാരി

എനിക്ക് നിന്നെ വേദനിപ്പിക്കണമെന്നൊരു ആഗ്രഹവുമില്ല, ഡ്രാക്കോ.

ഡ്രാക്കോ

അതുകൊള്ളാം, പക്ഷേ എനിക്ക് നിന്നെ വേദനിപ്പിക്കണം.

രണ്ടുപേരും നേർക്കുനേർ നിന്ന് മാന്ത്രിവടികൾ പരസ്പരം നീട്ടുന്നു.

ഡ്രാക്കോയും ഹാരിയും

എക്സ്പ്പെല്ലിയാർമസ്!

അവരുടെ മാന്ത്രിവടികളിൽ നിന്ന് നിർഗ്ഗളിച്ച പ്രകാശം പരസ്പരം വികർഷിക്കുന്നു.

ഡ്രാക്കോ

ഇൻകാർസെറസ്!

ഡ്രാക്കോയുടെ വടിയിൽ നിന്നുവന്ന അതിശക്തിയാർന്ന പ്രകാശത്തിൽനിന്ന് ഹാരി ഒഴിഞ്ഞുമാറുന്നു.

ഹാരി

റ്ററന്റല്ലേഗ്രാ!

ഡ്രാക്കോയും വിദഗ്ദ്ധമായി ഒഴിഞ്ഞുമാറുന്നു.

ഹാരി

നീ പരിശീലിക്കുന്നുണ്ടായിരുന്നല്ലേ, ഡ്രാക്കോ.

ഡ്രാക്കോ

നീയിതിൽ വളരെ മോശമായിട്ടുണ്ട്, പോട്ടർ. ഡെൻസോഗിയോ!

ഹാരി അതിൽനിന്നും രക്ഷപ്പെടുന്നു.

ഹാരി

റിക്റ്റസെംപ്രാ!

ഡ്രാക്കോ ഒരു കസേരയുപയോഗിച്ചത് തടുക്കുന്നു.

ഡ്രാക്കോ

ഫ്ലിപ്പെണ്ടോ!

ഹാരി വായുവിൽ വട്ടത്തിൽ കറങ്ങുന്നു.

അങ്ങനെയങ്ങ് തോൽക്കാതെ കിളവാ.

ഹാരി

നമ്മുക്ക് ഒരേ പ്രായമാണെന്ന് മറക്കണ്ട, ഡ്രാക്കോ.

ഡ്രാക്കോ

അതാവും, പക്ഷേ പ്രായം എന്നെ ബാധിച്ചിട്ടില്ല.

ഹാരി

ബ്രാച്ചിയബൈബേണ്ടോ!

ഡ്രാക്കോ *ബന്ധിക്കപ്പെടുന്നു.*

ഡ്രാക്കോ

ഇതേ നിന്റെകയ്യിലുള്ളോ? ഇമാൻസിപ്പേർ!

ഡ്രാക്കോ *സ്വയം മോചിപ്പിക്കുന്നു.*

ലെവിക്കോർപ്പസ്!

ഹാരിയ്ക്ക് രക്ഷപ്പെടുവാൻ ഒരു വശത്തേയ്ക്ക് ചാടേണ്ടിവരുന്നു.

മൊബിലികോർപ്പസ്! ആഹാ, ഇത് നല്ല രസമായിട്ടുണ്ട്.

ഡ്രാക്കോ ഹാരിയെ *ഒരു മേശയുടെ മുകളിൽനിറുത്തി മുകളിലേയ്ക്കും, താഴേയ്ക്കും ചാടിക്കുന്നു.* ഹാരി *ഉരുണ്ട് മാറിയപ്പോളേയ്ക്കും,* ഡ്രാക്കോ ആ *മേശമേലേയ്ക്ക് ചാടിക്കയറുന്നു-* അടുത്ത ആക്രമണത്തിനായി മാന്ത്രികവടി തയാറാക്കി വയ്ക്കുന്നു. പക്ഷെ, ആ നേരംകൊണ്ട് ഹാരി അടുത്ത മന്ത്രം തൊടുത്തുകഴിഞ്ഞിരുന്നു.

ഹാരി

ഒബ്സ്ക്ക്യൂരോ!

തന്റെ കണ്ണുകൾ മൂടികെട്ടപ്പെട്ട ആ നിമിഷം തന്നെ ഡ്രാക്കോ *അതഴിയ്ക്കുന്നു.*

വീണ്ടും മുഖാമുഖം നിൽക്കുന്നു. ഹാരി *ഒരു കസേര മുകളിലേയ്ക്കെറിയുന്നു.*

ഡ്രാക്കോ *അത് തന്റെ തലയിൽ വീഴാതിരിക്കുവാൻ, മാന്ത്രിവടിയാൽ സാവധാനം താഴേയ്ക്കിറക്കുന്നു.*

ജിന്നി

ഈ മുറിയിൽനിന്ന് ഒരു നിമിഷമല്ലേ ഞാൻ മാറിയുള്ളു!

ജിന്നി *താറുമാറായിക്കിടക്കുന്ന തന്റെ അടുക്കള കാണുന്നു. അന്തരീക്ഷത്തിൽ നിൽക്കുന്ന കസേരയിലേയ്ക്ക് നോക്കുന്നു. അവളത് തന്റെ മാന്ത്രികദണ്ഡാൽ തിരികെ നിലത്ത് കൊണ്ടുവരുന്നു.*

(ദേഷ്യത്തിൽ.) എന്താ ഇവിടെ നടന്നത്?

അങ്കം രണ്ട് രംഗം പതിനാല്

ഹോഗ്വാർട്ട്സ്, കോവണിപ്പടി

സ്കോർപിയസ് അസന്തുഷ്ടനായി പടിയിറങ്ങുകയാണ്. ഡെൽഫി എതിർവശത്തുനിന്നും തിടുക്കത്തിൽ വരുന്നു.

ഡെൽഫി

എന്നെ ഇവിടെ കണ്ടാൽ കുഴപ്പമാ.

സ്കോർപിയസ്

ഡെൽഫി?

ഡെൽഫി

എന്നെ പിടിച്ചാൽ നമ്മുടെ എല്ലാ പദ്ധതിയും തകരുമെന്ന് എനിക്കറിയാം. ഞാൻ വെറുതെ വന്നതല്ല, നിനക്കറിയാമല്ലോ ഞാനങ്ങനെ സാഹസികതയൊന്നും കാണിക്കുന്ന ആൾ അല്ലയെന്ന്. ഞാനിവിടെ ആദ്യമായിട്ടാണ്. ഇവിടുത്തെ കാവൽ അത്ര ശക്തമൊന്നുമല്ലല്ലേ? ഇവിടെ കുറേ ഛായാചിത്രങ്ങളും വരാന്തകളും ഉണ്ടല്ലോ... പിന്നെ കുറേ പ്രേതങ്ങളും! നിനക്കറിയാമോ ആ പകുതി തലയില്ലാത്ത പ്രേതമുണ്ടല്ലോ... അതാണ് പറഞ്ഞത് നീയിവിടെ കാണുമെന്ന്.

സ്കോർപിയസ്

നീ ഹോഗ്വാർട്ട്സിൽ വന്നിട്ടേയില്ലേ?

ഡെൽഫി

ഇല്ല- ചെറുപ്പത്തിൽ എനിക്ക് - എനിക്കൊരു - അസുഖമുണ്ടായിരുന്നു. അതുകൊണ്ട് മറ്റ് കുട്ടികളെ പോലെ സ്ക്കൂളിൽ പോകുവാൻ - എനിക്ക് കഴിഞ്ഞില്ല.

സ്കോർപിയസ്

എനിക്കറിയില്ലായിരുന്നു - ക്ഷമിക്കണം. അതാ ഞാൻ ചോദിച്ചത്.

ഡെൽഫി

ഞാനത് പറഞ്ഞ് നടക്കാറില്ല. എനിക്കാരുടെയും സഹതാപം വേണ്ട.

സ്കോർപിയസ് എന്തോ ഓർമ്മിക്കുന്നു. അവനെന്തോ പറയുവാനായി അവളെ നോക്കുന്നു. അതുവഴി കടന്നുപോകുന്ന കുട്ടികൾ കാണാതിരിക്കുവാൻ അവൾ പെട്ടന്നൊളിക്കുന്നു. അവർ കടന്നുപോകുന്നതുവരെ മുഖത്തൊരു ഭാവഭേദവും വരുത്താതിരിക്കുവാൻ സ്കോർപിയസ് ശ്രമിക്കുന്നു.

അവർ പോയോ?

സ്കോർപിയസ്

ഡെൽഫി, നീ ഇവിടെ നിൽക്കണ്ട. അത് ഭയങ്കര അപകടമാണ്.

ഡെൽഫി

പക്ഷേ- എന്തെങ്കിലും ചെയ്തല്ലേ പറ്റു.

സ്കോർപിയസ്

ഡെൽഫി, ഞങ്ങൾക്കത് ചെയ്യുവാൻ പറ്റിയില്ല, ഞങ്ങൾ പരാജയപ്പെട്ടു.

ഡെൽഫി

എനിക്കറിയാം. ആൽബസ് മൂങ്ങയെ വിട്ടിരുന്നു. ചരിത്രപുസ്തകത്തിന് മാറ്റം വന്നു, പക്ഷേ നമുക്ക് വേണ്ടിയതത്രയും തിരുത്തുവാൻ പറ്റിയില്ല - സെഡ്രിക്ക് ഇപ്പോളും മൃതനാണ്. സത്യത്തിൽ ആദ്യത്തെ മത്സരത്തിൽ തോറ്റതോടുകൂടി, അവന് മറ്റു മത്സരങ്ങളിൽ ജയിക്കണമെന്ന വാശി കൂടുകയാണ് ചെയ്തത്.

സ്കോർപിയസ്

റോണും ഹെർമയോണിയും തികച്ചും അസ്വാഭാവികമായാണ് പെരുമാറുന്നത്, അതെന്താണെന്ന് എനിക്ക് പിടികിട്ടുന്നില്ല.

ഡെൽഫി

ആഹ്... അത് കൊണ്ട് സെഡ്രിക്ക് കുറച്ചുകൂടെ കാത്തിരിക്കേണ്ടതുണ്ട്. എല്ലാം കുഴഞ്ഞുമറിഞ്ഞു കിടക്കുകയാണ്. എന്തായാലും നീ സമയസഞ്ചാരി യന്ത്രം കയ്യിൽ തന്നെ സൂക്ഷിച്ചത് നന്നായി. പക്ഷേ, അതുപോരല്ലോ. ആരെങ്കിലും എന്തെങ്കിലും ചെയ്തേ പറ്റു.

സ്കോർപിയസ്

ഹമ്.

ഡെൽഫി

നിങ്ങൾ ആത്മമിത്രങ്ങളാണ്. അവൻ അയയ്ക്കുന്ന ഓരോ കത്തിലും നീ കൂടെയില്ലാത്തതിന്റെ ദു:ഖം നിഴലിക്കുന്നുണ്ട്. അവനാകെ തകർന്നിരിക്കുകയാണ്.

സ്ക്കോർപിയസ്

കേട്ടിട്ട് അവന് പുതിയ ചങ്ങാതിയെ കിട്ടിയപോലുണ്ടല്ലോ. എത്ര കത്തുകളയച്ചു അവൻ?

ഡെൽഫി (പുഞ്ചിരിക്കുന്നു).

അതല്ല ഞാനുദ്ദേശിച്ചത്- ഞാൻ -എനിക്ക് മനസിലാകുന്നില്ല എന്താ സംഭവിക്കുന്നതെന്ന്. ഞാൻ പലതവണ അവനെ കാണുവാൻ ശ്രമിച്ചതാണ്. പക്ഷെ, എന്നെ കാണുമ്പോളേയ്ക്കും അവൻ ഓടിക്കളയും.

ഡെൽഫി

നിനക്കറിയുമോ, നിങ്ങളുടെ പ്രായത്തിൽ എനിക്കൊരു ആത്മമിത്രമില്ലായിരുന്നു. എനിക്കാണെങ്കിൽ അങ്ങനെ ഒരാൾ വേണമെന്ന് ഭയങ്കര ആഗ്രഹവുമായിരുന്നു. അതുകൊണ്ട് ഞാൻ അങ്ങനെയൊരാളെ സൃഷ്ടിച്ചു, എന്റെ സങ്കൽപ്പത്തിൽ.

സ്ക്കോർപിയസ്

എനിക്കും അതുപോലൊരു കൂട്ടുകാരനുണ്ടായിരുന്നു, ഫ്ലറി. ഗോബ്സ്റ്റോണിന്റെ നിയമങ്ങളുടെ പേരിലുണ്ടായ ഒരു തർക്കം കാരണമാ ഞങ്ങൾ പിരിഞ്ഞത്.

ഡെൽഫി

ആൽബസിന് നിന്നെ ആവശ്യമാണ്, സ്ക്കോർപിയസ്.

സ്ക്കോർപിയസ്

എന്ത് ചെയ്യുവാനാണ് അവനെന്റെ ആവശ്യമുള്ളത്?

ഡെൽഫി

ഇങ്ങനെയാണല്ലെ എല്ലാ സുഹൃത്ത്ബന്ധങ്ങളും? നിനക്കറിയില്ല അവനെന്താ വേണ്ടിയതെന്ന്. ആകെ അറിയാവുന്നത് അവനെന്തോ വേണമെന്ന് മാത്രമാണ്. പോയി ആൽബസിനെ കണ്ട് സംസാരിക്ക് സ്ക്കോർപിയസ്. നിങ്ങൾ ഒരുമിച്ചായിരിക്കേണ്ടവർ ആണ്.

അങ്കം രണ്ട് രംഗം പതിനഞ്ച്

ജിന്നിയുടെയും ഹാരി പോട്ടറിന്റെയും വീട്, അടുക്കള

ഹാരിയും ഡ്രാക്കോയും ദൂരെ ദൂരെയായി ഇരിയ്ക്കുന്നു. ജിന്നി അവർക്കിടയിൽ നിൽക്കുന്നു.

ഡ്രാക്കോ

ജിന്നി, നിന്റെ അടുക്കള ഞാൻ മനപൂർവം വ്യത്തികേടാക്കിയതല്ല. ക്ഷമിക്കണം.

ജിന്നി

ഓ, ഇതെന്റെ അടുക്കള അല്ല. ഹാരിയാണ് മിക്കപ്പോളും പാചകമൊക്കെ ചെയ്യുന്നത്.

നിശബ്ദത.

ഡ്രാക്കോ *(അവന് അതി കഠിനമായ മാനസിക വിഷമമുണ്ടെന്ന് വ്യക്തം)*

നിന്റെ പോലെ തന്നെയാണ് എന്റെയും അവസ്ഥ. സ്കോർപിയസ് ഞാനുമായുള്ള ഒരു സംഭാഷണവും പ്രോത്സാഹിപ്പിക്കാറില്ല. പ്രത്യേകിച്ച് അസ്റ്റോറിയ മരിച്ചതിന് ശേഷം. അമ്മ മരിച്ചത് അവനെ എങ്ങനെ ബാധിച്ചെന്നുപോലും എനിക്കറിയില്ല. അവനെന്നോട് ഒന്നും പറയുവാൻ കൂട്ടാക്കാറില്ല. നിങ്ങൾക്ക് ആൽബസുമായി സംസാരിക്കുവാൻ സാധിക്കാറില്ല, എനിക്ക് സ്കോർപിയസുമായും. അതാണിവിടുത്തെ പ്രശ്നം. അല്ലാതെ എന്റെ മകൻ ദുഷിച്ചവൻ ആണോ അല്ലയോ എന്നതല്ല. നീയാ സെന്റോറിന്റെ വാക്കിന് എത്ര വില കൊടുക്കുന്നുവോ അതിനനുസരിച്ച്... നിനക്ക് അറിയാലോ സൗഹൃദത്തിന്റെ ശക്തി.

ഹാരി

ഡ്രാക്കോ, നീയെന്തുതന്നെ കരുതിയാലും-

ഡ്രാക്കോ

എനിക്കെപ്പോളും നിന്നോട് അസൂയയായിരുന്നു. നിന്നോടും, അവരോടും - വീസ്ലിയോടും ഗ്രേഞ്ചറിനോടും. എനിക്കുമുണ്ടായിരുന്നു -

ജിന്നി

ക്രാബിയും ഗോയലും.

ഡ്രാക്കോ

ഓ, മാന്ത്രിക ച്ചൂലിന്റെ രണ്ടറ്റങ്ങൾ തമ്മിൽ തിരിച്ചറിയുവാൻ പോലും കഴിയില്ലാത്ത രണ്ടു വിഡ്ഢികൾ. നിങ്ങൾ - നിങ്ങൾ മൂന്നും അവിടെ താരങ്ങളായിരുന്നു, അറിയാമോ? നിങ്ങൾ പരസ്പരം സ്നേഹിച്ചു, ഒരുമിച്ച് സന്തോഷിച്ചു. മറ്റെന്തിനെക്കാളും ആ ചങ്ങാത്തത്തോട് ആയിരുന്നു എനിക്ക് അസൂയ.

ജിന്നി

എനിക്കും ഇവരോട് അസൂയയായിരുന്നു.

ഹാരി അതിശയത്തോടെ ജിന്നിയെ നോക്കുന്നു.

ഹാരി

എനിക്കവനെ സംരക്ഷിക്കേണ്ടതുണ്ട് -

ഡ്രാക്കോ

എന്റെ അച്ഛനും കരുതിയത് അദ്ദേഹം എന്നെ സംരക്ഷിക്കുകയാണെന്നാണ്. കുട്ടികളെ വളർത്തുന്നതിലും വിഷമം കുട്ടിക്കാലം അതിജീവിക്കുവാനാണ്. പക്ഷേ, പിന്നെ നമ്മളത് സൗകര്യപൂർവ്വം മറക്കും. എല്ലാ വ്യക്തികൾക്കും ജീവിതത്തിന്റെ ഏതെങ്കിലുമൊരു സന്ദർഭത്തിൽ തങ്ങൾ ആരായി തീരണമെന്ന് തീരുമാനിക്കേണ്ടതായി വരും. അതിന് മാതാപിതാക്കളുടെയോ, സുഹൃത്തിന്റെയോ സഹായം വേണം. അപ്പോളേയ്ക്കും നിങ്ങൾ മാതാപിതാക്കളെ വെറുക്കുകയും, നിങ്ങൾക്ക് കൂടെ നിൽക്കുവാനൊരു സുഹൃത്ത് ഇല്ലാതെവരികയും ചെയ്താൽ.. നിങ്ങൾ തീർത്തും ഏകാകിയാകും. ഒറ്റയ്ക്കാകുക എന്നത് അത്ര സുഖമുള്ള കാര്യമല്ല. ഞാൻ ഏകാകിയായിരുന്നു, അത് ഞാൻ ഇരുട്ടിലേയ്ക്ക് പോകുവാനിടയാക്കി. കുറേ കാലത്തേയ്ക്ക് ടോം റിഡിലും ഒറ്റയ്ക്കായിരുന്നു. നിനക്കത് മനസിലാകില്ലായിരിക്കും, ഹാരി. പക്ഷെ എനിക്കത് മനസിലാകും, ചിലപ്പോൾ ജിന്നിക്കും.

ജിന്നി

ഡ്രാക്കോ പറഞ്ഞത് തികച്ചും ശരിയാണ്.

ഹാരി ജിന്നിയെ നോക്കുന്നു.

ഡ്രാക്കോ

ടോം റിഡിൽ തന്റെ ഇരുണ്ട ലോകത്ത് നിന്നും പുറത്തുവന്നത് വോൾഡമോർട്ടായാണ്. ബെയിൻ പറഞ്ഞ കരിമേഘം ചിലപ്പോൾ അവന്റെ ഒറ്റപ്പെടലാകും, അവന്റെ നൊമ്പരമായിരിക്കും, അവന്റെ വിദ്വേഷമായിരിക്കും. നിന്റെ മകനെ നഷ്ടപ്പെടുത്തരുത്. നീ പിന്നീട് ദുഖിക്കും. അവന് സ്കോർപിയസിനെയും നിന്നെയും ആവശ്യമാണ്.

ഹാരി ഡ്രാക്കോയെ നോക്കുന്നു, അവൻ ആലോചിക്കുകയാണ്.

അവൻ സംസാരിക്കുവാനായി തുടങ്ങുന്നു. പക്ഷെ വീണ്ടും ചിന്തിക്കുന്നു.

ജിന്നി

ഹാരി. ഫ്ലൂ പൊടി നീയെടുക്കുന്നോ, അതോ ഞാനെടുക്കണോ?

അങ്കം രണ്ട് രംഗം പതിനാറ്

ഹോഗ്വാർട്ട്സ്, വായനശാല

സ്ക്കോർപിയസ് വായനശാലയിൽ പ്രവേശിയ്ക്കുന്നു. അവൻ തന്റെ ഇടംവലം നോക്കുന്നു. അവൻ ആൽബസിനെ കാണുന്നു, ആൽബസ് അവനെയും.

സ്ക്കോർപിയസ്

ആൽബസ്.

ആൽബസ്

സ്ക്കോർപിയസ്. എനിക്ക് നിന്നോട് സംസാരിക്കുവാൻ കഴിയില്ല.

സ്ക്കോർപിയസ്

അറിയാം. നീയിപ്പോൾ ഗ്രിഫിണ്ടോർ ആണ്. നിനക്കെന്നെ കാണുവാൻ താൽപ്പര്യവുമില്ല. എന്നാലും, ഇതാ ഞാൻ. നിന്നോട് സംസാരിച്ചുകൊണ്ട് നിൽക്കുന്നു.

ആൽബസ്

സമ്മതിച്ചു, പക്ഷെ എനിക്ക് നിന്നോട് സംസാരിക്കുവാൻ കഴിയില്ല. അതുകൊണ്ട്...

സ്ക്കോർപിയസ്

നീ സംസാരിച്ചേ പറ്റു. സംഭവിച്ചതൊക്കെ അങ്ങനെയങ്ങ് കണ്ടില്ലെന്ന് നടിക്കുവാൻ നിനക്ക് പറ്റുമോ? നീ ശ്രദ്ധിച്ചില്ലെ? എല്ലാം കുഴഞ്ഞുമറിഞ്ഞ് കിടക്കുകയാ.

ആൽബസ്

എനിക്കറിയാം. റോൺ അങ്കിൾ പരസ്പ്പരവിരുദ്ധമായി സംസാരിക്കുന്നു, ഹെർമയോണി ആന്റി പ്രൊഫസറായിരിക്കുന്നു. ഇതൊന്നും ഇങ്ങനെയായിരുന്നില്ല. പക്ഷെ-

സ്ക്കോർപിയസ്

റോസ് പിറന്നിട്ടുപോലുമില്ല -

ആൽബസ്

എനിക്കറിയാം. നോക്ക്, എനിക്കിതൊന്നും മനസിലാകുന്നുപോലുമില്ല, പക്ഷെ എനിക്ക് നിന്നോട് ഇപ്പോൾ സംസാരിക്കാൻ കഴിയില്ല.

സ്കോർപിയസ്

നമ്മളങ്ങനെയൊക്കെ ചെയ്തത് കൊണ്ടാണ് റോസ് ജനിക്കുകപോലും ചെയ്യാതിരുന്നത്. നീ കേട്ടിട്ടില്ലേ, ട്രൈവിസാർഡ് ടൂർണമെന്റിനോട് അനുബന്ധിച്ചുനടക്കുന്ന നൃത്തസന്ധ്യയെ കുറിച്ച്. നാല് ചമ്പ്യന്മാരും നൃത്തം ചെയ്യുവാനായി ഓരോ പങ്കാളിയെ സംഘടിപ്പിച്ചു. നിന്റെ അച്ഛന്റെ പാർവതി പാട്ടിലും, വിക്ടർ ക്രമിന്റെ-

ആൽബസ്

ഹെർമയോണിയും. ഇത് കണ്ട് അസൂയപൂണ്ട റോൺ ഒരു വിഡ്ഢിയെപ്പോലെ പെരുമാറി.

സ്കോർപിയസ്

അത് മാത്രമല്ല. എനിക്ക് അവരെ പറ്റിയുള്ള റീത്ത സ്കീറ്ററിന്റെ പുസ്തകം കിട്ടി. അതിൽ പറഞ്ഞിരിക്കുന്ന കാര്യങ്ങൾ തികച്ചും വ്യത്യാസമാണ്. റോൺ ഹെർമയോണിയെ നൃത്തസന്ധ്യയ്ക്ക് കൊണ്ടുപോയിരുന്നെന്ന്.

ആൽബസ്

എന്ത്?

പോളി ചാപ്മാൻ

ശു...

സ്കോർപിയസ് പോളിയെ ഒന്ന് നോക്കിയിട്ട് ശബ്ദംകുറച്ച് സംസാരിക്കുന്നു.

സ്കോർപിയസ്

സുഹൃത്തുക്കളായി. അവർ രണ്ട് സുഹൃത്തുക്കളെ പോലെ നൃത്തം ചെയ്തു. അത് നല്ല രീതിയിൽ പോവുകയും ചെയ്തു. ഇതിന് ശേഷം റോൺ പത്മ പാട്ടീലുമായി നൃത്തം ചെയ്തു. അതിൽ നിന്നാണ് അവർ തമ്മിലുള്ള പ്രണയം തുടങ്ങുന്നത്. പിന്നീടവർ വിവാഹിതരായി. ആ സമയത്ത് ഹെർമയോണി ആയിത്തീർന്നത് ഒരു --

ആൽബസ്

മനോരോഗി, അല്ലേ!

സ്കോർപിയസ്

ഹെർമയോണി ക്രമിന്റെ കൂടെയായിരുന്നു നൃത്തസന്ധ്യയ്ക്ക് പോകേണ്ടിയിരുന്നത്. അവർ എന്തുകൊണ്ടാണ് അന്ന് പോകാതിരുന്നത് എന്നറിയാമോ നിനക്ക്? കാരണം,

മത്സര സമയത്ത് സംശയാസ്പതമായാ സാഹചര്യത്തിൽ അവൾ കണ്ട ഡംസ്ട്രാങ് കുട്ടികളാണ് സെഡ്രിക്കിന്റെ മാന്ത്രികവടി കാണാതായതിന് പിന്നിലെന്ന് അവൾക്ക് സംശയം തോന്നി. അവൾ വിശ്വസിച്ചിരുന്നത് വിക്ടറിന്റെ നിർദ്ദേശ പ്രകാരമാണ് അവർ അങ്ങനെ ചെയ്തതെന്നായിരുന്നു.

ആൽബസ്

ഏ, ശരിക്കും.

സ്കോർപിയസ്

കഥയിൽ ക്രം ഇല്ലാത്തതുകൊണ്ട് റോണിനൊരിക്കലും അസൂയതോന്നിയതുമില്ല. റോണിന്റെയും ഹെർമയോണിയുടെയും കഥയിൽ ആ അസൂയക്ക് വലിയ പങ്കാണല്ലോ ഉള്ളത്! അതുകൊണ്ടവർ നല്ല സുഹൃത്തുക്കളായി തന്നെ തുടർന്നു, പ്രണയിച്ചുമില്ല, വിവാഹം കഴിച്ചുമില്ല, റോസ് ഉണ്ടായുമില്ല.

ആൽബസ് താൻ കേട്ടതെല്ലാം ഗ്രഹിക്കുവാൻ ശ്രമിക്കുന്നു.

ആൽബസ്

അതുകൊണ്ടാണല്ലേ അച്ഛൻ - അച്ഛനും മാറിയോ?

സ്കോർപിയസ്

നിന്റെ അച്ഛന് പ്രത്യേകിച്ച് മാറ്റമൊന്നുമില്ലെന്നാണ് എന്റെ വിശ്വാസം. മായാജാല നിയമ നിർവ്വഹണ മന്ത്രാലയത്തിന്റെ തലവൻ. വിവാഹം കഴിച്ചത് ജിന്നിയെ. മൂന്ന് കുട്ടികൾ.

ആൽബസ്

പിന്നെന്തുകൊണ്ടാണ് അച്ഛൻ ഇങ്ങനെ -

മുറിയുടെ പിന്നിലേയ്ക്ക് ഗ്രന്ഥശാലാധികാരി പ്രവേശിക്കുന്നു.

സ്കോർപിയസ്

നീ ഞാൻ പറഞ്ഞത് കേട്ടോ, ആൽബസ്? ഇത് നിന്നെയും നിന്റെ അച്ഛനെയും മാത്രം സംബന്ധിക്കുന്ന വിഷയമല്ല. പ്രൊഫസർ ക്രോക്കെറിന്റെ സിദ്ധാന്തം അനുസരിച്ച്, തനിക്കും സമയത്തിനും ഒരു പരുക്കുമുണ്ടാക്കാതെ ഒരു സഞ്ചാരിക്ക് സമയത്തിലൂടെ സഞ്ചരിക്കുവാൻ കഴിയുന്നത് വെറും അഞ്ച് മണിക്കൂർ പിന്നിലേയ്ക്ക് മാത്രമാണ്. നമ്മളോ? നമ്മൾ വർഷങ്ങൾ പിന്നിലേയ്ക്കാണ് പോയത്. അഞ്ച് മണിക്കൂർ കഴിഞ്ഞുള്ള ഓരോ നിമിഷവും മാറ്റങ്ങൾ ഉണ്ടാക്കും. നമ്മൾ വലിയ മാറ്റങ്ങളാണ് ഉണ്ടാക്കിയിരിക്കുന്നത്. നമ്മൾ ചെയ്തതിന്റെ ഫലമായി റോസ് പിറന്നത് പോലുമില്ല.

ലൈബ്രേറിയൻ

ശ്...ശ്.ശൂ...

ആൽബസ് *ചിന്തിക്കുന്നു.*

ആൽബസ്

ശരി, നമ്മുക്ക് ഒന്നുകൂടി പിന്നിലേയ്ക്ക് പോകാം - നമ്മുക്കെല്ലാം ശരിയാക്കാം. സെഡ്രിക്കിനെയും റോസിനെയും തിരിച്ചുകൊണ്ടുവരണം.

സ്ക്കോർപിയസ്

...അതല്ല ഞാനുദ്ദേശിച്ചത്.

ആൽബസ്

സമയസഞ്ചാരി യന്ത്രം ഇപ്പോളും നിന്റെ കയ്യിൽ തന്നെയില്ലേ? ആരും കണ്ടുപിടിച്ചില്ലല്ലോ?

സ്ക്കോർപിയസ് *അത് തന്റെ കീശയിൽനിന്നെടുക്കുന്നു.*

സ്ക്കോർപിയസ്

ഉണ്ട്, പക്ഷേ...

ആൽബസ് *അതവന്റെ കയ്യിൽനിന്നും തട്ടിപ്പറിക്കുന്നു.*

അയ്യോ, വേണ്ട... ആൽബസ്. ഇത്രയും കുഴപ്പങ്ങളുണ്ടാക്കിയത് പോരെ?

സ്ക്കോർപിയസ് *സമയസഞ്ചാരിയന്ത്രം തിരികെ പിടിച്ചുവാങ്ങുന്നു,* ആൽബസ് *അവനെ പിന്നിലേയ്ക്ക് തള്ളിയിടുന്നു. അവിടെയൊരു മൽപ്പിടുത്തമുണ്ടാകുന്നു.*

ആൽബസ്

ഇത് നമുക്ക് ശരിയാക്കണം, സ്ക്കോർപിയസ്. സെഡ്രിക്കിനെ നമുക്ക് രക്ഷിക്കണ്ടേ? റോസിനെ തിരിച്ച് കൊണ്ടുവരണ്ടേ? നമ്മുക്ക് ഇനി വളരെ ശ്രദ്ധിച്ച് ചെയ്യാം. ക്രോക്കർ പറഞ്ഞത് എന്ത് തന്നെയുമാകട്ടെ, നിനക്കെന്നെ വിശ്വാസമില്ലേ? ഇത്തവണ നമ്മുക്കെല്ലാം നേരെയാക്കാം.

സ്ക്കോർപിയസ്

ഇല്ല. നമ്മൾ പോകുന്നില്ല ആൽബസ്. അതിങ്ങ് തരൂ!

ആൽബസ്

പറ്റില്ല. ഇത് ചെയ്തേ തീരൂ..

സ്ക്കോർപിയസ്

ശരിയായിരിക്കാം - പക്ഷെ ഇതൊന്നും ചെയ്യുവാൻ നമുക്ക് കഴിയില്ല. നമ്മൾ വീണ്ടുമെല്ലാം കുളമാക്കും.

ആൽബസ്

ആരു പറഞ്ഞു നമ്മൾ കുളമാക്കുമെന്ന്?

സ്ക്കോർപിയസ്

ഞാൻ പറയുന്നു. നമ്മളെക്കൊണ്ട് അതിനേ പറ്റൂ. നമ്മുക്ക് എല്ലാം താറുമാറാക്കാനേ അറിയൂ. നമ്മളെക്കൊണ്ടൊന്നിനും കൊള്ളില്ല, ആൽബസ്. നിനക്കിതുവരെയും മനസിലായില്ലേ?

മൽപ്പിടുത്തത്തില് ആൽബസ് സ്ക്കോർപിയസിനെ നിലംപറ്റിക്കുന്നു.

ആൽബസ്

പക്ഷെ, നിന്നെ കണ്ടുമുട്ടുന്നതുവരെ ഞാൻ അങ്ങനെ ഒന്നിനും കൊള്ളാത്തവനായിരുന്നില്ല.

സ്ക്കോർപിയസ്

ആൽബസ്, നിനക്ക് നിന്റെ അച്ഛന്റെ മുമ്പിൽ തെളിയിക്കേണ്ടത് എന്തുതന്നെയായാലും, അതിനുള്ള മാർഗ്ഗം ഇതല്ല.

ആൽബസ്

എനിക്ക് അച്ഛന്റെ മുമ്പിൽ ഒന്നും തെളിയിക്കുവാനില്ല. എനിക്ക് സെഡ്രിക്കിനെയും റോസിനെയും രക്ഷിക്കണം. എനിക്കത് ചെയ്യുവാൻ കഴിയും, നീയെന്നെ തടയാതിരുന്നാൽ മാത്രം മതി.

സ്ക്കോർപിയസ്

ഞാനില്ലാതെ അല്ലെ? ഓ..പാവം ആൽബസ് പോട്ടർ. സ്വന്തം പ്രശ്നങ്ങൾ ഊതിപ്പെരുപ്പിച്ച് നടക്കുന്ന പാവം ആൽബസ് പോട്ടർ. ഓ കഷ്ടം തന്നെ.

ആൽബസ്

നീയെന്താ ഈ പറയുന്നെ?

സ്ക്കോർപിയസ് *(പൊട്ടിത്തെറിക്കുന്നു)*

നീയെന്റെ ജീവിതമൊന്ന് ജീവിച്ച് നോക്ക്, അപ്പോ കാണാം. ആളുകൾ നിന്നെ നോക്കുന്നത് നിന്റെ അച്ഛൻ മാന്ത്രിക ലോകത്തിന്റെ രക്ഷകൻ, വിഖ്യാതനായ ഹാരി പോട്ടർ ആയതുകൊണ്ടാ. എന്നെ നോക്കുന്നതോ? ഞാൻ വോൾഡമോർട്ടിന്റെ മകനാണെന്ന് അവർ കരുതുന്നത് കൊണ്ട്.

ആൽബസ്

ഞാനങ്ങനെ-

സ്ക്കോർപിയസ്

ആ അവസ്ഥയെന്താണെന്ന് നിനക്ക് ഊഹിക്കുവാനെങ്കിലും പറ്റുമോ? അത് മനസിലാക്കുവാനെങ്കിലും നീ ശ്രമിച്ചിട്ടുണ്ടോ? ഇല്ല, കാരണം നിന്റെ നോട്ടത്തിൽ നീയും നിന്റെ അച്ഛനും തമ്മിലുള്ളതാണ് ലോകത്തിലെ ഏറ്റവും വലിയ പ്രശ്നം. നിന്റെ അച്ഛനെന്നും ഹാരി പോട്ടർ

തന്നെയാവും, നീയെന്നും അദ്ദേഹത്തിന്റെ മകനും. അതിലൊരു മാറ്റവും ഉണ്ടാകാൻ പോകുന്നില്ലയെന്ന് നിനക്കറിയുകയും ചെയ്യാം. ശരിയാ, മറ്റുകുട്ടികൾ നിന്നോട് ക്രൂരമായിത്തന്നെയാണ് പെരുമാറുന്നത്. നീ അതിനോട് പൊരുത്തപ്പെട്ടേ പറ്റു, കാരണം ഇതിലും മോശമായ സാഹചര്യങ്ങളിലൂടെ കടന്നുപോകുന്നവരുണ്ട്. നീയത് മനസിലാക്കണം ആൽബസ്.

നിശബ്ദത.

നമുക്ക് സമയം മാറ്റുവാൻ കഴിഞ്ഞപ്പോൾ ഞാനൊരു നിമിഷം സന്തോഷിച്ചുപോയിരുന്നു, ആ സമയചക്രത്തിൽ എന്റെ അമ്മയ്ക്ക് രോഗം പിടിപെടില്ലയെന്ന് ഞാൻ കരുതി, അമ്മ മരിക്കില്ലെന്ന് ഞാൻ കരുതി. പക്ഷെ ഒന്നിനും മാറ്റമുണ്ടായില്ല. തന്നെയൊന്ന് ശ്രദ്ധിയ്ക്കുകപോലും ചെയ്യാത്ത തന്റെ സുഹൃത്തിനെ സദാസമയവും ആശ്വസിപ്പിക്കുന്ന അമ്മ മരിച്ച, വോൾഡമോർട്ടിന്റെ സന്തതി. അതുകൊണ്ട് ഞാനായിട്ട് നിന്റെ ജീവിതം തുലച്ചിട്ടുണ്ടെങ്കിൽ ക്ഷമിക്കണം. നീ എന്തായാലും എന്റെ ജീവിതം നശിപ്പിച്ചിട്ടില്ല, കാരണം അതല്ലെങ്കിലെ ഗതികെട്ടതായിരുന്നു. നീയതൊട്ട് മെച്ചപ്പെടുത്തിയുമില്ല, കാരണം നീയൊരിക്കലും ഒരു നല്ല സുഹൃത്തായിരുന്നില്ല.

ആൽബസിന് തന്റെ തെറ്റ് മനസിലാകുന്നു.

പ്രൊഫസർ മക്ഗോണഗൾ *(ദൂരെ നിന്ന്)*

ആൽബസ്? ആൽബസ് പോട്ടർ. സ്കോർപിയസ് മാൽഫോയി. നിങ്ങളവിടെയുണ്ടോ- ഒരുമിച്ച്? ഞാൻ നിങ്ങളോട് പറഞ്ഞിട്ടില്ലേ, നിങ്ങളെ ഒരുമിച്ച് കാണുവാൻ പാടില്ലയെന്ന്?

ആൽബസ് സ്കോർപിയസിനെ നോക്കുന്നു, എന്നിട്ട് തന്റെ സഞ്ചിയിൽ നിന്നവനൊരു മേൽക്കുപ്പായമെടുക്കുന്നു.

ആൽബസ്

നമുക്ക് ഒളിക്കണം, വേഗം.

സ്കോർപിയസ്

എങ്ങനെ?

ആൽബസ്

സ്കോർപിയസ്, എന്റെ കയ്യിലേയ്ക്ക് നോക്ക്.

സ്കോർപിയസ്

ഇത് അദൃശ്യതാ മേലങ്കിയല്ലേ? ഇത് ജയിംസിന്റെയല്ലേ?

ആൽബസ്

ഇപ്പോൾ പ്രൊഫസർ നമ്മളെ കണ്ടുപിടിച്ചാൽ, ഒരിക്കലും നമ്മുക്കിനി പരസ്പരം കാണുവാൻ പോലും

കഴിയുകയില്ല. ദയവായി ഇതിന്റെയുള്ളിൽ കയറ് സ്ക്കോർപിയസ്.

പ്രൊഫസർ മക്ഗോണഗൾ *(ദൂരെ നിന്ന്, അവർക്ക് ഓടിയൊളിക്കുവാനുള്ള സാവകാശം നൽകിക്കൊണ്ട്)* ഞാനിപ്പം അവിടെയെത്തും.

പ്രൊഫസർ മക്ഗോണഗൾ ആ മുറിക്കുള്ളിൽ പ്രവേശിക്കുന്നു, കയ്യിൽ മാറോഡേർസ് ഭൂപടം. അവർ ചുറ്റും നോക്കുന്നു.

അവരെവിടെ പോയി? ഇതെന്താ എന്നെ കളിപ്പിക്കുകയാണോ?

അവർ ചിന്തിക്കുന്നു. വീണ്ടും ഭൂപടത്തിൽ നോക്കി അവർ നിൽക്കുന്ന സ്ഥലം മനസിലാക്കുന്നു. അവർ വീണ്ടും മുറിയിലാകെ നോക്കുന്നു. ആൽബസും സ്ക്കോർപിയസും അവരെ കടന്നുപോകുമ്പോൾ ഭൂപടത്തിലെ കരുവും നീങ്ങുന്നു. പ്രൊഫസർ അവരെ തടയുവാൻ നോക്കുന്നു, പക്ഷെ അവർ രക്ഷപ്പെടുന്നു.

ഒരു പുസ്തകം താഴെ വീഴുന്നു. അവർ എന്താണ് ഉപയോഗിക്കുന്നതെന്നും എവിടെയാണെന്നും മക്ഗോണങ്ങളിന് *മനസിലാകുന്നു.* ഇതതുതന്നെ, നിന്റെ അച്ഛന്റെ അദൃശ്യതാ മേലങ്കി.

അവർ വീണ്ടും ഭൂപടത്തിൽ നോക്കുന്നു, വീണ്ടും കുട്ടികളെ നോക്കുന്നു. അവർ പുഞ്ചിരിക്കുന്നു.

അപ്പോ ഞാൻ നിങ്ങളെ കണ്ടിട്ടില്ല, അത്രതന്നെ!

അവർ അവിടെനിന്ന് പോകുന്നു. ആൽബസും സ്ക്കോർപിയസും *മേലങ്കിക്കുള്ളിൽ നിന്ന് പുറത്തുവരുന്നു. അവർ ഒരുനിമിഷം നിശബ്ദരായിരിക്കുന്നു.*

ആൽബസ്

ഞാനിത് ജയിംസിന്റെ കയ്യിൽനിന്ന് മോഷ്ടിച്ചതാ. അവന്റെ സാധനങ്ങൾ വളരെ എളുപ്പത്തിൽ മോഷ്ടിക്കാം. അവന്റെ പെട്ടിയുടെ താഴിന്റെ രഹസ്യ കോഡ് എന്താണെന്നോ, അവന് ആദ്യമായി മാന്ത്രിക ചൂല് കിട്ടിയ ദിവസം! സത്യത്തിൽ എപ്പോളും കളിയാക്കുന്നവരിൽ നിന്ന് രക്ഷപ്പെടുവാൻവേണ്ടിയാണ് ഞാനിത് മോഷ്ടിച്ചത്.

സ്ക്കോർപിയസ് *(തലയാട്ടുന്നു).*

ശരിയാണ് ഞാനൊരിക്കലും നിന്റെ അമ്മയെ പറ്റി ചോദിച്ചിട്ടില്ല, പക്ഷെ- നിന്റെ അമ്മയ്ക്ക് സംഭവിച്ചത് - നിനക്ക് താങ്ങാവുന്നതിലും അപ്പുറമാണ് - എനിക്കുമതിൽ വിഷമമുണ്ട്.

സ്കോർപിയസ്

അത് സാരമില്ല.

ആൽബസ്

അച്ഛൻ പറഞ്ഞു - എന്റെ ചുറ്റും കാണുന്ന കരിമേഘം നീയാണെന്ന്. അച്ഛനും മറ്റുള്ളവരെ പോലെ - അങ്ങനെ ചിന്തിച്ച് തുടങ്ങിയിരിക്കുന്നു- ഞാൻ നിന്റെ കൂട്ട് വിട്ടില്ലെങ്കിൽ, അച്ഛൻ പറഞ്ഞു...

സ്കോർപിയസ്

നിന്റെ അച്ഛനും കരുതുന്നുണ്ടോ എന്നെ പറ്റിയുള്ള കഥകൾ ശരിയാണെന്ന്? ഞാൻ വോൾഡമോർട്ടിന്റെ മകനാണെന്ന്?

ആൽബസ് *(തലയാട്ടുന്നു)*

അച്ഛന്റെ ഡിപ്പാർട്ട്മെന്റിപ്പോൾ അത് അന്വേഷിക്കുകയാണ്.

സ്കോർപിയസ്

നന്നായി. അവർ അന്വേഷിക്കട്ടെ. ചിലപ്പോൾ എനിക്ക് പോലും സ്വയം തോന്നി പോകാറുണ്ട്, അത് ശരിയാണെന്ന്.

ആൽബസ്

അല്ല. അതൊരിക്കലും സത്യമാകുകയില്ല. വോൾഡമോർട്ടിന് ഇത്രയും അനുകമ്പയുള്ള ഒരു മകനുണ്ടാകുവാൻ ഒരു വഴിയുമില്ല. നീ സഹജീവികളോട് അനുകമ്പയുള്ളവനാണ് സ്കോർപിയസ്. നിന്റെയോരോ കോശങ്ങളിലും കരുണയും, സ്നേഹവുമാണ്. ഞാനുറച്ച് വിശ്വസിക്കുന്നു, വോൾഡമോർട്ടിന് നിന്നെപ്പോലൊരു മകനുണ്ടാവില്ലെന്ന്.

അവൻ പറഞ്ഞത് സ്കോർപിയസിനെ സ്പർശിക്കുന്നു.

സ്കോർപിയസ്

കേൾക്കുവാൻ സുഖമുള്ള കാര്യമാണ് നീ ഇപ്പോൾ പറഞ്ഞത്.

ആൽബസ്

ഞാനിത് എത്രയോ മുമ്പേ പറയേണ്ടിയതായിരുന്നു. നീ... നിയൊരിക്കലും എന്റെ വഴിമുടക്കിയല്ല... നീയാണ് എനിക്ക് ശക്തി പകരുന്നത്. അച്ഛൻ നമ്മളെ പിരിച്ചപ്പോൾ - നീയില്ലാതെ ഞാൻ-

സ്കോർപിയസ്

ഉള്ളത് പറഞ്ഞാൽ, നിയില്ലാത്ത ജീവിതം എനിക്കുമിഷ്ടമായില്ല.

ആൽബസ്

പിന്നെ... എനിക്കറിയാം ഞാനെന്നും ഹാരി പോട്ടറിന്റെ മകനായിരികുമെന്ന്- ഞാനത് എന്റെ മനസിനെ പറഞ്ഞുപഠിപ്പിച്ചോളാം. നീ പറഞ്ഞത് ശരിയാണ്, നിന്റേതുമായി തട്ടിച്ചുനോക്കുമ്പോൾ എന്റെ ജീവിതം എത്രയോ മെച്ചമാണ്!

സ്ക്കോർപിയസ് *(ഇടയിൽ കയറുന്നു)*

ആൽബസ്, ക്ഷമാപണമൊക്കെ കേൾക്കുവാൻ കൊള്ളാം, പക്ഷേയിതാ നീ വീണ്ടും നിന്നെ പറ്റി തന്നെ സംസാരിച്ച് തുടങ്ങിയിരിക്കുന്നു. അതുകൊണ്ട് ഇവിടം കൊണ്ട് നിറുത്തുന്നതാ നല്ലത്.

ആൽബസ് ചിരിച്ചിട്ട് തന്റെ കൈ സ്ക്കോർപിയസിന് നേരെ നീട്ടുന്നു.

ആൽബസ്

കൂട്ട്!

സ്ക്കോർപിയസ്

എല്ലാക്കാലവും.

സ്ക്കോർപിയസും കൈനീട്ടുന്നു, ആൽബസ് അവനെ വലിച്ചുതന്നോടടുപ്പിച്ചിട്ട് കെട്ടിപ്പിടിയ്ക്കുന്നു.

ഇതിപ്പോ രണ്ടാമത്തെ തവണയാണ്.

പിടുത്തംവിട്ട് അവർ പുഞ്ചിരിക്കുന്നു.

ആൽബസ്

നമുക്കിടയിൽ ഈ വഴക്കുണ്ടായത് നന്നായി, ഇത് കാരണം എനിക്ക് നല്ലൊരാശയം കിട്ടി.

സ്ക്കോർപിയസ്

എന്തിനെപ്പറ്റി?

ആൽബസ്

രണ്ടാമത്തെ മത്സരയിനത്തെക്കുറിച്ച്.

സ്ക്കോർപിയസ്

ഇപ്പോഴും നീ കാലങ്ങൾ പിന്നിലേയ്ക്ക് പോകുന്നതിനെപ്പറ്റി തന്നെയാണോ സംസാരിക്കുന്നത്? നമ്മൾ അതിനെപ്പറ്റി സംസാരിച്ചുകഴിഞ്ഞതല്ലേ?

ആൽബസ്

നീ പറഞ്ഞത് ശരിയാണ്, നമ്മൾ ഒന്നിന്നും കൊള്ളാത്തവരാണ്. എല്ലാം കുളമാക്കുവാൻ നമ്മളെ കഴിഞ്ഞേയുള്ളു ആരും. അതിൽ നമ്മുക്കുള്ളയറിവ് ഇവിടെ നമ്മുക്ക് ഉപയോഗിക്കാം. സമൂഹമാണ് ഒരു വ്യക്തിയെ ഒന്നിനും കൊള്ളാത്തവനാകുന്നത്. അവനെ മറ്റുള്ളവർ പറഞ്ഞു പഠിപ്പിക്കുകയാണ് ചെയ്യുന്നത് അവൻ പരാജിതനാണെന്ന്. അതിനുള്ള ഏറ്റവും നല്ല വഴി ആ വ്യക്തിയെ അപമാനിക്കുകയെന്നതാണ്. വിക്ടർ രണ്ടാമത്തെ മത്സരത്തിൽ പരാജയപ്പെടുവാൻ നമ്മളും അത് തന്നെ ചെയ്യുവാൻ പോകുന്നു.

സ്ക്കോർപിയസ് കുറേ നേരത്തേയ്ക്ക് ചിന്തിക്കുന്നു. എന്നിട്ട് ചിരിയ്ക്കുന്നു.

സ്കോർപിയസ്

അതൊരു നല്ല ബുദ്ധിയാണ്.

ആൽബസ്

അതു തന്നെ.

സ്കോർപിയസ്

സെഡ്രിക്കിനെ രക്ഷിയ്ക്കുവാനായി അവനെ അപമാനിക്കുക, അതു കൊള്ളാം. അപ്പോ റോസോ?

ആൽബസ്

അതിപ്പോൾ പറയില്ല. നീയില്ലാതെ വേണമെങ്കിലും എനിക്കിത് ചെയ്യാം, പക്ഷേ നമ്മൾ രണ്ടും ഒരുമിച്ച് വേണം ഇത് ചെയ്യുവാൻ. നീ വരുമോ?

സ്കോർപിയസ്

പക്ഷേ, ഒരു നിമിഷം, രണ്ടാമത്തെ മത്സരം നടന്നത് പുഴയിലല്ലേ? പക്ഷേ നമ്മുക്ക് സ്കൂൾ കെട്ടിടം വിട്ട് വെളിയിൽ പോകുവാൻ അനുവാദമില്ലല്ലോ!

ആൽബസ് *ചിരിക്കുന്നു.*

ആൽബസ്

അതെ. അതിന്... അതിനാദ്യം നമ്മൾ ഒന്നാംനിലയിലുള്ള പെൺകുട്ടികളുടെ ശൌചാലയം കണ്ടുപിടിക്കണം.

അങ്കം രണ്ട് രംഗം പതിനേഴ്

ഹോഗ്വാർട്ട്സ്, കോണിപ്പടി

റോൺ നടയിറങ്ങി വരുമ്പോൾ ഹെർമയോണിയെ കാണുന്നു. അവന്റെ മുഖഭാവം മാറുന്നു.

റോൺ

പ്രൊഫസർ ഗ്രേഞ്ചർ.

റോണിനെ കാണുമ്പോൾ ഹെർമയോണിയുടെയും ഉള്ളംപിടയ്ക്കുന്നു (അവർ അത് പുറത്തുകാണിക്കുന്നില്ല).

ഹെർമയോണി

റോൺ. നീയെന്താ ഇവിടെ?

റോൺ

മാന്ത്രിക മരുന്നിന്റെ ക്ലാസ്സിൽ പഞ്ചു എന്തോ കുഴപ്പമൊപ്പിച്ചു. ഇപ്പോ അവന് പുരികങ്ങളില്ല, പകരം വലിയ മീശയാണുള്ളത്. എനിക്ക് വരണമെന്നില്ലായിരുന്നു, പക്ഷേ പത്മ പറയുന്നത് മുഖത്തെ രോമവളർച്ചയുടെ കാര്യമാകുമ്പോൾ ആൺമക്കൾക്ക് അച്ഛൻമാരെയാണ് വേണ്ടിയതെന്നാ. മുടിയിലെന്തെങ്കിലും ചെയ്തോ നീ?

ഹെർമയോണി

മുടി ചീകി, അത്രതന്നെ.

റോൺ

എങ്കിൽ അതാണ്... നിനക്കിത് ചേരുന്നുണ്ട്.

ഹെർമയോണി റോണിനെ ആശ്ചര്യത്തോടെ നോക്കുന്നു.

ഹെർമയോണി

റോൺ. എന്നെയിങ്ങനെ നോക്കാതെ.

റോൺ *(ധൈര്യം സംഭരിച്ചുകൊണ്ട്)*

നിനക്കറിയുമോ, ഹാരിയുടെ മകൻ ആൽബസ് കഴിഞ്ഞ ദിവസം എന്നോട് പറയുവാ നമ്മൾ രണ്ടും വിവാഹം കഴിച്ചെന്നാണ് അവൻ കരുതിയിരുന്നതെന്ന്. ഹ..ഹ..ഹ..എന്തൊരു വിഡ്ഢിത്തമാണല്ലേ!

ഹെർമയോണി

അതെ... പൊട്ടത്തരം.

റോൺ

നമ്മുക്കൊരു മകൾ ഉണ്ടെന്നും അവൻ കരുതിയിരുന്നു എന്ന്.

രണ്ടുപേരുടെയും കണ്ണുകളുടക്കുന്നു. ഹെർമയോണിയാണാദ്യം നോട്ടം പിൻവലിക്കുന്നത്.

ഹെർമയോണി

എന്തൊക്കെ മണ്ടത്തരങ്ങളാ!

റോൺ

ശരിയ്ക്കും. നമ്മൾ നല്ല സുഹൃത്തുക്കളാണ്... അത്ര മാത്രം.

ഹെർമയോണി

തീർച്ചയായും. സുഹൃത്തുക്കൾ മാത്രമാണ്.

റോൺ

സുഹൃത്തുക്കൾ മാത്രം. സുഹൃത്തുക്കൾ- എന്തൊരു വിചിത്രമായ പദമാണത്. അത്ര വിചിത്രമല്ല. വെറുമൊരു പദം. സുഹൃത്ത്. സുഹൃത്ത്. വിചിത്രയായ സുഹൃത്ത്. നീ..എന്റെ വിചിത്ര സുഹൃത്താണ് - എന്റെ ഹെർമയോണി. അയ്യോ എന്റെ ഹെർമയോണി എന്നല്ല - നിനക്ക് മനസിലായല്ലോ ആല്ലേ - എന്റെ ഹെർമയോണിയല്ല.. എന്റേയല്ല - നിനക്ക് മനസിലായല്ലോ അല്ലേ...

ഹെർമയോണി

എനിക്ക് മനസിലായി.

നിശബ്ദത. രണ്ടുപേരും നിന്നിടത്തുനിന്ന് അനങ്ങുന്നുപോലുമില്ല. റോൺ ചുമയ്ക്കുന്നു.

റോൺ

ഞാൻ പോകട്ടെ. പഞ്ചുവിന്റെ കാര്യം ശരിയാക്കണം. പോയി മീശവളർത്തുന്നതിനെ പറ്റി അവനെ പഠിപ്പിക്കട്ടെ.

അവൻ നടക്കുന്നു, തിരിഞ്ഞ് ഹെർമയോണിയെ നോക്കുന്നു. അവളും നോക്കുന്നു. അവൻ നടപ്പിന്റെ വേഗത കൂട്ടുന്നു.

ഇങ്ങനെ മുടിയിടുന്നത് നിനക്ക് നന്നായി ചേരുന്നുണ്ട് കേട്ടോ.

അങ്കം രണ്ട് രംഗം പതിനെട്ട്

ഹോഗ്വാർട്ട്സ്, പ്രധാനദ്ധ്യാപികയുടെ ഓഫീസ്

അരങ്ങിൽ പ്രൊഫസർ മക്ഗോണഗൾ മാത്രം. അവർ ഭൂപടത്തിൽ നോക്കിയിരിക്കുകയാണ്. മാന്ത്രിക വടികൊണ്ട് താളം പിടിക്കുന്നു. താൻ ഉചിതമായ തീരുമാനമാണ് എടുത്തതെന്നോർത്ത് പുഞ്ചിരിക്കുന്നു.

പ്രൊഫസർ മക്ഗോണഗൾ

അനർത്ഥം പരിഹരിച്ചു.

ഒരു കടകടശബ്ദം കേൾക്കുന്നു.

അരങ്ങ് മുഴുവൻ പ്രകമ്പനം കൊള്ളുന്നു.

ജിന്നിയാണ് നെരിപ്പോടിലൂടെ ആദ്യം എത്തിയത്, പിറകെ ഹാരിയും എത്തുന്നു.

ജിന്നി

പ്രൊഫസർ, ഇതിലും നന്നായി ഇതിലൂടെ വരുവാൻ കഴിയുമെന്ന് തോന്നുന്നില്ല.

പ്രൊഫസർ മക്ഗോണഗൾ

പോട്ടർ. നീ വീണ്ടും വന്നോ. നീയെന്റെ പരവതാനി മുഴുവൻ വൃത്തികേടാക്കിയല്ലോ!

ഹാരി

നമ്മുക്ക് വേഗം ആൽബസിനെ കണ്ടുപിടിക്കണം.

പ്രൊഫസർ മക്ഗോണഗൾ

ഹാരി, ഞാൻ അതിനെ പറ്റി ചിന്തിച്ചു. എനിക്കിതിൽ ഇടപെടുന്നതിന് ബുദ്ധിമുട്ടുണ്ട്. നീയെന്തൊക്കെ പറഞ്ഞ് ഭീക്ഷണിപ്പെടുത്തിയാലും, ഞാൻ-

ഹാരി

അയ്യോ, മിനർവ, ഞാൻ വന്നത് വീണ്ടും പ്രശ്നമുണ്ടാക്കാനല്ല. ഒരിക്കലും ഞാനങ്ങനെ സംസാരിക്കുവാൻ പാടില്ലായിരുന്നു.

പ്രൊഫസർ മക്ഗോണഗൾ

എനിക്ക് മറ്റുള്ളവരുടെ സൗഹൃദബന്ധങ്ങളിൽ ഇടപ്പെടുവാൻ ബുദ്ധിമുട്ടുണ്ട്. എനിക്കതിന് കഴിയില്ല-

ഹാരി

നിങ്ങളോടും ആൽബസിനോടും എനിക്ക് ക്ഷമാപണം നടത്തണം, അതിനെനിക്കൊരു അവസരം തരില്ലേ?

ചാരം പറത്തികൊണ്ട് ഡ്രാക്കോയും എത്തുന്നു.

പ്രൊഫസർ മക്ഗോണഗൾ

ഡ്രാക്കോ?

ഡ്രാക്കോ

അവന് അവന്റെ മകനെ കാണേണ്ടതുണ്ട്, എനിക്ക് എന്റെയും.

ഹാരി

ഞാൻ പറഞ്ഞല്ലോ, പ്രശ്നമുണ്ടാക്കുവാനല്ല.

പ്രൊഫസർ മക്ഗോണഗൾ *അവന്റെ മുഖത്ത് ശ്രദ്ധിച്ച് നോക്കുന്നു. ഹാരി പറയുന്നത് വിശ്വസിക്കാമെന്ന് അവർ മനസിലാക്കുന്നു. അവർ തന്റെ കീശയിൽനിന്ന് ഭൂപടമെടുത്ത് നിവർത്തിവയ്ക്കുന്നു.*

പ്രൊഫസർ മക്ഗോണഗൾ

ഹമ്... പ്രശനമുണ്ടാക്കുവാനല്ലെങ്കിൽ ഞാനും സഹകരിക്കാം.

തന്റെ മാന്ത്രികദണ്ഡാൽ ഭൂപടത്തിൽ ഒരു കൊട്ടുകൊട്ടുന്നു.

എനിക്കൊരു നന്മയും ചെയ്യുവാനുദ്ദേശമില്ലെന്നു ഞാനുറപ്പ് തരുന്നു.

ഭൂപടം തെളിഞ്ഞുവരുന്നു.

അവർ ഒരുമിച്ചാണല്ലോ.

ഡ്രാക്കോ

ഒന്നാം നിലയിലെ പെൺക്കുട്ടികളുടെ കുളിമുറിയിലോ. അവർക്കെന്താ അവിടെ കാര്യം?

അങ്കം രണ്ട് രംഗം പത്തൊമ്പത്

ഹോഗ്വാർട്ട്സ്, പെൺക്കുട്ടികളുടെ ശൗചാലയം

സ്ക്കോർപിയസും ആൽബസും ശൗചാലയത്തിന്റെ ഉള്ളിൽ പ്രവേശിക്കുന്നു. ഒത്ത നടുക്കൊരു വലിയ വിക്റ്റോറിയൻ സിങ്ക് കാണാം.

സ്ക്കോർപിയസ്

അപ്പോ എൻഗോർജ്മെന്റ് മന്ത്രം പ്രയോഗിക്കുവാനാണ് പദ്ധതി... അല്ലേ..?

ആൽബസ്

അതെ. സ്ക്കോർപിയസ് ആ സോപ്പ് ഒന്നിങ്ങെടുക്കുമോ?

സ്ക്കോർപിയസ് സിങ്കിൽ നിന്നൊരു സോപ്പ് എടുത്തുകൊടുക്കുന്നു.

എൻഗോർജിയോ!

അവൻ മുറിയ്ക്ക് കുറുകെ തന്റെ മന്ത്രക്കോലിൽ നിന്നുമൊരു മിന്നൽപിണർപ്പ് തൊടുക്കുന്നു. സോപ്പ് അതിന്റെ യാഥാർത്ഥ വലുപ്പത്തിന്റെ നാലിരട്ടിയായി മാറുന്നു.

സ്ക്കോർപിയസ്

ഇത് കൊള്ളാലോ, എനിക്ക് നന്നായി ബോധിച്ചു!

ആൽബസ്

രണ്ടാമത്തെയിനം തടാകത്തിൽ നടന്നതാണ്. മത്സരാർത്ഥി തങ്ങളുടെ പക്കൽ നിന്നും മോഷ്ടിക്കപ്പെട്ട സാധനം കണ്ടുപിടിച്ച് തിരിച്ചെടുക്കണം എന്നതാണ് ദൗത്യം. മോഷ്ടിക്കപ്പെട്ട സാധനം പക്ഷെ -

സ്ക്കോർപിയസ്

അവർ സ്നേഹിക്കുന്ന വ്യക്തികളായിരുന്നു.

ആൽബസ്

ഹമ്. വെള്ളത്തിനടിയിൽ നീന്തുവാൻ സെഡ്രിക്ക് ബബിൾ-ഹെഡ് മന്ത്രമാണ് ഉപയോഗിച്ചത്. നമ്മൾ അവനെ പിന്തുടർന്നുചെന്ന്, അവന്റെ മേൽ എൻഗോർജ്മെന്റ് മന്ത്രം പ്രായോഗിക്കുന്നു. അപ്പോൾ അവൻ പതിൻമടങ്ങ് വലുതാകും. സമയസഞ്ചാരി യന്ത്രം നമുക്ക് വളരെക്കുറച്ച് സമയമേ തരുകയുള്ളു. അതുകൊണ്ട് നമ്മുക്ക് എല്ലാം വളരെ പെട്ടന്നു ചെയ്തുതീർക്കണം. ചെല്ലുന്നു, അവന്റെ തലയിൽ മന്ത്രം പ്രയോഗിക്കുന്നു, അവൻ തടാകത്തിലൂടെ ഒഴുകിയകലുന്നു, ഈ ദൗത്ത്യത്തിൽ നിന്നും, ഈ മത്സരത്തിൽനിന്നും.

സ്ക്കോർപിയസ്

പക്ഷെ- നമ്മളെങ്ങനെയാണ് ആ തടാകത്തിൽ പോകുന്നതെന്ന് നീ ഇതുവരെയും പറഞ്ഞില്ല.

പെട്ടന്ന് സിങ്കിൽനിന്നും വെള്ളം പൊങ്ങിവരുന്നു, ആ കൂടെ അടിമുടി നനഞ്ഞ മോനിങ് മിർട്ടിലും.

മോനിങ് മിർട്ടിൽ

ആഹാ. അത് കൊള്ളാമായിരുന്നു. ഇതൊന്നും ഞാനൊരിക്കലും ആസ്വദിച്ചിരുന്നില്ല. എന്റെ പ്രായമാകുമ്പോൾ നിങ്ങളും ചെയ്യുന്നതെല്ലാം ആസ്വദിക്കുവാൻ തുടങ്ങും.

സ്ക്കോർപിയസ്

ശരിയാ- മോനിങ് മിർട്ടിൽ, നിനക്കസാമാന്യ ബുദ്ധി തന്നെ.

മോനിങ് മിർട്ടിൽ സ്ക്കോർപിയസിന്റെ *അടുത്തേയ്ക്ക് തെന്നിയിറങ്ങുന്നു.*

മോനിങ് മിർട്ടിൽ

നീയെന്താ എന്നെ വിളിച്ചത്? അങ്ങനെ വിളിക്കുവാൻ ഞാനെന്താ എപ്പോളും വിലപിച്ചുകൊണ്ട് നടക്കുകയാണോ? ആണോന്ന്?

സ്ക്കോർപിയസ്

അല്ല.

മോനിങ് മിർട്ടിൽ

എന്റെ പേരെന്താ?

സ്ക്കോർപിയസ്

മിർട്ടിൽ.

മോനിങ് മിർട്ടിൽ

അതുതന്നെ - മിർട്ടിൽ. മിർട്ടിൽ എലിസബത്ത് വാറെൻ -എന്തു നല്ല പേരാണ് എന്റേത്. അതിന്റെ കൂടെ വേറൊന്നും ചേർക്കണ്ട.

ഇവിടെ എന്റെ ഈ മുറിയിൽ, പെൺകുട്ടികളുടെ ഈ കുളിപ്പുരയിൽ ആൺകുട്ടികൾ വന്നിട്ട് കുറേ കാലമായി. ഇവിടെ നിങ്ങൾ വരുവാൻ പാടില്ലാത്തതാണ്, എങ്കിലും എനിക്കെപ്പോഴും പോട്ടർമാരോട് ഒരു അനുഭാവമുണ്ട്. മൽഫോയികളോടും കുഴപ്പമില്ലാത്ത താൽപ്പര്യമുണ്ട്. അപ്പോ പറയു, ഞാനെങ്ങനെയാ നിങ്ങളെ സഹായിക്കേണ്ടത്?

ആൽബസ്

അന്ന് ആ തടാകത്തിൽ, നീയുമുണ്ടായിരുന്നില്ലേ മിർട്ടിൽ? അങ്ങനെ ഞാൻ വായിച്ചിട്ടുണ്ട്. ഈ പൈപ്പിൽക്കൂടി അവിടെ എത്തുവാനൊരു വഴികാണില്ലേ?

മോനിങ് മിർട്ടിൽ

ഞാൻ എപ്പോളും എല്ലായിടത്തുമുണ്ട്. നിങ്ങൾ ഏത് തടാകമാണ് ഉദ്ദേശിച്ചതെന്ന് വ്യക്തമായി പറയ്.

ആൽബസ്

രണ്ടാമത്തെ മത്സരയിനത്തിൽ, ഇരുപത്തിയഞ്ച് വർഷം മുമ്പ് ഒരു തടാകത്തിൽ നടന്ന ട്രൈവിസാർഡ് ടൂർണമെന്റിന്റെയാ മത്സരത്തിൽ.

മോനിങ് മിർട്ടിൽ

എന്നാലും ആ സുന്ദരൻ പയ്യൻ മരിച്ചല്ലോ. നിന്റെ അച്ഛൻ സുന്ദരൻ അല്ലെന്നല്ല കേട്ടോ - എങ്കിലും സെഡ്രിക്ക് ഡിഗറി- ഇവിടെ വെച്ച് തന്നെ, എത്ര പെൺക്കുട്ടികൾ അവന് വേണ്ടി പ്രണയ മന്ത്രങ്ങൾ ചെയ്യുന്നത് ഞാൻ കേട്ടിട്ടുണ്ടെന്നോ. പിന്നെ അവൻ മരിച്ചപ്പോൾ കരഞ്ഞ പെൺകുട്ടികളുടെ എണ്ണം എടുക്കാതെയിരിക്കുകയാ നല്ലത്.

ആൽബസ്

ആ തടാകത്തിലേയ്ക്കെത്തുവാൻ ഞങ്ങളെ സഹായിക്കുമോ മിർട്ടിൽ.

മോനിങ് മിർട്ടിൽ

നിങ്ങൾ വിചാരിക്കുന്നത് അത്രയും കാലം പിന്നിലേയ്ക്ക് പോകുവാൻ എനിക്ക് നിങ്ങളെ സഹായിക്കുവാൻ കഴിയുമെന്നാണോ?

ആൽബസ്

ഒരു കാര്യം കാണിച്ചാൽ നീയത് ആരോടും പറയാതിരിക്കുമോ?

മോനിങ് മിർട്ടിൽ

ഓ. എനിക്ക് രഹസ്യങ്ങൾ ഭയങ്കര ഇഷ്ടമാ. ഞാനൊരു ജീവിയോടും പറയില്ല. ചത്താലും പറയില്ല. അലെങ്കിൽ പ്രേതങ്ങൾക്ക് അതിനോടു സമമായുള്ളത് എന്താണോ അത്. എന്തായാലും നിങ്ങൾക്ക് ഞാനുദ്ദേശിച്ചത് മനസിലായല്ലോ.

ആൽബസ് സൂചന നൽകുന്നു, സ്കോർപിയസ് സമയസഞ്ചാരിയന്ത്രം മിർട്ടിലിനെ കാണിക്കുന്നു.

ആൽബസ്

ഞങ്ങൾക്ക് സമയത്തിലൂടെ സഞ്ചരിക്കുവാൻ കഴിയും. നീ ഞങ്ങളെ സഹായിക്കേണ്ടത് ഈ പൈപ്പുകൾക്കുള്ളിലൂടെ സഞ്ചരിക്കാനാണ്. ഞങ്ങൾ സെഡ്രിക്ക് ഡിഗറിയെ രക്ഷിക്കുവാൻ പോവുകയാണ്.

മോനിങ് മിർട്ടിൽ *(ചിരിക്കുന്നു)*

അത് കൊള്ളാമല്ലോ.

ആൽബസ്

ഞങ്ങൾക്ക് നഷ്ടപ്പെടുത്തുവാൻ ഒട്ടും സമയമില്ല.

മോനിങ് മിർട്ടിൽ

ഈ സിങ്ക് തന്നെ നിങ്ങളെ അവിടെ എത്തിക്കും. ഇതെത്തിച്ചേരുന്നത് ആ തടാകത്തിലേയ്ക്കാണ്. ഈ സ്ക്കൂളിന്റെയെല്ലാ യാഥാസ്ഥിതിക നിയമങ്ങളെയും ലംഘിച്ചുകൊണ്ടാണ് നിങ്ങളിത് ചെയ്യുവാൻ പോകുന്നത്. സിങ്കിലേയ്ക്ക് നീർക്കാങ്കുഴിയിട്ടോ.. ഈ പൈപ്പുകൾ നിങ്ങളെ നേരെ അവിടെ എത്തിച്ചുകൊള്ളും.

ആൽബസ് മേലങ്കി ഊരിയിട്ട് സിങ്കിലേയ്ക്കിറങ്ങുന്നു. സ്കോർപിയസും അതുപോലെ ചെയ്യുന്നു.

ആൽബസ് ഒരു കിഴിയിൽ കുറച്ചു പച്ചില സ്കോർപിയസിന് നേരെ നീട്ടുന്നു.

ആൽബസ്

കുറച്ച് എനിക്ക്, കുറച്ച് നിനക്ക്.

സ്കോർപിയസ്

ഗില്ലീവീടോ? വെള്ളത്തിനടിയിൽ ശ്വസിക്കുവാൻ നമ്മളിതാണോ ഉപയോഗിക്കുവാൻ പോകുന്നത്?

ആൽബസ്

അച്ഛൻ ചെയ്തതും ഇതാണ്. നീ തയ്യാറല്ലേ?

സ്കോർപിയസ്

സമയസഞ്ചാരി യന്ത്രം നമ്മളെ ചതിക്കാതിരിക്കുവാൻ ഇപ്രാവശ്യം പ്രത്യേകം ശ്രദ്ധിയ്ക്കണം.

ആൽബസ്

അഞ്ച് മിനിറ്റ്, അത്രയേ നമ്മുക്കുള്ളു. അതിനുമുമ്പ് വർത്തമാനകാലത്തിലേയ്ക്ക് തിരിച്ചെത്തണം.

സ്കോർപിയസ്

ഒരു കുഴപ്പവും ഉണ്ടാകില്ലെന്ന് ഒന്ന് പറയു.

ആൽബസ് *(ചിരിക്കുന്നു)*

ഒരു കുഴപ്പവുമില്ല. തയാറാണല്ലോ?

ആൽബസ് ഗില്ലീവീഡ് കഴിച്ചിട്ട് വെള്ളത്തിൽ മുങ്ങുന്നു.

സ്‌ക്കോർപിയസ്

ആൽബ്ബസ്, നിൽക്ക്-പോവല്ലേ-

അവൻ തലയുയർത്തി നോക്കുന്നു. അവനും മോനിങ് മിർട്ടലും മാത്രം.

മോനിങ് മിർട്ടിൽ

ധൈര്യശാലികളായ ആൺക്കുട്ടികളെ എനിക്കിഷ്ടമാ.

സ്‌ക്കോർപിയസ് *(കുറച്ച് പേടിയും, വളരെ കുറച്ച് ധൈര്യവും)*

എന്നാ ഞാനും തയ്യാർ. എന്തും വരട്ടെ.

അവനും ഗില്ലീവീഡ് കഴിച്ചിട്ട് വെള്ളത്തിൽ മുങ്ങുന്നു.

അരങ്ങിൽ മോനിങ് മിർട്ടിൽ മാത്രമാകുന്നു.

അരങ്ങിൽ കണ്ണഞ്ചിപ്പിക്കുന്ന വെളിച്ചം നിറയുന്നു, ഒപ്പം അതിഭയങ്കര ശബ്ദവും. സമയം നില്ക്കുന്നു. സൂചി തിരിച്ചുകറങ്ങുവാൻ തുടങ്ങുന്നു.

ഹാരി അവിടേയ്ക്ക് ഓടിയെത്തുന്നു. മുഖത്ത് ആധി. അവന് പിന്നാലെ ഡ്രാക്കോയും, ജിന്നിയും, പ്രൊഫസർ മക്ഗോണങ്ങളും ഓടിയെത്തുന്നു.

ഹാരി

ആൽബസ്... ആൽബസ്...

ജിന്നി

അവൻ ഇവിടെയില്ല.

അവന്റെ മേലങ്കി തറയിൽ കിടക്കുന്നത് കാണുന്നു.

പ്രൊഫസർ മക്ഗോണഗൾ *(ഭൂപടത്തിൽ നോക്കുന്നു)*

അവരെ കാണാനില്ല. അല്ല, അവർ ഹോഗ്വാർട്ട്സിന്റെ അടിയിലേയ്ക്ക് പോയിക്കൊണ്ടിരിക്കുകയാ. അയ്യോ അവരെ വീണ്ടും കാണാനില്ല-

ഡ്രാക്കോ

അവരെങ്ങനെയാ ഇത് ചെയ്യുന്നത്?

മോനിങ് മിർട്ടിൽ

അവരുടെ കയ്യിൽ ഒരു കളിക്കോപ്പുണ്ടല്ലോ!

ഹാരി

മിർട്ടിൽ!

മോനിങ് മിർട്ടിൽ

അയ്യോ, നീയെന്നെ കണ്ടുപിടിച്ചുകളഞ്ഞല്ലോ. ഞാൻ കഷ്ടപ്പെട്ട് ഒളിച്ചിരിക്കുകയായിരുന്നു. ഇതാരൊക്കെയാ! ഹാരി, ഡ്രാക്കോ. നിങ്ങൾ വീണ്ടും വഴക്കിട്ടോ, ഏ?

ഹാരി

എന്ത് കളിക്കോപ്പാ അവരുടെ കയ്യിലുള്ളത്?

മോങ്ങിി മിർട്ടിൽ

അതൊരു രഹസ്യമാ, പക്ഷെ എനിക്ക് നിന്നിൽ നിന്നൊന്നും ഒളിച്ചുവെയ്ക്കുവാൻ കഴിയില്ല ഹാരി. പ്രായം ചെല്ലുംതോറും നീയെങ്ങനെയാ ഇങ്ങനെ കൂടുതൽ കൂടുതൽ സുന്ദരനായി തീരുന്നത്?

ഹാരി

എന്റെ മകൻ അപകടത്തിലാണ്. എനിക്ക് നിന്റെ സഹായം വേണം. അവരെന്താ ചെയ്യുന്നത് മിർട്ടിൽ?

മോനിങ് മിർട്ടിൽ

അവർ ഒരു ചെറുക്കനെ രക്ഷിക്കുവാൻ നടക്കുവാ.. ഏതോ സെഡ്രിക്ക് ഡിഗറിയെ.

എന്താ സംഭവിക്കുന്നതെന്ന് മനസിലാക്കിയ ഹാരി ഭയചകിതനാകുന്നു.

പ്രൊഫസർ മക്ഗോണഗൾ

അതിന് വർഷങ്ങൾക്ക് മുമ്പേ സെഡ്രിക്ക് ഡിഗറി മരിച്ചതല്ലേ.

മോനിങ് മിർട്ടിൽ

അവനത് ചെയ്യുവാൻ പറ്റുമെന്ന് വല്ലാത്ത ആത്മവിശ്വാസമായിരുന്നു, നിന്നെ പോലെ തന്നെ ഹാരി.

ഹാരി

ഞാൻ ആമോസ് ഡിഗറിയോട് സംസാരിക്കുന്നത് അവൻ കേട്ടിട്ടുണ്ടാവണം....പിന്നെ.. അവന്റെ കയ്യിൽ മന്ത്രാലയത്തിന്റെ സമയസഞ്ചാരി യന്ത്രവും ഉണ്ടെന്ന് തോന്നുന്നു. പക്ഷെ, ഇല്ല.. അത് അസംഭവ്യമാണ്.

പ്രൊഫസർ മക്ഗോണഗൾ

മന്ത്രാലയത്തിൽ സമയസഞ്ചാരി യന്ത്രമുണ്ടായിരുന്നോ? ഞാൻ കരുതിയിരുന്നത് അത് നശിപ്പിച്ചെന്നാണല്ലോ!

മോനിങ് മിർട്ടിൽ

എല്ലാവരും താന്തോന്നികളാണല്ലേ?

ഡ്രാക്കോ

ഇവിടെ എന്താ നടക്കുന്നതെന്ന് ആർക്കെങ്കിലും ഒന്ന് പറയാമോ?

ഹാരി

അവര് യാത്ര ചെയ്യുകയാണ്. കാലത്തിലൂടെ...സമയത്തിലൂടെ.

അങ്കം രണ്ട് രംഗം ഇരുപത്

ട്രൈവിസാർഡ് ടൂർണമെന്റ്, തടാകം, 1995

ലൂഡോ ബാഗ്മാൻ

മാന്യമഹാജനങ്ങളെ, ഇതാ ഇന്നിവിടെ നടന്നുകൊണ്ടിരിക്കുകയാണ് മഹനീയമായ, അവിശ്വസനീയമായ ട്രൈവിസാർഡ് ടൂർണമെന്റ്. ഹോഗ്വാർട്ട്സിൽ നിന്നുമുള്ളവർ ഉറക്കെ കയ്യടിക്കൂ.

ഉച്ചത്തിലുള്ള കയ്യടി.

ആൽബസും സ്ക്കോർപിയസും തടാകത്തിലൂടെ നീന്തുന്നു. വളരെ അനായാസമായി ആണ് അവർ നീന്തുന്നത്.

ഡംസ്ട്രാങ്ങിൽ നിന്നുള്ളവർ കൈക്കൊട്ടൂ.

വീണ്ടും ഉച്ചത്തിൽ കയ്യടി.

ബോബാറ്റണിൽ നിന്നുള്ളവർ ഉറക്കെ കയ്യടിക്കൂ..

ഇത്തവണ കഴിഞ്ഞ തവണത്തെയത്ര ശോഷിച്ച കയ്യടിയല്ല.

ഫ്രെഞ്ചുകാർക്കും മത്സരത്തിന്റെ ആവേശം വന്നുതുടങ്ങിയല്ലോ! അവർ ഇതാ അടുത്ത ഇനത്തിലേയ്ക്ക് പ്രവേശിയ്ക്കുന്നു. വിക്ടർ തിമിംഗലമാണ് തിരഞ്ഞെടുത്തിരിക്കുന്നത്, ജീവിതത്തിലും അവൻ തിമിംഗലമാണ്. ഫ്ലയറും സ്തുത്യർഹമായ തിരഞ്ഞെടുപ്പാണ് നടത്തിയിരിക്കുന്നത്. ഹാരി ഉപയോഗിക്കുന്നത് ഗില്ലിവീഡ് ആണ്... ബുദ്ധിപൂർവ്വമായ നീക്കം, ഹാരി. സെഡ്രിക്ക്,

സെഡ്രിക്ക് ഡിഗറി തലയിൽ ഒരു കുമിളയുമായി വെള്ളത്തിലൂടെ അവർക്കടുത്തേയ്ക്ക് വരുന്നു. ആൽബസും സ്ക്കോർപിയസും ഒട്ടും സമയം കളയാതെ മന്ത്രക്കോലെടുത്ത് ഒരുമിച്ച് എൻഗോർജ്മെന്റ് മന്ത്രം പ്രയോഗിക്കുന്നു.

അവൻ അവരെ സംശയത്തോടെ നോക്കുന്നു. മന്ത്രക്കോലിൽ നിന്നു പ്രവഹിച്ച വെളിച്ചം അവന്റെ ദേഹത്ത് കൊള്ളുന്നു.

സെഡ്രിക്ക് വളരുവാൻ തുടങ്ങുന്നു - വീണ്ടും, വീണ്ടും വളരുന്നു.

അവൻ ഭയചകിതനായി ചുറ്റും നോക്കുന്നു. സെഡ്രിക്ക് വെള്ളത്തിലൂടെ ഒഴുകിനടക്കുന്നു.

എന്താണ് സംഭവിക്കുന്നത്, സെഡ്രിക്ക് വെള്ളത്തിലൂടെ ഒഴുകിനടക്കുന്നു...അതാ സെഡ്രിക്കൊരു ബലൂണായി വെള്ളത്തിൽ നിന്നുയരുന്നു. അവൻ മത്സരത്തിൽ നിന്നുപുറത്തായിരിക്കുന്നു. വിജയിയെ തീരുമാനിക്കാറായില്ലെങ്കിലും, ആദ്യം പുറത്താകുന്നതാരെന്ന് ഉറപ്പായിക്കഴിഞ്ഞിരിക്കുന്നു. ബലൂൺ പറന്നുയരുകയാണ് സുഹൃത്തുക്കളെ, വെള്ളത്തിന് പുറത്തേയ്ക്ക്..മത്സരത്തിന് പുറത്തേയ്ക്ക്... വീണ്ടും സംഭവബഹുലം ആയിക്കൊണ്ടിരിക്കുകയാണ് ഈ മത്സരവേദി..സെഡ്രിക്കിന് ചുറ്റും കരിമരുന്നുപ്രയോഗം നടക്കുന്നു.. നോക്കു..എന്താണ് മത്താപ്പുകൾ ആകാശത്തിൽ എഴുതുന്നത്? എ്യ.. 'റോൺ ഹെർമയോണിയെ പ്രണയിക്കുന്നു' ..അതാണ് ആകാശത്ത് എഴുതിയിരിക്കുന്നത്. ഓ..അത് നിങ്ങൾക്കിഷ്ടപ്പെട്ടെന്ന് തോന്നുന്നുവല്ലോ... എന്തൊരു കയ്യടി. സുഹൃത്തുക്കളെ സെഡ്രിക്കിന്റെ മുഖത്ത് നോക്കു..ഇതൊരു തമാശ തന്നെ. ഇതൊരു ദുരന്തം തന്നെയാണ്..ഇത് ലജ്ജാവഹം തന്നെ...

ആൽബസ് സന്തോഷത്തിൽ സ്ക്കോർപിയസിന് ഹൈ-ഫൈ കൊടുക്കുന്നു.

ആൽബസ് പോകാമെന്ന് സൂചിപ്പിക്കുന്നു. സ്ക്കോർപിയസ് തലകുലുക്കുന്നു. അവർ മുകളിലേയ്ക്ക് നീന്തുന്നു. സെഡ്രിക്ക് ഉയരത്തിൽ പറക്കുന്നു. ആളുകൾ ചിരിക്കുന്നു. പെട്ടന്ന് എല്ലാം മാറിമറയുന്നു.

അവിടെ മുഴുവൻ ഇരുട്ടാകുന്നു, കുറ്റാകൂരിരുട്ട്. സമയസഞ്ചാരി യന്ത്രം നിലയ്ക്കുന്നു. നമ്മൾ വീണ്ടും വർത്തമാനകാലത്തെത്തുന്നു.

സ്ക്കോർപിയസ് പെട്ടന്ന് വെള്ളത്തിനടിയിൽ നിന്ന് വിജയശ്രീലാളിതനായി പൊങ്ങിവരുന്നു.

സ്ക്കോർപിയസ്

വൂ -ഹൂ!

അവൻ അമ്പരപ്പെട്ട് ചുറ്റും നോക്കുന്നു. ആൽബസ് എവിടെ? അവനെ കാണുന്നില്ല.

നമ്മൾ വിജയിച്ചിരിക്കുന്നു!

ഒരു നിമിഷം അവൻ കാക്കുന്നു.

ആൽബസ്?

ആൽബസ് ഇതുവരെയും എത്തിയില്ലേ? അവൻ ഒന്നാലോചിച്ചിട്ട് തിരികെ വെള്ളത്തിനടിയിലേക്ക് ഊളിയിടുന്നു.

വീണ്ടും പൊങ്ങി വരുന്നു. അവൻ ഭയചകിതനായി ചുറ്റും നോക്കുന്നു.

ആൽബസ്... ആൽബസ്... ആൽബസ്.

അപ്പോൾ പാർസൽറ്റങ്ങിലുള്ള മന്ത്രണങ്ങൾ കേൾക്കുന്നു. അവൻ വരുന്നു. അവൻ വരുന്നു. അവൻ വരുന്നു.

ഡൊലോറസ് അംബ്രിജ്ജ്

സ്ക്കോർപിയസ് മാൽഫോയി. വെള്ളത്തിൽ നിന്ന് കയറ്. മ്... പെട്ടന്ന്.

അവൾ അവനെ വെള്ളത്തിൽ നിന്ന് വലിച്ചുപുറത്തെടുക്കുന്നു.

സ്ക്കോർപിയസ്

ചേച്ചി, എനിക്കൊരു സഹായം വേണം.

ഡൊലോറസ് അംബ്രിജ്ജ്

ചേച്ചിയോ? ഞാൻ പ്രൊഫസർ അംബ്രിജ് ആണ്, നിന്റെ സ്കൂളിന്റെ പ്രധാനദ്ധ്യാപിക, അല്ലാതെ ചേച്ചിയല്ല.

സ്ക്കോർപിയസ്

നിങ്ങളാണോ പ്രധാനദ്ധ്യാപിക? പക്ഷെ..

ഡൊലോറസ് അംബ്രിജ്ജ്

ഒഹ്... അറിയില്ല അല്ലേ... ഞാൻ തന്നെയാ. നിന്റെ കുടുംബക്കാർ എത്ര പിടിപാടുള്ളവരാണെങ്കിലും, ഞാൻ നിന്നെ ഇങ്ങനെ തോന്നിവാസം കാണിച്ച് നടക്കുവാൻ സമ്മതിക്കില്ല.

സ്ക്കോർപിയസ്

ഈ തടാകത്തിൽ ഒരു പയ്യനുണ്ട്. നിങ്ങളെന്നെ സഹായിക്കണം. എന്റെ സുഹൃത്താണവൻ...പ്രൊഫസർ... ഹോഗ്വാർട്ട്സിലെ ഒരു കുട്ടിയാണവനും... ഞാൻ ആൽബസ് പോട്ടറിനെയാണ് തിരയുന്നത്.

ഡൊലോറസ് അംബ്രിജ്ജ്

പോട്ടറോ? ആൽബസ് പോട്ടറോ? അങ്ങനെയൊരു കുട്ടി ഹോഗ്വാർട്ട്സിൽ ഇല്ല. സത്യത്തിൽ ഹോഗ്വാർട്ട്സിൽ പണ്ടൊരു പോട്ടർ ഉണ്ടായിരുന്നു - പക്ഷെ അവനത്ര നല്ല കുട്ടിയല്ലായിരുന്നു. വല്ല്യ ശല്യക്കാരനായിരുന്നു. ഏതായലും ഇപ്പോളവൻ സമാധാനമായി അന്ത്യവിശ്രമം കൊള്ളുകയാ.

സ്കോർപിയസ്

ഹാരി പോട്ടർ മരിച്ചെന്നോ?

പെട്ടന്ന് സദസിലാകേ കാറ്റുവീശുന്നു. ആളുകൾക്ക് മുകളിൽ കറുത്ത മേലങ്കികൾ കാണപ്പെടുന്നു. അത് കറുത്ത രൂപങ്ങളായി മാറുന്നു. അത് ഡെമന്റോർസ് ആയിമാറുന്നു.

ഡെമന്റോർസ് കളിയരങ്ങിലൂടെ ഒഴുകി നീങ്ങുന്നു. ഈ കറുത്ത രൂപങ്ങളെയാണ് പേടിക്കേണ്ടത്, ഈ കറുത്ത ശക്തികളെയാണ് പേടിക്കേണ്ടത്. അവർ മുറിയിൽ നിന്ന് ഓജസും തേജസും ഊറ്റിയെടുക്കുന്നു.

കാറ്റ് തുടരുന്നു. ഇത് നരകമാണ്. കളിയരങ്ങിന് പിന്നിൽ നിന്ന് അടക്കം പറച്ചിലുകൾ കേൾക്കുന്നു. വോൾഡമോർട്ടിന്റെ ശബ്ദം.

ഹാരി പോട്ടർ...

ഹാരിയുടെ ദുസ്വപ്നം യാഥാർത്ഥ്യമാകുന്നു.

ഡൊലോറസ് അംബ്രിജ്ജ്

നീയെന്തെങ്കിലും വിചിത്രമായത് കഴിച്ച് മഡ്ബ്ലഡ് ആയോ? അല്ല ഒന്നും ഓർമ്മയില്ലാത്ത പോലെ! ഹാരി പോട്ടർ മരിച്ചിട്ട് ഇരുപത് വർഷങ്ങളോളം ആയി. സ്കൂളിൽ നടന്ന ഭരണ അട്ടിമറി ശ്രമത്തിന്റെ ഭാഗമായാണ് അവൻ മരിച്ചത്. ഞങ്ങൾ ഹോഗ്വാർട്ട്സ് യുദ്ധത്തിൽ നിലംപരിശാക്കിയ ഡംബൽഡോറിന്റെ തീവ്രവാദസംഘത്തിലെ അംഗമായിരുന്നവൻ. നീയെന്ത് കളിയാണ് കളിക്കുന്നതെങ്കിലും അത് ഡെമന്റോർസിനെ ക്ഷുഭിതരാക്കുന്നുണ്ട്. നീ വോൾഡമോർട്ട് ദിനം നശിപ്പിക്കുകയാണല്ലോ.

വീണ്ടും പാർസൽറ്റങ്ങിലുള്ള മന്ത്രണങ്ങൾ...അതിന്റെ ശബ്ദം കൂടിക്കൂടി വരുന്നു. സർപ്പങ്ങളുടെ ചിത്രമുള്ള വലിയ കൊടികൾ അരങ്ങിൽ നിറയുന്നു. സ്കോർപിയസ് ഭയചകിതനാകുന്നു.

സ്കോർപിയസ്

വോൾഡമോർട്ട് ദിനമോ?

അരങ്ങിലെ വെളിച്ചമണയുന്നു.

ഒന്നാം ഭാഗത്തിന്റെ അവസാനം

ഭാഗം രണ്ട്

ഭാഗം രണ്ട്

അങ്കം മൂന്ന്

അങ്കം മൂന്ന് രംഗം ഒന്ന്

ഹോഗ്വാർട്ട്സ്, പ്രധാനദ്ധ്യാപികയുടെ മുറി

സ്കോർപിയസ് ഡൊലോറസ് അംബ്രിജ്ജിന്റെ മുറിയിൽ പ്രവേശിക്കുന്നു. അവൻ ധരിച്ചിരിക്കുന്നത് കറുകറുത്തൊരു മേലങ്കിയാണ്. വിഷാദവിചാരമഗ്നനമായ മുഖം. നാല് ദിക്കിലും അപകടം പതിയിരിക്കുന്നുണ്ടാകുമെന്ന് അവന് അറിയാം. അതിനാൽ അതീവ ജാഗ്രതയോട് കൂടിയാണ് അവൻ നിൽക്കുന്നത്.

ഡൊലോറസ് അംബ്രിജ്ജ്

സ്കോർപിയസ്. എന്നെ കാണുവാൻ വന്നതിൽ നന്ദി.

സ്കോർപിയസ്

എന്നെ വിളിപ്പിച്ചത്?

ഡൊലോറസ് അംബ്രിജ്ജ്

സ്കോർപിയസ്, ഞാൻ കുറേക്കാലമായി വിചാരിക്കുകയായിരുന്നു നീ ഹെഡ്ബോയി ആകുവാൻ പറ്റിയ ആളാണല്ലോ എന്ന്. ശുദ്ധ-രക്തമാണ്, സ്വദസിദ്ധമായ നേതൃത്തപാടവുമുണ്ട്, ഇതൊന്നും പോരാത്തതിന് ഒന്നാന്തരം കായികതാരവുമാണ്.

സ്കോർപിയസ്

കായികതാരമോ? ഞാനോ?

ഡൊലോറസ് അംബ്രിജ്ജ്

എന്റെയടുത്ത് ഈ വിനയമൊന്നും കാണിക്കേണ്ട കാര്യമില്ല, സ്കോർപിയസ്. ക്വിഡിച്ച് കളത്തിൽ നീ കാഴ്ച്ചവെയ്ക്കുന്ന പ്രകടനം ഞാൻ കണ്ടിട്ടുള്ളതല്ലേ, നീ പിടിക്കാത്ത ഒരൊറ്റ സ്നിച്ചുണ്ടോ? ഇവിടെ എല്ലാവർക്കും ഏറ്റവും പ്രിയപ്പെട്ട വിദ്ധ്യാർത്ഥിയാണ് നീ, പ്രത്യേകിച്ച് എനിക്ക്. ഓഗ്റിക്കയച്ച അടിയന്തര കത്തുകളിൽ നിന്നെക്കുറിച്ച് വളരെ നന്നായാണ് ഞാൻ എഴുതിയിരിക്കുന്നത്. അമിത വിദ്യാതൽപ്പരരായ കുട്ടികളെ നമ്മളൊരുമിച്ച് തുരത്തിയോടിച്ചതോടുകൂടിയാണല്ലോ ഇവിടം കൂടുതൽ സുരക്ഷിതവും, ശുദ്ധവുമായത്.

സ്ക്കോർപിയസ്

ആണോ?

ദൂരെനിന്ന് നിലവിളിശബ്ദം കേൾക്കുന്നു.

ഡൊലോറസ് അംബ്രിജ്ജ്

പക്ഷെ, നിന്നെ അന്ന് വോൾഡമോർട്ട് ദിനത്തിൽ, ആ തടാകത്തിന്റെയവിടെവച്ച് കണ്ടയന്നുതൊട്ട് ഈ മൂന്നു ദിവസങ്ങളിലും നീ വളരെ വിചിത്രമായാണ് പെരുമാറിക്കൊണ്ടിരിക്കുന്നത് - പ്രത്യേകിച്ച് ഹാരി പോട്ടറിനെ പറ്റിയറിയുവാൻ നീ കാണിക്കുന്ന അമിതാവേശം.

സ്ക്കോർപിയസ്

ഏയ്..അങ്ങനെയൊന്നുമില്ല...

ഡൊലോറസ് അംബ്രിജ്ജ്

എല്ലാവരോടും ഹോഗ്വാർട്ട്സ് യുദ്ധത്തെപറ്റി ചോദിക്കുന്നു, ഹാരി പോട്ടർ എങ്ങനെ, എന്തിന് മരിച്ചുവെന്നന്വേഷിക്കുന്നു. പിന്നെ സെഡ്രിക്ക് ഡിഗറിയെപറ്റി അറിയുവാനും വല്ലാത്ത താൽപ്പര്യം പോലെ. സ്ക്കോർപിയസ്, നിന്റെ മേൽ ആരെങ്കിലും എന്തെങ്കിലും മന്ത്രങ്ങൾ പ്രയോഗിച്ചിട്ടുണ്ടോയെന്നും ഞങ്ങൾ നോക്കി, പക്ഷെ അതിന്റെ ഒരു സൂചനയുമില്ല. അതുകൊണ്ടാണ് നിന്നെ കണ്ടൊന്ന് നേരിട്ട് സംസാരിക്കാം എന്ന് ഞാൻ തീരുമാനിച്ചത്. നീ പറയ്, നിന്നെ പഴയ പോലാക്കുവാൻ എനിക്ക് എന്തെങ്കിലും ചെയ്യുവാൻ കഴിയുമോ?

സ്ക്കോർപിയസ്

ഇല്ലില്ല, അങ്ങനെയൊന്നുമില്ല.. ഞാൻ വീണ്ടും പഴയപോലെ തന്നെയായല്ലോ. താൽക്കാലികമായി സംഭവിച്ചയൊരു വ്യതിയാനം, അത്രമാത്രം!

ഡൊലോറസ് അംബ്രിജ്ജ്

അപ്പോൾ നമ്മുക്ക് വീണ്ടുമൊരുമിച്ച് പ്രവർത്തിച്ച് തുടങ്ങാമോ?

സ്ക്കോർപിയസ്

തീർച്ചയായും.

അവൾ കണങ്കൈ രണ്ടും ഒരുമിച്ചുവെച്ച് തന്റെ ഹൃദയത്തിലേയ്ക്ക് ചേർക്കുന്നു.

ഡൊലോറസ് അംബ്രിജ്ജ്

വോൾഡമോർട്ടിനും പ്രതാപത്തിനും വേണ്ടി.

സ്ക്കോർപിയസ് *(അനുകരിക്കുവാൻ ശ്രമിക്കുന്നു)*

ഹമ്... വേണ്ടി.

അങ്കം മൂന്ന് രംഗം രണ്ട്

ഹോഗ്വാർട്ട്സ്, കളിസ്ഥലം

സ്റ്റേജ് കറങ്ങുവാൻ തുടങ്ങുന്നു, അതിനൊപ്പം സ്കോർപിയസും. താൻ ചെന്നുപെട്ടിരിക്കുന്ന പ്രശ്നങ്ങളുടെ കുരുക്കഴിക്കുവാൻ തന്നെ സഹായിക്കുവാൻ കഴിയുന്ന ആരെങ്കിലും ഉണ്ടോയെന്നവൻ തിരയുന്നു. കാർൾ ജങ്കിൻസും, യാൻ ഫ്രെഡ്രിക്ക്സും അവനെ കണ്ട് ആവേശത്തോടെ ഓടിവരുന്നു.

കാർൾ ജങ്കിൻസ്

എയ്, സ്കോർപിയോൺ കിങ്ങോ?

അവർ പരസ്പരം ഹൈഫൈ കൊടുക്കുന്നു. വേദനിച്ചെങ്കിലും അവൻ ഒന്നും മിണ്ടുന്നില്ല.

യാൻ ഫ്രെഡ്രിക്ക്സ്

നാളത്തെ പരുപാടിക്ക് മാറ്റമൊന്നുമില്ലല്ലോ അല്ലേ?

കാർൾ ജങ്കിൻസ്

മഡ്ബ്ലഡ്സിന്റെ കുടൽമാല പുറത്തെടുക്കുവാൻ ഞങ്ങൾ തയാറായിക്കഴിഞ്ഞു.

അവർ അവിടെ നിന്ന് പോകുന്നു. അരങ്ങിൽ സ്കോർപിയസ് മാത്രം.

പോളി ചാപ്മാൻ

സ്കോർപിയസ്.

പോളി ചാപ്മാൻ പടിയിൽ നിൽക്കുകയാണ്, സ്കോർപിയസ് ഞെട്ടിത്തിരിയുന്നു.

സ്കോർപിയസ്

പോളി ചാപ്മാൻ?

പോളി ചാപ്മാൻ

ഞാൻ മുഖവരയൊന്നുമില്ലാതെ തന്നെ ചോദിക്കട്ടെയൊരു കാര്യം? നാളത്തെ പരുപാടിക്കായി നീ ആരെയാ

കൂടെക്കൂട്ടുന്നതെന്നറിയുവാൻ എല്ലാവരും കാത്തിരിക്കുകയാണ്. എന്നോടിപ്പോൾ തന്നെ മൂന്ന് പേര് ചോദിച്ചു. അവരോടെല്ലാം ഞാൻ പറ്റില്ലയെന്നാണ് പറഞ്ഞത്. നീയും ആരോടുമിതുവരെ സമ്മതിച്ചിട്ടില്ലെന്ന് ഞാൻ അറിഞ്ഞു. അത്... നീ ...നിന്നോടൊപ്പം എന്നെ കൊണ്ടുപോകുവാൻ വേണ്ടിയാണോ എന്ന് നിന്നോട് ചോദിച്ച് മനസിലാക്കാമെന്ന് കരുതി.

സ്ക്കോർപിയസ്

ഓ, അതെ.

പോളി ചാപ്മാൻ

നിനക്കും താൽപ്പര്യമുണ്ടെന്ന് അറിഞ്ഞതിൽ ഒരുപാടു സന്തോഷം. എല്ലാവരും അടക്കം പറഞ്ഞിരുന്നതും ഇങ്ങനെ തന്നെയാ.. ഇപ്പോ, ഈയവസരത്തിൽ ..എന്റെ ഭാഗവും വ്യക്തമക്കാമെന്ന് കരുതി..അത് ..എനിക്കും ഇഷ്ടമാണ് നിന്റെയൊപ്പം വരുവാൻ.

സ്ക്കോർപിയസ്

അത് - അത്യന്തം സന്തോഷം നൽകുന്ന കാര്യമാണ് - ഹമ് - അതേ - നമ്മളെന്തിനെക്കുറിച്ചാണ് സംസാരിക്കുന്നത്?

പോളി ചാപ്മാൻ

നിയെന്താ ഇങ്ങനെ ചോദിക്കുന്നത്..നാളത്തെ രക്ത സമാഗാമത്തെപറ്റി തന്നെ - നീ ആരെയാണ് ആ പരിപാടിക്ക് നിന്റെയൊപ്പം കൊണ്ടുപോകുന്നതെന്ന്.

സ്ക്കോർപിയസ്

പോളി ചാപ്മാൻ- നിനക്ക് എന്റെയൊപ്പം വരണമെന്നോ? ശരിക്കും?

അവന്റെ പിന്നിൽനിന്നും നിലവിളിശബ്ദം.

എന്താ ആ ശബ്ദം?

പോളി ചാപ്മാൻ

മഡ്ബ്ലഡ്സ് തന്നെ..കാരാഗൃഹത്തിൽ നിന്ന്. അത് നിന്റെ ആശയമല്ലായിരുന്നോ? നിനക്കെന്താ സംഭവിച്ചത്? ഒഹ് പോട്ടർ, എന്റെ ഷൂസിൽ വീണ്ടും രക്തമായല്ലോ...

അവൾ കുനിഞ്ഞ് തന്റെ ഷൂസിലെ രക്തം തുടയ്ക്കുന്നു.

ഒഗ്രി പറയാറുള്ളത് പോലെ, നമ്മുടെ ഭാവി നമ്മൾ തന്നെയാണ് നിർണയിക്കുന്നത് - അതിലേയ്ക്കൊരു പടിയാണ് നിന്റെ കൂടെ പോകണമെന്ന് ഞാനെടുത്തയീ തീരുമാനം. വോൾഡമോർട്ടിനും പ്രതാപത്തിനുമായി.

സ്ക്കോർപിയസ്

വോൾഡമോർട്ടിന് വേണ്ടി

പോളി നടന്നകലുന്നു. സ്ക്കോർപിയസ് താനേത് ലോകത്താണ് ചെന്നുപെട്ടതെന്നോർത്ത് അന്താളിച്ചുനിൽക്കുന്നു.

അരങ്ങ് വീണ്ടും കറങ്ങിത്തുടങ്ങുന്നു.

അങ്കം മൂന്ന് രംഗം മൂന്ന്

മായാജാല മന്ത്രാലയം, മാന്ത്രിക നിയമ നിർവ്വഹണ സമ്മിതിയുടെ തലവന്റെ കാര്യാലയം

ഡ്രാക്കോ ഇതുവരെയും കാണാത്തവിധത്തിൽ ഓജസ്വിയായിരിക്കുന്നു. അധികാരത്തിന്റെ കരുത്ത് അവന്റെ രൂപഭാവത്തിൽ പ്രതിഫലിക്കുന്നുണ്ട്. അവന്റെ മുറിയുടെ ഇരുവശങ്ങളിലും ഓഗ്രിയുടെ ചിത്രം പതിച്ചിട്ടുള്ള പതാകകൾ.

ഡ്രാക്കോ

എന്താ നീ താമസിച്ചത്?

സ്ക്കോർപിയസ്

അച്ഛന്റെ ഓഫീസ്മുറിയാണോ ഇത്?

ഡ്രാക്കോ

നീയിത്രയും താമസിച്ചിട്ട്, അതിനൊരു ക്ഷമാപണം നടത്തണമെന്ന് നിനക്ക് തോന്നുന്നില്ലേ? എന്താ പ്രശ്നങ്ങൾ ഇരട്ടിപ്പിക്കാനാണോ നിന്റെ പരുപാടി?

സ്ക്കോർപിയസ്

അച്ഛനാണോ മാന്ത്രിക നിയമ നിർവ്വഹണ സമ്മിതിയുടെ തലവൻ?

ഡ്രാക്കോ

എന്ത് ധിക്കാരമാണ് നിനക്ക്! ഇത്രയും നേരം എന്നെ കാത്തുനിർത്തിച്ചിട്ട് അതിനെ പറ്റിയൊന്നും നിനക്ക് പറയുവാനില്ലേ?

സ്ക്കോർപിയസ്

ക്ഷമിക്കണം.

ഡ്രാക്കോ

സർ.

അങ്കം മൂന്ന് രംഗം മൂന്ന്

തന്റെ അച്ഛന് എന്ത് സംഭവിച്ചെന്ന് മനസിലാകാതെ സ്കോർപിയസ് അന്താളിച്ച് നില്ക്കുന്നു.

സ്കോർപിയസ്

ക്ഷമിക്കണം സർ.

ഡ്രാക്കോ

നിന്നെ ഇങ്ങനെ തെമ്മാടിയാവനല്ല ഞാൻ വളർത്തിയത്, സ്കോർപിയസ്. ഹോഗ്വാർട്ട്സിൽ എന്നെയിങ്ങനെ നാണംകെടുത്തുവാനല്ല ഞാൻ നിന്നെ വളർത്തിയത്.

സ്കോർപിയസ്

സർ, നാണംകെടുത്തുവാനോ?

ഡ്രാക്കോ

ഹാരി പോട്ടർ, ഹാരി പോട്ടറിനെ പറ്റിയിങ്ങനെ ചോദ്യം ചോദ്യങ്ങൾ ചോദിച്ച് നടക്കുന്നത് തന്നെയാണ് ഏറ്റവും നാണംകെട്ട കാര്യം. നിനക്കെങ്ങനെ ധൈര്യം വന്നു മാൽഫോയിയുടെ പേരിന് കളങ്കംവരുത്തുവാൻ.

സ്കോർപിയസിന്റെ മനസിലൂടെ ഒരു ചിന്ത കടന്നുപോകുന്നു.

സ്കോർപിയസ്

ഓഹോ... അതുശരി... അപ്പോ അച്ഛനും അതിൽ പങ്കുണ്ടല്ലേ? ഏയ്... ഇല്ല കാണില്ല..അച്ഛനായിരിക്കില്ല.

ഡ്രാക്കോ

സ്കോർപിയസ്...

സ്കോർപിയസ്

ഇന്നത്തെ ഡെയിലി പ്രോഫറ്റിൽ... ഒരു പാലത്തിന്റെ മുകളിൽ നിന്ന് മാന്ത്രികവിദ്യയിലൂടെ മഗ്ഗിൾസിനെ കൊന്നുകളിക്കുന്ന മാന്ത്രികരുടെ പടമില്ലായിരുന്നോ-അതിൽ..അതിൽ അച്ഛനും ഉണ്ടായിരുന്നോ?

ഡ്രാക്കോ

സൂക്ഷിച്ച് സംസാരിക്കണം.

സ്കോർപിയസ് ഡ്രാക്കോയുടെ അടുത്തേയ്ക്ക് നടക്കുന്നു. ഓരോ ചുവടിലും അവൻ അച്ഛനെ കുറ്റപ്പെടുത്തുന്നു.

സ്കോർപിയസ്

മഡ്ബ്ലഡ് മൃത്യു പാളയങ്ങളും, പിഢനവും, ജീവനോടെ കത്തിക്കലും. ഇതിലെല്ലാം അച്ഛന് പങ്കുണ്ടോ? അമ്മ എപ്പോളും പറയുമായിരുന്നു, ഞാൻ മനസിലാക്കിയതിലും ഒരുപാട് നല്ലവാനാണ് അച്ഛനെന്ന്. പക്ഷേ ഇതാണല്ലേ നിങ്ങൾ ശരിയ്ക്കും? ഒരു കൊലപാതകി, ക്രൂരൻ-

ഡ്രാക്കോ ചാടിയെഴുന്നേറ്റ് സ്കോർപ്പിയസിനെ മേശയിലേയ്ക്ക് ശക്തിയിൽ വലിച്ചടുപ്പിക്കുന്നു. സ്കോർപ്പിയസ് അച്ഛനെ അത്ര അക്രമാസക്തനായി ആദ്യമായാണ് കാണുന്നത്.

ഡ്രാക്കോ

വെറുതെ അവളുടെ പേര് വലിച്ചിഴയ്ക്കാതെ സ്കോർപ്പിയസ്.. അവളുടെ പേരുപയോഗിച്ചങ്ങനെ ജയിക്കാമെന്ന് നീ കരുതണ്ട കെട്ടോ..

സ്കോർപ്പിയസ് ഒന്നും മിണ്ടുന്നില്ല. അവൻ പേടിച്ചരണ്ടിരിക്കുകയാണ്. ഡ്രാക്കോ ഇത് മനസിലാക്കി സ്കോർപ്പിയസിന്റെ തലയിൽനിന്നും പിടിവിടുന്നു. അവന് തന്റെ മകനെ വേദനിപ്പിക്കുന്നത് ഇഷ്ടമല്ല.

ആഹ്..പിന്നെ ഞാനല്ല ആ വിഡ്ഢികളായ മഗിൾസിനെ കൊന്നത്. പക്ഷെ അവരുടെ പ്രധാനമന്ത്രിയ്ക്ക് സ്വർണം നൽകി ഇതൊതുക്കി തീർക്കുവാനുള്ള ചുമതല എന്നെയാണ് ഓഗ്റി ഏൽപ്പിച്ചത്......ഹമ്..അതേ.. ശരിയ്ക്കും നിന്റെ അമ്മ എന്നെപറ്റി അങ്ങനെ പറയാറുണ്ടായിരുന്നോ?

സ്കോർപ്പിയസ്

മുത്തച്ഛൻ വിചാരിച്ചിരുന്നത് അമ്മ മഗിൾ സ്നേഹിയും, ദുർബ്ബലയുമായിരുന്നുവെന്നാണല്ലേ. അദ്ധേഹത്തിന് അമ്മയെ അത്ര ഇഷ്ടമല്ലായിരുന്നിട്ടും അമ്മയ്ക്ക് വേണ്ടി അച്ഛൻ മുത്തച്ഛനെ എതിർത്തു. അമ്മ പറയുമായിരുന്നു അമ്മ കണ്ട ഏറ്റവും ധീരമായ പ്രവൃത്തി അതായിരുന്നുവെന്ന്.

ഡ്രാക്കോ

അവൾ എന്നെ വളരെ എളുപ്പത്തിൽ ധീരനാക്കിക്കളഞ്ഞല്ലോ, നിന്റെ അമ്മ.

സ്കോർപ്പിയസ്

പക്ഷെ അത് - മറ്റൊരു അച്ഛനായിരുന്നു

കുപിതനായി തന്നെ നോക്കുന്ന അച്ഛനെ അവൻ സംശയത്തോടെ നോക്കുന്നു.

ഞാൻ ഒരുപാട് മോശം കാര്യങ്ങൾ ചെയ്തിരിക്കുന്നു, അച്ഛനും...നമ്മളെന്തായാണീ മാറിയിരിക്കുന്നത്?

ഡ്രാക്കോ

നമ്മളൊന്നും ആയിട്ടില്ല- പണ്ട് എന്തായിരുന്നോ അതുതന്നെയാണ് നമ്മളിപ്പോഴും.

അങ്കം മൂന്ന് രംഗം മൂന്ന്

സ്ക്കോർപിയസ്

മാൽഫോയികൾ, ലോകത്തെ ഇരുളടഞ്ഞ സ്ഥലമാക്കി മാറ്റുവാൻ ഇത്ര ചാതുര്യമുള്ളവർ വേറെയില്ല.

ഡ്രാക്കോയ്ക്ക് എന്തോ സംശയം തോന്നുന്നു, അവൻ സ്ക്കോർപിയസിനെ സൂക്ഷിച്ച് നോക്കുന്നു.

ഡ്രാക്കോ

നീ ഈ സ്കൂളിൽ കാണിച്ചുകൂട്ടിയതൊകെ - അതെന്തിന്റെ പേരിലായിരുന്നു?

സ്ക്കോർപിയസ്

ഇപ്പോൾ ഞാൻ എന്തായിരിക്കുന്നുവോ അത് ആവേണ്ട എനിക്ക്.

ഡ്രാക്കോ

അങ്ങനെ തോന്നാനിപ്പോ?

സ്ക്കോർപിയസ് അത് പറഞ്ഞ് മനസിലാക്കുവാനൊരു മാർഗം ആലോചിക്കുന്നു.

സ്ക്കോർപിയസ്

ഞാൻ എന്നെ തന്നെ മറ്റൊരു രിതിയിൽ കണ്ടിട്ടുണ്ട്.

ഡ്രാക്കോ

നിനക്കറിയുമോ നിന്റെയമ്മയിൽ ഞാനേറ്റവും ഇഷ്ടപ്പെട്ടതെന്താണെന്ന്? ഇരുട്ടിൽ വെളിച്ചം കണ്ടെത്തുവാൻ അവളെപ്പോളുമെന്നെ സഹായിക്കുമായിരുന്നു. അവൾ ലോകത്തെ, എന്റെ ലോകത്തെ തീർത്തും - എന്താ നീ ഉപയോഗിച്ച വാക്ക് - ഇരുളടഞ്ഞത് - ആഹ്.. അതാകുവാതിരിക്കുവാൻ സഹായിച്ചിരുന്നു.

സ്ക്കോർപിയസ്

ആണോ?

ഡ്രാക്കോ തന്റെ മകനെ പഠിക്കുന്നു.

ഡ്രാക്കോ

ഞാൻ വിചാരിച്ചതിലും സാമ്യമുണ്ട് നീയും അവളും തമ്മിൽ.

അവൻ സ്ക്കോർപിയസിനെ സൂക്ഷ്മമായി വീക്ഷിക്കുന്നു.

നീ ചെയ്യുന്നത് എന്തുതന്നെയായാലും - അത് സൂക്ഷിച്ച് ചെയ്യണം. എനിക്ക് നിന്നെയുംകൂടി നഷ്ടപ്പെടുവാൻ കഴിയില്ല.

സ്ക്കോർപിയസ്

ശരി സർ.

ഡ്രാക്കോ ഒന്നുകൂടി തന്റെ മകനെ നോക്കുന്നു. അവന്റെ തലയിലോടുന്ന കാര്യങ്ങൾ മനസിലാക്കുവാൻ ശ്രമിക്കുന്നു.

ഇപ്പോൾ നമുക്ക് പരിചിതമായി കഴിഞ്ഞിരിക്കുന്ന രീതിയിൽ ഡ്രാക്കോ തന്റെ കൈകൾ ചേർത്തു വയ്ക്കുന്നു.

ഡ്രാക്കോ

വോൾഡമോർട്ടിനും പ്രതാപത്തിനുമായി.

സ്കോർപിയസ് അയാളെയും, മുറിയുടെ പുറത്തേയ്ക്കും മാറി മാറി നോക്കുന്നു.

സ്കോർപിയസ്

വോൾഡമോർട്ടിനും പ്രതാപത്തിനുമായി.

അങ്കം മൂന്ന് രംഗം നാല്

ഹോഗ്വാർട്ട്സ്, ഗ്രന്ഥശാല

സ്കോർപിയസ് വായനശാലയിൽ പ്രവേശിച്ച് വിരളിപിടിച്ച് പുസ്തകങ്ങൾക്കിടയിൽ തപ്പുന്നു.

സ്കോർപിയസ്

സെഡ്രിക്ക് എങ്ങെയാണ് ശവംതീനിയായത്? എന്താ ഞാൻ വിട്ടുപോയത്? ഈ ഇരുട്ടിൽ എനിക്കിത്തിരി വെളിച്ചം കാണിച്ചു തരൂ.

ക്രേയിഗ് ബൗക്കർ ജൂണിയർ

നീയെന്താ ഇവിടെ?

സ്കോർപിയസ് തിരിഞ്ഞുനോക്കുമ്പോൾ വളരെ വിഷണ്ണനായി നിൽക്കുന്ന ക്രേയിഗിനെ കാണുന്നു.

സ്കോർപിയസ്

എനിക്കെന്താ ഇവിടെ വന്നാൽ?

ക്രേയിഗ് ബൗക്കർ ജൂണിയർ

ഞാനത് ചെയ്ത് കഴിഞ്ഞില്ല. എനിക്ക് പറ്റുന്നത്ര വേഗത്തിലാണ് ഞാനെഴുതുന്നത്. പ്രൊഫസർ സ്നെയിപ്പ് ഒരുപാട് ചോദ്യങ്ങളും ചോദിച്ചിട്ടുണ്ട്. ഒരു ഉപന്യാസം തന്നെ രണ്ടുതരത്തിൽ എഴുതുകയെന്ന് വെച്ചാൽ.. അറിയാമല്ലോ. ക്ഷമിക്കണം, ഞാൻ പരാതി പറഞ്ഞതല്ല കെട്ടോ.

സ്കോർപിയസ്

ഒന്നുകൂടി വ്യക്തമായി പറയൂ. തുടക്കം മുതൽ. എന്ത് ചെയ്ത് കഴിഞ്ഞില്ലയെന്നാ നീ പറഞ്ഞത്?

ക്രേയിഗ് ബൗക്കർ ജൂണിയർ

നിന്റെ മാന്ത്രിക മരുന്നിന്റെ ഗൃഹപാഠം. എനിക്കറിയാം നിനക്ക് ഗൃഹപാഠങ്ങളും, പുസ്തകങ്ങളുമൊന്നും ഇഷ്ടമല്ലെന്നുള്ളത്. ഇതുവരെയായിട്ടും ഞാൻ ഒരിക്കൽ പോലും നിന്നെ നിരാശപ്പെടുത്തിയിട്ടുമില്ലല്ലോ.

സ്ക്കോർപിയസ്

എനിക്ക് ഗൃഹപാഠങ്ങൾ ഇഷ്ടമല്ലേ?

ക്രേയിഗ് ബൗക്കർ ജൂണിയർ

നീ സ്ക്കോർപ്പിയോണ് കിങ്ങല്ലേ. നിനക്ക് തീർച്ചയായും ഗൃഹപാഠങ്ങൾ ഇഷ്ടമല്ല. *മായജാലത്തിന്റെ ചരിത്രമോ,* ഈ പുസ്തകം എന്തിനാ. ആ ജോലികൂടി ഞാൻ ചെയ്തുകൊള്ളാമെന്നെ.

നിശബ്ദത. സ്ക്കോർപിയസ് ക്രേയിഗിനെ ഒന്ന് നോക്കിയിട്ട് ആ പുസ്തകം അവന് എറിഞ്ഞുകൊടുക്കുന്നു. ക്രേയിഗ് അതും മുറുക്കെ പിടിച്ചുകൊണ്ട് അരങ്ങിന് വെളിയിലേയ്ക്ക് പോകുന്നു.

ഒരു നിമിഷത്തിന് ശേഷം എന്തോ ചിന്തിച്ചിട്ടെന്നോണം സ്ക്കോർപിയസ് നെറ്റി ചുളിച്ചുകൊണ്ട് തിരികെവരുന്നു.

സ്ക്കോർപിയസ്

അവൻ സ്നെയിപ്പ് എന്നാണോ പറഞ്ഞത്?

അങ്കം മൂന്ന് രംഗം അഞ്ച്

ഹോഗ്വാർട്ട്സ്, മാന്ത്രിക മരുന്നിന്റെ ക്ലാസ് മുറി

സ്കോർപിയസ് കതക് വലിച്ചടച്ചിട്ട് ക്ലാസിലേയ്ക്ക് ഓടിക്കയറുന്നു. സെവറസ് സ്നെയിപ്പ് അവനെ തുറിച്ചുനോക്കുന്നു.

സ്നെയിപ്പ്

കതകിൽ മുട്ടിയിട്ട് വേണം ഒരു മുറിയിലേയ്ക്ക് കടന്നുവരുവാനെന്ന് നിന്നെ ആരും പഠിപ്പിച്ചിട്ടില്ലേ?

സ്കോർപിയസ് ശ്വസമെടുക്കാതെ, അവിശ്വസനീയമായി സ്നെയിപ്പിനെ നോക്കുന്നു.

സ്കോർപിയസ്

സെവറസ് സ്നെയിപ്പ്. ഭാഗ്യം തന്നെ.

സ്നെയിപ്പ്

ഈ ഭാഗ്യമില്ലാതെയും പ്രൊഫസർ സ്നെയിപ്പിന് ജീവിക്കാം. ഈ സ്കൂളിൽ നിയൊരു രാജാവിന്റെ മട്ടിലും ഭാവത്തിലുമാണ് നടക്കുന്നതെന്നുകരുതി എല്ലാവരും നിന്റെ പ്രജകളാണെന്ന് വിചാരിക്കരുത്.

സ്കോർപിയസ്

പക്ഷെ, നിങ്ങളാണ് ആ ഉത്തരം...

സ്നെയിപ്പ് അപ്പോളും അതിരൂക്ഷമായി തന്നെ അവനെ നോക്കിക്കൊണ്ട് നിൽക്കുന്നു.

സ്നെയിപ്പ്

ആ നന്നായി. എന്തെങ്കിലും പറയുവാനുണ്ടെങ്കിൽ ദയവായി അത് പറയ്. ഇല്ലെങ്കിൽ കതകടച്ചിട്ട് പോകു.

സ്കോർപിയസ്

എനിക്ക് നിങ്ങളുടെ സഹായം വേണം.

സ്നെയിപ്പ്

ഞാൻ ജീവിക്കുന്നത് തന്നെ നിങ്ങളെ പരിചരിക്കുവാനാണല്ലോ.

സ്ക്കോർപിയസ്

എന്ത് സഹായമാണെന്ന് എനിക്ക് കൃത്യമായി അറിയില്ല. ഇപ്പോളും നിങ്ങൾ ചാരവൃത്തി ചെയ്യുന്നുണ്ടോ? ഇപ്പോളും ഡംബൾഡോറിനുവേണ്ടി രഹസ്യമായി പ്രവൃത്തിക്കുന്നുണ്ടോ?

സ്നെയിപ്പ്

ഡംബൾഡോറോ? അദ്ധേഹം എന്നേ മരിച്ചു. പിന്നെ അദ്ധേഹത്തിനുവേണ്ടി ഞാൻ പരസ്യമായിട്ടാണ് ജോലിചെയ്തിട്ടുള്ളത്- ഈ സ്ക്കൂളിൽ പഠിപ്പിക്കുക എന്ന ജോലി.

സ്ക്കോർപിയസ്

അല്ല. അതുമാത്രമല്ല നിങ്ങൾ ചെയ്തത്. നിങ്ങൾ അദ്ധേഹത്തിന് വേണ്ടി ശവംതീനികളെ നിരീക്ഷിച്ചിരുന്നു. എല്ലാവരും കരുതിയിരിക്കുന്നത് നിങ്ങളാണ് അദ്ധേഹത്തെ കൊലപ്പെടുതിയതെന്നാണ്, പക്ഷെ ശരിക്കും നിങ്ങൾ അദ്ധേഹത്തെ സഹായിക്കുകയായിരുന്നു. നിങ്ങളാണ് മാന്ത്രിക ലോകത്തെ രക്ഷിച്ചത്.

സ്നെയിപ്പ് ഭയത്താലും ഉഗ്രകോപത്താലും ചീറുന്നു.

സ്നെയിപ്പ്

ഇത് ഗുരുതരമായ കുറ്റാരോപണമാണ്. നിയെന്താ വിചാരിച്ചത് നിന്റെ പേരിലൊരു മാൽഫോയി ഉള്ളതുകൊണ്ട് ഞാൻ നിന്നെ ശിക്ഷിക്കില്ലെന്നോ?

സ്ക്കോർപിയസ്

നിങ്ങൾ കണ്ടിട്ടില്ലാത്ത മറ്റൊരുലോകമുണ്ടെന്ന് ഞാൻ പറഞ്ഞാലോ- ഹോഗ്വാർട്ട്സ് യുദ്ധത്തിൽ വോൾഡമോർട്ട് പരാജയപ്പെടുകയും ഡംബൾഡോറിന്റെയും ഹാരി പോട്ടറിന്റെയും പട വിജയിക്കുകയും ചെയ്ത ഒരു ലോകം...

സ്നെയിപ്പ്

എന്നാ ഞാനുറപ്പിക്കും ഹോഗ്വാർട്ട്സിന്റെ പ്രിയങ്കരനായ സ്ക്കോർപിയോൺ രാജാവിന് ഭ്രാന്ത് പിടിച്ചുവെന്നുള്ള കഥ സത്യമാണെന്ന്.

സ്ക്കോർപിയസ്

ഞാനും ആൽബസും കൂടി ഒരു സമയസഞ്ചാരി യന്ത്രം മോഷ്ട്ടിച്ചു, സെഡ്രിക്ക് ഗ്രിഗറിയെ മരണത്തിൽ നിന്ന് തിരികെ കൊണ്ടുവരുവാൻ. അതിനുവേണ്ടി ഞങ്ങൾ പിന്നെയെന്തു ചെയ്തെന്നോ, അവൻ ട്രൈ വിസാർഡ്

ടൂർണമെന്റ് ജയിക്കുന്നത് തടഞ്ഞു. പക്ഷെ അതുവഴി പുനർജീവിച്ച ഡിഗറി പുതിയൊരു മനുഷ്യനാണ്, പഴയ സെഡ്രിക്ക് ഡിഗറിയേ അല്ലയിപ്പോൾ അയാൾ.

സ്നെയിപ്പ്

അതിന് ഹാരി പോട്ടറാണ് ട്രൈ വിസാർഡ് ടൂർണമെന്റിൽ വിജയിച്ചത്.

സ്കോർപിയസ്

ആ, അദ്ദേഹം അത് ഒറ്റയ്ക്ക് ജയിക്കേണ്ടിയിരുന്നതല്ല. സെഡ്രിക്കും ഹാരിക്കൊപ്പം അതിൽ വിജയിക്കേണ്ടതായിരുന്നു. പക്ഷെ ഞങ്ങൾ കാരണം അവൻ കളിക്കളത്തിൽനിന്ന് നാണംകെട്ട് പോകേണ്ടിവന്നു. അതിന്റെ ഫലമായി അവനൊരു ശവംതീനിയായി മാറി. പക്ഷേ ഹോഗ്വാർട്ട്സ് യുദ്ധത്തിൽ അവൻ എന്താ ചെയ്തതെന്ന് എത്ര ശ്രമിച്ചിട്ടും പിടികിട്ടുന്നില്ല - ആരെയെങ്കിലും കൊന്നോ?- എന്തോ കാര്യമായി ചെയ്തിട്ടുണ്ട്, അത് മൂലമാണ് എല്ലാം തലതിരിഞ്ഞത്.

സ്നെയിപ്പ്

അവൻ ഒരൊറ്റ മാന്ത്രികനെയെ കൊന്നുള്ളു, അതും അത്ര പ്രധാനപെട്ട ആരുമല്ല - നെവിൽ ലോങ്ങ്ബോട്ടം.

സ്കോർപിയസ്

അതുതന്നെ, ഇപ്പോൾ എല്ലാം വ്യക്തമായി! പ്രൊഫസർ ലോങ്ങ്ബോട്ടമാണ് വോൾഡമോർട്ടിന്റെ സർപ്പം നാഗിണിയെ കൊല്ലേണ്ടിയിരുന്നത്. വോൾഡമോർട്ട് മരിക്കണമായിരുന്നെങ്കിൽ, അതിന് മുമ്പേ നാഗിണി ചാകണമായിരുന്നു. ഞങ്ങൾ സെഡ്രിക്കിനെ ശവംതീനിയാക്കി, അവൻ നെവിലിനെ കൊന്നു, വോൾഡമോർട്ട് യുദ്ധം ജയിച്ചു. ഇപ്പോ മനസിലാകുന്നില്ലേ?

സ്നെയിപ്പ്

ഉണ്ട്, മനസിലായി. നീയിത് എന്തോ മനസിൽകണ്ട് കളിക്കുന്നതാണെന്ന് മനസിലായി. ഇത് നിന്റെ അച്ഛനെ അറിയിച്ച് നിന്നെ കുഴപ്പത്തിൽ ചാടിക്കുന്നതിന് മുമ്പേ പൊയ്ക്കോ ഇവിടുന്ന്.

> സ്കോർപിയസ് *ഒന്നാലോചിച്ചിട്ട് തന്റെ അവസാന തുറുപ്പുചീട്ടിറക്കുന്നു.*

സ്കോർപിയസ്

നിങ്ങൾ അവന്റെ അമ്മയെ പ്രണയിച്ചിരുന്നു. എനിക്കാ കഥ മുഴുവൻ ഓർമ്മയില്ല. പക്ഷേ ഇത്രയും അറിയാം നിങ്ങൾ അവന്റെ അമ്മയെ പ്രണയിച്ചിരുന്നു. ഹാരിയുടെ അമ്മയെ, ലില്ലിയെ. പിന്നെ വർഷങ്ങളോളം

നിങ്ങൾ രഹസ്യമായി ഡംബൽഡോറിനു വേണ്ടി പ്രവർത്തിച്ചു. എനിക്കൊന്നുകൂടി അറിയാം, നിങ്ങൾ ഇല്ലായിരുവെങ്കിൽ ഈ യുദ്ധത്തിൽ ഹാരിയും കൂട്ടരും ജയിക്കുകയേ ഇല്ലായിരുന്നു. ഇതൊക്കെ ഞാനെങ്ങനെ അറിഞ്ഞുവെന്ന് ഒന്നാലോചിച്ച് നോക്കൂ.

സ്നെയിപ്പ് ഒന്നും പറയുന്നില്ല. അയാൾ ആകെ പരവശനായിരികുന്നു.

ഡംബൽഡോറിന് മാത്രമായിരുന്നു ഇത് അറിയാമായിരുന്നത്, ശരിയല്ലേ? അദ്ദേഹം മരിച്ചപ്പോൾ നിങ്ങൾ തീർത്തും ഒറ്റപ്പെട്ടുകാണുമായിരിക്കും. എനിക്കറിയാം നിങ്ങളൊരു നല്ല മനുഷ്യനാണ്. ഹാരി പോട്ടർ തന്റെ മകനോട് പറയുകയുണ്ടായി നിങ്ങളൊരു മഹാനാണെന്ന്.

എന്താണ് നടക്കുന്നതെന്ന് മനസിലാകാതെ സ്നെയിപ്പ് സ്കോർപിയസിനെ നോക്കുന്നു. അവൻ കാണിക്കുന്ന സൂത്രമാണോയിതെന്ന് ശങ്കിക്കുന്നു.

സ്നെയിപ്പ്

ഹാരി പോട്ടർ ജീവിച്ചിരിപ്പില്ല.

സ്കോർപിയസ്

എന്റെ ലോകത്തിൽ ജീവിച്ചിരിപ്പുണ്ട്. അദ്ദേഹം കണ്ടതിൽവെച്ച് ഏറ്റവും ധീരനായ മനുഷ്യൻ നിങ്ങളാണെന്നും പറഞ്ഞു. ഹാരിക്ക് നിങ്ങളുടെ രഹസ്യങ്ങൾ അറിയാം. നിങ്ങൾ ഡംബൽഡോറിന് വേണ്ടി ചെയ്തിട്ടുള്ള കാര്യങ്ങളൊക്കെ അറിയാം. അക്കാരണത്താൽ തന്നെ അദ്ദേഹം നിങ്ങളെ ആരാധിക്കുന്നു. അറിയാമോ ഹാരി തന്റെ മകന്, എന്റെ ഉറ്റ ചങ്ങാതിക്ക് ഇട്ടിരിക്കുന്ന പേര് എന്താണെന്ന്? ആൽബസ് സെവറസ് പോട്ടർ.

സ്നെയിപ്പ് വികാരധീനനാകുന്നു.

ലില്ലിക്ക് വേണ്ടി, ലോകത്തിന് വേണ്ടി എന്നെ ദയവായി സഹായിക്കൂ.

സ്നെയിപ്പ് ഒന്ന് ചിന്തിച്ചിട്ട് സ്കോർപിയസിന്റെ അടുത്തേയ്ക്ക് നടക്കുന്നു. നടപ്പിനിടയിൽ തന്റെ മന്ത്രക്കോൽ കയ്യിലെടുക്കുന്നു. സ്കോർപിയസ് പേടിച്ചൊരു ചുവട് പിന്നിലേയ്ക്ക് വയ്ക്കുന്നു. സ്നെയിപ്പ് തന്റെ മന്ത്രക്കോൽ കതകിനുനേരെ വീശുന്നു.

സ്നെയിപ്പ്

കൊളോപ്പോർട്ടസ്!

കതകിൽ ഒരു അദൃശ്യപ്പൂട്ട് വീഴുന്നു. സ്നെയിപ്പ് തന്റെ മുറിയുടെ പിൻവശത്തുള്ള അരവാതിൽ തുറക്കുന്നു.

ശരി, എന്നാൽ നീ എന്റെ കൂടെ വരൂ...

സ്കോർപിയസ്

ഒറ്റ ചോദ്യം- അതേ നമ്മളെങ്ങോട്ടാണ് പോകുന്നത്?

സ്നെയിപ്പ്

ഞങ്ങൾക്ക് പലതവണ സ്ഥലം മാറേണ്ടിവന്നു. ഞങ്ങൾ താമസിച്ചിരുന്ന എല്ലാ സ്ഥലവും അവർ നശിപ്പിച്ച് കളഞ്ഞു. ഈ വഴി പോയാൽ വൂമ്പിങ് വില്ലോയുടെ വേരുകൾക്കിടയിലുള്ള ഒരു രഹസ്യസങ്കേതത്തിലേയ്ക്ക് നമ്മളെത്തും.

സ്കോർപിയസ്

ആഹാ, പക്ഷേ ആരാണീ 'ഞങ്ങൾ'?

സ്നെയിപ്പ്

അത് നിനക്ക് വഴിയേ മനസിലായിക്കൊള്ളും.

അങ്കം മൂന്ന് രംഗം ആറ്

ഒത്തുകൂടൽ മുറി

സ്ക്കോർപിയസിനെ ഒരു മേശയോട് ചേർത്തുനിർത്തിയിരിക്കുകയാണ് അതിസുന്ദരിയായി കാണപ്പെടുന്ന ഹെർമയോണി. അവളുടെ വസ്ത്രങ്ങളുടെ നിറം മങ്ങിയിരിക്കുന്നെങ്കിലും, കണ്ണുകൾ പൂവ്വാധികം പ്രകാശിക്കുന്നുണ്ട്. അവൾ തികഞ്ഞൊരു പോരാളിയായിരിക്കുന്നു. ഇതവൾക്ക് നന്നായി ഇണങ്ങുന്നുണ്ട്.

ഹെർമയോണി

അവിടുന്ന് ഒരടി നീങ്ങിയാല് നിന്റെ തലച്ചോറ് ഞാൻ തവളയാക്കും, കൈകൾ റബറും.

സ്ക്കോർപിയസിന് പിന്നാലെയാണ് സ്നെയിപ്പ് പ്രവേശിക്കുന്നത്.

സ്നെയിപ്പ്

ഇല്ലില്ല, ഇവൻ പ്രശ്നക്കാരനൊന്നുമല്ല. നീ പിന്നെ ഒരിക്കലും പറഞ്ഞാൽ കേൾക്കില്ലല്ലോ. വിദ്ധ്യാർത്ഥി ആയിരുന്നപ്പോളും പാഴായിരുന്നു. ഇതാ ഇപ്പോളും അങ്ങനെ തന്നെ.

ഹെർമയോണി

ഞാൻ നല്ല ഒന്നാന്തരം വിദ്ധ്യാർത്ഥിയായിരുന്നു.

സ്നെയിപ്പ്

ആഹ്, വല്ല്യകുഴപ്പമില്ലായിരുന്നുവെന്ന് വേണമെങ്കിൽ പറയാം. ഇവൻ നമ്മുടെ പക്ഷമാ!

സ്ക്കോർപിയസ്

അതെ, ഹെർമയോണി. സത്യമാണ്

ഹെർമയോണി ഒട്ടും വിശ്വാസം വരാതെ സ്ക്കോർപിയസിനെ നോക്കുന്നു.

ഹെർമയോണി

എല്ലാവരും എന്നെ വിളിക്കുന്നത് ഗ്രേഞ്ചർ എന്നാണ്. പിന്നെ, നീ പറയുന്നത് ഒരു വാക്കുപോലും ഞാൻ വിശ്വസിക്കില്ല, മാൽഫോയി.

സ്കോർപിയസ്

എല്ലാം എന്റെ തെറ്റാണ്, എന്റെയും ആൽബസിന്റെയും.

ഹെർമയോണി

ആൽബസോ? ആൽബസ് ഡംബൾഡോറോ? അദ്ദേഹം എന്ത് ചെയ്തുവെന്നാ?

സ്നെയിപ്പ്

അവൻ ഡംബൾഡോറിനെയല്ല ഉദ്ദേശിച്ചത്. നീ ഒന്നിരിക്കുന്നത് നല്ലതായിരിക്കും.

റോൺ അകത്തേയ്ക്ക് ഓടി വരുന്നു. മുടി മുള്ളുപോലെ തോന്നിക്കുന്നു. അവന്റെ വസ്ത്രത്തിൽ കരപ്പനടിച്ചിരിക്കുന്നു. തെമ്മാടിയുടെ രൂപത്തിൽ റോണിന് ഹെർമയോണിയുടെയത്രയും ഭംഗിയില്ല.

റോൺ

സ്നെയിപ്പോ, (അവൻ സ്കോർപിയസിനെ കാണുന്നു, ഞെട്ടുന്നു) ഇവനെന്താ ഇവിടെ?

തപ്പിത്തടഞ്ഞ് തന്റെ മന്ത്രക്കോൽ എടുക്കുന്നു.

എന്റെ കയ്യിൽ ആയുധമുണ്ട് - ഞാൻ നിനക്ക് മുന്നറിയിപ്പ് തരുകയാണ്, ഞാൻ ഭയങ്കര അപകടകാരിയാണ്.

താൻ മന്ത്രക്കോൽ തലതിരിച്ചാണ് പിടിച്ചിരിക്കുന്നതെന്ന് മനസിലാക്കി അത് നേരെ പിടിക്കുന്നു.

അതുകൊണ്ട് സൂക്ഷിച്ചോ-

സ്നെയിപ്പ്

ഇവൻ പ്രശ്നക്കാരനല്ല, റോൺ.

റോൺ ഹെർമയോണിയെ നോക്കുന്നു. അവൾ സ്നെയിപ്പ് പറഞ്ഞത് ശരിയാണെന്ന് തലയാട്ടിക്കാണിക്കുന്നു.

റോൺ

ഡംബൾഡോറിന് നന്ദി.

അങ്കം മൂന്ന് • രംഗം ഏഴ്

ഒത്തുകൂടൽ മുറി

ഹെർമയോണി *സമയസഞ്ചാരിയന്ത്രത്തെ പഠിക്കുകയാണ്, റോൺ കേട്ട കാര്യങ്ങളൊക്കെ ഉൾക്കൊള്ളുവാൻ ശ്രമിക്കുന്നു.*

റോൺ

അപ്പോൾ നീ പറയുന്നത്, ചരിത്രം മുഴുവൻ ആശ്രയിച്ചിരിക്കുന്നത് നെവിൽ ലോങ്ങ്ബോട്ടത്തിന്റെ ആ പ്രവർത്തിയിൽ ആണെന്നാണോ? അതിനൊരു സാധ്യതയുമില്ല.

ഹെർമയോണി

ഇത് സത്യമാണ്, റോൺ.

റോൺ

സമ്മതിച്ചു, പക്ഷെ നിനക്കെന്താ ഇത്ര ഉറപ്പ്?

ഹെർമയോണി

അവന് സ്നെയിപ്പിനെപറ്റി അറിയാവുന്ന കാര്യങ്ങൾ - നമ്മളെയെല്ലാം പറ്റി അറിയാവുന്ന കാര്യങ്ങൾ - അതൊക്കെ അറിയുവാൻ ഇതല്ലാതെ മറ്റൊരു മാർഗമില്ല..

റോൺ

ചില്ലപ്പോ ഇവൻ ഊഹിച്ചതാണെങ്കിലോ?

സ്ക്കോർപിയസ്

അല്ല, ഞാനൂഹിച്ചതല്ല. നിങ്ങൾക്കെന്നെ സഹായിക്കുവാൻ ആകുമോ?

റോൺ

നിന്നെ സഹായിക്കുവാനായി ഞങ്ങൾ മാത്രമേയുള്ളു. ഡംബൽഡോറിന്റെ പട്ടാളം തീർത്തും ചുരുങ്ങിചെറുതായി. സത്യത്തിൽ-*അവൻ ഒരു നിമിഷം നിർത്തുന്നു. ഇനി പറയുവാൻ പോകുന്ന കാര്യം അവനെ വളരെയധികം*

വേദനിപ്പിക്കുന്നു എന്നു വ്യക്തം. ഇപ്പോൾ ഞങ്ങളൊക്കെ തന്നയേയുള്ളു മിച്ചം. പക്ഷെ ഞങ്ങളിപ്പോളും പൊരുതിക്കൊണ്ടിരിക്കുകയാണ്, ഒളിവിൽ കഴിഞ്ഞുകൊണ്ട്. അവരുടെ രോമത്തിലെങ്കിലുമൊന്ന് തൊടുവാൻ. ഗ്രേഞ്ചർ പിടികിട്ടാപുള്ളിയാണ്, ഞാനും പിടികിട്ടാപ്പുള്ളിയാണ്.

സ്നെയിപ്പ് *(പരിഹാസ സ്വരത്തിൽ)*

ചെറിയ പുള്ളി.

ഹെർമയോണി

കുറച്ചുകൂടി വ്യക്തമായി പറഞ്ഞാൽ ആ ലോകം... നീ ഇടപ്പെട്ട് വഷളാക്കുന്നതിന് മുമ്പ്, എങ്ങനെയായിരുന്നു?

സ്ക്കോർപിയസ്

വോൾഡമോർട്ട് ജീവനോടെയില്ല. അയാൾ ഹോഗ്വാർട്ട്സ് യുദ്ധത്തിൽ കൊല്ലപ്പെട്ടു. ഹാരി മാന്ത്രിക നിയമ നിർവ്വഹണസമിതിയുടെ തലവനാണ്. നിങ്ങൾ മായാജാല ലോകത്തിന്റെ മന്ത്രിയും.

ഹെർമയോണി *അതുകേട്ട് പുഞ്ചിരിക്കുന്നു.*

ഹെർമയോണി

ഞാനാണോ മായാജാല ലോകത്തിന്റെ മന്ത്രി?

റോൺ *(അവർക്കൊപ്പം ചേർന്നുകൊണ്ട്)*

കൊള്ളാം. എന്താ എന്റെ ജോലി?

സ്ക്കോർപിയസ്

നിങ്ങളാണ് വീസ്ലീസ് വിസ്സാർഡ്സ് വീസസിന്റെ നടത്തിപ്പുകാരൻ.

റോണിന്റെ *മുഖം വാടുന്നു.*

റോൺ

ഇവൾ മായാജാല ലോകത്തിന്റെ മന്ത്രിയും ഞാനൊരു തമാശക്കടക്കാരനുമല്ലേ. നന്നായിട്ടുണ്ട്.

സ്ക്കോർപിയസ് *അസന്തുഷ്ടനായ* റോണിനെ *നോക്കി,*

സ്ക്കോർപിയസ്

നിങ്ങളാണ് സത്യത്തിൽ മക്കളുടെ കാര്യങ്ങളൊക്കെ നോക്കുന്നത്.

റോൺ

അവരുടെ അമ്മ അതിസുന്ദരി ആയിരുന്നെങ്കിൽ മതിയായിരുന്നു.

സ്ക്കോർപിയസ് *(നാണച്ചിരിയോടെ)*

അതു പിന്നെ.. നിങ്ങൾക്ക് ഇവരെ പറ്റിയുള്ള അഭിപ്രായം പോലെ... കാര്യമെന്താണെന്നുവെച്ചാൽ

നിങ്ങൾ തമ്മിലാണ് വിവാഹം ചെയ്തിരിക്കുന്നത്. രണ്ട് മക്കളുമുണ്ട്- ഒരാണും ഒരു പെണ്ണും.

രണ്ടു പേരും ഞെട്ടി നോക്കുന്നു.

വിവാഹിതരാണ്. പ്രണയത്തിലാണ്. കഴിഞ്ഞ തവണയും, നിങ്ങൾ ഞെട്ടലിലായിരുന്നു. കഴിഞ്ഞ തവണയെന്നാൽ, നിങ്ങൾ ദുർമന്ത്രവാദ പ്രതിരോധത്തിന്റെ അദ്ധ്യാപികയും, റോൺ പത്മയെ വിവാഹം കഴിച്ചിരുന്നതുമായ സമയത്ത്. നിങ്ങളിത് കേൾക്കുമ്പോൾ കേൾക്കുമ്പോൾ ഞെട്ടുകയാണല്ലോ!

ഹെർമയോണിയും റോണും പരസ്പരം നോക്കുന്നു. പെട്ടന്നു തന്നെ ഇരുവരും നോട്ടം പിൻവലിക്കുന്നു. റോൺ വീണ്ടും ഹെർമയോണിയെ നോക്കുന്നു. വിശ്വാസം വരാതെ റോൺ തുടർച്ചയായി തൊണ്ട കാറുന്ന ശബ്ദമുണ്ടാക്കുന്നു.

ഹെർമയോണി

എന്നെനോക്കുമ്പോൾ നിന്റെ വായടച്ചുവെച്ചുകൊള്ളണം, വീസ്ലി.

റോൺ വായടക്കുന്നു. അപ്പോളും അവൻ ആശയക്കുഴപ്പത്തിലാണ്.

അപ്പോ സ്നെയിപ്പോ? സ്നെയിപ്പ് എന്താ ആ ലോകത്ത് ചെയ്യുന്നത്?

സ്നെയിപ്പ്

ഞാൻ മരിച്ചിട്ടുണ്ടാകുമെന്ന് ഊഹിക്കാമല്ലോ.

അയാൾ സ്കോർപിയസിനെ നോക്കുന്നു. സത്യം മറച്ചുവയ്ക്കുവാൻ ശ്രമുക്കുന്നുണ്ടെങ്കിലും അത് അവന്റെ മുഖത്ത് പ്രതിഭലിക്കുന്നു. സ്നെയിപ്പ് ചെറുതായൊന്ന് ചിരിക്കുന്നു.

അല്ലെങ്കിൽ, എന്നെ കണ്ടപ്പോൾ നീ അത്ര അമ്പരക്കേണ്ട കാര്യമില്ലായിരുന്നല്ലോ.

സ്കോർപിയസ്

ധീരമായി പൊരുതി തന്നെയാണ് മരിച്ചത്.

സ്നെയിപ്പ്

ആരാ കൊന്നത്?

സ്കോർപിയസ്

വോൾഡമോർട്ട്.

സ്നെയിപ്പ്

വല്ലാതെ അലോസരപ്പെടുത്തുന്ന കാര്യം തന്നെ.

നിശബ്ദത. സ്നെയിപ്പ് അത് ഉൾക്കൊള്ളുന്നു.

ഡാർക്ക് ലോർഡ് തന്നെ കൊന്നുവെന്ന് പറയുന്നതിലും ഒരു അന്തസ്സുണ്ടല്ലേ.

ഹെർമയോണി

സെവറസ്...

സ്നെയിപ്പ് അവളെ നോക്കിയിട്ട് തന്റെ വേദന കടിച്ചമർത്തുന്നു. അയാൾ തന്റെ തലയൊന്ന് ചെറുതായി വെട്ടിച്ച് റോണിനെ സൂചിപ്പിക്കുന്നു.

സ്നെയിപ്പ്

ഹോ, ഏതായാലും എനിക്കവനെ കെട്ടേണ്ട വന്നില്ലല്ലോ.

ഹെർമയോണി

ഏതൊക്കെ മന്ത്രങ്ങളാണ് നിങ്ങൾ പ്രയോഗിച്ചത്?

സ്കോർപിയസ്

എക്സ്പ്പെല്ലിയാർമസും എൻഗോർജിയോയും.

റോൺ

വളരെ ലളിതമായ ഷീൽഡ് മന്ത്രങ്ങൾകൊണ്ട് അവ രണ്ടും തിരുത്താവുന്നതല്ലേയുള്ളു.

സ്നെയിപ്പ്

എന്നിട്ട് നിങ്ങൾ തിരിച്ച് പോയോ?

സ്കോർപിയസ്

ഹമ്... സമയസഞ്ചാരി യന്ത്രം ഞങ്ങളെ തിരിച്ച് കൊണ്ടുപോയി. ഈ യന്ത്രം ഭൂതകാലത്തിൽ വ്യാപരിക്കുവാൻ അഞ്ച് നിമിഷം മാത്രമെ തരുകയുള്ളു.

ഹെർമയോണി

സമയത്തിൽ മാത്രമെ സഞ്ചരിക്കുവാൻ കഴിയുകയുള്ളോ?

സ്കോർപിയസ്

അത്രയേ പറ്റൂ, നിന്നിരുന്ന സ്ഥലത്ത് തന്നെ തിരിച്ചെത്തും.

ഹെർമയോണി

കൊള്ളാമല്ലോ.

സ്നെയിപ്പിനും ഹെർമയോണിക്കും എന്തോ പിടികിട്ടുന്നു.

സ്നെയിപ്പ്

അപ്പോൾ ഞാനും ഇവനും മാത്രം മതി ഇത് ശരിയാക്കുവാൻ.

ഹെർമയോണി

ഒന്നും വിചാരിക്കരുത് സ്നെയിപ്പ്, ഇത് മറ്റാരെയും വിശ്വസിച്ചേൽപ്പിക്കുവാൻ എനിക്ക് കഴിയില്ല, ഇതത്രയ്ക്ക് പ്രധാനപ്പെട്ട കാര്യമാണ്.

സ്നെയിപ്പ്

മാന്ത്രിക ലോകം അന്വേഷിച്ചുകൊണ്ടിരിക്കുന്ന ഒരു നിയമനിഷേധകയാണ് നീയെന്ന് ഓർമ്മവേണം. ഇത് ചെയ്യണമെങ്കിൽ നിനക്ക് പുറത്തിറങ്ങേണ്ടി വരും. എത്ര നാളുകൾക്ക് മുമ്പായിരുന്നു നീ അവസാനമായി പുറംലോകം കണ്ടത്?

ഹെർമയോണി

ശരിയാണ്, കുറേ കാലമായി ഞാനിതിനകത്ത് തന്നെയാണ്, പക്ഷേ-

സ്നെയിപ്പ്

നിന്നെ പുറത്തെങ്ങാനും വെച്ച് കണ്ടെങ്കിലുണ്ടല്ലോ, ഡെമന്റേർസ് നിന്റെ ജീവൻ ഊറ്റിക്കുടിക്കും.

ഹെർമയോണി

സെവറസ്, ഇങ്ങനെ ജീവിച്ച് ഞാൻ മടുത്തു. വെറുതെ അവരെ തോൽപ്പിക്കുവാൻ ശ്രമിച്ചിട്ടൊരു കാര്യവുമില്ല. അവരെ ജയിക്കുവാൻ നമുക്ക് മുമ്പിലുള്ള അവസാന മാർഗമാണിത്.

അവൾ റോണിനോടെന്തോ ആംഗ്യം കാണിക്കുന്നു. റോൺ ഒരു ഭൂപടമെടുത്ത് നിവർത്തി വയ്ക്കുന്നു.

മത്സരത്തിന്റെ ആദ്യ ഇനം നടന്നത് വിലക്കപ്പെട്ട വനത്തിന്റെ അതിർത്തിയിലാണ്. നമ്മൾ സമയം തിരിക്കുന്നു, അവിടേയ്ക്ക് എത്തുന്നു, മന്ത്രം തടയുന്നു, സുരക്ഷിതമായി തിരിച്ചുവരുന്നു. ശ്രദ്ധിച്ചു ചെയ്താൽ ഒരു കുഴപ്പവുമുണ്ടാവില്ല. മാത്രമല്ല, ഈ ലോകത്ത് ഞാൻ പുറത്തിറങ്ങേണ്ട കാര്യവുമില്ല. അതിന് ശേഷം വീണ്ടും യന്ത്രം തിരിക്കുന്നു, തടാകത്തിനടുത്തെത്തുന്നു, രണ്ടാമത്തെ ഇനത്തിൽ ഉണ്ടാക്കിയ മാറ്റങ്ങളും തിരിച്ചാക്കുന്നു.

സ്നെയിപ്പ്

നീ വലിയ അപകടസാദ്ധ്യതയാണ് വിളിച്ചുവരുത്തുന്നത്.

ഹെർമയോണി

ഒരു കുഴപ്പവുമില്ല, നമ്മളിത് ശരിയാക്കും. ഹാരി ജീവിക്കും, വോൾഡമോർട്ട് മരിക്കും, ഒഗ്റിയും ഈ ലോകത്ത് നിന്ന് മായ്ക്കപ്പെടും. ഇത് സംഭവിപ്പിക്കുവാനായി എന്ത് നഷ്ട്ടപ്പെട്ടാലും എനിക്കൊന്നുമില്ല. നിങ്ങൾ മരിക്കേണ്ടിവരുമെന്നതിൽ മാത്രമാണ് എനിക്ക് വിഷമം.

സ്നെയിപ്പ്

ചില നഷ്ട്ടങ്ങൾ വഹിച്ചേ തീരു.

രണ്ടു പേരും പരസ്പരം നോക്കുന്നു, സ്നെയിപ്പ് തല കുലുക്കുന്നു, ഹെർമയോണിയും. സ്നെയിപ്പിന്റെ മുഖത്ത് വേദന നിഴലിക്കുന്നുണ്ട്.

ഞാനിപ്പോ പറഞ്ഞത് ഡംബൽഡോറിന്റെ വാക്യമാണോ?

ഹെർമയോണി *(ചിരിച്ചുകൊണ്ട്)*

എയി അല്ല, അത് സെവറസ് സ്നെയിപ്പിന്റെ സ്വന്തം വാക്യമാണ്.

അവൾ സ്കോർപിയസിന്റെ നേരെ തിരിയുന്നു. സമയസഞ്ചാരിയന്ത്രം ധ്വനിപ്പിക്കുന്നു.

മാൽഫോയി.

സ്കോർപിയസ് അവൾക്ക് സമയസഞ്ചാരിയന്ത്രം കൊണ്ടുചെന്ന് കൊടുക്കുന്നു. അവൾ അതുപോലൊന്ന് വീണ്ടും ഉപയോഗിക്കുവാൻ കിട്ടിയ സന്തോഷത്തിൽ പുഞ്ചിരിക്കുന്നു.

ഇത് പ്രവർത്തിക്കുമെന്ന് നമ്മുക്ക് വിശ്വസിക്കാം.

അവളുടെ കയ്യിലിരുന്നത് പ്രകമ്പനം കൊള്ളുന്നു, പെട്ടന്ന് പൊട്ടിത്തെറിക്കുന്നു.

അരങ്ങിൽ ഭയങ്കരമായ പ്രകാശം, ഇടിയുടെ ശബ്ദം. സൂചിയുടെ കറക്കം നിലയ്ക്കുന്നു. എന്നിട്ടത് പിന്നോട്ട് കറങ്ങുവാൻ തുടങ്ങുന്നു.

വലിയ പ്രകാശവും, ശബ്ദവും. അരങ്ങിൽ നിന്നവർ അപ്രത്യക്ഷരാകുന്നു.

അങ്കം മൂന്ന് രംഗം എട്ട്

വിലക്കപ്പെട്ട വനത്തിന്റെ അതിർത്തി, 1994

ഭാഗം ഒന്നിലെ രംഗങ്ങൾ വീണ്ടും ആവർത്തിക്കപ്പെടുന്നു, ഇത്തവണ പക്ഷേ പശ്ചാത്തലത്തിലാണ്. ഡംസ്ട്രാങ്ങിന്റെ മേലങ്കി ധരിച്ചിരിക്കുന്ന ആൽബസിനെയും സ്ക്കോർപിയസിനെയും കാണാം. ഇതിനിടയിൽ ലുഡോ ബാഗ്മാന്റെ ശബ്ദം കേൾക്കാം.

സ്ക്കോർപിയസും, ഹെർമയോണിയും, റോണും സ്നെയിപ്പും ഉത്കണ്ഠയോടെ അത് നോക്കിനില്ക്കുന്നു.

ലുഡോ ബാഗ്മാൻ

സെഡ്രിക്ക് ഡിഗറി സ്റ്റേജിൽ പ്രവേശിക്കുന്നു. അവൻ തയ്യാറായി നിൽക്കുകയാണ്. മുഖത്ത് ചെറിയ പേടിയുണ്ട്. എങ്കിലും മത്സരത്തിന് തയ്യാറാണെന്ന് വ്യക്തം. ഡ്രാഗൺന്റെ ചലനം കണക്കാക്കി അവൻ അങ്ങോട്ടും ഇങ്ങോട്ടും തെന്നി മാറുന്നു. പെൺക്കുട്ടികൾ ഒറ്റക്കെട്ടായി വിളിച്ചുപറയുന്നു, 'ഞങ്ങളുടെ ഡിഗറിയ്ക്ക് ഒരു പോറൽ പോലും ഏൽപ്പിച്ചേക്കല്ലേ ഡ്രാഗൺ.' സെഡ്രിക്കിതാ ഇടത്തോട്ട് കുതിയ്ക്കുന്നു, ഇപ്പോൾ വലത്തേയ്ക്ക്. അവൻ തന്റെ മാന്ത്രികവടി തയ്യാറാക്കി വെച്ചിരിക്കുകയാണ്.

സ്നെയിപ്പ്

ഇതെന്താ ഇത്ര നേരമെടുക്കുന്നത്? യന്ത്രം കറങ്ങിത്തുടങ്ങി.

ലുഡോ ബാഗ്മാൻ

ഇനിയീ ധീരനായ ചെറുപ്പക്കാരന്റെ കയ്യിലെന്ത് വിദ്യയാണോ ഉള്ളത്-

ആൽബസ് സെഡ്രിക്കിന്റെ മാന്ത്രികവടി തട്ടിയെടുക്കുവാൻ നോക്കുന്നു. ഹെർമയോണി അവന്റെ മന്ത്രത്തെ പ്രതിരോധിക്കുന്നു. തന്റെ മന്ത്രം എന്തുകൊണ്ട് ഫലിച്ചില്ലയെന്ന് അത്ഭുതപ്പെട്ടുകൊണ്ട് അവൻ തന്റെ മാന്ത്രികവടിയിൽ നോക്കുന്നു.

അങ്കം മൂന്ന് രംഗം എട്ട്

സമയസഞ്ചാരിയന്ത്രം കറങ്ങിത്തുടങ്ങുന്നു. അവർ അതിനുള്ളിലേയ്ക്ക് വലിച്ചെടുക്കപ്പെടുന്നു.

ആഹ്... സെഡ്രിക്കിതാ ഒരു കല്ലിനെ പട്ടിയാക്കിയിരിക്കുന്നു - ഒരു പട്ടി - സെഡ്രിക്ക് ഡിഗറി നിങ്ങളൊരു സംഭവം തന്നെ.

അങ്കം മൂന്ന് രംഗം ഒമ്പത്

വിലക്കപ്പെട്ട വനത്തിന്റെ അതിർത്തി

അവർ തിരിച്ചെത്തിയിരിക്കുന്നു. റോൺ വേദനകൊണ്ട് പുളയുകയാണ്. സ്നെയിപ്പ് ചുറ്റും നോക്കുന്നു. അപ്പോളാണ് തങ്ങളെന്തിലാണ് അകപ്പെട്ടിരിക്കുന്നതെന്ന് അയാൾക്ക് മനസിലാകുന്നത്.

റോൺ

ആ... ആഹ്... ഊ...

ഹെർമയോണി

റോൺ... റോൺ..നിനക്കെന്താ പറ്റിയത്?

സ്നെയിപ്പ്

ഒഹ്! എനിക്കറിയാമായിരുന്നിത്.

സ്ക്കോർപിയസ്

ആദ്യത്തെ തവണ തിരിച്ചുവന്നപ്പോൾ ആൽബസും ഇതുപോലെ വേദനയിലായിരുന്നു.

റോൺ

എന്നിട്ടിപ്പോളാണോ നിനക്ക് അത് പറയുവാൻ തോന്നിയത്!

സ്നെയിപ്പ്

നമ്മൾ ആളുകൾ കാണുവാൻ സാദ്ധ്യതയുള്ള സ്ഥലത്താണീ നില്ക്കുന്നത്. ഇവിടെ നിന്ന് വേഗം മാറാം. ഇപ്പോൾ തന്നെ.

ഹെർമയോണി

റോൺ, നിനക്ക് നടക്കുവാൻ കഴിയും, വരൂ ..പോകാം.

റോൺ എഴുന്നേൽക്കുന്നു, വേദനയാൽ നിലവിളിക്കുന്നു. സ്നെയിപ്പ് തന്റെ മാന്ത്രിക വടി ഉയർത്തുന്നു.

സ്ക്കോർപിയസ്

അത് ഫലിച്ചോ?

ഹെർമയോണി

നിങ്ങളുടെ മന്ത്രത്തെ നമ്മൾ പ്രതിരോധിച്ചു. സെഡ്രിക്കിന്റെ വടി അവന്റെ കയ്യിൽ തന്നെയുണ്ടായിരുന്നു. ഹമ്... ഫലിച്ചു... നമ്മൾ ആഗ്രഹിച്ചത് നടന്നു.

സ്നെയിപ്പ്

പക്ഷേ നമ്മൾ തിരിച്ചെത്തിയത് തെറ്റായ സ്ഥലത്തേയ്ക്കാണ്. നമ്മൾ പുറത്താണ്. നിങ്ങൾ പുറത്താണ്.

റോൺ

സമയസഞ്ചാരി യന്ത്രം ഒന്നുകൂടി ഉപയോഗിച്ചാൽ നമ്മുക്ക് ഇവിടെനിന്ന് രക്ഷപ്പെടാം-

സ്നെയിപ്പ്

അത്യാവശ്യമായി നമ്മുക്ക് ഒളിച്ചിരിക്കുവാൻ ഒരു സ്ഥലം കണ്ടത്തേണ്ടതുണ്ട്.

കാണികൾ ഇരിക്കുന്നിടത്ത് അസ്ഥികൾ മരവിപ്പിക്ക തക്ക തണുത്ത കാറ്റ് വീശുന്നു.

ആളുകൾക്ക് മുകളിൽ കറുത്ത മേലങ്കികൾ കാണപ്പെടുന്നു. അത് കറുത്ത രൂപങ്ങളായി രൂപാന്തരം പ്രാപിക്കുന്നു. ആ രൂപങ്ങൾ ഡെമന്റോർസ് ആയി മാറുന്നു.

ഹെർമയോണി

വൈകിപ്പോയി.

സ്നെയിപ്പ്

ഒക്കെ നാശമായി.

ഹെർമയോണി *(എന്താണ് ചെയ്യേണ്ടതെന്ന് അവൾക്ക് മനസിലാകുന്നു)*

അവർക്ക് എന്നെയാണ് വേണ്ടത്, നിങ്ങളേയല്ല.

റോൺ. ഞാൻ നിന്നെ സ്നേഹിക്കുന്നു, എപ്പോളും സ്നേഹിച്ചിരുന്നു. പക്ഷെയിപ്പോൾ നിങ്ങൾ മൂന്നും ഇവിടെനിന്ന് രക്ഷപ്പെടണം. വേഗം ഓടിക്കോ. വേഗം. പോകൂ.

റോൺ

എന്താ?

സ്കോർപിയസ്

എന്താ?

റോൺ

നമ്മുക്കാദ്യം നീ പറഞ്ഞ ആ സ്നേഹത്തിന്റെ കാര്യം സംസാരിക്കാം? നീയെന്താ പറഞ്ഞത്..ആരെ സ്നേഹിക്കുന്നെന്നാ?

ഹെർമയോണി

ഇതിപ്പോളും വോൾഡമോർട്ടിന്റെ ലോകമാണ്. എനിക്ക് മടുത്തിവിടെ ജീവിച്ച്. അടുത്ത മത്സരയിനം കൂടി തിരിച്ചാക്കിയാൽ എല്ലാം എന്നന്നേയ്ക്കുമായി മാറും.

സ്ക്കോർപിയസ്

അതെ. പക്ഷേ, അവർ നിന്നെ ചുംബിച്ച് നിന്റെ ജീവൻ ഊറ്റിയെടുക്കും.

ഹെർമയോണി

നിങ്ങളിപ്പോൾ എല്ലാം പഴയപ്പോലെയാക്കിയാൽ അവർക്കതിന് കഴിയില്ല. വേഗം.. പോ..

അവരെ തിരിച്ചറിഞ്ഞ ഡെമന്റോർസ് നാല് വശങ്ങളിൽനിന്നും അവർ നിന്നിടത്തേയ്ക്ക് അലറിയടുക്കുന്നു.

സ്നെയിപ്പ്

വാ! പോകാം.

അയാൾ സ്ക്കോർപിയസിന്റെ കയ്യിൽ പിടിച്ചുവലിക്കുന്നു. സ്ക്കോർപിയസ് പാതിമനസോടെ അയാൾക്കൊപ്പം പോകുന്നു.

ഹെർമയോണി അവർക്കൊപ്പം പോകുവാൻ വിസ്സമ്മതിച്ച് നിൽക്കുന്ന റോണിനെ നോക്കുന്നു.

ഹെർമയോണി

നീയും അവരുടെകൂടെ പോകൂ.

റോൺ

പക്ഷേ, അവർ എന്നേയും അന്വേഷിക്കുന്നുണ്ടായിരുന്നല്ലോ. എനിക്കിപ്പോൾ ഓടാനും വയ്യ. അതുകൊണ്ട് ഞാനിവിടെ തന്നെ നിൽക്കുന്നതാ നല്ലത്. എക്സ്പെക്റ്റോ-

അവൻ മന്ത്രം പ്രയോഗിക്കുവാൻ തുടങ്ങിയതും, ഹെർമയോണി അവനെ തടയുന്നു.

ഹെർമയോണി

അവരെ കഴിയുന്നത്ര നേരം ഇവിടെ തന്നെ പിടിച്ചുനിറുത്തുവാൻ നോക്കാം, ആ കുട്ടിക്ക് അത്രയും സാവകാശം കിട്ടട്ടെ.

റോൺ *അവളെ നോക്കി നിരാശയോടെ തലയാട്ടുന്നു.*

ഹെർമയോണി

ഒരു മകളും മകനും!

റോൺ

ആ ആശയം എനിക്ക് നന്നായി ബോധിച്ചു.

അവൻ ചുറ്റും നോക്കുന്നു - അവനറിയാം അവന്റെ വിധിയെന്താണെന്ന്.

എനിക്ക് പേടിയുണ്ട്.

ഹെർമയോണി

എന്നെ ഉമ്മവയ്ക്ക്.

റോൺ ഹെർമയോണിയെ ഉമ്മവയ്ക്കുന്നു. ഡെമന്റോർസ് പറന്നിറങ്ങി അവരെ വേർപെടുത്തുന്നു. അവരുടെ ശരീരം നിലത്തേയ്ക്ക് കുത്തിപ്പിടിക്കുന്നു. ജീവൻ വലിച്ചെടുക്കപ്പെടുമ്പോൾ ശരീരം അന്തരീക്ഷത്തിൽ ഉയരുന്നു. ഭീതിയുളവാക്കുന്ന ദൃശ്യം.

സ്കോർപിയസ് നിസ്സഹായനായി നോക്കിനില്ക്കുന്നു. സ്നെയിപ്പ് അരങ്ങിന്റെ പിന്നിൽനിന്നും വീണ്ടും പ്രവേശിക്കുന്നു.

സ്നെയിപ്പ്

നമ്മുക്ക് പുഴക്കരയിലേയ്ക്ക് പോകാം. നടക്ക്, ഓടരുത്.

സ്നെയിപ്പ് സ്കോർപിയസിനെ നോക്കുന്നു.

ശാന്തമായിരിക്കു, സ്കോർപിയസ്. കണ്ണുകാണുവാൻ കഴിയില്ലെങ്കിലും അവർക്ക് നമ്മുടെ ഭീതി മനസിലാക്കുവാൻ കഴിയും.

സ്കോർപിയസ്

അവർ അവരുടെ ജീവൻ ഊറ്റിയെടുത്തു.

ഒരു ഡെമന്റോർ പറന്നുതാഴ്ന്ന് സ്കോർപിയസിന്റെ മുമ്പിൽ നില്ക്കുന്നു.

സ്നെയിപ്പ്

മറ്റെന്തിനെയെങ്കിലും പറ്റി ചിന്തിക്കു സ്കോർപിയസ്.

സ്കോർപിയസ്

എനിക്ക് തണുക്കുന്നു. ഒന്നും കാണുവാൻ കഴിയുന്നില്ല. ഉള്ളിലൊരു മൂടൽമഞ്ഞുള്ളത് പോലെ.. ചുറ്റും മഞ്ഞ്.

സ്നെയിപ്പ്

നീയൊരു രാജാവാണ്, ഞാനൊരു പ്രൊഫസറും. ഒരു കാരണവുമില്ലാതെ അവർ ആക്രമിക്കുകയില്ല. നീ സ്നേഹിക്കുന്നവരെ പറ്റി ചിന്തിക്ക് സ്കോർപിയസ്, നീയെന്തിനാണ് ഇത് ചെയ്യുന്നതെന്ന് ആലോചിക്ക്...

സ്കോർപിയസ്

എനിക്ക് എന്റെ അമ്മയുടെ ശബ്ദം കേൾക്കാം. അമ്മയ്ക്ക് എന്റെ സഹായം വേണം- പക്ഷേ - അമ്മയ്ക്കറിയാം- എനിക്ക് അതിന് കഴിയില്ലെന്ന്.

സ്നെയിപ്പ്

ഞാൻ പറയുന്നത് കേൾക്ക്, സ്കോർപിയസ്. ആൽബസിനെ പറ്റി ചിന്തിക്ക്. നീ നിന്റെ ലോകം അവനുവേണ്ടിയാണ് വേണ്ടെന്ന് വയ്ക്കുന്നത്, അല്ലേ?

സ്കോർപിയസ് നിസ്സഹായനാണ്. ഡെമന്റോറുകൾ അവനെ നിസ്സഹായനാക്കുന്നു. ഇതിൽ നിന്നവനെ രക്ഷിക്കുവാൻ മനസുതുറന്ന് സംസാരിക്കേണ്ടതുണ്ടെന്ന് സ്നെയിപ്പിന് മനസിലാകുന്നു.

സ്നെയിപ്പ്

ഒരു വ്യക്തി. ഒരൊറ്റ വ്യക്തി മതി. ലില്ലിയ്ക്കുവേണ്ടി ഹാരിയെ രക്ഷിയ്ക്കുവാൻ എനിക്ക് സാധിച്ചില്ല. അതുകൊണ്ട് അവൾ വിശ്വസിച്ചിരുന്ന കാര്യത്തിനായി ഞാൻ പോരാടുന്നു. അതിനുവേണ്ടിയുള്ള പ്രയത്നത്തിനിടയിൽ ഞാനും അതിൽ വിശ്വസിച്ചുതുടങ്ങി.

സ്കോർപിയസ് ഡെമന്റോർസിന്റെ അടുക്കൽ നിന്നും പിന്നോട്ട് മാറുന്നു.

സ്കോർപിയസ്

ലോകം മാറുന്നതിനനുസരിച്ച് നമ്മളും മാറും. എനിക്കീ ലോകമാണ് നല്ലത്, പക്ഷേ ഈ ലോകം നല്ലതല്ല. ഇങ്ങനെയൊരു ലോകമല്ല എനിക്ക് വേണ്ടത്.

പെട്ടന്ന് അവരുടെ പിന്നിലൂടെ ഡൊലോറസ് അംബ്രിജ്ജ് *വരുന്നു.*

ഡൊലോറസ് അംബ്രിജ്ജ്

പ്രൊഫസർ സ്നെയിപ്പ്!

സ്നെയിപ്പ്

പ്രൊഫസർ അംബ്രിജ്ജ്.

ഡൊലോറസ് അംബ്രിജ്ജ്

താങ്കൾ അറിഞ്ഞോ? നമ്മളാ ഒറ്റുകാരി മഡ്ബ്ലഡ് ഹെർമയോണി ഗ്രേഞ്ചറിനെ പിടിച്ചു. അവൾ ഇവിടെ ഉണ്ടായിരുന്നു.

സ്നെയിപ്പ്

അത് - അത് കൊള്ളാമല്ലോ.

ഡൊലോറസ് സ്നെയിപ്പിനെ *സംശയദൃഷ്ടിയോടെ നോക്കുന്നു.*

ഡൊലോറസ് അംബ്രിജ്ജ്

താങ്കളുടെ കൂടെയായിരുന്നു. ഗ്രേഞ്ചർ നിങ്ങളുടെ കൂടെയായിരുന്നു.

സ്നെയിപ്പ്

എന്റെ കൂടെയോ? നിങ്ങൾക്കെന്തോ തെറ്റുപറ്റിയതാണ്.

ഡൊലോറസ് അംബ്രിജ്ജ്

താങ്കളുടെയും, സ്കോർപിയസ് മാൽഫോയിയുടെയും കൂടെ. ഇവനെക്കുറിച്ച് അലെങ്കിൽ തന്നെ എനിക്ക് ചില സംശയങ്ങളൊക്കെയുണ്ട്.

അങ്കം മൂന്ന് രംഗം ഒമ്പത്

സ്കോർപിയസ്

ഹമ്...

സ്നെയിപ്പ്

ഡൊലോറസ് ഞങ്ങൾക്ക് ക്ലാസിൽ പോകണം. ഇപ്പോൾ തന്നെ വൈകി. എന്നാൽ ഞങ്ങളങ്ങ്.

ഡൊലോറസ് അംബ്രിജ്ജ്

ക്ലാസിലേയ്ക്ക് പോകുന്നവരെന്തിനാ പുഴയിലേയ്ക്ക് നടക്കുന്നത്?

ഒരു നിമിഷം പൂർണനിശബ്ദത. സ്നെയിപ്പ് തീരെ പതിവില്ലാത്തയൊരു കാര്യം ചെയ്യുന്നു - അയാൾ ചിരിക്കുന്നു.

സ്നെയിപ്പ്

എത്രനാളായി നിങ്ങളെന്നെ സംശയിക്കുവാൻ തുടങ്ങിയിട്ട്?

ഡൊലോറസ് അംബ്രിജ്ജ് നിലത്തുനിന്ന് പൊങ്ങുന്നു. അവൾ തന്റെ കൈകൾ വിരിയ്ക്കുന്നു, ദുർമന്ത്രവാദത്തിന്റെ കൂമ്പാരം. അവൾ തന്റെ മാന്ത്രിക വടിയെടുക്കുന്നു.

ഡൊലോറസ് അംബ്രിജ്ജ്

വർഷങ്ങളായി. ഞാൻ പണ്ടേ തന്നെ നിനക്കെതിരെ നടപടിയെടുക്കേണ്ടതായിരുന്നു.

സ്നെയിപ്പിന് അംബ്രിജ്ജിനെക്കാൾ വേഗത്തിൽ മന്ത്രവടി പ്രയോഗിക്കുന്നു.

സ്നെയിപ്പ്

ഡെപൾസോ!

ഡൊലോറസ് പിന്നിലേയ്ക്ക് തെറിച്ചുപോകുന്നു.

സ്വന്തം നന്മയ്ക്കായി എന്തും ചെയ്യുന്നവളാണ് അവൾ. ഇനി ഒന്നും ആലോചിക്കുവാനില്ല.

ആകാശം കറുത്തുവരുന്നു.

എക്സ്പെക്റ്റോ പെട്രോണം.

സ്നെയിപ്പ് ഒരു പട്രോണസിനെ പുറപ്പെടുവിക്കുന്നു. അതിനൊരു സുന്ദരമായ പേടമാനിന്റെ രൂപമായിരുന്നു.

സ്കോർപിയസ്

പേടമാനോ? അത് ലില്ലിയുടെ പെട്രോണസല്ലേ!

സ്നെയിപ്പ്

വിചിത്രം, അല്ലേ? ഇത് പുറപ്പെടുവിക്കുന്നതെപ്പോളും വിചിത്രമായ കാര്യങ്ങളാണ്.

അവർക്ക് ചുറ്റും ഡമന്റോറുകൾ പ്രത്യക്ഷപ്പെട്ടുതുടങ്ങി. എന്താണ് സംഭവിക്കുവാൻ പോകുന്നതെന്ന് സ്നെയിപ്പിന് മനസിലാകുന്നു.

നീ വേഗം ഓടിക്കോ. ഞാൻ പറ്റുന്നത്ര നേരം അവരെ ഇവിടെ പിടിച്ചുനിർത്തിക്കോളാം.

സ്കോർപിയസ്

എന്റെ ഇരുട്ടിൽ വെളിച്ചമായതിന് നന്ദി, സ്നെയിപ്പ്.

സ്നെയിപ്പ് അവനെ നോക്കുന്നു, ഓരോ അണുവിലും ഒരു ധീരൻ, അയാൾ ചെറുതായൊന്ന് പുഞ്ചിരിക്കുന്നു.

സ്നെയിപ്പ്

ആൽബസിനോട് പറയണം- ആൽബസ് സെവറസിനോട് പറയണം അവന് എന്റെ പേരായതിൽ ഞാനഭിമാനിക്കുന്നുവെന്ന്. വേഗം പോ.. ഇനി ഇവിടെ നിൽക്കരുത്.

പ്രാവ് സ്നേയിപ്പിനെ നോക്കുന്നു, അയാൾ തലയാട്ടുന്നു. സ്കോർപിയസിനെ നോക്കിയിട്ട്, അത് പറക്കുവാൻ തുടങ്ങുന്നു. സ്കോർപിയസ് അതിനൊപ്പം ഓടുവാൻ തുടങ്ങുന്നു. അവന് ചുറ്റും ഭീതിയുളവാക്കുന്ന അന്തരീക്ഷം. രക്തമുറയ്ക്കത്തക്ക വിധത്തിലുള്ളഒരലർച്ചഅവന്പിന്നിൽനിന്നുമുയരുന്നു.

സ്നെയിപ്പ് തയ്യാറായി നില്ക്കുന്നു.

സ്നെയിപ്പിനെ ഡെമന്റോർസ് നിലത്തേയ്ക്ക് വലിച്ചിടുന്നു. ജീവൻ പറിച്ചെടുക്കുമ്പോൾ ശരീരം അന്തരീക്ഷത്തിലേയ്ക്ക് ഉയരുന്നു. നിലവിളിശബ്ദം പലമടങ്ങായി വർദ്ധിക്കുന്നു.

പേടമാൻ തിരിഞ്ഞ് തന്റെ മനോഹരമായ കണ്ണുകളാൽ അദ്ദേഹത്തെ നോക്കിയിട്ട് അപ്രത്യക്ഷമാകുന്നു.

അരങ്ങിൽ വലിയ ശബ്ദവും, കണ്ണഞ്ചിപ്പിക്കുന്ന പ്രകാശവും. അതിനെ തുടർന്ന് നിശബ്ദത.

എല്ലാം നിശ്ചലമായിരിക്കുന്നു, എല്ലാം വളരെ സമാധാനപരമായിരിക്കുന്നു. വളരെ പ്രശാന്തമായ അന്തരീക്ഷം. അരങ്ങിൽ സ്കോർപിയസ് പൊങ്ങിവരുന്നതായി കാണാം. അവൻ ഭയങ്കരമായി ശ്വാസമെടുക്കുന്നു. അവൻ തന്റെ ചുറ്റും നോക്കുന്നു. ഭയപ്പെട്ടുള്ള ശ്വാസോച്ഛ്വാസം. അവൻ ആകാശത്തിലേയ്ക്ക് നോക്കുന്നു. അത് മുൻപത്തേതുപോലെ കറുത്തിട്ടല്ല.

അവന് പിന്നാലെ ആൽബസും പൊങ്ങിവരുന്നു. നിശബ്ദത.

സ്കോർപിയസ് ആൽബസിനെ വിശ്വസിക്കാനാവാതെ നോക്കുന്നു. രണ്ടുപേരും ആയാസപ്പെട്ട് ശ്വാസമെടുക്കുന്നു.

ആൽബസ്

ഓഹ്!

സ്കോർപിയസിന്റെ *മുഖത്ത് ആശ്വാസത്തിന്റെ പുഞ്ചിരി വിടരുന്നു.*

സ്കോർപിയസ്

ആൽബസ്!

ആൽബസ്

കഷ്ടിച്ച് രക്ഷപെട്ടു. നീയാ മത്സ്യനരനെ കണ്ടോ? ആ മനുഷ്യൻ... പിന്നെ എന്തോ ഒരു സാധനം... ഹോ!

സ്കോർപിയസ്

എന്താ?

ആൽബസ്

വിചിത്രം തന്നെ - സെഡ്രിക്ക് വികസിക്കുവാൻ തുടങ്ങുന്നത് ഞാൻ കണ്ടുവെന്നാണ് തോന്നുന്നത്- പക്ഷേ അവൻ പിന്നേയും ചുരുങ്ങുവാൻ തുടങ്ങി- ഞാൻ അപ്പോൾ നിന്നെ നോക്കി, നീ കയ്യിൽ മാന്ത്രിക വടിയുമായി തയ്യാറായി നിൽക്കുകയായിരുന്നു.

സ്കോർപിയസ്

നിന്നെ വീണ്ടും കാണുവാൻ സാധിച്ചതിൽ എനിക്കെത്ര സന്തോഷമുണ്ടെന്ന് നിനക്കറിയുമോ?

ആൽബസ്

അതിന് നീയെന്നെ രണ്ട് നിമിഷം മുമ്പുകൂടി കണ്ടതല്ലേ!

സ്കോർപിയസ് *വെള്ളത്തിൽ വെച്ചുതന്നെ* ആൽബസിനെ *ആശ്ലേഷിക്കുന്നു.*

സ്കോർപിയസ്

അതിന് ശേഷം ഒരുപാട് കാര്യങ്ങൾ സംഭവിച്ചു.

ആൽബസ്

സൂക്ഷിച്ച്. നീയെന്നെ വെള്ളത്തിൽ മുക്കികൊല്ലുവാൻ നോക്കുകയാണോ? നീയെന്തായീ ധരിച്ചിരിക്കുന്നത്?

സ്കോർപിയസ്

എന്താ ധരിച്ചിരിക്കുന്നത്? (അവൻ തന്റെ മേലങ്കി വലിച്ചൂരുന്നു.) നീയെന്താ ഇട്ടിരിക്കുന്നത്? ശരിയാണല്ലോ! നീ സ്ലിതറിൻ ആണല്ലോ.

ആൽബസ്

എന്തെങ്കിലും ചെയ്യുവാൻ നമുക്ക് സാധിച്ചോ?

സ്കോർപിയസ്

ഇല്ല, അത് നന്നായി.

ആൽബസ് *വിശ്വാസം വരാതെ അവനെ നോക്കുന്നു.*

ആൽബസ്

എന്താ? നമ്മൾ വീണ്ടും പരാജയപ്പെട്ടോ?

സ്ക്കോർപിയസ്

അതെ. പരാജയപ്പെട്ടു.. അത് നാന്നായെന്ന്!

ആൽബസ് ദേഷ്യത്താൽ വെള്ളത്തിൽ അടിച്ചിട്ട് കരയിലേയ്ക്ക് കയറുന്നു.

ആൽബസ്

സ്ക്കോർപിയസ്. നീ പിന്നെയും കുറേ മധുരം കഴിച്ചല്ലേ?

സ്ക്കോർപിയസ്

കണ്ടു പിടിച്ചല്ലോ - ഫലിതങ്ങളും ആൽബസും. എനിക്കിതാനിഷ്ടം!

ആൽബസ്

എന്തോ കുഴപ്പമുണ്ട്...

ഹാരി *പ്രവേശിക്കുന്നു. വെള്ളത്തിനടുത്തേയ്ക്ക് ഓടുന്നു. പിന്നാലെ* ഡ്രാക്കോയും, ജിന്നിയും പ്രൊഫസർ മക്ഗോണഗളും.

ഹാരി

ആൽബസ്. ആൽബസ്. നിനക്ക് കുഴപ്പമൊന്നുമില്ലല്ലോ?

സ്ക്കോർപിയസ് *(അതിയായ സന്തോഷത്തിൽ)*

ഹാരി! ഹാരി പോട്ടർ! ജിന്നിയും പ്രൊഫസർ മക്ഗോണഗളും ഉണ്ടല്ലോ. അച്ഛാ.. എന്റെ അച്ഛാ..

ഡ്രാക്കോ

സ്ക്കോർപിയസ്.

ആൽബസ്

നിങ്ങളെല്ലാവരും എന്താ ഇവിടെ?

ജിന്നി

ആൽബസ് എന്താ സംഭവിക്കുന്നത്?

പൊഫസർ മക്ഗോണഗൾ

നിങ്ങളല്ലെ ഭൂതകാലത്ത് നിന്നു തിരിച്ചുവന്നവർ നിങ്ങൾ തന്നെ പറയ്.

അവർക്ക് എല്ലാം മനസിലായെന്ന് സ്ക്കോർപിയസിന് *മനസിലാകുന്നു.*

സ്ക്കോർപിയസ്

അയ്യോ. അതെവിടെ?

ആൽബസ്

എവിടെ നിന്ന് തിരിച്ചുവന്നുവെന്നാ?

സ്ക്കോർപിയസ്

എന്റെ കയ്യിൽ നിന്നത് കളഞ്ഞുപോയി, ആ സമയസഞ്ചാരി യന്ത്രം.

ആൽബസ് (ദേഷ്യത്തിൽ സ്കോർപിയസിനെ നോക്കുന്നു)
എന്ത് പോയെന്നാ?

ഹാരി
അഭിനയം മതിയാക്ക്, ആൽബസ്.

പ്രൊഫസർ മക്ഗോണഗൾ
നടന്നതെല്ലാം ഞങ്ങളോട് തുറന്നു പറയുന്നതാ നിങ്ങൾക്ക് നല്ലത്. മിർട്ടിൽ അവൾക്ക് അറിയാവുന്നത് ഞങ്ങളോട് പറഞ്ഞുകഴിഞ്ഞു.

അങ്കം മൂന്ന് രംഗം പത്ത്

ഹോഗ്വാർട്ട്സ്, പ്രധാനദ്ധ്യാപികയുടെ ഓഫീസ് മുറി

അപരാധബോധത്തിൽ തലകുമ്പിട്ട് നിൽക്കുന്ന സ്കോർപിയസും, ആൽബസും. *അവർക്ക് പിന്നിൽ* ഡ്രാക്കോയും, ജിന്നിയും, ഹാരിയും. പ്രൊഫസർ മക്ഗോണഗൾ *ദേഷ്യംകൊണ്ട് വിറയ്ക്കുന്നു.*

പ്രൊഫസർ മക്ഗോണഗൾ

അപ്പോൾ നിങ്ങൾ നിയമം ലംഘിച്ച് ഹോഗ്വാർട്ട്സ് എക്സ്പ്രെസിൽ നിന്ന് പുറത്തുചാടി, മായാജാല മന്ത്രാലയത്തിൽ അതിക്രമിച്ചുകടന്ന്, സമയസഞ്ചാരി യന്ത്രം മോഷ്ടിച്ചു അല്ലേ!

ആൽബസ്

ചെയ്തത് തെറ്റാണെന്ന് ഞങ്ങൾ സമ്മതിക്കുന്നു.

പ്രൊഫസർ മക്ഗോണഗൾ

റോസിനെയും ഹൂഗോയേയും തിരികെ കൊണ്ടുവരുവാനാണ് നിങ്ങൾ രണ്ടാമതും യന്ത്രം ഉപയോഗിച്ചത്, അല്ലേ? എന്നിട്ടോ രണ്ട് പേർക്ക് പകരം നിങ്ങൾ എത്രപേരെയാണ് നഷ്ടപ്പെടുത്തിയത്, പോരാത്തതിന് സ്വന്തം അച്ഛനെ കൊല്ലിക്കുകയും ചെയ്തു. നിങ്ങളുടെ പ്രവർത്തിയുടെ ഫലമായി ലോകം കണ്ടിട്ടുള്ളതിൽവെച്ച് ഏറ്റവും നീചനായ മാന്ത്രികനെ പുനർജീവിപ്പിക്കുകയും, ദുർമന്ത്രവാദത്തിന്റെ പുതിയൊരദ്ധ്യായം തുടങ്ങി വയ്ക്കുകയും ചെയ്തു. പോട്ടർ നീ പറഞ്ഞത് ശരിയാണ്, നിങ്ങൾ ചെയ്തത് തെറ്റ് തന്നെയാണ്. എന്തൊരു വിഡ്ഢിത്തമാണ് നിങ്ങൾ കാണിച്ചതെന്നറിയാമോ?

സ്കോർപിയസ്

അറിയാം പ്രൊഫസർ.

ആൽബസ് ഒരു നിമിഷം അറച്ചുനില്ക്കുന്നു, എന്നിട്ട് ഹാരിയെ നോക്കുന്നു.

ആൽബസ്

അറിയാം.

ഹാരി

പ്രൊഫസർ, ഞാൻ-

പ്രൊഫസർ മക്ഗോണഗൾ *(അറത്തുമുറിച്ച് പറയുന്നു)*

നിങ്ങൾ ഇതിൽ ഇടപെടണ്ട. മാതാപിതാക്കളെന്ന നിലയിൽ നിങ്ങളിതിൽ എന്ത് തീരുമാനമെടുക്കുമെന്ന് എനിക്കറിയണ്ട. പക്ഷേ ഇത് എന്റെ സ്കൂളാണ്. ഇവരെന്റെ കുട്ടികളും, ഞാൻ തീരുമാനിക്കും അവർക്കെന്ത് ശിക്ഷയാണ് കൊടുക്കേണ്ടതെന്ന്.

ഡ്രാക്കോ

അത് ന്യായം.

ഹാരി ജിന്നിയെ നോക്കുന്നു, ജിന്നിയും അതിനോട് യോജിച്ചുകൊണ്ട് തലയാട്ടുന്നു.

പ്രൊഫസർ മക്ഗോണഗൾ

ശരിക്കും നിങ്ങളെ ഇവിടുന്ന് പുറത്താക്കുകയാണ് ചെയ്യേണ്ടത് (ഹാരിയെ നോക്കിക്കൊണ്ട്) പക്ഷേ എല്ലാക്കാര്യങ്ങളും കണക്കിലെടുത്തുകൊണ്ട് നോക്കിയാൽ - നിങ്ങൾ എന്റെ മേൽനോട്ടത്തിൽ കഴിയുന്നത് തന്നെയാണ് നല്ലത്. നിങ്ങൾ ഇനി എന്റെ തടവിലാണ്. അടുത്ത.. അല്ല ഇനിയുള്ള വർഷങ്ങൾ മുഴുവനും. നിങ്ങളുടെ ക്രിസ്മസ് അവധിയും റദ്ദാക്കിയിരിക്കുന്നു. ഇനിയൊരിക്കലും ഹോഗ്സ്മീഡിൽ പോകാമെന്നും വിചാരിക്കേണ്ട. ഇത് തുടക്കം മാത്രമാണെന്ന് ഓർമിച്ചോളു.

പെട്ടന്ന് കതക് ഉന്തിത്തുറന്ന് ഹെർമയോണി കടന്നുവരുന്നു.

ഹെർമയോണി

എന്താ ഇവിടെ സംഭവിച്ചത്?

പ്രൊഫസർ മക്ഗോണഗൾ *(ദേഷ്യത്തിൽ)*

മറ്റൊരാളുടെ മുറിയിൽ കടന്നുവരുമ്പോൾ കതകിൽ മുട്ടണമെന്നറിയില്ലേ?

ഹെർമയോണി *(താൻ അമിത സ്വാതന്ത്ര്യം കാണിച്ചുവെന്നവൾക്ക് മനസിലാകുന്നു)*

ആഹ്.

പ്രൊഫസർ മക്ഗോണഗൾ

എനിക്ക് അധികാരമുണ്ടായിരുന്നെങ്കിൽ നിന്നെയും ഞാൻ ശിക്ഷിച്ചേനെ. സമയസഞ്ചാരിയന്ത്രം സൂക്ഷിച്ചുവയ്ക്കുവാൻ കണ്ടയൊരു സ്ഥലം!

ഹെർമയോണി

അത് പിന്നെ-

പ്രൊഫസർ മക്ഗോണഗൾ

ഒരു ഷെൽഫിൽ. പുസ്തകങ്ങൾ വച്ചിരിക്കുന്ന ഷെൽഫിൽ! ആര് കേട്ടാലും ചിരിച്ചുപോകും.

ഹെർമയോണി

മിനർവ. (ദീർഘശ്വാസമെടുക്കുന്നു. അവൾ തന്റെ തെറ്റ് മനസിലാക്കുന്നു.) പ്രൊഫസർ മക്ഗോണഗൾ.

പ്രൊഫസർ മക്ഗോണഗൾ

നിന്റെ പ്രവർത്തിയുടെ ഗൗരവം മനസിലായോ?

ഹെർമയോണിക്ക് പറയുവാൻ ഒന്നുമില്ല.

ഇതെന്റെ സ്കൂളിൽ ആണ് സംഭവിച്ചത്, എന്റെ കീഴിൽ. ഡംബൽഡോർ ഇത്രയുമൊക്കെ ചെയ്തിട്ടും ഞാൻ.. ഇതങ്ങനെ വെറുതെ വിടുവാൻ എനിക്ക് കഴിയില്ല.

ഹെർമയോണി

എനിക്കറിയാം.

പ്രൊഫസർ മക്ഗോണഗൾ *ഒരു നിമിഷമെടുത്ത് തന്റെ ദേഷ്യമടക്കുന്നു.*

അവർ കുട്ടികൾക്ക് നേരെ തിരിയുന്നു.

പ്രൊഫസർ മക്ഗോണഗൾ (*ആൽബസിനോടും സ്കോർപിയസിനോടും*)

സെഡ്രിക്കിനെ തിരികെ കൊണ്ടുവരണമെന്നുള്ള നിങ്ങളുടെ ഉദ്ദേശ്യലക്ഷ്യം തെറ്റുധാരണയുടെ പുറത്തായിരുന്നുവെന്ന് ഞാൻ മനസിലാക്കുന്നു. നിങ്ങൾക്ക് ഇപ്പോൾ സ്വയം വലിയ ധീരൻമാരാണെന്ന് തോന്നുമായിരിക്കും. പക്ഷേ നിങ്ങൾ മനസിലാക്കണം ധീരത മണ്ടത്തരത്തെ ഒരിയ്ക്കലും ന്യായീകരിക്കില്ലെന്ന്. നിന്റെ അച്ഛനും സൗകര്യപൂർവ്വം മറക്കുന്ന കാര്യമാണത്. എപ്പോളും ചിന്തിക്കണം, നമ്മുടെ ഓരോ പ്രവർത്തിയുടെയും ഫലം എന്താകുമെന്ന്. വോൾഡമോർട്ടിന്റെ അധീനതയിലുള്ള ലോകം-

സ്കോർപിയസ്

ഭയാനകമാണ്.

പ്രൊഫസർ മക്ഗോണഗൾ

നിങ്ങൾ ചെറുപ്പമാണ്. (*അവർ ഹാരിയേയും, ഡ്രാക്കോയേയും, ജിന്നിയേയും, ഹെർമയോണിയേയും നോക്കുന്നു.*) നിങ്ങളെല്ലാം വളരെ ചെറുപ്പമാണ്, മാന്ത്രികരുടെ യുദ്ധങ്ങൾ എത്ര മോശമായിട്ടുണ്ടെന്ന് നിങ്ങൾക്കറിയില്ല. നിങ്ങൾ വീണ്ടുവിചാരമില്ലാതെ

ചെയ്യുന്ന ഓരോ പ്രവൃത്തിയും, എന്റെയും നിങ്ങളുടെയും പ്രീയപ്പെട്ടവർ ജീവൻ കൊടുത്ത് നേടിയ ഈ ലോകത്തെ ഭീക്ഷണിയിലാക്കും.

ആൽബസ്

മനസിലായി, പ്രൊഫസർ.

സ്ക്കോർപിയസ്

ശരി, പ്രൊഫസർ.

പ്രൊഫസർ മക്ഗോണഗൾ

പോ... എല്ലാവരും പോയി ആ സമയസഞ്ചാരി യന്ത്രം കണ്ടുപിടിക്ക്.

അങ്കം മൂന്ന് രംഗം പതിനൊന്ന്

ഹോഗ്വാർട്ട്സ്, സ്ലിതറിന്റെ പൊതുശയനമുറി

ആൽബസ് മുറിയിൽ ഇരിക്കുന്നു. ഹാരി അവിടേയ്ക്ക് പ്രവേശിക്കുന്നു. അയാൾ ദേഷ്യത്തിലാണ്, പക്ഷേ വാവിട്ടൊന്നും പറയുവാതിരിക്കുവാൻ ശ്രദ്ധിക്കുന്നുണ്ട്.

ഹാരി

എന്നെ ഇങ്ങോട്ട് വരുവാൻ സമ്മതിച്ചതിന് നന്ദി.

ആൽബസ് തിരിഞ്ഞ് തന്റെ അച്ഛനെ നോക്കുന്നു. അവനും ജാഗ്രതയോടെയാണിരിക്കുന്നത്.

ഇതുവരെയും ഭാഗ്യം തുണച്ചില്ല, സമയസഞ്ചാരി യന്ത്രം കണ്ടുപിടിക്കുവാൻ കഴിഞ്ഞിട്ടില്ല. വെള്ളത്തിൽ തിരയുവാനായി മെർപീപ്പിളുമായി സംസാരിക്കുകയാണിപ്പോൾ.

അയാൾ അസ്വസ്ഥനായി ഇരിക്കുന്നു.

ഇതൊരു നല്ല മുറിയാണ്.

ആൽബസ്

പച്ച ആശ്വാസം നൽകുന്ന നിറമാണല്ലേ? ഗ്രിഫിണ്ടോറിന്റെ മുറികൾ നല്ലതാണ് പക്ഷേ, ചുവപ്പ് നിറം- അത് വട്ടുപിടിപ്പിക്കില്ലെ- ഞാൻ അധിക്ഷേപിക്കുകയല്ല...

ഹാരി

നീയെന്തിനാ ഇത് ചെയ്യുവാൻ ശ്രമിച്ചതെന്ന് പറയാമോ?

ആൽബസ്

ഞാൻ കരുതി എനിക്കിതൊക്കെ മാറ്റുവാൻ സാധിക്കുമെന്ന്- സെഡ്രിക്കിന് സംഭവിച്ചത് അനീതിയാണെന്ന് തോന്നി.

ഹാരി

തീർച്ചയായും അനീതി തന്നെയാണ് ആൽബസ്, എനിക്കതറിയാമെന്ന് നിനക്ക് തോന്നുന്നില്ലേ?

ഞാനും ഉണ്ടായിരുന്നു അവിടെ, അന്ന്. എന്റെ കൺമുമ്പിലാണ് അവൻ കൊല്ലപ്പെട്ടത്. പക്ഷേ ഇങ്ങനെ ചെയ്യുവാൻ...ഇത്രയും സാഹസം കാണിക്കുവാൻ...

ആൽബസ്

എനിക്കറിയാം.

ഹാരി *(അവന് തന്റെ നിയന്ത്രണം വിട്ടുപോകുന്നു)*

എന്നെ പോലെ ആകുവാനുള്ള ശ്രമമായിരുന്നു ഇതെങ്കിൽ, നീ തിരഞ്ഞെടുത്ത വഴി തെറ്റിപോയി, ആൽബസ്. ഞാൻ വെറുതെ സാഹത്തിനുവേണ്ടിയല്ല അതൊന്നും ചെയ്യുവാൻ മുതിർന്നത്, അങ്ങനെയൊക്കെ ചെയ്യുവാൻ ഞാൻ നിർബന്ധിതനാകുകയായിരുന്നു. നീ ഒരു വീണ്ടുവിചാരവുമില്ലാതെയാണ് പെരുമാറിയത്- വളരെ വിവേകശൂന്യവും, ആപത്കരവുമായ ഒരു കാര്യം- ചിലപ്പോൾ ഈ ലോകം മുഴുവനെയുമത് നശിപ്പിച്ചേനെ.

ആൽബസ്

എനിക്കറിയാം, പറഞ്ഞല്ലോ.

നിശബ്ദത. ആൽബസ് തന്റെ കണ്ണുനീർ തുടയ്ക്കുന്നു, ഹാരി അത് ശ്രദ്ധിച്ചിട്ട് ദീർഘനിശ്വാസം വിടുന്നു. ദേഷ്യം നിയന്ത്രിക്കുന്നു.

ഹാരി

എന്റെ കയ്യിലും തെറ്റുണ്ട് - സ്കോർപിയസ് വോൾഡമോർട്ടിന്റെ മകനാണെന്ന് ഞാൻ വിചാരിച്ചല്ലോ. അവനല്ലായിരുന്നു നിന്നെ മൂടിയ ആ കരിമേഘം.

ആൽബസ്

അല്ല.

ഹാരി

ഞാനാ ഭൂപടം പൂട്ടിവെച്ചു. നിയതിനി കാണുകയില്ല. നീ പോയപ്പോൾ ഉണ്ടായിരുന്ന പോലെ തന്നെ വെച്ചിരിക്കുകയാണ് ജിന്നി നിന്റെ മുറി. എന്നെയോ മറ്റാരെയോ ആ മുറിയിൽ കാലുകുത്തുവാൻ പോലും അവൾ സമ്മതിച്ചിരുന്നില്ല. നീ ഞങ്ങളെ വല്ലാതെ പേടിപ്പിച്ചുകളഞ്ഞു.

ആൽബസ്

ശരിക്കും പേടിച്ചോ?

ഹാരി

പേടിച്ചു.

ആൽബസ്

ഞാൻ കരുതിയത് ഹാരിപോട്ടറിന് ഒന്നിനെയും പേടിയില്ലെന്നാണല്ലോ?

ഹാരി

ഏ, അങ്ങനെയാണോ നിനക്ക് തോന്നിയത്?

ആൽബസ് അച്ഛനെ നോക്കുന്നു, അയാൾ ശരിക്കും ആരാണെന്ന് മനസിലാക്കുവാൻ ശ്രമിക്കുന്നു.

ആൽബസ്

സ്കോർപിയസ് പറഞ്ഞായിരുന്നോ എന്നെനിക്കോർമയില്ല, പക്ഷേ ആദ്യത്തെ പദ്ധതി നടപ്പിലാക്കിയിട്ട് തിരികെ വരുമ്പോൾ ഞാൻ കുറച്ചുനേരത്തേയ്ക്ക് ഗ്രിഫിണ്ടോറിൽ ആയിരുന്നു. അപ്പോളും നമ്മൾ തമ്മിലുള്ള പ്രശ്നത്തിന് ഒരു കുറവുമുണ്ടായിരുന്നില്ല. അപ്പോൾ ഞാൻ സ്ലിതറിനിൽ ആയതല്ല നമ്മൾ തമ്മിലുള്ള പ്രശ്നത്തിന്റെ കാരണം. അത് മാത്രമല്ല.

ഹാരി

അല്ല. എനിക്കറിയാം. അത് മാത്രമല്ല.

ഹാരി ആൽബസിനെ നോക്കുന്നു.

ആൽബസ്, നിനക്ക് കുഴപ്പമൊന്നുമില്ലലോ അല്ലേ?

ആൽബസ്

ഇല്ല.

ഹാരി

എനിക്കുമില്ല, കേട്ടോ.

അങ്കം മൂന്ന് രംഗം പന്ത്രണ്ട്

സ്വപ്നം, ഗോട്രിക്ക് ഹോളോ, ശ്മശാനം

കൊച്ചു ഹാരി പൂക്കൾകൊണ്ട് മൂടിയ ഒരു കല്ലറയിൽ നോക്കി നില്ക്കുന്നു. അവന്റെ കയ്യിലും ഒരു ചെറിയ കെട്ട് പൂക്കളുണ്ട്.

പെറ്റൂണിയ ആന്റി

വേഗമാകട്ടെ, ആ പൂക്കളവിടെ വെച്ചിട്ട് വാ, നമ്മുക്ക് പോകാം. അല്ലെങ്കിൽ തന്നെ ഈ കുഗ്രാമം എനിക്ക് കണ്ടുകൂടാ, നിന്നെയിവിടെ കൊണ്ടുവരുവാൻ ഏത് നേരത്താണോ ഞാൻ തീരുമാനിച്ചത്! ഗോഡ്രിക്ക് മലയിടുക്ക്, ദൈവമില്ലാത്ത മലയിടുക്ക്, ഈ സ്ഥലം തീർച്ചയായും മാലിന്യക്കൂമ്പാരം തന്നെ. വേഗമാകട്ടെ.

കൊച്ചു ഹാരി *ശവകുടീരത്തിന് അടുത്തേയ്ക്ക് നീങ്ങിനിൽക്കുന്നു. ഒരു നിമിഷം കൂടി അവൻ അവിടെ നിൽക്കുന്നു.*

മര്യാദയ്ക്ക് വാ ഇങ്ങ്... നിന്റെ കളി കണ്ടുകൊണ്ട് നിൽക്കുവാനുള്ള സമയമില്ല എനിക്ക്. ഡഡിയ്ക്ക് ഇന്ന് കബ്സ് ഉള്ളതാണ്, നിനക്ക് അറിയാമല്ലോ, താമസിച്ച് ചെല്ലുന്നത് അവന് ഇഷ്ടമല്ല.

കൊച്ചു ഹാരി

ആന്റി, ഇവരുടെ ബന്ധുക്കളിൽ ജീവിക്കുന്നവരായി നമ്മൾ മാത്രമല്ലേയുള്ളു?

പെറ്റൂണിയ ആന്റി

അതെ. നീയും ഞാനും മാത്രം.

കൊച്ചു ഹാരി

അവരെ ആർക്കും അറിയില്ലായിരുന്നല്ലേ? ആന്റി പറഞ്ഞത് അവർക്ക് കൂട്ടുകാരൊന്നും ഇല്ലായിരുന്നുവെന്നല്ലേ!

പെറ്റൂണിയ ആന്റി

ആഹ്..ലില്ലി ശ്രമിച്ചിരുന്നു- അവൾ ശ്രമിച്ചിരുന്നു- അവളുടെ കുറ്റമല്ല- പക്ഷെ എന്തുകൊണ്ടോ ആരും അവളോട് കൂട്ടുകൂടുവാൻ താൽപര്യപ്പെട്ടിരുന്നില്ല. അവളുടെ പെരുമാറ്റമോ, സ്വഭാവരീതികളോ ഒക്കെക്കൊണ്ടാവാം. പിന്നെ നിന്റെ അച്ഛൻ, അയാളെ ആർക്കും ഇഷ്ടമല്ലായിരുന്നു. ഒരു സുഹൃത്ത് പോലുമില്ല.

കൊച്ചു ഹാരി

അപ്പോ, എങ്ങനെയാണിവിടെ ഇത്രയും പൂക്കൾ വന്നത്? അവരുടെ ശവകുടീരത്തിൽ ആരാണീ പൂക്കൾ വച്ചത്?

പെറ്റൂണിയ ആന്റി അവിടെയാകെ ശ്രദ്ധിയ്ക്കുന്നു. പൂക്കൾ ആദ്യമായി കാണുന്നപോലെ നോക്കുന്നു. അതവരെ വല്ലാതെ ബാധിക്കുന്നു. അവർ ശവകുടീരത്തിനടുത്തേയ്ക്ക് ചെന്ന് അതിന്റെ അരികിലിരിക്കുന്നു. സങ്കടം കടിച്ചമർത്തുവാൻ പാടുപെട്ട് ശ്രമിക്കുന്നു.

പെറ്റൂണിയ ആന്റി

ആഹ്, ശരിയാ, കുറച്ച് പൂക്കളുണ്ടല്ലോ. മറ്റ് ശവകുടീരങ്ങളിൽനിന്ന് പറന്നുവീണതാവാം. അല്ലെങ്കിൽ ആരെങ്കിലും നമ്മളെ പറ്റിക്കുവാൻ ചെയ്തതാവും. ഇഷ്ടം പോലെ സമയം വെറുതെ കളയുവാനുള്ള ആരോ മറ്റ് കല്ലറയിൽനിന്നുള്ള പൂക്കൾ ശേഖരിച്ചിവിടെ കൊണ്ടുവന്ന് വച്ചതാവും.

കൊച്ചു ഹാരി

പക്ഷേ, അവയിൽ അവരുടെ പേരുണ്ടല്ലോ! ലില്ലി, ജയിംസ് നിങ്ങൾ ചെയ്തത് ഞങ്ങളൊരിക്കലും മറക്കില്ല... ലില്ലി, ജയിംസ് നിങ്ങളുടെ ത്യാഗം-

വോൾഡമോർട്ട്

അപരാധ ബോധം മണക്കുന്നുണ്ടല്ലോ, ഈ കാറ്റിൽ അപരാധ ബോധം മണക്കുന്നല്ലോ.

പെറ്റൂണിയ ആന്റി *(കൊച്ചു ഹാരിയോട്)*

മാറിക്കോ. അവിടുന്ന് വേഗം മാറ്.

അവൾ അവനെ പിന്നിലേയ്ക്ക് വലിക്കുന്നു. വോൾഡമോർട്ടിന്റെ കൈകൾ പോട്ടർമാരുടെ *ശവകുടീരത്തിന്റെ പിന്നിൽനിന്നും ഉയർന്നുവരുന്നു.*

എനിക്കറിയാമായിരുന്നു. ഈ സ്ഥലം അപകടം പിടിച്ചതാണ്. ഇവിടുന്ന് എത്ര വേഗം പോകുന്നോ അത്രയും നല്ലത്.

കൊച്ചു ഹാരിയെ അരങ്ങിന് പുറത്തേയ്ക്ക് വലിച്ചുകൊണ്ട് പോകുന്നു. പോകുന്ന വഴിയവൻ തിരിഞ്ഞുനോക്കുമ്പോൾ വോൾഡമോർട്ടിനെ കാണുന്നു.

വോൾഡമോർട്ട്

നിയിപ്പോളും എന്റെ കണ്ണുകൾകൊണ്ടാണോ കാണുന്നത്, ഹാരി പോട്ടർ?

കൊച്ചു ഹാരി അരങ്ങിൽനിന്ന് പോകുന്നു. വോൾഡമോർട്ടിന്റെ കുപ്പായത്തിനുള്ളിൽ നിന്നും ആൽബസ് നിലവിളിച്ചുകൊണ്ട് അച്ഛന്റെയടുത്തേയ്ക്ക് ഓടുന്നു.

ആൽബസ്

അച്ഛാ... അച്ഛാ...

പാർസൽറ്റങ്ങിൽ ഉച്ചരിക്കപ്പെടുന്ന വാക്കുകൾ.

അവൻ വരുന്നു. അവൻ വരുന്നു. അവൻ വരുന്നു.

നിലവിളി ശബ്ദം.

മുറിയുടെ പിൻവശത്തുനിന്നും, കാണികൾക്കെല്ലാം കേൾക്കത്തക്ക വിധത്തിലുയരുന്ന ശബ്ദം. വ്യക്തമാണ്, അത് വോൾഡമോർട്ടിന്റെ തന്നെ. വോൾഡമോർട്ടിന്റെ ശബ്ദം...

ഹാരീ പോട്ടർർർ.

അങ്കം മൂന്ന് രംഗം പതിമൂന്ന്

ജിന്നിയുടെയും ഹാരി പോട്ടറിന്റെയും വീട്, അടുക്കള

ഹാരി വല്ലാത്തൊരു മാനസികാവസ്ഥയിലാണ്. തന്റെ സ്വപ്നങ്ങൾ എന്തായിരിക്കാം തന്നോട് പറയുവാൻ ശ്രമിക്കുന്നതെന്ന ചിന്ത അയാളെ അലട്ടുന്നു.

ജിന്നി

ഹാരി? ഹാരി? എന്ത് പറ്റി? നീ നിലവിളിക്കുന്നുണ്ടായിരുന്നല്ലോ.

ഹാരി

വീണ്ടും സ്വപ്നങ്ങൾ കാണുന്നു.

ജിന്നി

എങ്ങനെ കാണാതിരിക്കാനാ... ഒരുപാട് സമ്മർദ്ധത്തിലൂടെയല്ലേ കടന്നുപോകുന്നത്... അതുകൊണ്ടാവും...

ഹാരി

പക്ഷേ, ഞാനൊരിക്കലും പെറ്റൂണിയ ആന്റിയോടൊപ്പം ഗോഡ്രിക്ക് ഹോളോയിൽ പോയിട്ടേയില്ല.. പിന്നെയെങ്ങനെയാ...

ജിന്നി

ഹാരി, നീ എന്നെ ശരിക്കും പേടിപ്പിക്കുകയാണേ...

ഹാരി

ജിന്നി, അയാളിപ്പോളും ഉണ്ടിവിടെ.

ജിന്നി

ആരുണ്ടെന്ന്?

ഹാരി

വോൾഡമോർട്ട്. ഞാൻ കണ്ടു, വോൾഡമോർട്ടിനെയും അൽബസിനെയും.

ജിന്നി

ആൽബസിനെയുമോ...?

ഹാരി

അയാൾ പറഞ്ഞു- വോൾഡമോർട്ട് പറഞ്ഞു- 'അപരാധ ബോധം മണക്കുന്നുണ്ടല്ലോ, ഈ കാറ്റിൽ അപരാധ ബോധം മണക്കുന്നല്ലോ' എന്ന്. അയാൾ എന്നോടാണ് സംസാരിച്ചത്.

ഹാരി അവളെ നോക്കുന്നു. അവൻ തന്റെ മുറിവിൽ തൊട്ടുനോക്കുന്നു. അവന്റെ മുഖം വാടുന്നു.

ജിന്നി

ഹാരി, ആൽബസ് ഇപ്പോളും അപകടത്തിലാണോ?

ഹാരിയുടെ മുഖം വിളറിവെളുക്കുന്നു.

ഹാരി

എനിക്ക് തോന്നുന്നത് നമ്മളെല്ലാവരും അപകടത്തിലാണെന്നാണ്.

അങ്കം മൂന്ന് രംഗം പതിനാല്

ഹോഗ്വാർട്ട്സ്, സ്ലിതറിന്റെ പൊതുശയന മുറി

എല്ലാവരും ഉറങ്ങുന്ന സമയമാണ്, പക്ഷേ സ്ക്കോർപിയസിന് ഉറങ്ങുവാൻ കഴിയുന്നില്ല. അവൻ തന്റെ കിടക്കയിൽ നിന്നെഴുന്നേറ്റ് നടക്കുന്നു. അവൻ ആൽബസിന്റെ കിടക്കയുടെ തലഭാഗത്ത് ചെന്നുനിന്ന് അവനെ ഉണർത്തുവാൻ ശ്രമിക്കുന്നു.

സ്ക്കോർപിയസ്

ആൽബസ്... ശ്.ശ്... ആൽബസ്.

അൽബസ് ഉറക്കമെണീക്കുന്നില്ല എന്നുകണ്ട സ്ക്കോർപിയസ് വളരെ ഉച്ചത്തിൽ അവനെ വിളിക്കുന്നു.

ആൽബസ്!

ആൽബസ് ഞെട്ടിയുണരുന്നു. സ്ക്കോർപിയസ് ചിരിക്കുന്നു.

ആൽബസ്

ഇങ്ങനെ പേടിപ്പിച്ചാണോ ഉണർത്തേണ്ടിയത്!

സ്ക്കോർപിയസ്

ഏറ്റവും ഭയാനകമായ ആ സ്ഥലത്ത് പോയതുമുതൽ എനിക്കൊന്നിനെയും ഒരു പേടിയുമില്ല. വിചിത്രമല്ലേ! ഞാൻ ഭയരഹിതനായ സ്ക്കോർപിയസ്. ഞാൻ ഒന്നിനെയും പറ്റി ഉത്കണ്ഠയില്ലാത്ത മാൽഫോയി.

ആൽബസ്

ആഹാ.

സ്ക്കോർപിയസ്

സാധാരണ, ഇങ്ങനെ പുറംലോകം കാണുവാൻ പറ്റാതെ വന്നാൽ ഞാൻ തകർന്നുപോയേനെ. പക്ഷേ ഇപ്പോൾ ആലോചിക്കുമ്പോൾ അവരെന്ത് ചെയ്യുവാനാ - വോൾഡമോർട്ടിനെ കൊണ്ടുവന്നെന്നെ പീഡിപ്പിക്കുമോ? ഇല്ലല്ലോ.

ആൽബസ്

നിനക്കറിയാമോ, നീ സന്തോഷത്തിലായിരിക്കുമ്പോൾ നിന്നെ കണ്ടാൽ ഭയം തോന്നും.

സ്കോർപിയസ്

മാന്ത്രിക മരുന്നിന്റെ ക്ലാസിൽവെച്ച് റോസെന്നെ മരത്തലയാ എന്നുവിളിച്ചപ്പോൾ ഞാനവളെ കെട്ടിപ്പിടിച്ചു. അല്ലാ... അത്രയുമില്ലെങ്കിലും... കെട്ടിപ്പിടിക്കുവാൻ ശ്രമിച്ചു, പക്ഷേ അവളെന്റെ കണങ്കാൽ നോക്കിയൊരു തൊഴി തന്നു.

ആൽബസ്

പേടിയില്ലാതിരിക്കുന്നത് നിനക്കത്ര നല്ലതാണെന്ന് എനിക്ക് തോന്നുന്നില്ല.

സ്കോർപിയസ് ആൽബസിനെ നോക്കുന്നു; അവനെന്തോ ചിന്തിക്കുന്നു.

സ്കോർപിയസ്

ഇവിടേയ്ക്ക് തിരികെ വന്നതിലുള്ള സന്തോഷം എത്രയാണെന്ന് എനിക്ക് മാത്രമെ അറിയു.

ആൽബസ്

പോളി ചാപ്മാന്റെ കാര്യമൊഴിച്ചാൽ.

സ്കോർപിയസ്

സെഡ്രിക്ക് പൂർണ്ണമായും മറ്റൊരു മനുഷ്യനായിരുന്നു - ഇരുട്ടിന്റെ അടിമ, അപകടകാരി. അച്ഛനാണെങ്കിൽ, അവർക്കുവേണ്ടി എന്തും ചെയ്യുന്നയൊരു കളിപ്പാവ. ഞാനോ? ഞാനവിടെ കണ്ടത് മറ്റൊരു സ്കോർപിയസിനെയായിരുന്നു, അറിയാമോ? അധികാരമുള്ള, ദേഷ്യക്കാരനായ, നീചനായ ഒരുവൻ - ആളുകൾക്ക് എന്നെ പേടിയായിരുന്നു. ഞങ്ങളെ ആരോ പരീക്ഷിച്ചപ്പോലെ, അതിൽ ഞങ്ങൾ തോറ്റത് പോലെ.

ആൽബസ്

പക്ഷേ, നീയതെല്ലാം മാറ്റിമറിച്ചു. അവിടെ നിന്നെ ആളുകൾ അംഗീകരിച്ചിരുന്നിട്ടും നീ പിന്നേയും സമയം മാറ്റി, എല്ലാം പഴയപോലെയാക്കി. നീയും പണ്ടത്തേത് പോലെ തന്നെയായി.

സ്കോർപിയസ്

കാരണം, എനിക്കറിയാമായിരുന്നു ഞാനെന്താകണമെന്ന്.

ആൽബസിന് കാര്യങ്ങൾ മനസിലാകുന്നു.

ആൽബസ്

നീ കരുതുന്നുണ്ടോ ഞാനും പരീക്ഷിക്കപ്പെടുകയായിരുന്നെന്ന്? ഞാനും പരീക്ഷിക്കപ്പെടുകയായിരുന്നു, ആല്ലേ?

സ്കോർപിയസ്

അല്ല. ഇതുവരെയുമല്ല.

ആൽബസ്

അല്ല സ്കോർപിയസ്. പഴയകാലത്തിലേയ്ക്ക് ഒരിക്കൽ പോയതല്ല മൂഢത്തരം - അത് ആർക്കും സംഭവിക്കാവുന്നയൊരു തെറ്റാണ് - അവിടേയ്ക്ക് രണ്ടുതവണ പോകുവാൻ മാത്രം ഞാൻ കാണിച്ച ധാർഷ്ട്യമുണ്ടല്ലോ അതാണ് ശരിക്കും മൂഢത്തരം.

സ്കോർപിയസ്

നമ്മൾ രണ്ടുപേരും പോയല്ലോ, ആൽബസ്.

ആൽബസ്

ഇത് ചെയ്യണമെന്ന് എനിക്കിത്ര വാശിയെന്തിനായിരുന്നു? ഈ സെഡ്രിക്കിന്റെ കാര്യം ചെയ്യുവാൻ? എനിക്കെന്തോ തെളിയിക്കണമായിരുന്നു. അച്ഛൻ പറഞ്ഞത് ശരിയാണ്, അദ്ദേഹം വെറുതെ സാഹസം കാണിക്കുവാനായല്ല അതൊന്നും ചെയ്തത്- ഞാനോ, ഇതെല്ലാം എന്റെ തെറ്റാണ് - നീയില്ലായിരുന്നെങ്കിൽ എല്ലാം വീണ്ടും അന്ധകാരനിമഗ്നമായി പോയേനെ.

സ്കോർപിയസ്

അങ്ങനെയൊന്നും സംഭവിച്ചില്ലല്ലോ. ഡെമന്റേർസ് എന്നെ പിടിച്ചുപിടിച്ചില്ലാന്നു പറഞ്ഞ് നിൽക്കുമ്പോൾ, നിന്നെ പറ്റി ചിന്തിക്കുവാൻ സെവറസ് സ്നെയിപ്പ് എന്നോടു പറഞ്ഞു. പ്രത്യക്ഷത്തിൽ അവിടെ ഉണ്ടായിരുന്നില്ലയെങ്കിലും, പോരാട്ടത്തിൽ ഓരോ നിമിഷവും നീ എന്റെ കൂടെയുണ്ടായിരുന്നു, ഓരോ നിമിഷവും.

> ആൽബസ് *തലകുലുക്കുന്നു. ആ പറഞ്ഞത് അവനെ സ്പർശിച്ചു.*

സെഡ്രിക്കിനെ രക്ഷിക്കുകയെന്നത് - അതത്ര മോശം പദ്ധതിയായിരുന്നില്ല - എന്റെ ചിന്തയിലെങ്കിലും- പക്ഷെ, നിനക്കറിയാലോ, ഏതായലും നമുക്കതിനായി ഇനിയും ഒന്നുകൂടി ശ്രമിക്കുവാൻ പറ്റില്ല, ശ്രമിക്കുവാൻ പാടില്ല.

ആൽബസ്

ഹമ്... അറിയാം... എനിക്കറിയാം.

സ്കോർപിയസ്

എന്നാ, ഇത് നശിപ്പിക്കുവാനെന്നെ സഹായിക്കാമല്ലോ?

> സ്കോർപിയസ് തന്റെ തലയണയുടെ അടിയിൽ നിന്നും *സമയസഞ്ചാരി യന്ത്രം പുറത്തെടുക്കുന്നു. ഇത് കണ്ട് ഞെട്ടി നിൽക്കുകയാണ്* ആൽബസ്.

ആൽബസ്

ഇതാ താടാകത്തിൽ കളഞ്ഞുപോയി എന്നല്ലേ നീ എല്ലാവരോടും പറഞ്ഞത്?

സ്കോർപിയസ്

ഭയരഹിതനായ മാൽഫോയി നല്ലൊരു നുണയനും കൂടിയാണ്.

ആൽബസ്

സ്കോർപിയസ്, ഇത് നമ്മൾ ആരെയെങ്കിലും അറിയിക്കണം...

സ്കോർപിയസ്

ആരെ? മന്ത്രാലയത്തിലുള്ളവരെ ഏൽപ്പിച്ചാൽ അവരിത് കഴിഞ്ഞ തവണത്തെ പോലെ, നശിപ്പിക്കാതെ സൂക്ഷിച്ചുവെച്ചാലോ? നമ്മൾ മാത്രമാണ് ഇതെത്ര അപകടകാരിയാണെന്ന് മനസിലാക്കിയിട്ടുള്ളത്. അതുകൊണ്ട് നമ്മൾ തന്നെയാണിത് നശിപ്പിച്ച് കളയേണ്ടിയതും. നമ്മൾ ചെയ്തത് മറ്റാരും ചെയ്യുവാൻ പാടില്ല, ആരും. *(അൽപ്പം ഗാംഭീര്യത്തോടെ)* സമയത്തിലൂടെ സഞ്ചരിക്കുകയെന്നത് ചരിത്രം മാത്രമാകേണ്ട സമയമായി.

ആൽബസ്

ആ വാക്യം പറയുന്നതിൽ നിനക്കിത്തിരി അഭിമാനമുണ്ടല്ലേ?

സ്കോർപിയസ്

ഇന്നുമുഴുവൻ പറഞ്ഞുപഠിക്കുകയായിരുന്നു.

അങ്കം മൂന്ന് രംഗം പതിനഞ്ച്

ഹോഗ്വാർട്ട്സ്, സ്ലിതറിന്റെ പൊതുശയനമുറി

ഹാരിയും ജിന്നിയും പൊതുശയനമുറിയിലൂടെ വേഗത്തിൽ നടക്കുന്നു. അവരുടെ പിന്നാലെ ക്രേയിഗ് ബൗക്കർ ജൂണിയറുമുണ്ട്.

ക്രേയിഗ് ബൗക്കർ ജൂണിയർ

ഞാൻ ഒന്നുകൂടി പറയുകയാണ്, ഇതിവിടുത്തെ നിയമങ്ങൾക്കെതിരാണ്, ഇങ്ങനെ പാതിരാത്രിയിൽ...

ഹാരി

എനിക്കെന്റെ മകനെ കണ്ടേതീരു.

ക്രേയിഗ് ബൗക്കർ ജൂണിയർ

നോക്കൂ, എനിക്കറിയാം നിങ്ങളാരാണെന്ന് പോട്ടർ, പക്ഷെ മാതാപിതാക്കൾക്കും അദ്ധ്യാപകർക്കും ഒരു ഹൗസിലും കയറുവാനുള്ള അനുവാദമില്ല. അതിന് നിങ്ങൾക്ക് അടിയന്തര അനുവാദം ലഭിക്കണം...

പ്രൊഫസർ മക്ഗോണഗൾ അവർക്ക് പിന്നിൽനിന്നും ആജ്ഞാപ്പിക്കുന്നു.

പ്രൊഫസർ മക്ഗോണഗൾ

ഒന്ന് മിണ്ടാതിരിക്കുമോ, ക്രേയിഗ്!

ഹാരി

എന്റെ സന്ദേശം കിട്ടിയോ? നന്നായി.

ക്രേയിഗ് ബൗക്കർ ജൂണിയർ *(ഞെട്ടലിൽ)*

ഞാൻ, ഞാൻ വെറുതെ-

ഹാരി കർട്ടൺ മാറ്റുന്നു.

പ്രൊഫസർ മക്ഗോണഗൾ

അവനില്ലേ?

ഹാരി

ഇല്ല, പോയി.

പ്രൊഫസർ മക്ഗോണഗൾ

മാൽഫോയിയോ?

ജിന്നി മറ്റൊരു കർട്ടൺ മാറ്റുന്നു.

ജിന്നി

അയ്യോ, അവനുമില്ല.

പ്രൊഫസർ മക്ഗോണഗൾ

എങ്കിൽ എന്റെ കൂടെ വാ ക്രേയിഗ്, നമുക്ക് കുറച്ച് ജോലിയുണ്ട്, സ്കൂൾ മുഴുവൻ തിരയണം.

ജിന്നിയും ഹാരിയും കിടക്കയിൽതന്നെ നോക്കികൊണ്ട് നില്ക്കുന്നു.

ജിന്നി

നി കുറച്ച് മുമ്പേ ഇവിടെ വന്നിരുന്നില്ലേ?

ഹാരി

ഇത്തവണ എന്തോ വിപത്ത് സംഭവിക്കുമെന്ന പോലെ.

ജിന്നി ഭയചകിതയായി തന്റെ ഭർത്താവിനെ നോക്കുന്നു.

ജിന്നി

മുമ്പ് വന്നപ്പോൾ നി അവനോട് സംസാരിച്ചോ?

ഹാരി

സംസാരിച്ചു.

ജിന്നി

നീ ഈ മുറിയിൽ വന്ന് അവനെ കണ്ടുസംസാരിച്ചോ?

ഹാരി

സംസാരിച്ചെന്നു അറിയാവുന്നതല്ലേ നിനക്ക്.

ജിന്നി

എന്താ നമ്മുടെ മകനോട് നി പറഞ്ഞത്, ഹാരി?

അവൾ തന്നെ കുറ്റപ്പെടുത്തുകയാണെന്ന് ഹാരിക്ക് മനസിലാകുന്നുണ്ട്.

ഹാരി

ഞാൻ.. നീ പറഞ്ഞ പോലെ അവനോട് തുറന്നുസംസാരിച്ചു - അല്ലാതെ മറ്റൊന്നും ഞാൻ പറഞ്ഞില്ല.

ജിന്നി

നീ ദേഷ്യപ്പെട്ടോ? എത്ര ദേഷ്യത്തിലാണ് നീയവനോട് സംസാരിച്ചത്?

ഹാരി

...എനിക്ക് തോന്നുന്നില്ല ഞാൻ... നീ കരുതുന്നുണ്ടോ ഞാൻ വീണ്ടുമവനെ പേടിപ്പിക്കുമെന്ന്? ഞാൻ കാരണമാണ് അവൻ പോയതെന്ന്..?

ജിന്നി

ഹാരി, ഒരിക്കൽ ഞാൻ ക്ഷമിച്ചതാണ്. ഒന്നല്ല, രണ്ടു തവണ. ഇതിങ്ങനെ ആവർത്തിച്ചാൽ... ക്ഷമിക്കുവാൻ എനിക്ക് വിഷമമായിവരും.

അങ്കം മൂന്ന് രംഗം പതിനാറ്

ഹോഗ്വാർട്ട്സ്, മൂങ്ങക്കൂട്

സ്കോർപിയസും ആൽബസും ഹോഗ്വാർട്ട്സിന്റെ മേൽക്കൂരയിൽ. അവർ വെള്ളിവെളിച്ചത്തിൽ കുളിച്ചിരിക്കുന്നു. അവർക്ക് ചുറ്റും മൂങ്ങകളുടെ കരച്ചിൽ കേൾക്കാം.

സ്കോർപിയസ്

അപ്പോൾ, കോൺഫ്യങ്ങോ പ്രയോഗിച്ചാൽ മതിയാകുമല്ലേ?

ആൽബസ്

അത് പോര. ഇങ്ങനെയൊരു കാര്യത്തിന് എക്സ്പൾസോ തന്നെയാണ് നല്ലത്.

സ്കോർപിയസ്

എക്സ്പൾസോയോ? എന്നാൽ ഈ മൂങ്ങക്കൂട്ടിൽ നിന്നു സമയസഞ്ചാരി യന്ത്രത്തിന്റെ അവശിഷ്ടങ്ങൾ നീക്കുവാൻ നമ്മൾ ദിവസങ്ങളോളം പെടാപ്പാടുപെടേണ്ടി വരും.

ആൽബസ്

ബൊംബാർഡയോ?

സ്കോർപിയസ്

എന്നിട്ടോ? ഹോഗ്വാർട്ട്സിലുള്ള എല്ലാവരെയും ഉണർത്താനോ? സ്റ്റൂപിഫൈ പ്രയോഗിക്കാം. പണ്ടങ്ങനെയായിരുന്നു ഇത് നശിപ്പിച്ചിരുന്നത്.

ആൽബസ്

അത് ഇതിനുമുമ്പും ചെയ്തിട്ടുള്ളതല്ലേ - നമ്മുക്ക് പുതിയതെന്തെങ്കിലും ചെയ്യാം, എന്തെകിലും രസകരമായിട്ട്.

സ്കോർപിയസ്

രസകരമോ? എല്ലാ മാന്ത്രികരും ഇങ്ങനെയാണ്. ഏത് മന്ത്രമാണ് ഉചിതമെന്ന് തീരുമാനിക്കുന്നതിൽ ആരും ഒരു താൽപ്പര്യവും കാണിക്കില്ല. ആധുനിക മന്ത്രവാദത്തിൽ

ഏറ്റവും അവഗണിക്കപ്പെടുന്ന ഭാഗം അതാണെന്നാ എനിക്ക് തോന്നുന്നത്.

ഡെൽഫി

'ആധുനിക മന്ത്രവാദത്തിൽ ഏറ്റവും അവഗണിക്കപ്പെടുന്ന ഭാഗ'മോ... വലിയ ആൾക്കാരായി പോയല്ലോ!

തങ്ങളുടെ പിന്നിൽ നിൽക്കുന്ന ഡെൽഫിയെ *കണ്ട്* സ്ക്കോർപിയസ് *ആശ്ചര്യപ്പെടുന്നു.*

സ്ക്കോർപിയസ്

ഓ... നീ... നീയെന്താ ഇവിടെ?

ആൽബസ്

ഞാൻ ഇവൾക്കൊരു മൂങ്ങയെ അയച്ചിരുന്നു. ഇവളോടും കൂടി പറയേണ്ടിയതാണെന്ന് തോന്നി... അല്ലേ?

സ്ക്കോർപിയസ് *തന്റെ സുഹൃത്തിനെ കുറ്റപ്പെടുത്തി നോക്കുന്നു.*

ഇത് അവളെയും സംബന്ധിക്കുന്ന കാര്യമാണല്ലോ.

സ്ക്കോർപിയസ് *ഒന്നാലോചിച്ചിട്ട് തലകുലുക്കുന്നു.*

ഡെൽഫി

എന്താ എന്നെ സംബന്ധിക്കുന്ന കാര്യം? നിങ്ങളെന്തിനെ കുറിച്ചാണീ സംസാരിക്കുന്നത്?

ആൽബസ് *സമയസഞ്ചാരിയന്ത്രം പുറത്തെടുക്കുന്നു.*

ആൽബസ്

നമ്മുക്കിത് നശിപ്പിക്കണം. രണ്ടാമത്തെ പദ്ധതിയ്ക്ക് ശേഷം സ്ക്കോർപിയസ് കണ്ട കാര്യങ്ങൾ കേട്ടാൽ... ഞങ്ങളോട് ക്ഷമിക്കണം... ഇനിയും ഞങ്ങൾക്ക് ഇത് ചെയ്യുവാൻ കഴിയില്ല. നിന്റെ സഹോദരനെ രക്ഷിക്കുവാൻ ഞങ്ങൾക്ക് കഴിയില്ല.

ഡെൽഫി *സമയസഞ്ചാരി യന്ത്രത്തെയും അവരെ രണ്ടുപേരെയും മാറിമാറി നോക്കുന്നു.*

ഡെൽഫി

ഇതൊന്നും കത്തിലില്ലായിരുന്നല്ലോ...

ആൽബസ്

ഏറ്റവും ദുഷിച്ച ലോകത്തെക്കുറിച്ച് ആലോചിച്ച് നോക്ക്, അതിന്റെ ഇരട്ടി. ആളുകൾ പീഡിപ്പിക്കപ്പെടുന്നു, എല്ലായിടത്തും ഡമെന്റോറുകൾ, സ്വാച്ഛാധിപതിയായ വോൾഡമോർട്ട് - എന്റെ അച്ഛൻ ജീവിച്ചിരിപ്പില്ല, ഞാൻ ഉണ്ടായിട്ട് പോലുമില്ല. ദുർമന്ത്രവാദികൾ നിറഞ്ഞ ലോകം... അത്... അത് സംഭവിക്കുവാൻ നമ്മൾ അനുവദിക്കുവാൻ പാടില്ല.

ഡെൽഫി സ്തംഭിച്ച് നില്ക്കുന്നു.

ഡെൽഫി

വോൾഡമോർട്ട്? വോൾഡമോർട്ട് ജീവിച്ചിരിപ്പുണ്ടായിരുന്നെന്നോ?

സ്ക്കോർപിയസ്

ഉണ്ടായിരുന്നു. അയാളുടെ കീഴിലായിരുന്നെല്ലാം. അതിദാരുണമായ അവസ്ഥയായിരുന്നത്.

ഡെൽഫി

നമ്മൾ ചെയ്ത ഇക്കാര്യങ്ങൾ കൊണ്ടോ?

സ്ക്കോർപിയസ്

സെഡ്രിക്കിനെ നാണം കെടുത്തിയതോടുകൂടി അവൻ വളരെ അപകടകാരിയായി തീർന്നു. അവൻ ശവംതീനിയായി മാറി- എന്നിട്ട്... അതിന് ശേഷം നടന്നതെല്ലാം നടക്കാൻ പാടില്ലാത്തതായിരുന്നു. ഒരിയ്ക്കലും നടക്കാൻ പാടില്ലാത്തവ.

ഡെൽഫി സ്ക്കോർപിയസിനെ *സൂക്ഷിച്ച് നോക്കുന്നു.*

ഡെൽഫി

ശവംതീനിയോ?

സ്ക്കോർപിയസ്

ഒരു കൊലപാതകി. അവൻ പ്രൊഫസർ ലോങ്ങ്ബോട്ടമിനെ കൊന്നു.

ഡെൽഫി

എങ്കിൽ - തീർച്ചയായും നമ്മൾ ഇത് നശിപ്പിക്കണം.

ആൽബസ്

നിനക്ക് കാര്യങ്ങളുടെ ഗൗരവം മനസിലായല്ലോ അല്ലേ?

ഡെൽഫി

ഹമ്... നമ്മുക്കൊരുമിച്ച് ഇത് നശിപ്പിക്കാം. അങ്കിളിനെ പിന്നീട് പറഞ്ഞുമനസിലാക്കിയാൽ മതിയല്ലോ.

ആൽബസ്

നിനക്ക് മനസിലായല്ലോ. സമാധാനമായി.

ഡെൽഫി *അവരെ നോക്കി വിഷാദപൂർവ്വം ചിരിച്ചിട്ട് അവന്റെ കയ്യിൽനിന്നും സമയസഞ്ചാരി യന്ത്രമെടുക്കുന്നു. അവൾ അതിലേയ്ക്ക് തന്നെ തുറിച്ച് നോക്കുന്നു. അവളുടെ മുഖഭാവം പതുക്കെ മാറിത്തുടങ്ങുന്നു.*

നല്ല പടം.

ഡെൽഫി

ഏ, എന്താ?

ഡെൽഫിയുടെ മേൽക്കുപ്പായം അല്പം മാറിക്കിടക്കുന്നു. അവളുടെ പിൻകഴുത്തിൽ ഓഗ്റിയുടെ ചിത്രം റ്റാറ്റു ചെയ്തിരിക്കുന്നത് കാണാം.

ആൽബസ്

നിന്റെ കഴുത്തിൽ. ഞാനിത് പണ്ടും ശ്രദ്ധിച്ചിട്ടുണ്ട്, ആ ചിറകുകൾ. ഇതിനെയല്ലേ മഗിൾസ് റ്റാറ്റു എന്നുവിളിക്കുന്നത്?

ഡെൽഫി

ഓ... അതോ. അതൊരു ഒഗ്രിയുടെ റ്റാറ്റുവാണ്.

സ്ക്കോർപിയസ്

ഒഗ്രിയോ?

ഡെൽഫി

മാന്ത്രിക മൃഗങ്ങളുടെ ക്ലാസിൽ നിങ്ങൾ കണ്ടിട്ടില്ലേ? മഴവരുമ്പോൾ കരയുന്ന, കുടിലമായി തോന്നിക്കുന്ന കറുത്ത പക്ഷി. മാന്ത്രികർ കരുതിയിരുന്നത് ഇവ മരണം മുൻകൂട്ടി പറയുമെന്നായിരുന്നു. എന്റെ ചെറുപ്പത്തിൽ എന്റെ രക്ഷാധികാരിയുടെ വീട്ടിലൊരു ഒഗ്രിയുണ്ടായിരുന്നു.

സ്ക്കോർപിയസ്

രക്ഷാധികാരിയോ?

ഡെൽഫി സ്ക്കോർപിയസിനെ തുറിച്ച് നോക്കുന്നു. അവളുടെ കയ്യിലാണിപ്പോൾ സമയസഞ്ചാരി യന്ത്രം. അവൾ ഈ കളി ആസ്വദിക്കുകയാണ്.

ഡെൽഫി

അവർ പറയുമായിരുന്നു, എനിക്ക് സംഭവിക്കുവാൻ പോകുന്ന ദാരുണമായ അന്ത്യത്തെക്കുറിച്ചോർത്താണ് ആ പക്ഷി കരയുന്നതെന്ന്. അവൾക്ക്, യൂഫെമിയാ റൗളേയ്ക്ക്, എന്നെ തീരെ ഇഷ്ടമല്ലായിരുന്നു. സ്വർണത്തിന് വേണ്ടി മാത്രമാണവൾ എന്നെ നോക്കിയത്.

ആൽബസ്

പിന്നെയെന്തിനാ അവരുടെ പക്ഷിയുടെ പടം തന്നെ റ്റാറ്റു ചെയ്തത്?

ഡെൽഫി

ഞാനാണ് എന്റെ ഭാവി നിർണയിക്കേണ്ടതെന്ന് അതെന്നെ ഓർമിപ്പിച്ചുകൊണ്ടിരിക്കും.

ആൽബസ്

കൊള്ളാമല്ലോ! എനിക്കും ഓഗ്റിയുടെ റ്റാറ്റു വേണം.

സ്ക്കോർപിയസ്

റൗളേസ് അതിനീചരായ ശവംതീനികളായിരുന്നല്ലോ!

സ്കോർപിയസിന്റെ തലയിൽ ആയിരം ചിന്തകളോടുന്നു.

ആൽബസ്

അപ്പോൾ, വേഗമാകട്ടെ നമ്മുക്കിത് നശിപ്പിക്കാം..ഏത് മന്ത്രം ചെയ്യണമെന്നാ നീ കരുതുന്നത്? കോൺഫ്രിങ്ഗോ? സ്റ്റുപ്പിഫൈ? ബൊംബാർഡ?

സ്കോർപിയസ്

അതിങ്ങ് തിരിച്ച് താ. സമയസഞ്ചാരി യന്ത്രം ഞങ്ങൾക്ക് തിരിച്ചുതന്നേക്ക്..

ഡെൽഫി

എന്താ?

ആൽബസ്

സ്കോർപിയസ്? നീയെന്താ ഈ പറയുന്നത്?

സ്കോർപിയസ്

നീയൊരിക്കലും ഒരു രോഗിയായിരുന്നില്ല! പിന്നെ എന്തുകൊണ്ടാണ് നീ ഹോഗ്വാർട്ട്സ്സിൽ വരാതിരുന്നത്? പറയ്, നീയിപ്പോൾ എന്തിനാ ഇവിടെ വന്നത്?

ഡെൽഫി

ഞാനെന്റെ സഹോദരനെ തിരികെ കൊണ്ടുവരുവാൻ ശ്രമിക്കുകയാ!

സ്കോർപിയസ്

അവർ നിന്നെ ഓഗ്റി എന്നായിരുന്നു വിളിച്ചിരുന്നത്. മറ്റേ ലോകത്തിൽ- അവർ നിന്നെ ഓഗ്റി എന്നായിരുന്നു വിളിച്ചിരുന്നത്.

അവളുടെ മുഖത്തൊരു ചെറുപുഞ്ചിരി വിടരുന്നു.

ഡെൽഫി

ഓഗ്റി? അത് എനിക്ക് ഇഷ്ട്ടപ്പെട്ടു.

ആൽബസ്

ഡെൽഫി?

അവൾ അതിവേഗം തന്റെ മന്ത്രവടിയുമായി തയ്യാറായി നിൽക്കുന്നു. അവൾ സ്കോർപിയസിനെ പ്രതിരോധിക്കുന്നു. അവൾ കൂടുതൽ ശക്തയായി തീർന്നിരിക്കുന്നു. സ്കോർപിയസ് പിടിച്ചുനിൽക്കുവാൻ ശ്രമിക്കുന്നു, പക്ഷെ കഴിയുന്നില്ല.

ഡെൽഫി

ഫൾഗാരി!

സ്കോർപിയസിന്റെ കൈകൾ തിളങ്ങുന്ന വള്ളിയാൽ വരിഞ്ഞുകെട്ടപ്പെടുന്നു.

സ്ക്കോർപിയസ്

ആൽബസ് ഓടിക്കോ!

ആൽബസ് പേടിച്ച് ചുറ്റും നോക്കുന്നു. എന്നിട്ടവൻ ഓടുവാൻ തുടങ്ങുന്നു.

ഡെൽഫി

ഫ്ൾഗാരി!

ആൽബസ് തറയിലേയ്ക്ക് വീഴുന്നു. അവന്റെ കൈകളും അതുപോലെതന്നെ വരിഞ്ഞുകെട്ടപ്പെടുന്നു.

നിങ്ങൾക്കുമേൽ പ്രയോഗിക്കേണ്ടിവന്ന ആദ്യത്തെ മന്ത്രമായിരുന്നത്, അല്ലേ! ഞാൻ കരുതിയിരുന്നത് ഒരുപാടെണ്ണം പ്രയോഗിക്കേണ്ട വരുമെന്നായിരുന്നു. ആമോസിന്റെ കുട്ടികളെക്കാളും എളുപ്പത്തിൽ നിങ്ങളെ വരുതിയിൽ കൊണ്ടുവരുവാൻ കഴിഞ്ഞു. ആൺക്കുട്ടികൾ സ്വതവേ എളുപ്പം വഴങ്ങുന്നവരാണല്ലേ! ഇനി നമ്മുക്കിതെല്ലാം ശരിയാക്കാം.

ആൽബസ്

പക്ഷെ എന്തിനായിരുന്നു? ആരാ നീ?

ഡെൽഫി

ആൽബസ്. ഞാനാണ് പുതിയ ഭൂതകാലം.

അവൾ ആൽബസിന്റെ കയ്യിൽനിന്നും അവന്റെ മാന്ത്രികവടി പിടിച്ചുവാങ്ങി ഒടിച്ചുകളയുന്നു.

ഞാനാണ് ഭാവി.

സ്ക്കോർപിയസിന്റെ മാന്ത്രികവടിയും അവൾ ഒടിച്ചുകളയുന്നു.

ഈ ലോകം ഇത്രയും നാൾ അന്വേഷിച്ചുകൊണ്ടിരുന്ന ഉത്തരമാണ് ഞാൻ.

അങ്കം മൂന്ന് രംഗം പതിനേഴ്

മായാജാല മന്ത്രാലയം, ഹെർമയോണിയുടെ ഓഫീസ് മുറി

റോൺ ഹെർമയോണിയുടെ *മേശയിയുടെ മുകളിലിരിക്കുന്നു.* ഹെർമയോണി *എഴുത്ത് പണിയിലാണ്.*

റോൺ

വേറൊരു ലോകത്ത് നമ്മൾ പരസ്പരം കല്ല്യാണം പോലും കഴിച്ചിട്ടില്ലെന്ന്! എനിക്കത് ഇതുവരെയും ദഹിച്ചിട്ടില്ല.

ഹെർമയോണി

റോൺ, നീ പറഞ്ഞുവരുന്നത് എന്തുതന്നെയാണെങ്കിലും.. വേഗമാകട്ടെ - ഗ്രിൻഗോട്ട്സിന്റെ സുരക്ഷയെപറ്റി സംസാരിക്കുവാനായി ഗോബ്ലിനുകൾ പത്തുമിനിറ്റിനുള്ളിൽ ഇവിടെയെത്തും-

റോൺ

ഞാൻ വിചാരിക്കുകയായിരുന്നു, നമ്മളൊരുമിച്ചായിട്ട് ഒരുപാട് നാളായില്ലേ.. കല്യാണം കഴിഞ്ഞിട്ട് വർഷങ്ങൾ ആയിരിക്കുന്നു.. ഒരുപാട് നാളുകൾ..

ഹെർമയോണി

ഈ ബന്ധം ഉപേഷിക്കണമെന്നാണ് നീ പറഞ്ഞുവരുന്നതെങ്കിൽ, റോൺ, ഞാൻ നിന്നെ ഈ തൂലികകൊണ്ട് കുത്തിക്കൊല്ലും, പറഞ്ഞേക്കാം.

റോൺ

എന്താ പറയുന്നെ! ഒന്നു മിണ്ടാതിരിക്കാമോ? എനിക്ക് വിവാഹനവീകരണം ചെയ്യണം. ഞാൻ അതിനെപ്പറ്റി എവിടെയൊക്കെയോ വായിച്ചിട്ടുണ്ട്. വിവാഹ നവീകരണം, എന്ത് പറയുന്നു?

ഹെർമയോണി *(മനസലിയുന്നു)*

നിനക്കെന്നെ വീണ്ടും വിവാഹം കഴിക്കണോ?

റോൺ

വിവാഹം കഴിച്ചപ്പോൾ നമ്മൾ തീരെ ചെറുപ്പമല്ലായിരുന്നോ, മാത്രമല്ല ഞാനന്ന് നന്നായി കുടിച്ചിട്ടുമുണ്ടായിരുന്നു - സത്യം പറഞ്ഞാൽ എനിക്കന്നു നടന്നതൊന്നും ഓർമയില്ല.. ഞാൻ നിന്നെ പ്രണയിക്കുന്നു ഹെർമയോണി ഗ്രേഞ്ചർ - കാലം എന്തുതന്നെ പറഞ്ഞാലും. ഒരുപാട് ആളുകൾക്ക് മുമ്പിൽവെച്ച് ഇതൊന്നുകൂടി പറയുവാനുള്ള ഒരു അവസരം കിട്ടിയിരുന്നുവെങ്കിൽ എന്ന് ഞാൻ ആഗ്രഹിക്കുന്നു. ഒന്നുകൂടി. മദ്യലഹരിയിൽ അല്ലാതെ.

അവൾ അവനെ പ്രേമാദ്രമായി നോക്കുന്നു, പുഞ്ചിരിച്ചുകൊണ്ട് അവനെ തന്നിലേയ്ക്ക് വലിച്ചടുപ്പിച്ച് ചുംബിക്കുന്നു.

ഹെർമയോണി

നീയെന്റെ ചക്കരയല്ലേ.

റോൺ

നിനക്ക് മിഠായിയുടെ രുചി.

ഹെർമയോണി ചിരിക്കുന്നു. അവർ വീണ്ടും ചുംബിക്കുവാൻ തുടങ്ങുമ്പോളേയ്ക്കും ഹാരിയും, ജിന്നിയും, ഡ്രാക്കോയും അവിടേയ്ക്ക് വരുന്നു. ഹെർമയോണിയും റോണും പെട്ടന്ന് മാറിനില്ക്കുന്നു.

ഹെർമയോണി

ഇതാരൊക്കെയാ..! ഹാരി, ജിന്നി, ആഹ് ..ഡ്രാക്കോ- എല്ലാവരും കൂടി എന്തായിവിടെ?

ഹാരി

ആ നശിച്ച സ്വപ്നങ്ങൾ. അതിനൊരു അന്ത്യവുമില്ല..!

ജിന്നി

ആൽബസിനെ വീണ്ടും കാണാതായിരിക്കുന്നു.

ഡ്രാക്കോ

സ്ക്കോർപിയസിനെയും. മക്ഗോണഗൾ സ്ക്കൂൾ മുഴുവൻ അരിച്ചുപെറുക്കി. അവർ അവിടെയൊന്നുമില്ല.

ഹെർമയോണി

ഞാനിപ്പോൾ തന്നെ ഔറോറുകളെ വിളിപ്പിക്കാം, ഞാൻ-

റോൺ

അതിന്റെ കാര്യമൊന്നുമില്ലന്നേ. ആൽബസിനെ ഞാൻ കഴിഞ്ഞ രാത്രി കൂടെ കണ്ടതാ.

ഡ്രാക്കോ

എവിടെ?

അവരെല്ലാവരും റോണിന് നേരെ തിരിയുന്നു, അവന് അൽപ്പം ജാള്യത തോന്നിയെങ്കിലും തുടർന്നും സംസാരിക്കുന്നു.

റോൺ

ഇന്നലെ ഞാനും നെവിലും കൂടി ഹോഗ്സ്മീഡിൽ പോയി ഫയർവിസ്ക്കി കുടിച്ചിരുന്നു..എന്നിട്ട് തിരികെ വരുകയായിരുന്നു - നല്ല വൈകിയിരുന്നു - ഞാൻ ഏത് ഫ്ലൂവാണ് ഉപയോഗിക്കേണ്ടതെന്ന് നോക്കുകയായിരുന്നു - അറിയാലോ കുടിച്ചുകഴിഞ്ഞാൽ ഞാൻ എന്തൊക്കെയാണ് ചെയ്യുന്നതെന്ന് എനിക്ക് തന്നെ അറിയില്ല.

ജിന്നി

റോൺ? ഞങ്ങൾ നിന്റെ കൊങ്ങായ്ക്ക് പിടിക്കുന്നതിന്റെ മുമ്പ് മര്യാദയ്ക്ക് കാര്യത്തിലോട്ട് വരുന്നുണ്ടോ?

റോൺ

അവൻ ഓടിപ്പോയതൊന്നും അല്ല - അവന് ഒരു പെൺസുഹൃത്തിനെ കിട്ടിയിട്ടുണ്ട് - അവനെക്കാളും മുതിർന്നൊരു പെൺകുട്ടി.

ഹാരി

മുതിർന്ന പെൺസുഹൃത്തോ?

റോൺ

ഒരു സുന്ദരി - നല്ല വെള്ളി മുടിയുള്ള ഒരു കുട്ടി. അവരെ മേൽക്കൂരയിൽ, മൂങ്ങക്കൂടിന് അടുത്താണ് കണ്ടത്. കൂട്ടത്തിൽ കട്ടുറുമ്പായി സ്കോർപിയസുമുണ്ടായിരുന്നു. ഞാൻ കൊടുത്ത മാന്ത്രിക മരുന്നെന്തായാലും അവൻ നന്നായി ഉപയോഗിക്കുന്നുണ്ട്.

ഹാരി ആലോചിക്കുന്നു. അവന്റെ മനസിലൂടെ പല ചിന്തകളും കടന്നുപോകുന്നു. അതിലൊന്നും തന്നെ നല്ലതല്ല.

ഹാരി

അവളുടെ മുടി വെള്ളിനിറത്തിലായിരുന്നോ, അതോ നീല നിറത്തിലോ?

റോൺ

അതുതന്നെ- വെള്ളി, നീല -അതെ അതുതന്നെ.

ഹാരി

ഇവൻ പറയുന്നത് ഡെൽഫി ഡിഗറിയെക്കുറിച്ചാണ് - ആമോസ് ഡിഗറിയുടെ ബന്ധു.

ജിന്നി

ഇതും സെഡ്രിക്കായി ബന്ധപ്പെട്ടാണോ?

ഹെർമയോണി മുറിയ്ക്ക് വെളിയിലേയ്ക്ക് ഇങ്ങനെ വിളിച്ചുപറയുന്നു.

ഹെർമയോണി

ഏതെൽ, ഗോബ്ലിനുമായുള്ള മീറ്റിങ്ങ് റദ്ദാക്കിയേക്ക്.

അങ്കം മൂന്ന് രംഗം പതിനെട്ട്

സെന്റ് ഒസ്വാൾഡ്സ് ഹോം ഫോർ ഓൾഡ് വിച്ചസ് ആൻഡ് വിസാർഡ്സ്, ആമോസിന്റെ മുറി

ഹാരി മാന്ത്രികവടി പ്രയോഗിക്കുവാൻ തയാറാക്കി വെച്ചുകൊണ്ട് പ്രവേശിക്കുന്നു.

ഹാരി

അവരെവിടെ?

ആമോസ്

ഹാരിപോട്ടറോ, ഞാനെന്താ നിനക്കുവേണ്ടി ചെയ്യേണ്ടത്? ഡ്രാക്കോയുമുണ്ടല്ലോ. ഞാൻ അനുഗ്രഹീതൻ തന്നെ.

ഹാരി

നിങ്ങൾ നിങ്ങളുടെ ആവശ്യത്തിനായി എന്റെ മകനെ ഉപയോഗിച്ചത് ഞാനറിഞ്ഞു.

ആമോസ്

ഞാൻ നിങ്ങളുടെ മകനെ ഉപയോഗിച്ചെന്നോ? ഒരിക്കലുമില്ല - എന്റെ മകനെ നീയല്ലേ ഉപയോഗിച്ചത്.

ഡ്രാക്കോ

മര്യാദയ്ക്ക് പറഞ്ഞോ ആൽബസും സ്കോർപിയസും എവിടെയെന്ന്, ഇല്ലെങ്കിൽ പ്രത്യാഘാതം വലുതായിരിക്കും.

ആമോസ്

പക്ഷെ, അവർ എവിടെ പോയെന്ന് എനിക്ക് എങ്ങനെ അറിയാം!

ഡ്രാക്കോ

ഒന്നുമറിയാത്തപോലെ ഭാവിക്കണ്ട. നിങ്ങൾ അവന് മൂങ്ങകളെ അയച്ചിരുന്നുവെന്ന് ഞങ്ങൾക്കറിയാം.

ആമോസ്

എന്താ! ഞാനങ്ങനെയൊന്നും ചെയ്തിട്ടില്ല.

ഹാരി

ആമോസ്, താങ്കൾക്കിപ്പോളും അസ്ക്കബാനിൽ കിടക്കുവാനുള്ള പ്രായമേ ആയിട്ടുള്ളു. അവരെ അവസാനം കണ്ടത് നിങ്ങളുടെസഹോദരപുത്രിക്കൊപ്പമാണ്, പിന്നെയവരെ ആരും കണ്ടിട്ടേയില്ല.

ആമോസ്

എനിക്കൊരെത്തും പിടിയും കിട്ടുന്നില്ല നിങ്ങളെന്താ.... (അദ്ദേഹം സംസാരം നിറുത്തുന്നു, ആശയക്കുഴപ്പത്തിലാണ്)

എന്റെ സഹോദരപുത്രിയോ?

ഹാരി

അഭിനയം തുടരുവാൻ തന്നെയാണല്ലേ ഭാവം - അതെ നിങ്ങളുടെ സഹോദര പുത്രി തന്നെ. എന്താ, നിങ്ങൾ പറഞ്ഞിട്ടല്ല അവളവിടെ വന്നതെന്ന് പറയുവാൻ പോകുവാണോ?

ആമോസ്

അതെ - എനിക്കങ്ങനെയൊരു സഹോദര പുത്രിയില്ല.

ഹാരി സ്തബ്ധനായി നിൽക്കുന്നു.

ഡ്രാക്കോ

ഇല്ല, അങ്ങനെയൊരാൾ ഉണ്ട്. അവൾ ഇവിടെയാണ് ജോലി ചെയ്യുന്നത്. നിങ്ങളുടെ സഹോദര പുത്രി.... ഡെൽഫിനി ഡിഗറി.

ആമോസ്

എനിക്കുറപ്പാണ് എനിക്കങ്ങനെയൊരാളെ അറിയുകയേയില്ലെന്ന്, കാരണം എനിക്ക് സഹോദരന്മാരോ സഹോദരിമാരോ ഇല്ല. എന്റെ ഭാര്യക്കുമില്ല.

ഹാരിയും ഡ്രാക്കോയും പരസ്പരം നോക്കുന്നു. ഇതെന്താണ് അർത്ഥമാക്കുന്നതെന്ന് അവർക്ക് പിടികിട്ടുന്നു.

ഡ്രാക്കോ

അവളാരാണെന്ന് നമ്മുക്കിപ്പോൾ തന്നെ കണ്ടുപിടിക്കണം.

അങ്കം മൂന്ന് രംഗം പത്തൊൻപത്

ഹോഗ്വാർട്ട്സ് ക്വിഡിച്ച് മൈതാനം

അരങ്ങിൽ ഡെൽഫി, അവൾ തന്റെ പുതിയ വ്യക്തിത്വം ഓരോ നിമിഷവും ആസ്വദിക്കുകയാണെന്ന് വ്യക്തം. അസ്വസ്ഥതയും അരക്ഷിതത്വവും മാത്രമുണ്ടായിരുന്നിടത്ത് ഇപ്പോൾ ജയിക്കുവാനാകാത്ത ശക്തി മാത്രം.

ആൽബസ്

നമ്മളെന്താ ഈ ക്വിഡിച്ച് മൈതാനത്ത് ചെയ്യുന്നത്?

സ്ക്കോർപിയസ്

ട്രൈ വിസാർഡ് ടൂർണമെന്റ്. മൂന്നാമത്തെയിനം. ദുർഘടമായ അനേകം ചുറ്റുകളോടുകൂടിയ വഴികളുള്ള ആ മത്സരം. ഇവിടെയായിരുന്നു ആ കുരുക്ക് വഴികൾ. നമ്മൾ സെഡ്രിക്കിന് വേണ്ടി തിരിച്ചുപോകുവാൻ പോകുകയാണ്.

ഡെൽഫി

നമ്മൾ സെഡ്രിക്കിനെ തിരികെക്കൊണ്ടുവരുവാൻ പോവുകയാണ്, അതുവഴി സ്ക്കോർപിയസ്, നീ കണ്ട ലോകത്തേയും...

സ്ക്കോർപിയസ്

നരകം. നിനക്ക് നരകമാണോ തിരികെ കൊണ്ടുവരേണ്ടിയത്?

ഡെൽഫി

എനിക്ക് ശുദ്ധവും പ്രബലവുമായ മായജാലത്തിലേയ്ക്ക് തിരച്ചുപോവണം. എനിക്ക് അന്ധകാരത്തിനെ പുനർജീവിപ്പിക്കണം.

സ്ക്കോർപിയസ്

നിനക്ക് വോൾഡമോർട്ടിനെ തിരികെ കൊണ്ടുവരണോ?

ഡെൽഫി

മാന്ത്രിക ലോകത്തിന്റെ ഏക സത്യ അധികാരി. അവൻ തിരിച്ചുവരും. നിങ്ങൾ പറഞ്ഞതനുസരിച്ച് ആദ്യത്തെ

രണ്ടിനങ്ങളിലും മന്ത്രത്താൽ വിഘ്നങ്ങൾ വരുത്തിയിട്ടുണ്ട് - രണ്ടിനത്തിലും ഭാവിയിൽനിന്നുള്ള രണ്ട് സന്ദർശനങ്ങളെങ്കിലും നടന്നിട്ടുണ്ട്. അതുകൊണ്ട് തന്നെ ചെറുതായിട്ടുള്ളൊരു അശ്രദ്ധ പോലുമുണ്ടാകുവാൻ ഞാൻ സമ്മതിക്കില്ല. മൂന്നാമത്തെ ഇനത്തിൽ ഇതുവരെ നമ്മൾ തൊട്ടിട്ടില്ല. അതുകൊണ്ട് നമ്മുക്ക് അവിടെനിന്ന് തന്നെ തുടങ്ങാം. തുടങ്ങാം. എന്താ?

ആൽബസ്

ഞങ്ങൾ അവനെ തടയില്ല - നീ ഞങ്ങളെ എന്തൊക്കെ ചെയ്യുവാൻ പ്രേരിപ്പിച്ചാലും- ഞങ്ങൾക്കറിയാം അവൻ അച്ഛനൊപ്പം ഈ മത്സരത്തിൽ ജയിക്കണമെന്ന്.

ഡെൽഫി

എനിക്കവൻ തോറ്റാൽ മാത്രം പോര. നിങ്ങൾ അവനെ നാണംകെടുത്തണം. അവൻ ധൂമ്രവർണ്ണ തൂവലുകളുള്ള മന്ത്രികചൂലിൽ നഗ്നനായി ഇവിടെ പറന്നുനടക്കണം. അവനുണ്ടായ നാണക്കേടാണ് അവനെ അവിടെയെത്തിച്ചത്. നമ്മൾ വീണ്ടും അതുതന്നെ ചെയ്യുവാൻ പോകുന്നു. അങ്ങനെ ആ പ്രവചനം സത്യമാകും.

സ്ക്കോർപിയസ്

എന്ത് പ്രവചനം - അങ്ങനെയൊരു പ്രവചനമുള്ളതായി ഞങ്ങൾക്കറിയില്ലല്ലോ?

ഡെൽഫി

ലോകം എങ്ങനെയായിരിക്കണമോ അങ്ങനെയാണ് നീ കണ്ട ലോകം, സ്ക്കോർപിയസ്. അത് അങ്ങനെതന്നെ ആകുമെന്ന് ഇന്ന് നമ്മൾ ഉറപ്പുവരുത്തുവാൻ പോകുകയാണ്.

ആൽബസ്

ഇല്ല, ഞങ്ങൾ നീ പറയുന്നത് അനുസരിക്കില്ല. നീ ആരുതന്നെയായാലും.

ഡെൽഫി

നിങ്ങൾ തിർച്ചയായും അനുസരിക്കും.

ആൽബസ്

നിനക്ക് എന്നെ നിയന്ത്രിക്കണമെങ്കിൽ ഇമ്പീരിയോ പ്രയോഗിക്കേണ്ടി വരും.

ഡെൽഫി

ഇല്ല. പ്രവചനം സത്യമാകണമെങ്കിൽ നീ തന്നെയാവണമിത് ചെയ്യേണ്ടത്, അല്ലാതെ നിന്റെ പാവയല്ല... നീ തന്നെയായിരിക്കണം സെഡ്രിക്കിനെ നാണംകെടുത്തേണ്ടത്- അതുകൊണ്ട് വെറുതെ ഇമ്പീരിയോ പ്രയോഗിച്ചിട്ട് കാര്യമില്ല- നിങ്ങളെക്കൊണ്ടിത് ചെയ്യിക്കുവാൻ ഞാൻ

മറ്റ് മാർഗങ്ങൾ കണ്ടുപിടിക്കേണ്ടിയിരിക്കുന്നു.

അവൾ തന്റെ മാന്ത്രികവടിയെടുത്ത് ആൽബസിന് നേരേ ചൂണ്ടുന്നു.

ആൽബസ്

നിനക്ക് ചെയ്യാവുന്നതെല്ലാം ചെയ്തുകൊള്ളു.

ഡെൽഫി അവനെ നോക്കിക്കൊണ്ട് സ്കോർപിയസിന് നേരേ വടി ചൂണ്ടുന്നു.

ഡെൽഫി

ചെയ്യുവാൻ തന്നെയാണ് പോകുന്നത്.

ആൽബസ്

വേണ്ട.

ഡെൽഫി

എനിക്ക് തോന്നി ഇതായിരിക്കും നിന്നെ അനുസരിപ്പിക്കുവാൻ പറ്റിയ മാർഗ്ഗമെന്ന്.

സ്കോർപിയസ്

എന്നെ എന്തുതന്നെ ചെയ്താലും ശരി ആൽബസ്, നീയിവൾ പറഞ്ഞത് ചെയ്യരുത്-

ഡെൽഫി

ക്രൂസിയോ.

സ്കോർപിയസ് വേദനയിൽ പുളയുന്നു.

ആൽബസ്

ഞാൻ ചെയ്യാം.

ഡെൽഫി *(ചിരിക്കുന്നു)*

എന്താ? നിനക്കെന്ത് ചെയ്യുവാൻ പറ്റുമെന്നാണ് നീ കരുതിയിരിക്കുന്നത്? മന്ത്രികർക്കെല്ലാം അപമാനമാണ് നീ. അറിയുമോ? കുടുംബപേരിന് നാണക്കേടുണ്ടാക്കുവാൻ പിറന്നവൻ! നിനക്കാകെയുള്ള സുഹൃത്തിനെ ഞാൻ വേദനപ്പിക്കേണ്ട എന്നുണ്ടെങ്കിൽ മര്യാദയ്ക്ക് ഞാൻ പറഞ്ഞത് കേട്ടോ.

അവൾ ആൽബസിനെ നോക്കുന്നു. അവൻ അപ്പോളും വിയോജിച്ചുനിൽക്കുന്നു.

ഇല്ലാ? ക്രൂസിയോ!

ആൽബസ്

നിറുത്ത്! ദയവായി നിറുത്ത്.

ക്രേയിഗ് അവരുടെ അടുത്തേയ്ക്ക് സർവ്വശക്തിയിൽ ഓടിവരുന്നു.

ക്രേയിഗ് ബൗക്കർ ജൂണിയർ

സ്ക്കോർപിയസ്? ആൽബസ്? എല്ലാവരും നിങ്ങളെ അന്വേഷിച്ച് നടക്കുകയാ-

ആൽബസ്

ക്രേയിഗ്! ഇവിടുന്ന് വേഗം പോ. ആരെയെങ്കിലും വിളിച്ചുകൊണ്ട് വാ!

ക്രേയിഗ് ബൗക്കർ ജൂണിയർ

എന്താ സംഭവിക്കുന്നത്.

ഡെൽഫി

അവാഡ കെടാവ്രാ!

ഡെൽഫി ക്രേയിഗിന് നേരേ കണ്ണഞ്ചിപ്പിക്കുന്ന പച്ചവെളിച്ചം തൊടുക്കുന്നു. ക്രേയിഗ് പിറകോട്ട് തെറിച്ചുവീഴുന്നു - അവൻ കൊല്ലപ്പെടുന്നു. നിശബ്ദത. കുറച്ചുനേരം നീണ്ടുനിൽക്കുന്ന നിശബ്ദത.

മനസിലായല്ലോ? ഇത് കുട്ടിക്കളിയല്ല. നിന്നെക്കൊണ്ടെനിക്ക് ഉപകാരമുണ്ട്, പക്ഷെ നിന്റെ സുഹൃത്തുക്കളെക്കൊണ്ടില്ല.

ആൽബസും സ്ക്കോർപിയസും ക്രേയിഗിന്റെ ചേതനയറ്റ ശരീരത്തിലേയ്ക്ക് നോക്കുന്നു. അവർ ഭയചകിതരായിരിക്കുന്നു.

ആൽബസ് പോട്ടർ നിന്റെ ദൗർബല്യം എന്താണെന്ന് കണ്ടുപിടിക്കുവാൻ എനിക്ക് കുറച്ച് സമയമെടുത്തു. ഞാൻ കരുതിയിരുന്നത് അത് അഹങ്കാരമാണെന്നായിരുന്നു, അച്ഛനെ പ്രീതിപ്പെടുത്തുവാനുള്ള നിന്റെ അടങ്ങാത്ത ആഗ്രഹമാണെന്നായിരുന്നു, പക്ഷെ പിന്നീട് എനിക്ക് മനസിലായി അത്, നിന്റെ അച്ഛനെ പോലെ തന്നെ സൗഹൃദമാണെന്ന്. ഞാൻ പറയുന്നതുപോലെ തന്നെ നീ ചെയ്യും, അല്ലെങ്കിൽ സ്ക്കോർപിയസ് മരിക്കും, സെഡ്രിക്കിനെ പോലെ തന്നെ.

അവൾ അവരെ രണ്ടുപേരെയും നോക്കുന്നു.

വോൾഡ്മോർട്ട് പുനർജീവിക്കും, ഓഗ്റി അദ്ധേഹത്തിന്റെ അരുകിലിരിക്കുകയും ചെയ്യും. 'ബലികളെ ബലികൊടുത്ത് കഴിയുമ്പോൾ, കാലചക്രം പിന്നോട്ട് തിരിഞ്ഞുകഴിയുമ്പോൾ, കാണാത്ത കുട്ടികൾ തങ്ങളുടെ പിതാക്കന്മാരെ കൊലചെയ്ത് കഴിയുമ്പോൾ.'

അവൾ ചിരിക്കുന്നു. സ്ക്കോർപിയസിനെ *കുടിലതയോടെ തന്നോട് വലിച്ചടുപ്പിക്കുന്നു.*

സെഡ്രിക്കാണ് ബലി, ആൽബസ് നീ -

അവൾ ആൽബസിനേയും തന്നോട് വലിച്ചടുപ്പിക്കുന്നു.

-നീയാണ് കാണാത്ത കുട്ടി, കാലചക്രം പിന്നോട്ട്

തിരിച്ച് തന്റെ അച്ഛനെ കൊന്ന്, വോൾഡമോർട്ടിനെ തിരികെകൊണ്ടുവരുവാൻ പോകുന്ന കുട്ടി.

സമയസഞ്ചാരി യന്ത്രം കറങ്ങുവാൻ തുടങ്ങുന്നു. അവൾ അവരുടെ കൈകൾ അതിലേയ്ക്ക് ബലമായി പിടിച്ച് വയ്പ്പിക്കുന്നു.

ഇപ്പോൾ!

അരങ്ങിൽ ഭയങ്കരമായ പ്രകാശം, ഇടിയുടെ ശബ്ദം. സൂചിയുടെ കറക്കം നിലയ്ക്കുന്നു. അത് പിന്നോട്ട് കറങ്ങുവാൻ തുടങ്ങുന്നു.

വലിയ പ്രകാശവും, ശബ്ദവും. അരങ്ങിൽ നിന്നവർ അപ്രത്യക്ഷരാകുന്നു.

അങ്കം മൂന്ന് രംഗം ഇരുപത്

ട്രൈവിസാർഡ് ടൂർണമെന്റ്, കുരുക്കുവഴിയുടെ മത്സരം 1995

നിരന്തരമായി ചലിച്ചുകൊണ്ടിരിക്കുന്ന, ചെടികളാൽ തീർത്ത വേലികൾകൊണ്ടുള്ള കുരുക്കുവഴികൾ. ഡെൽഫി ദൃഢനിശ്ചയത്തോടെ അതിനിടയിലൂടെ നടക്കുന്നു. ആൽബസിനെയും സ്ക്കോർപിയസിനെയും പിടിച്ചുവലിച്ചുകൊണ്ടാണ് നടപ്പ്. അവരുടെ കൈകൾ കൂട്ടിക്കെട്ടിയിട്ടുണ്ട്.

ലുഡോ ബാഗ്മാൻ

മാന്യമഹാജനങ്ങളെ, ഇതാ നിങ്ങളെല്ലാം കാത്തിരുന്ന ട്രൈവിസാർഡ് ടൂർണമെന്റ്.

ഉച്ചത്തിലുള്ള കരഘോഷം. ഡെൽഫി ഇടത്തേയ്ക്ക് തിരിയുന്നു.

ഹോഗ്വാർട്ട്സിൽ നിന്നുമുള്ളവർ ഉറക്കെ കയ്യടിക്കൂ.

ഉച്ചത്തിലുള്ള കയ്യടി.

ഡംസ്ട്രാങ്ങിൽ നിന്നുമുള്ളവർ കയ്യടിക്കൂ.

വീണ്ടും ഉച്ചത്തിൽ കയ്യടി.

ഇനി ബോബാറ്റണിൽ നിന്നുള്ളവർ കയ്യടിക്കൂ.

ശക്തമായ ഘരഘോഷം.

ചെടികൾക്കൊണ്ടുള്ള വേലി അടയ്ക്കപ്പെടുന്നതും തുറക്കപ്പെടുന്നതുമനുസരിച്ച് ഡെൽഫിയും കുട്ടികളും അവരുടെ വഴി മാറി, മാറി നടക്കുന്നു.

ഈ ഫ്രെഞ്ചുകാരി അവസാനം നമ്മുക്ക് കാണിച്ചുതരുകയാണ് സുഹൃത്തുക്കളേ, അവർക്കെന്താണ് ചെയ്യുവാൻ പറ്റുന്നതെന്ന്. സുഹൃത്തുക്കളേ, ഞാൻ നിങ്ങൾക്ക് മുമ്പിൽ ഇതാ അവതരിപ്പിക്കുന്നു, ട്രൈവിസാർഡിന്റെ അവസാന ഇനം. രഹസ്യങ്ങളുടെ, ഇരുട്ടിന്റെ കുരുക്കുവഴികൾ.

വിക്ടർ ക്രം അരങ്ങിന് കുറുകെ നടന്ന്, കുരുക്ക് വഴിയിലേയ്ക്ക് പ്രവേശിക്കുന്നു.

ഇവർ ഈ സാഹസത്തിന് മുതിരുന്നത് എന്തിനാണെന്നോ? അതിനുള്ളിലാണ് കപ്പ് - വെറുമൊരു കപ്പല്ല - അതെ, അവിടെയാണ്, ആ ചെടികൾക്കിടയിലാണ് ട്രൈവിസാർഡ് കപ്പ്.

ഡെൽഫി

അവൻ എവിടെ? സെഡ്രിക്ക് എവിടെ?

ആൽബസിനും സ്കോർപിയസിനുമിടയിലേയ്ക്ക് ഒരു ചെടി വീഴുന്നു.

സ്കോർപിയസ്

ഈ ചെടികൾ നമ്മളെ കൊല്ലുവാൻ നോക്കുകയാണോ? ആഹ് അതുതന്നെയാണ് നല്ലത്.

ഡെൽഫി

നിങ്ങൾ സഹകരിക്കുന്നോ, അതോ...?

ലുഡോ ബഗ്മാൻ

ദുരിതങ്ങൾ ഒരുപാടുണ്ട്, പക്ഷെ പ്രതിഫലം കൊതിപ്പിക്കുന്നതാണ്. ആരായിരിക്കും ലക്ഷ്യത്തിലെത്തുക? അവസാന പരീക്ഷണത്തിൽ ആരായിരിക്കും വീഴുവാൻ പോകുന്നത്? നമുക്കിടയിലെ ആ നായകൻ ആരാവും? സമയത്തിനേ അത് തെളിയിക്കുവാൻ കഴിയുകയുള്ളൂ. സമയത്തിന് മാത്രം.

ഡെൽഫിയുടെ നിർബന്ധത്തിന് വഴങ്ങി സ്കോർപിയസും ആൽബസും ആ വഴിയിലൂടെ നടക്കുന്നു. അവൾ മുന്നോട്ട് നടന്നപ്പോൾ അവർക്ക് സംസാരിക്കുവാനൊരു അവസരം കിട്ടുന്നു.

സ്കോർപിയസ്

ആൽബസ്, നമ്മളെന്തെങ്കിലും ചെയ്തേ പറ്റൂ.

ആൽബസ്

എനിക്കറിയാം, പക്ഷേ എന്ത് ചെയ്യുവാനാ? കൈയ്യിൽ മാന്ത്രിക വടിയില്ല, കയ്യാണെങ്കിൽ ബന്ധിച്ചിരിക്കുകയും ചെയ്തേക്കുന്നു, പോരാത്തതിന് നിന്നെ കൊല്ലുമെന്ന് ഭീക്ഷണിയും.

സ്കോർപിയസ്

വോൾഡമോർട്ടിനെ തടയുവാൻ കഴിയുമെങ്കിൽ മരിക്കുന്നതിന് എനിക്ക് മടിയൊന്നുമില്ല.

ആൽബസ്

ശരിക്കും?

സ്ക്കോർപിയസ്

നിനക്കേതായാലും അധികം കാലം എന്നെയോർത്ത് കരയേണ്ടി വരില്ല. കാരണം എന്നെ കൊന്നയുടനെ അവൾ നിന്നെയും കൊന്നോളും.

ആൽബസ് *(നിരാശനായി)*

സമയസഞ്ചാരി യന്ത്രത്തിന്റെയാ കുറവ്, അഞ്ച് മിനിറ്റ് നിയമം! ആ സമയം കഴിഞ്ഞുപോകുവാൻ നമ്മുക്ക് കഴിയുന്നതെല്ലാം ചെയ്യാം, എന്താ?

സ്ക്കോർപിയസ്

അത് നടക്കില്ല.

അടുത്ത വേലിച്ചെടി ദിശമാറിയപ്പോൾ, ഡെൽഫി അവരെ അവൾക്ക് പിറകെ വലിച്ചുകൊണ്ട് പോകുന്നു. അവർ വീണ്ടും ആ വേലികൾക്കിടയിലൂടെ നടക്കുന്നു.

ലുഡോ ബാഗ്മാൻ

മത്സരത്തിന്റെ ഇപ്പോളത്തെ അവസ്ഥയെന്താണെന്ന് നിങ്ങളെ അറിയിക്കുകയാണ്! ഒന്നാം സ്ഥാനത്ത് - സെഡ്രിക്ക് ഡിഗറിയും, ഹാരി പോട്ടറും. രണ്ടാം സ്ഥാനത്ത് - വിക്ടർ ക്രം! മൂന്നാം സ്ഥാനത്ത് - ഫ്ലയർ ഡെലക്കോർ.

പെട്ടന്ന് ആൽബസും സ്ക്കോർപിയസും കുറ്റിച്ചെടിവേലിയ്ക്ക് പിന്നിൽനിന്നും ഓടിവരുന്നു.

ആൽബസ്

അവളെവിടെ പോയി?

സ്ക്കോർപിയസ്

അതാണോ ഇപ്പോ വിഷയം? ഏത് വഴി പോവണം? പറയ്.

ഡെൽഫി അവർക്ക് പിന്നിലൂടെ പൊങ്ങിപ്പറന്നു വരുന്നു. മാന്ത്രിക ചൂൽ ഉപയോഗിക്കാതെയാണ് അവൾ പറക്കുന്നത്.

ഡെൽഫി

അയ്യോ പാവങ്ങൾ!

അവരെ നിലത്തേയ്ക്ക് തള്ളിയിടുന്നു.

രക്ഷപ്പെടാമെന്ന് വിചാരിച്ചല്ലേ!

ആൽബസ് *(ഞെട്ടലോടെ)*

നീ - മാന്ത്രിക ചൂൽ പോലുമില്ലാതെ.

ഡെൽഫി

മാന്ത്രിക ചൂലോ - ഇത്രയും ആവശ്യമില്ലാത്ത മറ്റൊരു വസ്തുവില്ല. മൂന്ന് മിനിറ്റ് കഴിഞ്ഞിരിക്കുന്നു. ഇനി നമ്മുടെ കയ്യിൽ വെറും രണ്ട് മിനിട്ടേയുള്ളു. നിന്നോട് പറഞ്ഞത് വേഗം ചെയ്യ്.

സ്ക്കോർപിയസ്

ഇല്ല. ഞങ്ങൾ ചെയ്യില്ല.

ഡെൽഫി

നീയെന്താ വിചാരിക്കുന്നെ, എന്നോട് എതിരിട്ട് നിൽക്കാമെന്നോ?

സ്ക്കോർപിയസ്

കഴിയില്ലെന്നറിയാം. പക്ഷേ നിന്നെ അനുസരിക്കാതിരിക്കാം, ഞങ്ങൾ മരിച്ചാൽ പോരെ.

ഡെൽഫി

പ്രവചനം സത്യമാവണം. നമ്മളത് സത്യമാക്കുകയും ചെയ്യും.

സ്ക്കോർപിയസ്

പ്രവചനങ്ങൾ തിരുത്താം.

ഡെൽഫി

നിനക്ക് തെറ്റി കുട്ടി, പ്രവചനങ്ങളാണ് ഭാവി.

സ്ക്കോർപിയസ്

പ്രവചനങ്ങൾ സംഭവിക്കുമെന്ന് തീർച്ചയാണെങ്കിൽ നമ്മളെന്തിനാണ് ഇപ്പോളതിനെ നിയന്ത്രിക്കുവാൻ നോക്കുന്നത്? നിന്റെ പ്രവൃത്തികൾക്ക് നിന്റെ ചിന്തകളുമായി യാതൊരു ബന്ധവുമില്ല. ആ പ്രവചനം നടപ്പിലാക്കണമെന്ന് നീ കരുതുന്നതുകൊണ്ടല്ലേ ഇപ്പോൾ ഇതിലൂടെ ഞങ്ങളെ വലിച്ചിഴച്ചുകൊണ്ട് നടക്കുന്നത്- ആ യുക്തിയനുസരിച്ച്- പ്രവചനങ്ങളെ ലംഘിക്കുകയും ചെയ്യാം- തടയുകയും ചെയ്യാം.

ഡെൽഫി

നീയൊരുപാട് സംസാരിക്കുന്നു ചെറുക്കാ. ക്രൂസിയോ!

സ്ക്കോർപിയസ് വേദനയിൽ പുളയുന്നു.

ആൽബസ്

സ്ക്കോർപിയസ്!

സ്ക്കോർപിയസ്

പരീക്ഷിച്ച് നോക്കുന്നോ, ആൽബസ് - കഴിഞ്ഞു, ഇതിപ്പോ കഴിയും.

ആൽബസ് സ്ക്കോർപിയസിനെ നോക്കുന്നു, താൻ എന്താണ് ചെയ്യേണ്ടതെന്ന് ആവന് മനസിലാകുന്നു. അവൻ തല കുലുക്കുന്നു.

ഡെൽഫി

എങ്കിൽ നിങ്ങൾ മരിക്കും.

ആൽബസ് *(സർവ്വ ധൈര്യവും സംഭരിച്ച്)*

മരിക്കട്ടെ. നിന്നെ തടയുവാൻ കഴിഞ്ഞല്ലോയെന്ന സന്തോഷത്തിൽ ഞങ്ങൾ മരിക്കും.

ഡെൽഫി കോപത്തിൽ നിലത്തുനിന്ന് മുകളിലേയ്ക്കുയരുന്നു.

ഡെൽഫി

ഇതിനുള്ള സമയം നമുക്കില്ല. ക്രൂ-

അജ്ഞേയമായ ശബ്ദം

എക്സ്പ്പെല്ലിയാർമസ്!

പട്ടേ. ഡെൽഫിയുടെ മാന്ത്രിക വടി അവളുടെ കയ്യിൽനിന്നും എടുക്കപ്പെടുന്നു. സ്ക്കോർപിയസ് ഞെട്ടി നോക്കുന്നു.

ബ്രാചിയബൈബേണ്ടോ!

ഡെൽഫി ബന്ധിക്കപ്പെടുന്നു. ഇതാരാണ് ചെയ്തത് എന്ന് അറിയുവാനായി പ്രകാശം വന്നിടത്തേയ്ക്ക് അവർ രണ്ടും ഒരുമിച്ച് തിരിയുന്നു. കണ്ടാൽ ഭംഗിയുള്ള, പതിനേഴ് വയസ്സടുപ്പിച്ചുവരുന്ന ഒരു ചെറുപ്പക്കാരൻ, സെഡ്രിക്ക്.

സെഡ്രിക്ക്

ഒരടി മുമ്പോട്ട് വയ്ക്കരുത്.

സ്ക്കോർപിയസ്

നീ...

സെഡ്രിക്ക്

സെഡ്രിക്ക് ഡിഗറി. ഞാനിവിടെ നിന്ന് നിലവിളിയൊച്ച കേട്ടു. നിങ്ങളാരാണെന്ന് പറയൂ, എനിക്ക് നിങ്ങളെ ചെറുത്തുതോൽപ്പിക്കുവാൻ കഴിയും.

ആൽബസ് ഞെട്ടുന്നു.

ആൽബസ്

സെഡ്രിക്ക്?

സ്ക്കോർപിയസ്

നീ ഞങ്ങളെ രക്ഷിച്ചു.

സെഡ്രിക്ക്

ഇതുമൊരു മത്സരയിനമാണോ? നിങ്ങളും തടസങ്ങളാണോ? പറയ്. ഞാൻ നിങ്ങളെയും തോൽപ്പിക്കണോ?

നിശബ്ദത.

സ്ക്കോർപിയസ്

വേണ്ട. നീ ഞങ്ങളെ മോചിപ്പിച്ചാൽ മാത്രം മതി. അതാണ് മത്സരം.

സെഡ്രിക്ക് അതൊരു ചതിയാണോയെന്ന് ചിന്തിക്കുന്നു. എന്നിട്ട് തന്റെ മാന്ത്രിക വടി വീശുന്നു.

സെഡ്രിക്ക്

ഇമാൻസിപെയർ! ഇമാൻസിപെയർ!

അവർ മോചിക്കപ്പെടുന്നു.

എനിക്കിനി പോകാമല്ലോ? മത്സരം തുടരാമല്ലോ?

മത്സരാന്ത്യം അവനെ കാത്തിരിക്കുന്നത് എന്താണെന്ന് അവർക്കറിയാം. അവർ വേദനയോടെ സെഡ്രിക്കിനെ നോക്കുന്നു.

ആൽബസ്

നീ മത്സരം തുടരേണ്ടതുണ്ട്.

സെഡ്രിക്ക്

എങ്കിൽ ഞാൻ പോകട്ടെ.

സെഡ്രിക്ക് ആത്മവിശ്വാസത്തോടെ നടന്നകലുന്നു. ആൽബസ് നിസ്സഹായനായി നില്ക്കുന്നു. അവന് സെഡ്രിക്കിനോട് എന്തോ പറയണമെന്നുണ്ട്, പക്ഷെ എന്താണ് പറയേണ്ടിയതെന്നറിയില്ല,

ആൽബസ്

സെഡ്രിക്ക്-

സെഡ്രിക്ക് തിരിഞ്ഞുനോക്കുന്നു.

നിന്റെ അച്ഛൻ നിന്നെ ഒരുപാട് സ്നേഹിച്ചിരുന്നു.

സെഡ്രിക്ക് നെറ്റി ചുളിക്കുന്നു.

സെഡ്രിക്ക്

എന്താ?

അവർക്ക് പിന്നിൽ ഡെൽഫി പതുക്കെ അനങ്ങുന്നു. അവൾ നിലത്തുകൂടി ഇഴയുന്നു.

ആൽബസ്

അല്ല, നീയത് അറിയണമെന്ന് തോന്നി.

സെഡ്രിക്ക്

ശരി. ഹമ്... നന്ദി.

സെഡ്രിക്ക് ആൽബസിനെ ഒരു നിമിഷംകൂടി നോക്കുന്നു, എന്നിട്ട് നടത്തം തുടരുന്നു. ഈ സമയം ഡെൽഫി തന്റെ വസ്ത്രത്തിനുള്ളിൽനിന്ന് സമയസഞ്ചാരിയന്ത്രമെടുക്കുന്നു. സ്കോർപിയസ് അത് കാണുന്നു.

സ്കോർപിയസ്

ആൽബസ്!

ആൽബസ്

ഇല്ല. നിൽക്കൂ...

സ്കോർപിയസ്

സമയസഞ്ചാരി യന്ത്രം കറങ്ങിത്തുടങ്ങിയിരിക്കുന്നു... അവൾ എന്താണ് ചെയ്യുന്നതെന്ന് നോക്കിക്കേ.. നമ്മളെ ഇട്ടിട്ട് അവൾ പോകുവാൻ പാടില്ല.

ആൽബസും സ്കോർപിയസും യന്ത്രത്തിന്റെ അറ്റത്തെങ്കിലും പിടികിട്ടുവാനായി വേഗം ചാടിവീഴുന്നു.

അരങ്ങിൽ ഭയങ്കരമായ പ്രകാശം, ഇടിയുടെ ശബ്ദം. സൂചിയുടെ കറക്കം നിലയ്ക്കുന്നു. എന്നിട്ടത് പിന്നോട്ട് കറങ്ങുവാൻ തുടങ്ങുന്നു.

ആദ്യം പതുക്കെ, പിന്നെ അതിവേഗത്തിൽ.

ആൽബസ്...

ആൽബസ്

നമ്മളെന്താ ചെയ്തത്?

സ്കോർപിയസ്

യന്ത്രത്തിനൊപ്പം നമ്മളും പോകണമായിരുന്നു, അവളെ നമ്മൾ തടയണമായിരുന്നു.

ഡെൽഫി

എന്നെ തടയാനോ? നിങ്ങളെന്നെ എങ്ങനെ തടഞ്ഞെന്നാണ് കരുതുന്നത്? ഞാൻ നിറുത്തി ഈ പരുപാടി.

അവൾ സമയസഞ്ചരി യന്ത്രം കയ്യിൽ വെച്ച് ഞെരിക്കുന്നു. അത് ആയിരം കഷ്ണങ്ങളായി പൊട്ടിത്തെറിക്കുന്നു.

സെഡ്രിക്കിനെ ഉപയോഗിച്ച് ഇരുട്ടിന്റെ ലോകത്തെ തിരികെ കൊണ്ടുവരുവാനുള്ള സാധ്യത നിങ്ങൾ ഒരുപക്ഷേ നശിപ്പിച്ചിട്ടുണ്ടാവാം- സ്കോർപിയസ്, ചിലപ്പോൾ നീ പറഞ്ഞതുപോലെ പ്രവചനങ്ങൾ നടക്കാതിരുന്നേക്കാം. പക്ഷേ ഒരു കാര്യമുറപ്പാണ് നിങ്ങളെപ്പോലെ ഒന്നിന്നും കൊള്ളാത്ത രണ്ടെണ്ണങ്ങളെ ഉപയോഗിച്ച് എനിക്ക് മതിയായി. ഇനിയും എന്റെ വിലപ്പെട്ട സമയം നിങ്ങളുടെ മേൽ ഞാൻ കളയില്ല. പുതിയ മാർഗം കണ്ടുപിടിക്കുവാൻ സമയമായി.

ഡെൽഫി ആകാശത്തേയ്ക്കുയരുന്നു. അവൾ പോകുന്നു.

അവർ അവളെ പിന്തുടരുവാൻ ശ്രമിക്കുന്നു, പക്ഷേ തീരെ പറ്റുന്നില്ല. അവൾ പറക്കുന്നു. അവർ ഓടുന്നു.

ആൽബസ്

വേണ്ട വേണ്ട ...കഴിയില്ല.

സ്കോർപിയസ് തിരിച്ചുവന്നു സമയസഞ്ചാരി യന്ത്രത്തിന്റെ കഷ്ണങ്ങൾ പെറുക്കിയെടുക്കുവാൻ ശ്രമിക്കുന്നു.

സമയസഞ്ചാരി യന്ത്രം? അതാണോ ഈ കഷ്ണങ്ങളായി കിടക്കുന്നത്?

സ്കോർപിയസ്

അതെ. നമ്മളിവിടെ പെട്ടുപോയല്ലോ! ഈ സമയത്തിനുള്ളിൽ. നമ്മളിപ്പോൾ സമയത്തിൽ എവിടെയാണോ? അവളെന്തെക്കെയാണോ ചെയ്തുകൂട്ടുവാൻ പോകുന്നത്?

ആൽബസ് ചുറ്റും നോക്കുന്നു. ഇപ്പോൾ സംഭവിച്ചതെന്താണെന്ന് മനസിലാക്കുവാൻ ശ്രമിക്കുന്നു.

ആൽബസ്

ഹോഗ്വാർട്ട്സ് പഴയതുപോലെ തന്നെയുണ്ട്.

സ്കോർപിയസ്

അതെ. നമ്മുക്കിവിടെ നിന്ന് വേഗം പോകാം, ആരെങ്കിലും നമ്മളെ കണ്ടുപിടിക്കുന്നതിന് മുമ്പ്.

ആൽബസ്

സ്കോർപിയസ്, നമ്മൾ അവളെ തടയണം.

സ്കോർപിയസ്

എനിക്കറിയാം തടയണം- പക്ഷേ എങ്ങനെ?

അങ്കം മൂന്ന് രംഗം ഇരുപത്തിയൊന്ന്

സെന്റ് ഒസ്വാൾഡ്സ് ഹോം ഫോർ ഓൾഡ് വിച്ചസ് ആൻഡ് വിസാർഡ്സ്, ഡെൽഫിയുടെ മുറി

ഹാരിയും, ഹെർമയോണിയും, റോണും, ഡ്രാക്കോയും ജിന്നിയും ഓക്ക് മരത്തിന്റെ തടിപ്പാളികൾ പാകിയ ഭിത്തിയോടുകൂടിയ ഒരു സാധാരണ മുറിയ്ക്കുള്ളിൽ പ്രവേശിക്കുന്നു.

ഹാരി

അവൾ അദ്ദേഹത്തിന്റെ മേൽ ചിന്താക്കുഴപ്പ മന്ത്രമാണെന്ന് തോന്നുന്നു പ്രയോഗിച്ചത്. അദ്ദേഹത്തിന്റെ മാത്രമല്ല, എല്ലാവരുടെയും. അവൾ ഒരു നഴ്സായി അഭിനയിച്ചു, അദ്ദേഹത്തിന്റെ സഹോദരപുത്രിയായും.

ഹെർമയോണി

ഞാൻ മന്ത്രാലയുമായി ബന്ധപ്പെട്ടു - ഇങ്ങനെ ഒരാളെ പറ്റിയുള്ള ഒരു രേഖയുമില്ല. അവളൊരു മറയാണ്.

ഡ്രാക്കോ

സ്പെഷിയാലിസ് റെവേലിയോ!

എല്ലാവരും തിരിഞ്ഞ് ഡ്രാക്കോയെ നോക്കുന്നു. ഒരു ഭാവഭേതവുമില്ലാതെ ഡ്രാക്കോ അവരെ നോക്കുന്നു.

വെറുതേയൊന്ന് ശ്രമിച്ചുനോക്കാമല്ലോ! അവളെക്കുറിച്ച് നമുക്കൊന്നുമറിയില്ല. ഈ മുറിയിലെന്തെങ്കിലും ഒളിച്ചിരുപ്പുണ്ടെങ്കിലോ?

ജിന്നി

ഇവിടെ എവിടെ ഒളിപ്പിച്ചുവെക്കുവാനാ? മുറിക്കുള്ളിൽ ഒന്നും തന്നെയില്ല.

അങ്കം മൂന്ന് രംഗം ഇരുപത്തിയൊന്ന്

റോൺ

ഈ തടിപ്പാളികളോ, ഇതിന്റെയടിയിൽ എന്തെങ്കിലും ഉണ്ടെങ്കിലോ?

ഡ്രാക്കോ

അല്ലെങ്കിൽ ഈ കട്ടിലിൽ.

ഡ്രാക്കോ കട്ടിൽ പരിശോധിക്കുവാൻ തുടങ്ങുന്നു, ജിന്നി വിളക്കും. മറ്റുള്ളവർ തടിപ്പാളികളും.

റോൺ *(ചുറ്റിക കൊണ്ട് ഭിത്തിയിൽ ഇടിക്കുമ്പോൾ ഉറക്കെ പറയുന്നു)*

നീയെന്താ ഒളിപ്പിച്ചുവച്ചിരിക്കുന്നത്? എന്തായിവിടെ ഉള്ളത്?

ഹെർമയോണി

ഇതൊന്ന് നിറുത്തിയിട്ട് ഒന്ന് ചിന്തിച്ചു നോക്ക്.

ജിന്നി ഒരു എണ്ണവിളക്കിന്റെ മൂടി ഊരിയെടുക്കുന്നു. പെട്ടന്ന് രഹസ്യം പറയുന്ന പോലുള്ള ശബ്ദം. ഉടൻ തന്നെ സീൽക്കാര ശബ്ദത്തിലുള്ള സംസാരം കേട്ടുതുടങ്ങി. അവരെല്ലാവരും അതിലേയ്ക്ക് തിരിഞ്ഞുനോക്കുന്നു.

അത് എന്തായിരുന്നു?

ഹാരി

അത്- എനിക്ക് മനസിലാകേണ്ടതല്ല -അത് പാർസൽറ്റങ്ങാണ്.

ഹെർമയോണി

എന്താ അതിന്റെ അർത്ഥം?

ഹാരി

ഞാനെങ്ങനെ അറിയും...? വോൾഡമോർട്ട് മരിച്ചത് മുതൽ എനിക്കിത് മനസിലാക്കുവാൻ പറ്റിയിരുന്നില്ല.

ഹെർമയോണി

അപ്പോൾ നിന്റെ മുറിവും വേദനിച്ചിരുന്നില്ലല്ലോ.

ഹാരി ഹെർമയോണിയെ നോക്കുന്നു.

ഹാരി

അത് പറഞ്ഞത് 'സ്വാഗതം ഓഗ്റി' എന്നാണ്. എനിക്ക് തോന്നുന്നു അതിനോട് തുറക്കുവാൻ ഞാൻ പറയണമെന്ന്...

ഡ്രാക്കോ

എന്നാൽ അങ്ങനെ ചെയ്യൂ.

ഹാരി കണ്ണുകളടച്ച് പാർസൽറ്റങ്ങില് സംസാരിക്കുന്നു. അവർ നിന്നിരുന്ന മുറിയിലെ ഇരുട്ട് ഘനക്കുന്നു, അവിടം നിരാശജനകമാകുന്നു. പരസ്പ്പരം ചുറ്റിപ്പിണഞ്ഞു കിടക്കുന്ന ഒരു കൂട്ടം സർപ്പങ്ങളുടെ ചിത്രം ഭിത്തിയിൽ തെളിയുന്നു. അവയ്ക്ക് മുകളിൽ

ഒരു പ്രവചനം ഇരുട്ടത്ത് തിളങ്ങുന്ന ചായത്തിൽ എഴുതിയിരിക്കുന്നു.

എന്താണത്?

റോൺ

'ബലികളെ ബലികൊടുത്ത് കഴിയുമ്പോൾ, കാലചക്രം പിന്നോട്ട് തിരിഞ്ഞുകഴിയുമ്പോൾ, കാണാത്ത കുട്ടികൾ തങ്ങളുടെ പിതാക്കന്മാരെ കൊലചെയ്ത് കഴിയുമ്പോൾ: അപ്പോൾ ഡാർക്ക് ലോർഡ് തിരികെ വരും.'

ജിന്നി

പ്രവചനം. ഒരു പുതിയ പ്രവചനം.

ഹെർമയോണി

സെഡ്രിക്ക് - സെഡ്രിക്കിനെ ബലിയെന്നായിരുന്നു വിശേഷിപ്പിച്ചിരുന്നത്.

റോൺ

കാലചക്രം പിന്നോട്ട് തിരിഞ്ഞു കഴിയുമ്പോൾ - അവളുടെ കയ്യിൽ സമയസഞ്ചാരി യന്ത്രമില്ലേ?

എല്ലാ മുഖങ്ങളും വാടുന്നു.

ഹെർമയോണി

ഉണ്ടാവണം.

റോൺ

പക്ഷേ അവൾക്കെന്തിനാണ് സ്ക്കോർപ്പിയസിനെയും ആൽബസിനെയും?

ഹാരി

കാരണം ഞാനൊരു പിതാവാണ്- തന്റെ മകനെ കാണുവാൻ സാധിക്കാത്ത, മനസിലാക്കുവാൻ സാധിക്കാത്ത പിതാവ്.

ഡ്രാക്കോ

അവൾ ആരാണ്? ഇതൊക്കെ ചെയ്യുവാൻ!

ജിന്നി

അതിന്റെ ഉത്തരം ഇവിടെയുണ്ട്.

അവർ എല്ലാവരും അവൾക്ക് നേരെ തിരിയുന്നു. അവൾ അത് ചൂണ്ടിക്കാണിക്കുന്നു... എല്ലാവരുടെയും മുഖങ്ങളിൽ ഭീതി.

കാണികളിരിക്കുന്ന മുറിയുടെ എല്ലാ ഭിത്തികളിലും വാക്കുകൾ തെളിയുന്നു... ആപൽക്കരമായ, ഭീതിജനകമായ വാക്കുകൾ.

'ഞാൻ ഇരുട്ടിനെ പുനർജീവിപ്പിക്കും. ഞാൻ എന്റെ അച്ഛനെ തിരികെ കൊണ്ടുവരും.'

റോൺ

ഇല്ല. അങ്ങനെ സംഭവിക്കില്ല.

ഹെർമയോണി

ഇതെങ്ങനെ നടക്കും?

ഡ്രാക്കോ

വോൾഡമോർട്ടിന് ഒരു മകളുണ്ടെന്നോ?

എല്ലാവരും ഭയചകിതരായി നില്ക്കുന്നു. ജിന്നി ഹാരിയുടെ കൈകളിൽ മുറുക്കെ പിടിക്കുന്നു.

ഹാരി

ഇല്ല.. ഇല്ല..അത് സംഭവിക്കില്ല..മറ്റെന്ത് സംഭവിച്ചാലും അത് സംഭവിക്കുവാൻ പാടില്ല.

അരങ്ങിലെ വെളിച്ചം അണയുന്നു.

ഇടവേള

ഭാഗം രണ്ട്

അങ്കം നാല്

അങ്കം നാല് രംഗം ഒന്ന്

മായാജാല മന്ത്രാലയം, സമ്മേളന മുറി

സമ്മേളനമുറിയിൽ ലോകമാകമാനമുള്ള മന്ത്രവാദികൾ ഒത്തുകൂടിയിരിക്കുന്നു. പതിവിലും കൂടുതൽ ആളുകളുണ്ട്. അവരുടെയെല്ലാം മുഖത്ത് വല്ലാത്ത പിരിമുറുക്കം. മുറിയുടെ നടുവിലുള്ള സ്റ്റേജിലേയ്ക്ക് ഹെർമയോണി തിടുക്കപ്പെട്ട് നടക്കുന്നു. നിശബ്ദരാകുവാൻ സൂചിപ്പിച്ചുകൊണ്ട് ഹെർമയോണി തന്റെ മാന്ത്രികവടി ഉയർത്തുന്നു. എല്ലാവരും നിശബ്ദരാകുന്നു. അവൾ എന്താണ് പറയുവാൻ പോകുന്നതെന്ന് കേൾക്കുവാൻ എല്ലാവരും ആകാംഷയോടിരിക്കുന്നു. ആവർത്തിച്ച് പറയാതെതന്നെ എല്ലാവരും നിശബ്ദരായതിൽ അവൾ അത്ഭുതംകൂറുന്നു.

ഹെർമയോണി

ഇത് രണ്ടാം തവണയാണ് ഞാൻ അടിയന്തരമായി ഒരു ചർച്ച വിളിച്ചുകൂട്ടുന്നത്. ഇതിലും, ഒട്ടുമിക്ക എല്ലാവർക്കും പങ്കെടുക്കുവാൻ സാധിച്ചതിൽ സന്തോഷം. എനിക്ക് നിങ്ങളെ ഒരു കാര്യം അറിയിക്കുവാനുണ്ട്. ഞാനിത് പറഞ്ഞുകഴിയുമ്പോൾ നിങ്ങൾക്ക് ചോദിക്കുവാൻ നിരവധി ചോദ്യങ്ങളുണ്ടാവും. ആ ചോദ്യങ്ങളെല്ലാം ഞാൻ പരിഗണിക്കുന്നതാണ്.

നിങ്ങളിൽ മിക്കവർക്കും അറിയാവുന്നതു പോലെ, ഇന്നലെ ഹോഗ്വാർട്ട്സിൽ ഒരു കുട്ടി മരിച്ചനിലയിൽ കാണപ്പെടുകയുണ്ടായി. ആ കുട്ടിയുടെ പേര് ക്രേയിഗ് ബൗക്കർ എന്നാണ്. അവൻ മിടുക്കനായൊരു കുട്ടിയായിരുന്നു. ഈ നീച പ്രവർത്തിയുടെ ഉത്തരവാദി ആരാണെന്ന് കണ്ടുപിടിക്കുവാൻ നമ്മുക്കിതുവരെയും കഴിഞ്ഞിട്ടില്ല. പക്ഷെ, ഇന്നലെ ഞങ്ങൾ സെന്റ് ഓസ്വാൾഡ്സിൽ ഒരടിയന്തര പരിശോധന നടത്തുകയുണ്ടായി. അവിടുത്തെ ഒരു മുറിയിൽ നിന്ന്

ഞെട്ടിപ്പിക്കുന്ന രണ്ട് കാര്യങ്ങൾ അറിഞ്ഞു. ഒന്ന് അന്ധകാരത്തിന്റെ തിരിച്ചുവരവ് വാഗ്ദാനം ചെയ്യുന്നയൊരു പ്രവചനം, രണ്ടാമത്തേത് ഭിത്തിയിൽ തെളിഞ്ഞുവന്നൊരു പ്രഖ്യാപനം, ഡാർക്ക് ലോർഡിന്, വോൾഡമോർട്ടിന് ഒരു സന്തതിയുണ്ടെന്ന പ്രഖ്യാപനം.

വാർത്ത മുറിയിലാകെ മാറ്റൊലികൊള്ളുന്നു.

ഇതിനെ പറ്റി നമുക്ക് മറ്റൊന്നും അറിയില്ല. നമ്മൾ അന്വേഷണം തുടങ്ങിയതേയുള്ളു- ശവം തീനികളുമായി ബന്ധമുള്ളവരെയൊക്കെ ചോദ്യം ചെയ്യുന്നുണ്ട്, എന്നിട്ടും അങ്ങനെയൊരു മകളെപ്പറ്റിയോ, പ്രവചനത്തെ പറ്റിയോ ഒരു വിവരവും ലഭിച്ചിട്ടില്ല. പക്ഷെ ഇതിൽ എന്തോ സത്യമുള്ളതായി തന്നെയാണ് ഞങ്ങൾക്ക് തോന്നുന്നത്. ഈ കുട്ടിയെ വളരെ രഹസ്യമായാണ് ഇത്രയും നാളും വളർത്തിയിരുന്നത്, ഇപ്പോൾ അവൾ...

പ്രൊഫസർ മക്ഗോണഗൾ

അവൾ? ഒരു മകൾ? അയാൾക്ക് ഒരു മകളാണോ ഉള്ളത്?

ഹെർമയോണി

അതെ. ഒരു മകൾ.

പ്രൊഫസർ മക്ഗോണഗൾ

അവളിപ്പോൾ തടവിലാണോ?

ഹാരി

പ്രൊഫസർ, ചോദ്യങ്ങൾ ചോദിക്കുവാനുള്ള സമയം അല്ലിത്.

ഹെർമയോണി

അത് സാരമില്ല, ഹാരി. ഇല്ല പ്രൊഫസർ, അതുകൊണ്ടാണ് ഇത്രയും പ്രശ്നം. അവളെ തടവിലാക്കുവാൻ നമുക്കൊരു വഴിയുമില്ല. അവളെ തടയുവാൻ പോലും നമുക്ക് കഴിയില്ല. അവൾ നമ്മുടെ പരിധികൾക്കപ്പുറത്താണ്.

പ്രൊഫസർ മക്ഗോണഗൾ

നമുക്ക് അവളെ തിരഞ്ഞുതുടങ്ങിക്കൂടെ?

നിശബ്ദത. ഹെർമയോണി *ധൈര്യം സംഭരിച്ച് പറയുന്നു.*

ഹെർമയോണി

അവൾ ഒളിച്ചിരികുന്നത് - സമയത്തിലാണ് - കാലത്തിലാണ്.

പ്രൊഫസർ മക്ഗോണഗൾ

നീ ഇത്രയും നാളും ആ സമയസഞ്ചാരി യന്ത്രം സൂക്ഷിച്ചുവെച്ചത് കൊണ്ടല്ലേ ഈ പ്രശ്നങ്ങളൊക്കെ ഉണ്ടായത്?

ഹെർമയോണി

പ്രൊഫസർ, ഞാൻ ഉറപ്പുതരുന്നു-

പ്രൊഫസർ മക്ഗോണഗൾ

നീ വരുത്തിവെച്ചതാണിത് ഹെർമയോണി ഗ്രേഞ്ചർ!

ഹെർമയോണി *ആ ദേഷ്യത്തിന് മുമ്പിൽ ചൂളിപ്പോകുന്നു.*

ഹാരി

അവൾ ഈ കുറ്റപ്പെടുത്തൽ അർഹിക്കുന്നില്ല. നിങ്ങൾക്ക് ദേഷ്യപ്പെടുവാനുള്ള അവകാശമുണ്ട്. നിങ്ങൾക്കെല്ലാവർക്കുമുണ്ട്. പക്ഷെ, ഇത് ഹെർമയോണിയുടെ മാത്രം തെറ്റല്ല. എങ്ങനെയാണ് അവൾക്ക് സമയസഞ്ചാരി യന്ത്രം കിട്ടിയതെന്ന് ഞങ്ങൾക്കറിയില്ല. അത് ..എന്റെ മകൻ അവൾക്ക് കൊടുത്തതാണോ എന്നും സംശയമുണ്ട്.

ജിന്നി

ഞങ്ങളുടെ മകൻ കൊടുത്തതാണോ, അതോ അവന്റെ കയ്യിൽനിന്നും തട്ടിയെടുത്തതാണോ എന്നും അറിയില്ല.

ജിന്നി *സ്റ്റേജിൽ ഹാരിയ്ക്കൊപ്പം ചേരുന്നു.*

പ്രൊഫസർ മക്ഗോണഗൾ

നിങ്ങളുടെ ഐക്യമൊക്കെ പ്രശംസനീയം തന്നെ, പക്ഷെ അത് നിങ്ങൾ കാണിച്ച അശ്രദ്ധയുടെ ഗൗരവം ഒട്ടും കുറയ്ക്കുന്നില്ല.

ഡ്രാക്കോ

എങ്കിൽ ഞാനും ഇവർക്കൊപ്പമീ കുറ്റപ്പെടുത്തലുകൾ കേൾക്കേണ്ടിയവനാണ്.

ഡ്രാക്കോയും *സ്റ്റേജിൽ കയറി ജിന്നിക്കൊപ്പം നില്ക്കുന്നു. ഇതൊരു സ്പാർട്ടക്കസ് മുഹൂർത്തമാണ്.*

ഹെർമയോണിയും ഹാരിയും ഒരു കുറ്റവും ചെയ്തിട്ടില്ല, അവർ നമ്മളെ സംരക്ഷിക്കുവാനാണ് ശ്രമിച്ചുകൊണ്ടിരുന്നത്. അവർ തെറ്റുകാരാണെങ്കിൽ ഞാനും തെറ്റുകാരനാണ്.

ഹെർമയോണി *വികാരാധീനയാകുന്നു.* റോണും *ദൃഢനിശ്ചയത്തോടെ അവർക്കൊപ്പം ചേരുന്നു.*

റോൺ

ഇതിനെപറ്റി എനിക്ക് അധികമൊന്നുമറിയില്ല, അതുകൊണ്ടുതന്നെ ഉത്തരവാദിത്വം ഏറ്റെടുക്കുവാനും കഴിയില്ല- എന്റെ മക്കളും ഇതിൽ ഒരു വിധത്തിലും ഭാഗഭാക്കായിട്ടില്ല- പക്ഷെ ഇവർ ഇവിടെ നിൽക്കുകയാണെങ്കിൽ ഞാനും ഇവർക്കൊപ്പം കൂടുന്നു.

ജിന്നി

ആർക്കുമറിയില്ല അവർ എവിടെയാണെന്ന്. അവർ ഒരുമിച്ചാണോ അല്ലയോ എന്നുപോലുമറിയില്ല. അവളെ തടയുവാൻ അവർക്ക് കഴിയുന്നതൊക്കെ അവർ ചെയ്യുന്നുണ്ടാകുമെന്ന് എനിക്കുറപ്പാണ്.

ഹെർമയോണി

അന്വേഷണം ഇപ്പോളും നടന്നുകൊണ്ടിരിക്കുകയാണ്. ഞങ്ങൾ പ്രതീക്ഷ കൈവിട്ടിട്ടില്ല. രാക്ഷസരുടെ അടുത്തേയ്ക്കും, ട്രോളുകളുടെ അടുത്തേയ്ക്കും, ഞങ്ങൾക്ക് കഴിയുന്ന മറ്റെല്ലാവരുടെ അടുത്തേയ്ക്കും ആളുകളെ അയച്ചിട്ടുണ്ട്. രഹസ്യങ്ങൾ അറിയുവാൻ സാദ്ധ്യതയുള്ളവരെ അന്വേഷിച്ച് ഔറോറുകൾ പോയിട്ടുമുണ്ട്.

ഹാരി

പക്ഷെ ഒരു സത്യം നിഷേധിക്കുവാൻ കഴിയില്ല. നമ്മളുടെ ഭൂതകാലത്തിലെവിടെയോ നിന്നുകൊണ്ടൊരു മന്ത്രവാദിനി നമുക്കിന്നുവരെ അറിയാവുന്നതെല്ലാം തിരുത്തിയെഴുതുവാൻ ശ്രമിക്കുകയാണ്. അവൾ വിജയിക്കുകയോ പരാജയപ്പെടുകയോ ചെയ്യുന്നത് വരെ കാത്തിരിക്കുവാൻ മാത്രമാണ് നമുക്ക് കഴിയുക.

പ്രൊഫസർ മക്ഗോണഗൾ

അവൾ വിജയിച്ചെങ്കിലോ?

ഹാരി

എങ്കിൽ- ഈ മുറിൽ ഇപ്പമുള്ളവർ പലരും കാണില്ല. വോൾഡമോർട്ട് വീണ്ടും അധികാരത്തിലെത്തുകയും ചെയ്യും.

അങ്കം നാല് രംഗം രണ്ട്

സ്ക്കോട്ട്ലണ്ടിലെ മലമ്പ്രദേശം, അവീമോർ തീവണ്ടി സ്റ്റേഷൻ, 1981

ആൽബസും സ്ക്കോർപിയസും സ്റ്റേഷൻ മാസ്റ്ററെ *ആശങ്കയോടെ നോക്കുന്നു.*

ആൽബസ്

നമ്മളിൽ ആരെങ്കിലും അദ്ദേഹത്തോട് സംസാരിക്കണം, വേണ്ടേ?

സ്ക്കോർപിയസ്

എന്താ ചോദിക്കേണ്ടത്? മഗ്ഗിൾ സ്റ്റേഷൻ മാസ്റ്ററേ, ഇതുവഴിയൊരു മന്ത്രവാദിനി പറന്നുപോകുന്നത് കണ്ടായിരുന്നോ? അല്ലാ, ഇതേത് വർഷമാ? ഞങ്ങൾ കാരണം കുറേ പ്രശ്നങ്ങൾ ഉണ്ടായതുകൊണ്ട് ഹോഗ്വാർട്ട്സിൽ നിന്ന് ഓടി പോന്നതാണ്. ഇതൊക്കെയാണോ ചോദിക്കേണ്ടത്?

ആൽബസ്

നിനക്കറിയുമോ എന്നെ ഏറ്റവും അലട്ടുന്നതെന്താണെന്ന്? അച്ഛൻ വിചാരിച്ചിരിക്കുക നമ്മളിത് മനപ്പൂർവ്വം ചെയ്തതാണെന്നാവും.

സ്ക്കോർപിയസ്

ആൽബസ്, ശരിക്കും? നമ്മൾ ഏതോ സമയത്തിൽ പെട്ടിരിക്കുകയാ - ചിലപ്പോ എന്നന്നേയ്ക്കുമായി - എന്നിട്ടും നിനക്ക് വിഷമം നിന്റെ അച്ഛനെന്ത് വിചാരിക്കുമെന്നാണോ? നിങ്ങൾ രണ്ടിനെയും എനിക്കൊരിക്കലും മനസിലാവുകയില്ല, ഒരിക്കലും.

ആൽബസ്

മനസിലാക്കുവാൻ ഒരുപാടുണ്ട്. അച്ഛന്റേത് വളരെ സങ്കീർണമായൊരു വ്യക്തിത്വമാണ്.

സ്ക്കോർപിയസ്

പിന്നെ നിന്റെയോ? പെണ്ണുങ്ങളുടെ കാര്യത്തിൽ നിന്റെ അഭിരുചിയെപ്പറ്റി പറയാതിരിക്കുകയാ നല്ലത്...

അവൻ ആരെയാണ് ഉദ്ദേശിച്ചതെന്ന് അവർക്ക് രണ്ടുപേർക്കുമറിയാം.

ആൽബസ്

എനിക്കറിയാമായിരുന്നോ? അവൾ ക്രേയിഗിനോട് ചെയ്തത്...

സ്ക്കോർപിയസ്

ഏതായാലും നമുക്കിപ്പോൾ അതിനെപറ്റി ചിന്തിക്കേണ്ട. ഇപ്പോൾ ചിന്തിക്കുവാൻ അതിലും പ്രധാനപ്പെട്ട കുറേ കാര്യങ്ങളുണ്ട്. നമ്മുടെ കയ്യിൽ മന്ത്രവടിയില്ല, മാന്ത്രികച്ചൂലില്ല, നമ്മുടെ കാലത്തിലേയ്ക്ക് തിരിച്ചുപോവാൻ ഒരു വഴിയുമില്ല. ആകെ നമ്മുടെ കയ്യിലുള്ളത് ക്ഷണയുക്തിയാണ്. അതുപയോഗിച്ച് അവളെ തടുക്കണം.

സ്റ്റേഷൻ മാസ്റ്റർ *(സ്ക്കോട്ടിഷിൽ)*

യെ കെൻ ദ് ഓൾഡ് റീക്കി തീവണ്ടി വൈകി ഓടുന്നു?

സ്ക്കോർപിയസ്

എന്താ?

സ്റ്റേഷൻ മാസ്റ്റർ

ദ് ഓൾഡ് റീക്കി തീവണ്ടിക്കുവേണ്ടി കാത്തിരിക്കുകയാണ് നിങ്ങളെങ്കിൽ, യു വിൽ നീഡ് റ്റേ കെൻ ഇറ്റ്സ് റണ്ണിങ് ലേറ്റ്. ട്രെയിൻ വർക്ക്സ് ഓൺ ദ ലയിൻ. ഇറ്റ്സ് ഓൻ ദി അമെൻഡഡ് ടൈം ബുയിർഡ്.

ഒന്നും മനസിലാക്കാതെ നിൽക്കുന്ന കുട്ടികളെ നോക്കി അയാൾ നെറ്റി ചുളിക്കുന്നു. ഭേദഗതി വരുത്തിയ സമായക്രമ പട്ടിക അയാൾ അവർക്ക് കൊടുക്കുന്നു. അയാൾ അതിന്റെ വലത്തുവശത്തേയ്ക്ക് ചൂണ്ടിക്കാണിക്കുന്നു.

വൈകി... വൈകി.

ആൽബസ് അതെടുത്ത് പരിശോധിക്കുന്നു. അത് വായിക്കുന്നതനുസരിച്ച് അവന്റെ മുഖഭാവം മാറുന്നു. സ്ക്കോർപിയസ് സ്റ്റേഷൻ മാസ്റ്ററെ തുറിച്ചുനോക്കിക്കൊണ്ട് നിൽക്കുന്നു.

ആൽബസ്

അവൾ എവിടെക്കാണുമെന്ന് എനിക്കറിയാം.

സ്ക്കോർപിയസ്

അതെങ്ങനെ മനസിലായി?

ആൽബസ്

ഈ കടലാസിലെ തിയതി നോക്ക് നീ.

സ്കോർപിയസ് അത് വായിക്കുന്നു.

സ്കോർപിയസ്

1981 ഒക്റ്റോബർ മുപ്പത്. ഹാലോസ് ദിനത്തിന്റെ തലേന്ന്, മുപ്പത്തിയൊമ്പത് വർഷങ്ങൾക്ക് മുമ്പ്. പക്ഷേ - അവൾ എന്തിന്? ഓ...

സ്കോർപിയസിന് കാര്യങ്ങൾ മനസിലാകുന്നു.

ആൽബസ്

എന്റെ മൂത്തച്ഛന്റെയും മുത്തശ്ശിയുടെയും മരണം. അച്ഛൻ കൈക്കുഞ്ഞായിരിക്കുമ്പോൾ ഉണ്ടായ ആക്രമണം... വോൾഡമോർട്ടിന്റെ മന്ത്രം അയാളെതന്നെ ഇല്ലാതാക്കിയ ദിവസം... അവൾ ആ പ്രവചനം സത്യമാക്കുവാനുള്ള ശ്രമങ്ങൾ ഉപേക്ഷിച്ചെന്ന് തോന്നുന്നു - അവൾ ഇപ്പോൾ ശ്രമിക്കുന്നത് ആ വലിയ പ്രവചനം സംഭവിക്കാതിരിക്കുവാനായാണ്.

സ്കോർപിയസ്

വലിയ പ്രവചനമോ?

ആൽബസ്

'ഡാർക്ക് ലോർഡ് വരുമ്പോൾ അവനെ തുടച്ചുനീക്കുവാൻ ശക്തിയുള്ളവൻ...

സ്കോർപിയസും അവനൊപ്പം ചേരുന്നു.

സ്കോർപിയസും ആൽബസും

'...അവനെ മൂന്നുതവണ വെല്ലുവിളിച്ചവർക്ക് പിറന്നവൻ, ഏഴാം മാസം തീർന്നപ്പോളുണ്ടായവൻ...'

അത് പറയുന്നതിനൊപ്പവും സ്കോർപിയസിന്റെ മുഖം വാടുന്നു.

സ്കോർപിയസ്

എന്റെ തെറ്റാണിത്. പ്രവചനങ്ങൾ തിരുത്താമെന്ന ചിന്ത അവളുടെ തലയിലിട്ടത് ഞാനാണ് - ഞാനാണ് പറഞ്ഞത് പ്രവചനങ്ങളുടെ യുക്തിയെ ചോദ്യം ചെയ്യാമെന്ന്-

ആൽബസ്

ഇരുപത്തിനാല് മണിക്കൂറിനുള്ളിൽ കുഞ്ഞു ഹാരി പോട്ടറിനെ കൊല്ലുവാൻ ശ്രമിച്ച് വോൾഡമോർട്ട് സ്വയം ശാപത്തിനിരയാകുവാൻ പോകുന്നു. ഡെൽഫി അത് തടയുവാനാണ് ശ്രമിക്കുന്നത്. അവൾ ഹാരിയെ കൊല്ലുവാൻ പോകുകയാണ്. നമ്മുക്ക് ഉടനടി ഗോഡ്രിക്ക് ഹോളോയിലേയ്ക്ക് പോകണം.

അങ്കം നാല് രംഗം മൂന്ന്

ഗോഡ്രിക്ക് ഹോളോ, 1981

ആൽബസും സ്കോർപിയസും ഗോഡ്രിക്ക് ഹോളോയിലൂടെ നടക്കുന്നു. തിരക്കുള്ള മനോഹരമായൊരു ഗ്രാമമാണത്.

സ്കോർപിയസ്

ആക്രമണം നടന്നതിന്റെ പ്രകടമായ ഒരു സൂചനയും ഞാൻ കാണുന്നില്ല.

ആൽബസ്

ഇത് തന്നെയാണോ *ഗോഡ്രിക്ക് ഹോളോ?*

സ്കോർപിയസ്

അച്ഛൻ നിന്നെയൊരിക്കലും ഇവിടെ കൊണ്ടുവന്നിട്ടില്ലേ?

ആൽബസ്

അച്ഛൻ കുറേ തവണ ശ്രമിച്ചതാണ്, പക്ഷേ ഞാൻ വിസ്സമ്മതിച്ചു.

സ്കോർപിയസ്

ഇവിടെ മുഴുവൻ കണ്ടുനടക്കുവാനുള്ള സമയമില്ല നമുക്ക് - അപകടകാരിയായ ഒരു മന്ത്രവാദിയിൽ നിന്ന് നമുക്ക് ലോകത്തെ രക്ഷിക്കേണ്ടതുണ്ട്- പക്ഷേ സെന്റ്. ജെറോംസ് ദേവാലയം നമുക്ക് വേണമെങ്കിൽ പരിഗണിക്കാം...

അവൻ അത് പറയുമ്പോൾ ഒരു ദേവാലയം അരങ്ങിൽ കാണപ്പെടുന്നു.

ആൽബസ്

ഗംഭീരം തന്നെ.

സ്കോർപിയസ്

അതെ, സെന്റ് ജെറോംസ് ശ്മശാനവും ഇതുപോലെ വല്യ പ്രൌഢിയുള്ളതാണെന്നാ കേട്ടിരിക്കുന്നത് (എതിർ ദിശയിലേയ്ക്ക് ചൂണ്ടിക്കാണിക്കുന്നു), അവിടെയാണ് ഹാരി പോട്ടറിന്റെയും, മാതാപിതാക്കളുടെയും പ്രതിമകൾ.

ആൽബസ്

അച്ഛന് പ്രതിമയോ?

സ്കോർപിയസ്

ഇതുവരെയുമില്ല. പക്ഷേ ഉണ്ടാകും. ഇതാ ഈ വീട്ടിലാണ് ബത്തിൽഡാ ബാഗ്ഷോട്ട് ജീവിച്ചിരുന്നത്... ജീവിക്കുന്നത്.

ആൽബസ്

ബത്തിൽഡാ ബാഗ്ഷോട്ട്? *മായാജാലത്തിന്റെ ചരിത്രം* രചിച്ച ബത്തിൽഡാ ബാഗ്ഷോട്ട്?

സ്കോർപിയസ്

അതുതന്നെ. നോക്ക് അതവരാണ്... ഉയ്യോ...

ആൽബസ്

സ്കോർപിയസ്!

സ്കോർപിയസ്

നമ്മളെത്തിപ്പോയല്ലോ. ഇതാണ്-

ആൽബസ്

ജയിംസിന്റെയും, ലില്ലിയുടെയും, ഹാരി പോട്ടറിന്റെയും വീട്...

ചെറുപ്പക്കാരായ ദമ്പതികൾ ഉന്തുകസേരയിൽ സുന്ദരനായ ഒരു കുഞ്ഞുമായി വീടിന് പുറത്തേയ്ക്ക് വരുന്നു. ആൽബസ് അവരുടെ അടുത്തേയ്ക്ക് പോകുവാൻ തുടങ്ങുന്നു. സ്കോർപിയസ് അവനെ പിടിച്ചുനിർത്തുന്നു.

സ്കോർപിയസ്

അവർ നിന്നെ കാണാൻ പാടില്ല, ആൽബസ്. അങ്ങനെ സംഭവിച്ചാൽ എല്ലാം നാശമാകുവാൻ സാധ്യതയുണ്ട്. ഇപ്പോൾ നമ്മുക്കിത് ചെയ്യുവാൻ ഒരു നിർവാഹവുമില്ല.

ആൽബസ്

അപ്പോൾ അവളിതുവരെ...ഇതുവരെയൊന്നും...

സ്കോർപിയസ്

നമ്മളിനി എന്താ ചെയ്യേണ്ടത്? അവളോട് പൊരുതുവാൻ തയാറെടുക്കണോ?

ആൽബസ്

ശരിയാ. അതിനെപ്പറ്റി നമ്മൾ ചിന്തിച്ചതേയില്ലല്ലേ? എന്താ നമ്മൾ ചെയ്യുക? നമ്മളെങ്ങനെയാ എന്റെ അച്ഛനെ സംരക്ഷിക്കുക?

അങ്കം നാല് രംഗം നാല്

മായാജാല മന്ത്രാലയം, ഹാരിയുടെ ഓഫീസ് മുറി

ഹാരി അതിവേഗത്തിൽ ചില എഴുത്തുപണികൾ ചെയ്തുകൊണ്ടിരിക്കുന്നു.

ഡംബൽഡോർ
ശുഭ സായാഹ്നം, ഹാരി.

ഹാരി ഡംബൽഡോറിന്റെ ഛായാചിത്രത്തിലേയ്ക്ക് നോക്കുന്നു. അവന്റെ മുഖത്ത് അനുത്സുകത.

ഹാരി
പ്രൊഫസർ ഡംബൽഡോർ, എന്റെ ഓഫീസിലോ? ഇന്നിവിടെയായിരിക്കുമല്ലേ ജോലി?

ഡംബൽഡോർ
നീയെന്ത് ചെയ്യുകയാണ്?

ഹാരി
ഈ രേഖകളൊക്കെ ഒന്നുകൂടിയൊന്ന് പരിശോധിക്കുകയാണ്, പ്രധാനപ്പെട്ട എന്തെങ്കിലും ഞാൻ വിട്ടുപോയിട്ടുണ്ടോ എന്ന്. നമ്മുക്ക് പൊരുതുവാൻ പരിമിതമായ മാർഗങ്ങളേയുള്ളു. അതിന് സഹായകമാകുന്ന എന്തെങ്കിലും ലഭിക്കുമോയെന്ന് നോക്കുകയാണ്. യുദ്ധം നടക്കുന്നത് നമ്മുക്ക് ചെന്നെത്താവുന്നതിലും ഒരുപാട് ദൂരെയാകുമ്പോൾ മറ്റെന്ത് ചെയ്യുവാനാണ്.

നിശബ്ദത. ഡംബൽഡോർ ഒന്നും പറയുന്നില്ല

താങ്കൾ എവിടെയായിരുന്നു, ഡമ്പൽഡോർ?

ഡംബൽഡോർ
ഞാനിവിടെയുണ്ടല്ലോ ഇപ്പോൾ.

ഹാരി

യുദ്ധത്തിൽ തോൽക്കുകയാണെന്ന് അറിഞ്ഞുവന്നതാണോ? അതോ വോൾഡമോർട്ട് തിരിച്ചുവരും എന്നുള്ള സാധ്യത തള്ളിക്കളയുവാൻ വന്നതോ?

ഡംബൾഡോർ

അതിന് സാധ്യത ഇല്ലാതെയില്ല.

ഹാരി

ഇനി നിൽക്കണമെന്നില്ല, താങ്കൾ പൊയ്ക്കോളു. ഇപ്പോളെനിക്ക് താങ്കളുടെ സഹായം ആവശ്യമില്ല. ഏറ്റവും ആവശ്യമുണ്ടായിരുന്നപ്പോളൊന്നും നിങ്ങൾ വന്നിട്ടില്ല. താങ്കളില്ലാതെ മൂന്ന് തവണ ഞാൻ വോൾഡമോർട്ടിനെ നേരിട്ടതാണ്. ഇനിയും ഞാൻ ഒറ്റയ്ക്ക് തന്നെ അയാളെ നേരിട്ടുകൊള്ളാം.

ഡംബൾഡോർ

ഹാരി, നിനക്ക് പകരം എനിക്കയാളെ നേരിടണമെന്നുണ്ട്. എനിക്ക് കഴിയുമായിരുന്നെങ്കിൽ ഞാൻ നിന്നെ എന്നേ ഇതിൽ നിന്ന് രക്ഷിച്ചേനെ-

ഹാരി *പൊട്ടിത്തെറിക്കുന്നു.*

ഹാരി

സ്നേഹം നമ്മളെ അന്ധരാക്കും, അല്ലേ? അതിന്റെ അർത്ഥം എന്താണന്നെങ്കിലും താങ്കൾക്കറിയുമോ? ആ ഉപദേശം എന്തൊരു അബദ്ധമായിരുന്നുവെന്ന് അറിയുമോ? എന്റെ മകൻ എവിടെയോ നമ്മുക്ക് വേണ്ടി യുദ്ധം ചെയ്യുകയാണ്, ഞാൻ നിങ്ങൾക്ക് വേണ്ടി ചെയ്തത് പോലെ. ഞാൻ അവനൊരു നല്ല അച്ഛനേ ആയിരുന്നില്ലയെന്ന് ഞാൻ തെളിയിച്ചുകഴിഞ്ഞു. എനിക്ക് നിങ്ങളിൽ നിന്നുമുണ്ടായിട്ടുള്ള അനുഭവങ്ങൾ പോലെ, പല അവസരങ്ങളിലും താൻ സ്നേഹിക്കപ്പെടുന്നുണ്ടെന്ന് പോലും അവന് തോന്നിയിട്ടില്ലായിരിക്കും. അവന്റെയുള്ളിൽ എന്നോട് അമർഷം മാത്രമാണ്. വർഷങ്ങളെടുക്കും അവന് ഇതെല്ലാം മനസിലാകുവാൻ.

ഡംബൾഡോർ

നീ പ്രൈവറ്റ് ഡ്രൈവിനെ പറ്റിയാണ് പറയുന്നതെങ്കിൽ-

ഹാരി

ഞാൻ ആരാണെന്നറിയാതെ, എന്തിനവിടെ ജീവിക്കുന്നുവെന്നറിയാതെ, എന്നെ സ്നേഹിക്കുന്ന ആരെങ്കിലും ഉണ്ടോയെന്നുപോലും അറിയാതെ പല വർഷങ്ങൾ ഞാനവിടെ ഒറ്റയ്ക്ക് കഴിയേണ്ടിവന്നു!

ഡംബൾഡോർ

എനിക്ക്- നീയുമായി അധികം അടുത്തുപോകുമോ എന്ന ഭയമായിരുന്നു-

ഹാരി

അപ്പോളും നിങ്ങൾക്ക് സ്വന്തം രക്ഷ മാത്രം!

ഡംബൾഡോർ

അല്ല, ഞാൻ നിന്നെ സംരക്ഷിക്കുകയായിരുന്നു. നീ വേദനിക്കാതിരിക്കുവാനായിരുന്നു...

ഡമ്പൾഡോർ ചിത്രത്തിൽ നിന്നും അവനെ തൊടുവാൻ നോക്കുന്നു. കഴിയുന്നില്ല. അദ്ദേഹത്തിന്റെ കണ്ണുനിറഞ്ഞുവെങ്കിലും, അത് മറയ്ക്കുവാൻ ശ്രമിക്കുന്നു.

എന്നാലും അവസാനം നിന്നെ കാണുക തന്നെ ചെയ്തില്ലേ... പതിനൊന്ന് വയസ്സായിരുന്നു നിനക്ക്.. ധൈര്യശാലിയായൊരു കുട്ടി... പിന്നിടേണ്ടി വന്ന വഴികളിലൂടെയെല്ലാം ഒരു പരാതിപോലും പറയാതെ നീ നടന്നു. ഞാൻ തീർച്ചയായും നിന്നെ സ്നേഹിച്ചിരുന്നു... പക്ഷേ എനിക്കറിയാമായിരുന്നു അത് വീണ്ടും സംഭവിക്കുമെന്ന്... ഞാൻ സ്നേഹിച്ചവർക്കെല്ലാം തിരുത്തുവാനാകാത്ത നഷ്ടങ്ങളേ ഞാൻ സമ്മാനിച്ചിട്ടുള്ളു... ആരെയും സ്നേഹിക്കുവാൻ പറ്റിയ വ്യക്തിയല്ല ഞാൻ... വേദനയുണ്ടാക്കാതെ ഞാനിതുവരെയും ആരെയും സ്നേഹിച്ചിട്ടില്ല...

ഹാരി

ഇത് അന്നേ പറഞ്ഞിരുന്നെങ്കിൽ, എനിക്കിത്ര വേദനയുണ്ടാവില്ലായിരുന്നു...

ഡംബൾഡോർ *(ഇപ്പോൾ അവൻ കാൺകെ കരയുന്നു)*

ഞാൻ അന്ധനായിരുന്നു. അതാണ് സ്നേഹം ചെയ്യുക. ഈ അപകടകാരിയായ, വൃദ്ധനായ ഞാൻ നിന്നെ സ്നേഹിക്കുന്നു എന്ന് പറയുന്നത് കേൾക്കുവാൻ നീ ആഗ്രഹിക്കുന്നുണ്ടെന്ന് എനിക്ക് കാണുവാൻ കഴിഞ്ഞില്ല...

നിശബ്ദത. രണ്ടുപേരും വികാരാധീനരായിരിക്കുന്നു.

ഹാരി

ഞാൻ ഒരിക്കലും പരാതി പറഞ്ഞിട്ടില്ല എന്നുപറഞ്ഞത് സത്യമല്ല.

ഡംബൾഡോർ

ഹാരി, വികാരനിയന്ത്രിതമായ ഈ ലോകത്ത് പൂർണ്ണമായ ഉത്തരം എന്നത് ഒരു സങ്കൽപ്പം മാത്രമാണ്. പൂർണ്ണത മനുഷ്യവംശത്തിന്റെയും, മായാജാലത്തിന്റെയും പരിധികൾക്കപ്പുറമാണ്. സന്തോഷത്തിന്റെ ഓരോ

നിമിഷവും, ഇനി വരുവാൻ പോകുന്ന വേദനയെക്കുറിച്ചുള്ള ഓർമപ്പെടുത്തലുകൾ ഉണ്ടാവും. നിങ്ങൾ സ്നേഹിക്കുന്നവരോട് സത്യസന്ധമായി പെരുമാറുക, നിങ്ങളുടെ വേദനയും, വിഹ്വലതകളും അവരും അറിയട്ടെ. വേദനിക്കുക എന്നത് ശ്വസിക്കുകയെന്നത് പോലെ മാനുഷികമാണ്.

ഹാരി

ഇതിന് മുമ്പും എന്നോട് നിങ്ങളിത് പറഞ്ഞിട്ടുണ്ട്.

ഡംബൾഡോർ

ഇന്നും നിനക്ക് തരുവാൻ എനിക്കീ ഉപദേശം മാത്രമേയുള്ളു.

അദ്ദേഹം പോകുവാൻ തുടങ്ങുന്നു.

ഹാരി

പോകരുതേ!

ഡംബൾഡോർ

നമ്മളെ സ്നേഹിക്കുന്നവർ ഒരിക്കലും നമ്മളെ വിട്ടുപോകുന്നില്ല, ഹാരി. മരണത്തിന് തൊടാൻ കഴിയാത്ത ചില കാര്യങ്ങളുണ്ട്. വേദന...ഓർമകൾ...സ്നേഹം.

ഹാരി

ഞാനും നിങ്ങളെ സ്നേഹിച്ചിരുന്നു, ഡംബൾഡോർ.

ഡംബൾഡോർ

എനിക്കറിയാം.

അദ്ദേഹം പോകുന്നു, മുറിയിൽ ഹാരി ഒറ്റയ്ക്കാകുന്നു. ഡ്രാക്കോ *പ്രവേശിക്കുന്നു.*

ഡ്രാക്കോ

നിനക്കറിയുമോ, സ്ക്കോർപിയസ് കണ്ട ലോകത്തിൽ- ഞാനായിരുന്നു മാന്ത്രിക നിയമ നിർവ്വഹണത്തിന്റെ തലവൻ? താമസിക്കാതെ തന്നെ ചിലപ്പോൾ ഈ മുറി എന്റെയാകും. നിനക്കതിൽ കുഴപ്പമില്ലല്ലോ അല്ലേ?

ഹാരി *ദു:ഖത്തിലാണ്.*

ഹാരി

കടന്നു വരൂ- ഞാനിവിടെയെല്ലാം കാണിച്ചുതരാം.

ഡ്രാക്കോ *അൽപ്പം മടിയോടെ അകത്തേയ്ക്ക് പ്രവേശിക്കുന്നു. അവൻ താല്പര്യമില്ലാതെ ചുറ്റും നോക്കുന്നു.*

ഡ്രാക്കോ

സത്യത്തിൽ മന്ത്രാലയത്തിലെ ആരുമാകുവാൻ എനിക്കൊരിക്കലും ആഗ്രഹം തോന്നിയിട്ടേയില്ല.

മന്ത്രാലയത്തിന്റെ സമയസഞ്ചാരി യന്ത്രത്തിനോട് പുള്ളിക്കൊരു പ്രത്യേക താൽപ്പര്യമായിരുന്നു. ഒരു മണിക്കൂർ പിന്നോട്ട് പോകുവാനുള്ള കഴിവുണ്ടായിരുന്നുവെങ്കിൽ എന്ന് അച്ഛൻ ആഗ്രഹിച്ചിരുന്നു, വർഷങ്ങൾ പിന്നോക്കം പോകുവാനുള്ള കഴിവ്. പക്ഷേ ഒരിക്കൽ പോലും അദ്ദേഹം അത് ഉപയോഗിച്ചിട്ടില്ല, എനിക്ക് തോന്നുന്നു വോൾഡമോർട്ടില്ലാത്ത ലോകത്തെ തന്നെയാണ് അച്ഛനും രഹസ്യമായി ഇഷ്ടപ്പെട്ടിരുന്നതെന്ന്. എന്തായാലും, അച്ഛന് വേണ്ടിയാണ് ആ സമയസഞ്ചാരി യന്ത്രം ഉണ്ടാക്കപ്പെട്ടത്.

ഹാരി

എന്നിട്ട് നിന്റെ കയ്യിലുണ്ടോ അതിപ്പോഴും?

ഡ്രാക്കോ *സമയസഞ്ചാരി യന്ത്രം പുറത്തെടുക്കുന്നു.*

ഡ്രാക്കോ

ഇതിന് ആ അഞ്ച് നിമിഷത്തിന്റെ പ്രശ്നമേയില്ല, കണ്ടോ സ്വർണം പോലെ തിളങ്ങുന്നത്, മാൽഫോയികൾക്ക് ഇഷ്ടപ്പെടുന്നത് പോലെ തന്നെ. നീ ചിരിക്കുകയാണല്ലോ.

ഹാരി

ഹെർമയോണി ഗ്രേഞ്ചർ. ഇക്കാരണത്താലാണ് അപ്പോൾ അവൾ ആദ്യത്തെ യന്ത്രം നശിപ്പിക്കാതിരുന്നത്. അതുപോലത്തെ ഒന്നുകൂടിയുണ്ടെങ്കിലോ എന്ന പേടികൊണ്ട്. ഇത് കയ്യിൽ വെച്ചിരുന്നത് ആരെങ്കിലും അറിഞ്ഞിരുന്നെങ്കിൽ നീ അസ്ക്കബാനിൽ കിടന്നേനെ ഇപ്പോൾ.

ഡ്രാക്കോ

മറിച്ചൊന്ന് ചിന്തിച്ച് നോക്കിക്കെ - എനിക്ക് പഴയ കാലത്തിലേയ്ക്ക് പോകുവാനുള്ള കഴിവുണ്ടെന്ന് ആരെങ്കിലും അറിഞ്ഞിരുന്നെങ്കിൽ എന്റെ മകനെക്കുറിച്ചുള്ള കഥകൾ ഒന്നുകൂടിയൊന്ന് ഊട്ടിയുറച്ചേനെ.

ഹാരി ഡ്രാക്കോയെ *നോക്കുന്നു. അവനിപ്പോൾ* ഡ്രാക്കോയെ *പൂർണമായും മനസിലാകുന്നുണ്ട്.*

ഹാരി

സ്ക്കോർപിയസ്.

ഡ്രാക്കോ

ഞങ്ങൾക്ക് കുട്ടികൾ ഉണ്ടാകുമായിരുന്നു. പക്ഷേ അസ്റ്റോറിയ തീരെ ദുർബലയായിരുന്നു. രക്ത ശാപം, അതും മാരകമായത്. അവളുടെ ഒരു പൂർവികയ്ക്കാണ് ശാപം കിട്ടിയത്. അതവൾക്കും പിടിപെട്ടു. നിനക്കറിയാലോ ഇത്തരം രോഗങ്ങൾ ഒരിക്കൽ ബാധിച്ചുകഴിഞ്ഞാൽ, എത്ര തലമുറകൾ കഴിഞ്ഞാലും, ആ പരമ്പരയിൽ പെട്ടവരെ

വേട്ടയാടിക്കൊണ്ടേയിരിക്കും.

ഹാരി

ഡ്രാക്കോ, നിനക്ക് സംഭവിച്ചതിൽ എനിക്കും വിഷമമുണ്ട്.

ഡ്രാക്കോ

അവളുടെ ജീവന് ഭീഷണിയാണെങ്കിൽ കുട്ടികളെ വേണ്ടെന്നായിരുന്നു എന്റെ തീരുമാനം. അച്ഛൻ എന്തൊക്കെ പറഞ്ഞിട്ടും - മാൽഫോയി പരമ്പര എന്നിൽ ഒടുങ്ങിയാലും വേണ്ടില്ലെന്നവളോട് ഞാൻ പറഞ്ഞതാണ്. പക്ഷേ അവൾക്ക് നിർബന്ധമായിരുന്നു - മാൽഫോയികുടുംബം നിലനിൽക്കുവാനോ, ശുദ്ധ രക്തക്കാർക്ക് വേണ്ടിയോ ഒന്നുമായിരുന്നില്ല- പക്ഷേ ഞങ്ങൾക്ക് വേണ്ടി. അങ്ങനെ ഞങ്ങളുടെ മകൻ സ്ക്കോർപിയസ് ഉണ്ടായി- അതോടുകൂടി അവളുടെ ആരോഗ്യം തീരെ ക്ഷയിച്ചെങ്കിലും, ഞങ്ങളുടെ രണ്ടിന്റെയും ജീവിതത്തിലെ ഏറ്റവും നല്ല ദിവസമായിരുന്നത്. ഞങ്ങൾ എല്ലാവരിൽ നിന്നുമകന്ന് ജീവിച്ച് തുടങ്ങി- ഞങ്ങൾ മൂന്നുപേരും- അവളുടെ ശക്തി മുഴുവനും എനിക്ക് സൂക്ഷിക്കണമായിരുന്നു- അതോടുകൂടിയാണ് ആ കുപ്രചാരണങ്ങൾ തുടങ്ങിയത്.

ഹാരി

നീ കടന്നുപോയ സാഹചര്യങ്ങളൊന്നും എനിക്ക് ചിന്തിക്കുവാൻ കൂടി കഴിയില്ല.

ഡ്രാക്കോ

വാർദ്ധക്ക്യം കാണുന്നത് വരെ താൻ ജീവിച്ചിരിക്കയില്ലെന്ന് അസ്റ്റോറിയയ്ക്ക് പണ്ടേ തീർച്ചയായിരുന്നു. അവൾ പോയിക്കഴിഞ്ഞും എന്റെ കൂട്ടിന് ഒരാൾ വേണമെന്ന് അവൾക്കുണ്ടായിരുന്നു... കാരണം അവൾക്കറിയാമായിരുന്നു ഡ്രാക്കോ മാൽഫോയിയുടെ ജീവിതം എത്ര ഒറ്റപ്പെട്ടതാണെന്ന്. എല്ലാവരും എപ്പോളും സംശയദൃഷ്ടിയോടെ മാത്രമേ എന്നെ നോക്കിയിരുന്നുള്ളു... ഭൂതകാലത്തിൽ നിന്നെനിക്കൊരിക്കലും രക്ഷയുണ്ടായിട്ടില്ല. പക്ഷേ ഞാൻ സ്വപ്നത്തിൽ പോലും ചിന്തിച്ചില്ല, ഈ മുൻവിധികളുടെ ലോകത്ത് നിന്നവനെ ഒളിപ്പിച്ചുവെച്ചതിന് ഇത്രയും വലിയൊരു പ്രത്യാഘാതം നേരിടേണ്ടിവരുമെന്ന്.

ഹാരി

സ്നേഹം എല്ലാവരെയും അന്ധരാക്കും. നമ്മൾ രണ്ടുപേരും നമ്മുടെ മക്കൾക്ക് കൊടുക്കുവാൻ ശ്രമിച്ചത് അവർ ആഗ്രഹിക്കുന്ന ജീവിതമല്ല, മറിച്ച് നമ്മൾ ആഗ്രഹിക്കുന്നതാണ്. നമ്മളുടെ ഭൂതകാലം തിരുത്തിയെഴുതുവാനുള്ള തിരക്കിൽ നമ്മൾ അവരുടെ

ജീവിതം ഇരുട്ടിലാക്കി.

ഡ്രാക്കോ

അതുകൊണ്ടാണ് നിനക്കിത് ആവശ്യം വരുമെന്നെനിക്ക് തോന്നിയത്. അസ്റ്റോറിയയോടൊപ്പം ഒരു നിമിഷം കൂടിയെങ്കിലും ജീവിക്കുവാൻ വേണ്ടി ഞാൻ എന്റെ ആത്മാവിനെ തന്നെ വിൽക്കുവാൻ തയ്യാറാണ്. എന്നിട്ടും ഒരിക്കൽ പോലും ഇതുപയോഗിക്കാതെ ഞാൻ സൂക്ഷിച്ചു.

ഹാരി

ഇല്ല ഡ്രാക്കോ... കഴിയില്ല. നമ്മുക്കിത് ഉപയോഗിക്കുവാൻ കഴിയില്ല.

ഡ്രാക്കോ ഹാരിയെ നോക്കുന്നു, ഇത് ആദ്യമായാണ് അവർ സഹൃദപൂർവ്വമായൊരു നോട്ടം കൈമാറുന്നത്.

ഡ്രാക്കോ

നമ്മുക്ക് അവരെ കണ്ടത്തേണം - അതിനിനി നൂറ്റാണ്ടുകൾ എടുത്തെങ്കിൽ തന്നെ, നമ്മൾ അവരെ കണ്ടെത്തിയിരിക്കും...

ഹാരി

അവർ എവിടെയാണെന്നോ, എപ്പോളാണെന്നോ നമ്മുക്കൊരു അറിവുമില്ല. ഏത് കാലത്തിലാണ് അവർ എന്ന് അറിയാത്തിടത്തോളം, വെറുതെ സമയത്തിൽ അവരെ തിരയുന്നത് ബുദ്ധിശൂന്യതയാണ്. ഒരു സ്നേഹത്തിനും, ഒരു സമയസഞ്ചാരി യന്ത്രത്തിനും അതിന് കഴിയില്ല, ഇനിയെല്ലാം നമ്മുടെ മക്കളെ ആശ്രയിച്ചിരിക്കും. അവർക്ക് മാത്രമേ നമ്മളെ രക്ഷിക്കുവാൻ കഴിയുകയുള്ളൂ.

അങ്കം നാല് രംഗം അഞ്ച്

ഗോട്രിക്ക് ഹോളോ, ലില്ലിയുടെയും ജയിംസ് പോട്ടറിന്റെയും വീട്, 1981

തങ്ങൾ ചെന്നുപെട്ട കുരുക്കിൽനിന്ന് രക്ഷപെടുവാൻ എന്തെങ്കിലും പോംവഴി കണ്ടെത്തുവാൻ കഴിഞ്ഞെങ്കിലോ എന്ന പ്രതീക്ഷയിൽ അവർ ചുറ്റും നിരീക്ഷിക്കുന്നു.

ആൽബസ്

നമ്മുക്ക് എന്റെ മുത്തച്ഛനോടും മുത്തശ്ശിയോടും പറഞ്ഞാലോ?

സ്കോർപിയസ്

എന്ത്, അവരുടെ മകൻ വളരുന്നത് കാണുവാൻ അവർ ജീവിച്ചിരിക്കില്ലെന്നോ?

അൽബസ്

അവർക്കത് താങ്ങുവാൻ കഴിയും- നീയും കണ്ടതല്ലേ അവരെ- നല്ല മനക്കരുത്തുള്ള സ്ത്രീയാണവർ.

സ്കോർപിയസ്

ശരിയാ കണ്ടാൽ അങ്ങനെ തോന്നും. നിന്റെ സ്ഥാനത്ത് ഞാനായിരുന്നെങ്കിലും അവരോട് ഒന്നു സംസാരിക്കുവാനായി വെമ്പൽകൊണ്ടേനെ. പക്ഷെ, ഹാരിയുടെ ജീവന് വേണ്ടി അവർ വോൾഡമോർട്ടിനോട് കെഞ്ചേണ്ടിയതാണ്. അതിന് അദ്ദേഹം മരിക്കുമോ എന്ന ഭയം അവരിലുണ്ടായെ തീരു. അത് നശിപ്പിക്കുവാൻ പാടില്ല.

അൽബസ്

ഡംബൾഡോർ. ഡംബൾഡോർ ജീവിച്ചിരിപ്പുണ്ടല്ലോ. നമ്മുക്ക് അദ്ദേഹത്തെ പോയിക്കാണാം. നീ സ്നെയിപ്പിനോട് സഹായം അഭ്യർദ്ധിച്ചതുപോലെ നമ്മുക്ക് ഡംബൾഡോറിനോടും ചോദിക്കാം.

സ്ക്കോർപിയസ്

നിന്റെ അച്ഛൻ എല്ലാം അതിജീവിക്കുമെന്ന് ഡംബൾഡോർറിനോട് പറഞ്ഞാൽ ശരിയാകുമോ?

ആൽബസ്

ഡംബൾഡോറാണ്, അദ്ധേഹം ഏത് സാഹചര്യവും കൈകാര്യം ചെയ്തുകൊള്ളും.

സ്ക്കോർപിയസ്

ഓഹ് ആൽബസ്, ഡംബൾഡോറിന് എന്തറിയാം, എങ്ങനെയറിയാം, അല്ലെങ്കിൽ എന്ത് എന്തിന് ചെയ്തു എന്നതിനെയൊക്കെ പറ്റി ഒരു നൂറ് പുസ്തകങ്ങളെങ്കിലും ഉണ്ട്. ഒരു കാര്യം നിസംശയം പറയാം, അദ്ദേഹം ചെയ്തത് ചെയ്യേണ്ട കാര്യം തന്നെയായിരുന്നു. അതൊരു രീതിയിലും താറുമാറാക്കുവാൻ ഞാൻ കൂട്ടുനിൽക്കില്ല.

അവൻ തന്റെ കൂട്ടുകാരനെ അനുനയിപ്പിക്കുവാൻ ശ്രമിക്കുന്നു.

എനിക്ക് സഹായം ചോദിക്കുവാൻ കഴിഞ്ഞത് ഞാൻ ചെന്ന് പെട്ടത് മറ്റൊരു യാഥാർത്ഥ്യത്തിലായിരുന്നത് കൊണ്ടാണ്. ഇപ്പോളങ്ങനെയല്ല, നമ്മൾ ഭൂതകാലത്താണ്. ഇതിലെന്തെങ്കിലും ശരിയാക്കുവാൻ നോക്കിയിട്ടുണ്ടെങ്കിൽ, കൂടുതൽ പ്രശ്നങ്ങൾ ഉണ്ടാവുകയേയുള്ളു. ഈ ദിവസങ്ങളിൽ നമ്മുടെ സാഹസികത നമ്മളെ എന്തെങ്കിലും പഠിപ്പിച്ചിട്ടുണ്ടെങ്കിൽ അത് ഇത് മാത്രമാണ്. ആരോടെങ്കിലും സംസാരിച്ച് - സമയത്തെ അസ്വസ്ഥമാക്കുന്നത് വളരെ അപകടകരമാണ്.

ആൽബസ്

അപ്പോൾ ആകെ ചെയ്യുവാൻ കഴിയുന്നത് ഭാവികാലവുമായി സംസാരിക്കുക എന്നതാണ്. അച്ഛന് ഒരു സന്ദേശം അയക്കണം.

സ്ക്കോർപിയസ്

അതിന് സമയത്തിലൂടെ സഞ്ചരിക്കുവാൻ കഴിയുന്ന മൂങ്ങകളില്ലല്ലോ നമ്മുടെ പക്കൽ.

ആൽബസ്

എന്തെങ്കിലും ഒരു സന്ദേശം അയക്കുവാൻ കഴിഞ്ഞാൽ, അച്ഛൻ എങ്ങനെയെങ്കിലും ഇവിടെ എത്തിക്കോളും. അതിപ്പോൾ ഒരു സമയസഞ്ചാരി യന്ത്രം നിർമിച്ചിട്ടാണെങ്കിലും.

സ്ക്കോർപിയസ്

നമ്മുക്കൊരു ഓർമ്മ അയക്കാം - പെൻസീവ് പോലെ- അദ്ദേഹത്തിന്റെ അടുത് ചെന്ന് സന്ദേശം കൊടുക്കാം.

കൃത്യസമയത്ത് അദ്ദേഹവും ആ ഓർമ്മയ്ക്കായി എത്തുമെന്ന് വിശ്വസിക്കാം. അങ്ങനെ സംഭവിക്കുവാൻ സാധ്യത വളരെക്കുറവാണ്, എങ്കിലും ..ഇപ്പോൾ .. ഒരു കുഞ്ഞിന്റെ അടുത്ത് പോയിരുന്ന് സഹായിക്കണേ, സഹായിക്കണേയെന്ന് കരഞ്ഞാൽ അതിന് ചെറുതായിട്ടെങ്കിലും ഒരു മാനസിക ബുദ്ധിമുട്ടുണ്ടാകുകയില്ലേ.

ആൽബസ്

വളരെ ചെറിയത് മാത്രം.

സ്ക്കോർപിയസ്

ഇപ്പൊ നടക്കുന്ന സംഭവങ്ങൾ വെച്ചുനോക്കിയാൽ ചെറിയോരു ബുദ്ധിമുട്ടുണ്ടാകുന്നതൊന്നും ഒരു കാര്യമേയല്ല... ഇതിന് ശേഷം അദ്ദേഹം നമ്മളെപറ്റി ചിന്തിക്കുമ്പോൾ, സഹായിക്കണേ, സഹായിക്കണേയെന്ന് കരയുന്ന നമ്മുടെ മുഖം മാത്രമേ തെളിയുകയുള്ളൂ.

ആൽബസ്

സഹായിക്കണേന്ന്..അല്ലേ!

സ്ക്കോർപിയസ് ആൽബസിനെ നോക്കുന്നു.

സ്ക്കോർപിയസ്

നീ പറഞ്ഞത് ശരിയാ, ഇതൊരു പൊട്ട ആശയമാ.

ആൽബസ്

നീ ഇതുവരെ പറഞ്ഞിട്ടുള്ളതിൽവെച്ച് ഏറ്റവും പൊട്ട.

സ്ക്കോർപിയസ്

മനസിലായി! അപ്പോ പിന്നെ നമുക്ക് നേരിട്ടറിയിക്കാം- ഒരു നാൽപ്പത് വർഷം കാത്തിരുന്നിട്ട് - നമുക്ക് തന്നെയറിയിക്കാം-

ആൽബസ്

നടന്നത് തന്നെ - ഡെൽഫി അവൾക്ക് വേണ്ടിയ രീതിയിൽ എല്ലാം മാറ്റിക്കഴിഞ്ഞാൽ തീർച്ചയായും നമ്മളെ കണ്ടുപിടിച്ച് കൊന്നുകളയുവാൻ ആളുകളെ അയക്കും.

സ്ക്കോർപിയസ്

നമുക്ക് വല്ല പൊത്തിലും ഒളിക്കാം?

ആൽബസ്

നിനക്കൊപ്പം ഒരു പൊത്തിൽ നാൽപ്പത് വർഷം കഴിയുകയെന്നത് ആനന്ദകരം തന്നെ..പക്ഷെ അവർ നമ്മളെ കണ്ടുപിടിക്കും. നമ്മൾ മരിക്കുകയും ചെയ്യും, സമയം ഡെൽഫിക്ക് വേണ്ടരീതിയിൽ ആവുകയും ചെയ്യും. നമുക്ക് നിയന്ത്രികുവാൻ കഴിയുന്ന എന്തെങ്കിലുമാണിപ്പോൾ വേണ്ടത്, യഥാസമയത്ത് അച്ഛന്റെ കയ്യിൽ കിട്ടുമെന്ന് നമ്മുക്കുറപ്പുള്ള എന്തെങ്കിലും...

സ്ക്കോർപിയസ്

അങ്ങനെയെന്താ നമ്മുടെ അടുത്തുള്ളത്! അന്ധകാരം തിരിച്ചുവന്ന്, ഇവിടെ അവരുടെ സാമ്രാജ്യം സ്ഥാപിക്കുമ്പോൾ ഒരു കൂട്ടുകാരനെ തിരഞ്ഞെടുക്കേണ്ട വന്നാൽ ഞാൻ നിന്നെതന്നെയേ തിരഞ്ഞെടുക്കൂ.

ആൽബസ്

ഒന്നും വിചാരിക്കരുത്, ഞാൻ പക്ഷെ കുറച്ച് വലുപ്പമൊക്കെയുള്ള, മന്ത്രവിദ്യകളിലൊക്കെ നല്ല കഴിവുള്ളയൊരാളെയേ തിരഞ്ഞെടുക്കൂ.

ലില്ലി *ശിശുവായ ഹാരിയെ ഒരു ശിശുവാഹനത്തിലാക്കി വീടിന് വെളിയിലേയ്ക്ക് വരുന്നു. അവൾ വളരെ ശ്രദ്ധയോടെ കുഞ്ഞിനെ ഒരു പുതപ്പ് പുതപ്പികുന്നു.*

അച്ഛന്റെ പുതപ്പ്. അത് അച്ഛന്റെ പുതപ്പാണ്.

സ്ക്കോർപിയസ്

അതിനെന്താ, അത്യാവശ്യം തണുപ്പുള്ള ദിവസമല്ലേ ഇന്ന്.

ആൽബസ്

അച്ഛൻ എപ്പോളും പറയും, മുത്തശ്ശിയുടേതെന്ന് പറയുവാൻ അച്ഛന്റെ കയ്യിൽ ഈ പുതപ്പ് മാത്രമേയുള്ളുവെന്ന് - നോക്ക് എത്ര സ്നേഹത്തോടെയാണവർ പുതപ്പിക്കുന്നതെന്ന് - അച്ഛൻ, ഇതറിഞ്ഞിരുന്നെങ്കിൽ എത്ര സന്തോഷിച്ചേനെയെന്നോ - എനിക്കിത് അച്ഛനോട് പറയുവാൻ കഴിഞ്ഞിരുന്നെങ്കിൽ.

സ്ക്കോർപിയസ്

എനിക്കും എന്റെ അച്ഛനോട് പറയുവാൻ കഴിഞ്ഞിരുന്നെങ്കിൽ- പക്ഷെ എന്താ പറയേണ്ടിയതെന്ന് എനിക്ക് തീർച്ചയില്ല. അച്ഛൻ വിചാരിച്ചുവെച്ചിരിക്കുന്നത് പോലെയല്ല, ഇടയ്ക്കൊക്കെ ഞാനും ഭയങ്കര ധൈര്യശാലി ആകാറുണ്ടെന്ന് എനിക്ക് അച്ഛനോട് പറയണം.

ആൽബസ് *ചിന്തിക്കുന്നു.*

ആൽബസ്

സ്ക്കോർപിയസ് - അച്ഛന്റെ കയ്യിൽ ഇപ്പോളുമാ പുതപ്പുണ്ട്.

സ്ക്കോർപിയസ്

അതുനടക്കില്ല. നമ്മളിപ്പോ അതിലൊരു സന്ദേശം എഴുതിയാൽ, അതിപ്പോ എത്ര ചെറുതായിട്ടാണെങ്കിലും, അദ്ദേഹം അതുടനെ തന്നെ വായിക്കും. സമയത്തിന് കോട്ടം തട്ടുകയും ചെയ്യും.

ആൽബസ്

പ്രണയ കഷായത്തെക്കുറിച്ച് നിനക്കെന്തൊക്കെ അറിയാം? അതിലെ ചേരുവകൾ എന്തൊക്കെയാ?

സ്കോർപിയസ്

എന്തൊക്കെയായാലും പേർൾ പൊടിയുണ്ട്.

ആൽബസ്

പേർൾ പൊടി താരതമ്യേന വിരളമായി മാത്രം ഉപയോഗിക്കുന്ന ഒരു ചേരുവയല്ലേ?

സ്കോർപിയസ്

അതെ, കാരണം അതിന് നല്ല വിലയാണ്. ഇതൊക്കെ എന്തിനാ ഇപ്പോൾ ചോദിക്കുന്നത്?

ആൽബസ്

സ്കൂളിലേയ്ക്ക് പുറപ്പെടുന്നതിന് തൊട്ടുമുമ്പത്തെ ദിവസം ഞാനും അച്ഛനുമായി വഴക്കുണ്ടായി.

സ്കോർപിയസ്

അത് എനിക്ക് അറിയാവുന്ന കാര്യമാണല്ലോ. നമ്മൾ ഈയവസ്ഥയിൽ ആകുവാനുള്ളതിന്റെ ഒരു കാരണവും അതുതന്നെയാണെന്നാ ഞാൻ കരുതുന്നത്.

ആൽബസ്

അന്ന് ഞാൻ ആ പുതപ്പെടുത്ത് വലിച്ചെറിഞ്ഞു, അത് റോൺ അങ്കിൾ തന്ന പ്രണയ ലേഹ്യത്തിന്റെ കുപ്പിമേലാണ് ചെന്ന് വീണത്.

ലേഹ്യം മറിഞ്ഞ് പുതപ്പിലാകെയായി. അച്ഛൻ പറഞ്ഞതനുസരിച്ച് ഞാൻ പോന്നതിൽപിന്നെ എന്റെ മുറിയിലേയ്ക്ക് കയറുവാൻ പോലും അമ്മ അച്ഛനെ അനുവദിച്ചിട്ടില്ല.

സ്കോർപിയസ്

അതുകൊണ്ട്?

ആൽബസ്

ഇവിടുത്തെ പോലെ തന്നെ അവിടെയും ഇപ്പോൾ ഹാലോ ദിനം ആകുവാൻ പോവുകയാണല്ലോ - അച്ഛൻ പറഞ്ഞത് എല്ലാ വർഷവും ആ ദിവസം അച്ഛൻ ഈ പുതപ്പെടുക്കാറുണ്ടെന്നാ - മുത്തശ്ശിയുടേതായി അതുമാത്രമല്ലേ അവശേഷിക്കുന്നുള്ളു - അതുകൊണ്ട് ഇത്തവണയും അച്ഛൻ എടുക്കും അത്.

സ്കോർപിയസ്

നീ എന്താണ് പറഞ്ഞുവരുന്നത് എന്ന് എനിക്ക് മനസിലാകുന്നില്ല.

ആൽബസ്

പേർൾ പൊടിയുമായി രാസമാറ്റത്തിന് വിധേയമാകുന്ന എന്ത് പദാർത്ഥമാണുള്ളത്?

സ്‌ക്കോർപിയസ്

ഡെമിഗയിസിന്റെ സത്തിൽ പേർൾ പൊടി ചേർത്താൽ, തീയുണ്ടാകുമെന്ന് കെട്ടിട്ടുണ്ട്.

ആൽബസ്

ഡെമിഗയിസിന്റെ (ആ പദം എങ്ങനെയാണ് ഉച്ചരിക്കേണ്ടതെന്ന് അവന് തീർച്ചയില്ല) സത്ത് നഗ്നനേത്രങ്ങളാൽ കാണുവാൻ പറ്റുമോ?

സ്‌ക്കോർപിയസ്

ഇല്ല.

ആൽബസ്

അപ്പോൾ ആ പുതപ്പ് കൈക്കലാക്കി, അതിൽ ഡെമിഗയിസിന്റെ സത്തുകൊണ്ട് എഴുതിയാൽ...

സ്‌ക്കോർപിയസ് *(അവന്റെ കണ്ണുകൾ വിടരുന്നു)*

പ്രണയ ലേഹ്യവുമായി സമ്പർക്കത്തിൽ വരുന്നത് വരെ മറ്റൊരു രാസപ്രവർത്തനത്തിനും അത് വിധേയമാവുകയില്ല. നിന്റെ മുറിയിൽ. ഇപ്പോളത്തെ പ്രത്യേക സാഹചര്യത്തിൽ. ഡമ്പൾഡോറാൽ, അത്യുഗ്രൻ ആശയം തന്നെ!

ആൽബസ്

ആ, പക്ഷെ... ഡെമിഗയിസ് എവിടെയാണുള്ളതെന്ന് നമ്മൾ കണ്ടുപിടിക്കേണ്ടതായിട്ടുണ്ട്.

സ്‌ക്കോർപിയസ്

മാന്ത്രികർ തങ്ങളുടെ വീടിന്റെ കതക് പൂട്ടുന്നതിന്റെ ആവശ്യമേ ഇല്ലെന്നായിരുന്നു ബത്തിൽഡാ ബാഗ്ഷോട്ടിന്റെ വിശ്വാസമെന്നാണ് പറയപ്പെടുന്നത്.

കതക് മലക്കെതുറക്കുന്നു.

കേട്ടത് ശരിയാണ്. മാന്ത്രികവടിയും, മരുന്നുകൾ ഉണ്ടാക്കുവാനുള്ള സാമഗ്രഹികളും മോഷ്ടിക്കുവാനുള്ള സമയമായി.

അങ്കം നാല് രംഗം ആറ്

ജിന്നിയുടെയും ഹാരി പോട്ടറിന്റെയും വീട്, ആൽബസിന്റെ മുറി

ഹാരി ആൽബസിന്റെ കട്ടിലിൽ ഇരിക്കുന്നു. ജിന്നി അവിടേയ്ക്ക് പ്രവേശിക്കുന്നു, അവൾ ഹാരിയെ നോക്കുന്നു.

ജിന്നി

നീയെന്താ ഇവിടെ!

ഹാരി

പേടിക്കേണ്ട, ഞാൻ ഒരു സാധനത്തിലും തൊട്ടിട്ടില്ല. നിന്റെ ദേവാലയം അതുപോലെ തന്നെയുണ്ട് (മുഖത്ത് അവന്റെ വേദന സ്പഷ്ടമായി കാണാം) ക്ഷമിക്കണം. വിഷമത്തിൽ പറഞ്ഞതാണ്.

ജിന്നി ഒന്നും മിണ്ടുന്നില്ല. ഹാരി അവളെ നോക്കുന്നു.

നിനക്കറിയാമല്ലോ എന്റെ ജീവിതത്തിൽ ഭീതിജനകമായ പല ഹാലോ ദിനങ്ങളുമുണ്ടായിട്ടുണ്ട്- പക്ഷെ... ഇത്തവണത്തെ തീർച്ചയായും അക്കൂട്ടത്തിലെ ഏറ്റവും മോശം രണ്ടെണ്ണത്തിൽ ഒന്നാണ്.

ജിന്നി

ഞാൻ നിന്നെ.. കുറ്റപ്പെടുത്തുവാൻ പാടില്ലായിരുന്നു- നീ എടുത്തുചാട്ടക്കാരനാണെന്നും പറഞ്ഞ് ഞാനെപ്പോളും നിന്നെ കുറ്റപ്പെടുത്താറുണ്ട്... പക്ഷെ ഞാനാണ് ശരിക്കും - അൽബസിനെ കാണാതായപ്പോൾ നീയാണ് അതിന് കാരണമെന്ന് പറഞ്ഞ് ഞാൻ കുറ്റപ്പെടുത്തി, ഞാൻ അങ്ങനെ ഒരിയ്ക്കലും പറയരുതായിരുന്നു.

ഹാരി

ഇതൊക്കെ എന്റെ തെറ്റാണെന്നപ്പോൾ നീ വിചാരിക്കുന്നില്ലേ?

ജിന്നി

ഹാരി, പ്രബലയായ ഒരു ദുർമന്ത്രവാദിനി തട്ടിക്കൊണ്ട് പോയതാണ് അവനെ, അതെങ്ങനെ നിന്റെ തെറ്റാവും?

ഹാരി

ഞാനാണ് അവനെ അവളിലേയ്ക്കെത്തിച്ചത്.. എന്റെ പ്രവർത്തികളാണ്.

ജിന്നി

നമ്മൾ ഈ അങ്കത്തിൽ ഇതിനോടകം തന്നെ തോറ്റെന്നപോലെ സംസാരിക്കാതെ.

ഹാരി വിതുമ്പുന്നു.

ഹാരി

എന്നോട് ക്ഷമിക്ക് ജിന്നി-

ജിന്നി

ഞാൻ പറയുന്നത് നിനക്ക് മനസിലാകുന്നില്ലേ? എന്നോടും ക്ഷമിക്കണം.

ഹാരി

ഞാനതൊന്നും അതിജീവിക്കുവാൻ പാടില്ലായിരുന്നു - ഞാൻ മരിക്കേണ്ടവൻ തന്നെയായിരുന്നു - ഡാമ്പൾഡോർ പോലും അങ്ങനെ വിശ്വസിച്ചിരുന്നു - എന്നിട്ടും ഞാൻ ജീവിച്ചു. ഞാൻ വോൾഡമോർട്ടിനെ പരാജിതനാക്കി. ഇവരെല്ലാവരും- എല്ലാവരും- എന്റെ മാതാപിതാക്കൾ, ഫ്രെഡ്, ആ കുട്ടി..ക്രേയിഗ്, യുദ്ധത്തിൽ മരിച്ച അമ്പത് പേരും- എനിക്കാണ് ജീവിക്കുവാനുള്ള ഭാഗ്യം ലഭിച്ചത്! അതെങ്ങനെ സംഭവിച്ചു? എല്ലാ പ്രശ്നങ്ങളും- എല്ലാം എന്റെ തെറ്റാണ്.

ജിന്നി

അവരെയൊക്കെ കൊന്നത് വോൾഡമോർട്ടാണ്.

ഹാരി

പക്ഷെ ഞാനയാളെ ആദ്യമെ തന്നെ തോൽപ്പിച്ചിരുന്നെങ്കിൽ? എന്റെ കയ്യിലുള്ള ഈ രക്തക്കറകൾ... ഇപ്പോൾ നമ്മുടെ മകനും-

ജിന്നി

അവൻ മരിച്ചിട്ടില്ല. ഞാൻ പറയുന്നത് കേട്ടോ? അവൻ മരിച്ചിട്ടില്ല.

അവൾ അവനെ തന്നോട് ചേർത്ത് പിടിക്കുന്നു. നീണ്ട നിശബ്ദത.

ഹാരി

ഇരുട്ടിനെ അതിജീവിച്ച കുട്ടി. എത്ര പേർക്കാണ് ഇരുട്ടിനെ അതിജീവിച്ച കുട്ടിക്കുവേണ്ടി തങ്ങളുടെ ജീവൻ ബലികഴിക്കേണ്ടി വന്നത്?

ഹാരി ഒരുനിമിഷം ശങ്കിച്ച് നില്ക്കുന്നു. അവൻ ആ പുതപ്പ് ശ്രദ്ധിക്കുന്നു. അവൻ അതിന്റെ അടുത്തേയ്ക്ക് നടക്കുന്നു.

ഇത് മാത്രമാണെനിക്കുള്ളത്... ആ ഹാലോ ദിനത്തിന്റെ ആകെയുള്ള അവശേഷിപ്പ്. അവരെ ഓർമിക്കുവാൻ എന്റെ കയ്യിൽ ഇതുമാത്രമേയുള്ളൂ...

അവൻ ആ പുതപ്പ് തന്റെ കൈകളിലെടുക്കുന്നു. അതിൽ തുളകൾ വീണത് അദ്ദേഹം ശ്രദ്ധിക്കുന്നു. അവൻ അത് ഞെട്ടലോടെ പരിശോധിക്കുന്നു.

ഇതിൽ തുളകൾ വീണിരിക്കുന്നു. റോണിന്റെ ആ പൊട്ട പ്രണയ ലേഹ്യമാണ് ഇത് മുഴുവൻ തുളവീഴ്ത്തിയത്.. ഇത് നോക്കിക്കേ... മുഴുവൻ നാശമായിരിക്കുന്നു.

ഹാരി പുതപ്പ് തറയിലേയ്ക്കെറിയുന്നു. ജിന്നി അതെടുത്ത് പരിശോധിക്കുന്നു.

ജിന്നി

ഹാരീ.

ഹാരി

എന്താ?

ജിന്നി

ഹാരി, ഇതിൽ എന്തോ- എഴുതിയിട്ടുണ്ട്-

പെട്ടെന്ന് ആൽബസും സ്ക്കോർപിയസും അരങ്ങിലേയ്ക്ക് പ്രവേശിക്കുന്നു. അവർ ഹാരിക്കും ജിന്നിക്കുമൊപ്പം അരങ്ങിലുണ്ട്. പക്ഷേ അവർ രണ്ട് കാലങ്ങളിലാണ്.

ആൽബസ്

'അച്ഛാ...'

സ്ക്കോർപിയസ്

നമ്മൾ 'അച്ഛൻ' എന്നും പറഞ്ഞാണോ തുടങ്ങുന്നത്?

ആൽബസ്

അപ്പോ അച്ഛന് മനസിലാകുമല്ലോ ഇത് ഞാനെഴുതിയതാണെന്ന്.

സ്ക്കോർപിയസ്

ഹാരി എന്നാ അദ്ദേഹത്തിന്റെ പേര്. നമ്മൾ 'ഹാരി' എന്ന് വിളിച്ചുതന്നെ തുടങ്ങണം.

ആൽബസ് *(ഉറപ്പിച്ച് പറയുന്നു)*

ഇല്ല, നമ്മുക്ക് 'അച്ഛൻ' എന്ന് വിളിച്ചുതന്നെ തുടങ്ങാം.

ഹാരി

'അച്ഛാ', ഇത് 'അച്ഛാ' എന്നുതന്നെയല്ലേ?

സ്കോർപിയസ്

‘അച്ഛാ, രക്ഷിക്കണം.’

ജിന്നി

‘ഹലോ’? ‘ഹലോ’ എന്നാണോ? പിന്നെ .... ‘ഗുഡ്’...

ഹാരി

‘അച്ഛാ രക്ഷിക്കണം ഗുഡ് ഹലോ’? അല്ല... ഇതെന്തോ വിചിത്രമായ തമാശയാണ്.

ആൽബസ്

‘അച്ഛാ. രക്ഷിക്കണം. ഗോഡ്രിക്ക്സ് ഹോളോ.’

ജിന്നി

അതിങ്ങ് താ. എന്റെ കണ്ണുകളാണ് നിന്റേതിനെക്കാൾ മെച്ചം. അതെ ‘അച്ഛാ ഗുഡ് ഹലോ’ എന്നുതന്നെയാ. അല്ലല്ല, അങ്ങനെയല്ല.. ഹലോ എന്നാണോ ഹോളോ എന്നാണോ? പിന്നെ കുറേ അക്കങ്ങൾ.. ഇത് കൂടുതൽ വ്യക്തമാണ് - ‘3....1..1...0...8...1’. ഇതെന്താ മഗിൾസ്സിന്റെ ഫോൺ നമ്പർ പോലുണ്ടല്ലോ!

ഹാരി ആലോചികുന്നു. അവന്റെ മനസിലൂടെ ഒരുപാട് ചിന്തകൾ മിന്നിമായുന്നു.

ഹാരി

അല്ല. അതൊരു തീയതിയാണ്. 31 ഒക്റ്റോബർ 1981. എന്റെ മാതാപിതാക്കൾ കൊല്ലപ്പെട്ട ദിവസം.

ജിന്നി ഹാരിയുടെ മുഖത്തേയ്ക്കും, പുതപ്പിലേയ്ക്കും മാറിമാറി നോക്കുന്നു.

ജിന്നി

രക്ഷിക്കണമെന്ന്!

ഹാരി

‘അച്ഛാ. രക്ഷിക്കണം. ഗോഡ്രിക്ക്സ് ഹോളോ. 31/10/81.’ ഇതൊരു സന്ദേശമാണ്. നമ്മുടെ മകൻ അയച്ച സന്ദേശം.

ഹാരി ജിന്നിയെ മുറുക്കെ ചുംബിക്കുന്നു.

ജിന്നി

ആൽബസ് എഴുതിയതാണോ?

ഹാരി

അവർ എവിടെയാണുള്ളതെന്ന് പറയുവാൻ ശ്രമിക്കുകയാ... അവർ എവിടെയാണെന്ന്... ഇപ്പോൾ നമുക്കറിയാം അവൾ എവിടെയാണെന്ന്... എവിടെ ചെന്നാൽ അവളെ പ്രതിരോധിക്കുവാൻ കഴിയുമെന്ന്.

അവൻ വീണ്ടുമവളെ ചുംബിക്കുന്നു.

കുട്ടിയായിരുന്നപ്പോൾ പോലും. പക്ഷേ അച്ഛന്റെ ഏക ആഗ്രഹം അതായിരുന്നു.

ഹാരി

എന്തായിരുന്നു പിന്നെ നിന്റെ ആഗ്രഹം?

ഡ്രാക്കോ

കിഡിച്ച്. പക്ഷേ അതിലത്ര കേമനല്ലായിരുന്നു ഞാൻ. പിന്നെന്താ സന്തോഷമായിരിക്കണം, അത്രയേ ആഗ്രഹിച്ചിട്ടുള്ളു.

ഹാരി *തലയാട്ടുന്നു.* ഡ്രാക്കോ *അവനെ ഒരു മാത്രകൂടി നോക്കുന്നു. ഇനി പറയുവാൻ പോകുന്നത് എങ്ങനെ അവതരിപ്പിക്കണമെന്നറിയാതെ കുഴങ്ങുന്നു.*

ക്ഷമിക്കണം, സൗഹൃദ സംഭാഷണങ്ങൾ നടത്തുവാൻ എനിക്കത്ര വശമില്ല. നമുക്ക് കാര്യത്തിലേയ്ക്ക് കടന്നാലോ?

ഹാരി

എഹ്, തീർച്ചയായും. പക്ഷേ എന്ത് - കാര്യം?

നിശബ്ദത.

ഡ്രാക്കോ

തിയോഡർ നോട്ടിന്റെ കയ്യിൽ നിന്ന് കിട്ടിയതാണ് അവസാനത്തെ സമയസഞ്ചാരി യന്ത്രമെന്ന് നീ കരുതുന്നുണ്ടോ?

ഹാരി

എന്താ?

ഡ്രാക്കോ

മന്ത്രാലയം പിടിച്ചെടുത്തത് ആദ്യ മാതൃക മാത്രമാണ്. വിലകുറഞ്ഞ ലോഹത്താൽ നിർമ്മിക്കപ്പെട്ടത്. അതും മറ്റേതിന്റെ ഫലം ചെയ്യുകതന്നെ ചെയ്യും. പക്ഷേ അഞ്ച് നിമിഷത്തേയ്ക്ക് മാത്രമാണ് അതുപയോഗിച്ച് പഴയ കാലത്തേയ്ക്ക് പോകുവാൻ കഴിയുക - അതൊരു ഗൗരവകരമായ പിഴവാണ്- ദുർമന്ത്രാവദ സാമഗ്രഹികൾ ശേഖരിക്കുന്നയൊരാൾക്ക് ഇതുപോലൊന്ന് ആരും വിൽക്കുകയില്ല.

ഡ്രാക്കോ *എന്താണ് പറഞ്ഞ് വരുന്നതെന്ന്* ഹാരിക്ക് *പിടികിട്ടുന്നു.*

ഹാരി

അയാൾ നിനക്ക് വേണ്ടിയാണോ പ്രവർത്തിച്ചിരുന്നത്?

ഡ്രാക്കോ

അല്ല. അച്ഛന് വേണ്ടി. മറ്റാർക്കുമില്ലാത്ത വസ്തുക്കൾ ശേഖരിക്കുവാൻ വലിയ താൽപ്പര്യമായിരുന്നു അച്ഛന്.

ജിന്നി

നമ്മുക്കവരെ ഇപ്പോളും തിരിച്ചുകിട്ടിയിട്ടില്ല.

ഹാരി

ഞാൻ ഹെർമയോണിക്ക് മൂങ്ങയെ വിടാം. നീ വേഗം ഒന്നിനെ ഡ്രാക്കോയ്ക്കും അയക്ക്. അവരോട് സമയസഞ്ചാരി യന്ത്രവുമായി നമ്മളെ ഗോഡ്രിക്ക് ഹോളോയിൽ സന്ധിക്കുവാൻ പറയാം.

ജിന്നി

'നമ്മൾ' എന്ന് തന്നെയാണ്, കേട്ടോ? ഞാനില്ലാതെ പോകാമെന്ന് ചിന്തിക്കുക പോലും വേണ്ട.

ഹാരി

തീർച്ചയായും നീയും വരണം. ജിന്നി നമ്മുക്ക് ഒരവസരം ലഭിച്ചിരിക്കുകയാണ്- ഡമ്പൾഡോറാൽ- അത് മാത്രമാണ് നമുക്ക് വേണ്ടിയിരുന്നതും- ഒരവസരം.

അങ്കം നാല് രംഗം ഏഴ്

ഗോഡ്രിക്ക്സ് ഹോളോ

റോണും ഹെർമയോണിയും, ഡ്രാക്കോയും, ജിന്നിയും *വർത്തമാനകാലത്തെ* ഗോഡ്രിക്ക്സ് ഹോളോയിലൂടെ നടക്കുന്നു.

ഹെർമയോണി

ഗോഡ്രിക്ക്സ് ഹോളോ. ഇരുപത് വർഷങ്ങളെങ്കിലും ആയിട്ടുണ്ടാവും...

ജിന്നി

ഇവിടെ കുറേ മഗിൾസ് ഉണ്ടോ? അതോ എനിക്ക് മാത്രം തോന്നുന്നതാണോ?

ഹെർമയോണി

ഇപ്പോ ഇത് വളരെ പ്രശസ്തമായ സ്ഥലമാണ്... ആളുകൾ ഒഴുവുദിവസങ്ങൾ ചിലവഴിക്കുവാൻ ഇവിടെ വരാറുണ്ട്.

ഡ്രാക്കോ

അതിനുള്ള കാരണം വ്യക്തമാണ്. ആ ഓലമേഞ്ഞ മേൽക്കൂരകൾ നോക്കിക്കേ. അത് കർഷകരുടെ ചന്തയാണോ?

ഹെർമയോണി ഹാരിയുടെ അടുത്തേയ്ക്ക് പോകുന്നു - ഹാരി തനിക്ക് ചുറ്റുമുള്ള കാഴ്ച്ചകൾ വികാരാധീനനായി വീക്ഷിക്കുകയാണ്.

ഹെർമയോണി

നമ്മൾ ഇവിടെ അവസാനമായി വന്നത് ഓർമയുണ്ടോ? പണ്ടത്തെപ്പോലെ തന്നെ തോന്നുന്നുവല്ലേ.

റോൺ

അതെയതെ പഴയതുപോലെ തന്നെ, പക്ഷെ കൂടെ ക്ഷണിക്കപ്പെടാത്ത ഒരു വെള്ളിമുടിയനും ഉണ്ടെന്ന് മാത്രം.

ഡ്രാക്കോയ്ക്ക് ആ മുനവെച്ച സംസാരം തീരെ പിടിക്കുന്നില്ല.

ഡ്രാക്കോ

ഞാനൊന്ന് പറയട്ടെ...

റോൺ

മാൽഫോയി, നിയിപ്പോൾ ഹാരിയോട് വല്ല്യകൂട്ടൊക്കെ ആയിരിക്കും, നിന്റെ മകൻ സാമാന്യം ഭേദപ്പെട്ട കുട്ടിയുമായിരിക്കും, എന്നാലും നീ മോശമായ പല കാര്യങ്ങളും ചെയ്തിട്ടുണ്ട്... നീ എന്റെ ഭാര്യയെപറ്റി പറഞ്ഞത്...

ഹെർമയോണി

റോൺ, നിന്റെ ഭാര്യക്ക് അവളുടെ കാര്യങ്ങൾക്കായി സ്വയം സംസാരിക്കുവാനറിയാം.. ആരുടേയും ഒത്താശ വേണ്ട കേട്ടോ.

ഹെർമയോണി *ദേഷ്യത്തിൽ* റോണിനെ *നോക്കുന്നു.* റോൺ *ചെറുതായി ചമ്മുന്നു.*

റോൺ

ശരി. എന്നാലും ഇനി നീ ഇവളെ പറ്റിയോ എന്നെ പറ്റിയോ എന്തെങ്കിലും പറഞ്ഞാൽ...

ഡ്രാക്കോ

നീയെന്ത് ചെയ്യും വീസ്ലി?

ഹെർമയോണി

അവൻ നിങ്ങളെ കെട്ടിപ്പിടിക്കും. കാരണം ഇപ്പോൾ നമ്മളെല്ലാവരും സുഹൃത്തുക്കളാണ്, അല്ലേ റോൺ?

റോൺ *(അവളുടെ ചൂഴുന്ന നോട്ടത്തിൽ അസ്വസ്ഥനാകുന്നു)*

ഓഹ്. എന്നാൽ ശരി, നിന്റെ മുടി കാണുവാൻ നല്ല ഭംഗിയാണ് ഡ്രാക്കോ.

ഹെർമയോണി

അങ്ങനെ തന്നെ ഭർത്താവേ. ഈ സ്ഥലം അനുയോജ്യമാണെന്ന് തോന്നുന്നു.. ഇവിടെ വെച്ചുതന്നെ ചെയ്താലോ?

ഡ്രാക്കോ *സമയസഞ്ചാരി യന്ത്രം പുറത്തെടുക്കുന്നു. അത് അതിവേഗത്തിൽ കറങ്ങിത്തുടങ്ങുന്നു. അവർ അതിന് ചുറ്റും അണിനിരക്കുന്നു.*

അവിടെയാകെ പ്രകാശം നിറയുന്നു. ഭയങ്കര ശബ്ദം! സമയം നിൽക്കുന്നു... സൂചി പിന്നോട്ട് കറങ്ങുവാൻ തുടങ്ങി... ആദ്യം പതുക്കെ... പിന്നെ കറക്കം അതിവേഗത്തിലാകുന്നു.

അവർ തങ്ങൾക്ക് ചുറ്റും നോക്കുന്നു.

റോൺ

ആഹ്? ഇത് പ്രവർത്തിച്ചോ?

അങ്കം നാല് രംഗം എട്ട്

ഗോഡ്രിക്ക്സ് ഹോളോ, ഒരു ചെറ്റപ്പുര, 1981

ആൽബസ് ജിന്നിയെ കണ്ട് അത്ഭുതപ്പെടുന്നു. പിന്നാലെ വരുന്ന ഹാരിയേയും മറ്റുള്ളവരെയും അവൻ കാണുന്നു.

ആൽബസ്

അമ്മേ?

ഹാരി

ആൽബസ് സെവറസ് പോട്ടർ. നിന്നെ കാണുവാൻ കഴിഞ്ഞല്ലോ.

ആൽബസ് ജിന്നിയുടെ അടുത്തേയ്ക്ക് ഓടിച്ചെല്ലുന്നു. ജിന്നി അവനെ വാരിപ്പുണരുന്നു.

ആൽബസ്

നിങ്ങൾക്ക് ഞങ്ങളുടെ സന്ദേശം കിട്ടിയായിരുന്നോ..?

ജിന്നി

കിട്ടി മോനേ.

സ്ക്കോർപിയസ് തന്റെ അച്ഛന്റെയടുത്തേയ്ക്ക് കുതിയ്ക്കുന്നു.

ഡ്രാക്കോ

വേണമെങ്കിൽ നമ്മുക്കും ഒന്ന് കെട്ടിപ്പിടിക്കാം...

സ്ക്കോർപിയസ് അച്ഛനെ സംശയത്തോടെ ഒരു നിമിഷം നോക്കുന്നു. എന്നിട്ട് അവരും ചെറുതായൊന്ന് കെട്ടിപ്പിടിക്കുന്നു. ഡ്രാക്കോ പുഞ്ചിരിക്കുന്നു.

റോൺ

അപ്പോ, ഡെൽഫി എവിടെ?

സ്ക്കോർപിയസ്

നിങ്ങൾക്ക് ഡെൽഫിയെ പറ്റി അറിയാമോ?

ആൽബസ്

അവൾ ഇവിടെ എവിടെയോ ഉണ്ട് - ഞങ്ങൾക്ക് തോന്നുന്നത്... അച്ഛനെ കൊല്ലുവാനാണ് അവളുടെ പദ്ധതിയെന്നാ.

ഹെർമയോണി

അതെ, ഞങ്ങൾക്കും അതുതന്നെയാണ് തോന്നുന്നത്. അവൾ എവിടെയാണെന്ന് കൃത്യമായിട്ട് അറിയാമോ നിങ്ങൾക്ക്?

സ്ക്കോർപിയസ്

അവൾ അപ്രത്യക്ഷയായി. നിങ്ങൾ എങ്ങനെയാ-സമയസഞ്ചാരി യന്ത്രമില്ലാതെ...?

ഹാരി *(ഇടയിൽ കയറുന്നു)*

അതൊരു വലിയ കഥയാണ്, സ്ക്കോർപിയസ്. അതൊന്നും പറയുവാനിപ്പോൾ സമയമില്ല.

ഡ്രാക്കോ ആശ്വാസത്തോടെ ഹാരിയെ നോക്കി പുഞ്ചിരിക്കുന്നു.

ഹെർമയോണി

ഹാരി പറഞ്ഞത് ശരിയാണ്. നമ്മുക്കാകെ കുറച്ച് സമയമേ ഉള്ളു. എല്ലാവരെയും തയ്യാറാക്കി നിർത്തേണ്ടതുണ്ട്. ഗോഡ്രിക്ക് ഹോളോ അത്ര വലിയൊരു സ്ഥലമല്ല, പക്ഷേ അവൾ ഏത് വഴിയും വരാം. അതുകൊണ്ട് ഇവിടം മുഴുവൻ കാണുവാൻ പറ്റുന്ന എവിടെയെങ്കിലുമാവണം നമ്മൾ നിൽക്കേണ്ടത് - മാത്രമല്ല മറ്റുള്ളവരുടെ കണ്ണിൽപ്പെടാതെയിരിക്കുകയും വേണം.

എല്ലാവരും ചിന്തികുന്നു.

എനിക്ക് തോന്നുന്നു സെന്റ് ജെറോംസ് ദേവാലയം നമ്മുക്ക് യോജിക്കുന്ന ഒരിടമാണെന്ന്.

അങ്കം നാല് രംഗം ഒമ്പത്

ഗോഡ്രിക്ക്സ് ഹോളോ, ദേവാലയം, 1981

ആൽബസ് *സമാധാനത്തോടുകൂടി ഉറങ്ങുന്നു.* ജിന്നി *അവനെ ശ്രദ്ധയോടെ നോക്കുന്നു.* ഹാരി *എതിർദിശയിലുള്ള ജനാലയിലൂടെ പുറത്തേയ്ക്ക് നോക്കുന്നു.*

ഹാരി

ഇല്ല. അവളുടെ പൊടിപോലുമില്ല. അവളെന്താകും ഇതുവരെ വരാത്തത്?

ജിന്നി

ഇപ്പോ നമ്മളെല്ലാവരും ഒരുമിച്ചാണ്, നിന്റെ അച്ഛനും അമ്മയും ജീവനോടെ നമ്മുക്കൊപ്പമുണ്ട്, നമ്മുക്ക് സമയം തിരിക്കുവാനേ പറ്റുകയുള്ളു ഹാരി, അത് വേഗമാക്കുവാൻ പറ്റില്ല. അവൾ വരും, അവൾ തയ്യാറായിക്കഴിയുമ്പോൾ, നമ്മൾ അവൾക്കായി തയ്യാറായിക്കഴിയുമ്പോൾ.

അവൾ ഉറങ്ങുന്ന ആൽബസിനെ *നോക്കുന്നു.*

അല്ലെങ്കിൽ നമ്മളിൽ മറ്റാരെങ്കിലും തയ്യാറായിക്കഴിയുമ്പോൾ.

ഹാരി

പാവം കുട്ടി, താനൊറ്റയ്ക്ക് ഈ ലോകത്തെ രക്ഷിക്കേണ്ടിവരുമോയെന്ന് അവൻ പേടിച്ചുപോയി കാണും.

ജിന്നി

പാവം കുട്ടി, അവൻ ലോകത്തെ രക്ഷിച്ചുകഴിഞ്ഞു. ആ പുതപ്പിൽ എഴുതാമെന്നുള്ളത്!!..അതിനുള്ള ബുദ്ധി അവൻ കാണിച്ചുവെന്നത് എടുത്തുപറയേണ്ട കാര്യമാണ്. പക്ഷേ അവൻ ലോകത്തെ നശിപ്പിക്കേണ്ടതായിരുന്നു, അതിനെപറ്റിയിപ്പോൾ നമ്മൾ പറയാതിരിക്കുന്നതാ നല്ലത്.

ഹാരി

അവന് കുഴപ്പമൊന്നുമുള്ളതായി തോന്നുന്നില്ലല്ലോ അല്ലേ?

ജിന്നി

എല്ലാം ശരിയായിവരുന്നു, അവന് ചിലപ്പോ കുറച്ചുകൂടി സമയം വേണ്ടിവരും, ഹാരി നിനക്കും.

ഹാരി ചിരിക്കുന്നു. അവൾ വീണ്ടും ആൽബസിനെ നോക്കുന്നു, ഹാരിയും.

നിനക്കറിയാമല്ലോ, ഞാൻ രഹസ്യങ്ങളുടെ കലവറ തുറന്നപ്പോൾ - വോൾഡമോർട്ട് ആ ഡയറിയുപയോഗിച്ച് എന്നെക്കൊണ്ടത് ചെയ്യിച്ചപ്പോൾ- ഞാനും ലോകത്തെ നശിപ്പികേണ്ടതായിരുന്നു.

ഹാരി

എനിക്ക് ഓർമ്മയുണ്ട്.

ജിന്നി

ഞാൻ ആശുപത്രിയിൽനിന്ന് തിരിച്ചുവന്നപ്പോൾ ആരുമെന്നോട് സംസാരിക്കുവാൻ പോലും കൂട്ടാക്കിയില്ല- പക്ഷേ ഒരാൾ- എല്ലാവരും കൂട്ടായുണ്ടായിരുന്ന ഒരു പയ്യൻ മാത്രം ഗ്രിഫിണ്ടോറിന്റെ പൊതുമുറിയിലൂടെ വന്ന് എക്സ്പ്ലോഡിങ് സ്നാപ്പ് കളിയ്ക്കുവാൻ എന്നെ വെല്ലുവിളിച്ചു. എല്ലാവരും വിചാരിക്കും ഹാരിയെപ്പറ്റി അറിയേണ്ടതെല്ലാം അവർ അറിഞ്ഞുകഴിഞ്ഞെന്ന്, പക്ഷേ നിന്റെ വലിയൊരു പ്രത്യേകതയെന്താണെന്നാൽ ആരും ചിന്തിക്കാത്ത രീതികളിൽ നീ വീരനാണ്. ഞാൻ പറഞ്ഞുവരുന്നത് എന്താണെന്ന് വെച്ചാൽ, ഇതെല്ലാം കഴിയുമ്പോൾ നീ ഓർമിക്കണം, ചിലർക്ക്, പ്രത്യേകിച്ച് കുട്ടികൾക്ക് ചിലസമയങ്ങളിൽ എക്സ്പ്ലോഡിങ് സ്നാപ്പ് കളിക്കുവാൻ ഒരാളെ വേണമെന്ന്.

ഹാരി

എക്സ്പ്ലോഡിങ് സ്നാപ്പ്! - അതില്ലാത്തതാണ് ഞങ്ങൾക്കിടയിലെ പ്രശ്നമെന്ന് നിനക്ക് തോന്നുന്നുണ്ടോ?

ജിന്നി

ഇല്ല. പക്ഷേ അന്ന് എനിക്ക് നിന്നോട് തോന്നിയ സ്നേഹം - അത് ആൽബസിന് നിന്നോട് തോന്നുന്നുണ്ടെന്ന് ഞാൻ കരുതുന്നില്ല.

ഹാരി

അവന് വേണ്ടി ഞാനെന്തും ചെയ്യും.

ജിന്നി

ഹാരി, നീ ആർക്കുവേണ്ടിയും എന്തും ചെയ്യും. ലോകത്തിനുവേണ്ടി നിന്നെത്തന്നെ ബലികഴിക്കുവാൻ

നിനക്കല്ലേലും സന്തോഷമേ കാണു. അവന് പ്രത്യേകമായ സ്നേഹമാണ് വേണ്ടിയത്. അത് അവനെ കരുത്തനാക്കും, നിന്നെയും.

ഹാരി

അൽബസ് നമ്മളെവിട്ട് പോയപ്പോൾ മാത്രമാണ് ഞാൻ മനസിലാക്കിയത് എന്റെ അമ്മയ്ക്ക് എനിക്കുവേണ്ടി അനങ്ങനെയൊക്കെ ചെയ്യുവാൻ എങ്ങനെ സാധിച്ചുവെന്ന്. ഒരു മറുമന്ത്രം - അയാളുടെ മന്ത്രത്തെ വികർഷിച്ച് അയാളെ തകർത്തുകളയുവാൻ മാത്രം ശക്തമായ മറുമന്ത്രം!

ജിന്നി

അതെ, വോൾഡമോർട്ടിന് ഒരിക്കലും മനസിലാക്കുവാൻ കഴിയാത്ത മന്ത്രം - സ്നേഹം.

ആ വാക്ക് ഈ സാഹചര്യത്തിൽ ഒരേ സമയം മനോഹരവും, ഭാരമേറിയതുമാണ്.

ഹാരി

ജിന്നി, ഞാൻ അവനെ പ്രത്യേകമായി സ്നേഹിക്കുന്നുണ്ട്.

ജിന്നി

എനിക്കറിയാം, അവനും അത് മനസിലാക്കേണ്ടതുണ്ട്.

ഹാരി തന്റെ ഭാര്യയെ നോക്കി വിഷാദമൂകമായി ചിരിക്കുന്നു, എന്തൊക്കെയാണ് മാറ്റേണ്ടിയതെന്ന് അയാൾക്കറിയാം.

ഹാരി

നിന്നെ എനിക്കുകിട്ടിയത് എന്റെ ഭാഗ്യമാണ്, അല്ലേ?

ജിന്നി

തീർച്ചയായും. പക്ഷേ അതിനെപ്പറ്റി നമ്മുക്ക് പിന്നെ ചർച്ചചെയ്യാം. ഇപ്പോൾ തൽക്കാലം നമുക്ക് ഡെൽഫിയെ തടയുന്നതിൽ ശ്രദ്ധിക്കാം.

ഹാരി

ശരിയാ നമുക്ക് സമയമില്ല.

ജിന്നിയുടെ മനസിലേയ്ക്ക് ഒരു ചിന്ത കടന്നുവരുന്നു.

ജിന്നി

ഹാരി - ഒന്ന് ചിന്തിച്ചുനോക്ക് - എന്തിനാകും അവൾ ഈ ദിവസം തന്നെ തിരഞ്ഞെടുത്തത്? ഇന്നുതന്നെ?

ഹാരി

കാരണം എല്ലാം തിരുത്തിയ ദിവസമാണിന്ന്...

ജിന്നി

ഇപ്പോ നിനക്ക് ഒരു വയസ്സുണ്ടാകും അല്ലേ?

ഹാരി

ഒരു വയസും മൂന്ന് മാസവും.

ജിന്നി

അതെ ഒരു വയസും മൂന്ന് മാസവും. അവൾക്കിപ്പോളും നിന്നെ കൊല്ലാം. അവൾ ഇവിടെ ഗോഡ്രിക്ക് ഹോളോയിൽ വന്നിട്ട് ഇരുപത്തിനാല് മണിക്കൂറിലേറെയായി... എന്നിട്ടും എന്തുകൊണ്ട് അവളത് ചെയ്യുന്നില്ല. അവളെന്തിന് വേണ്ടിയാകും കാത്തിരിക്കുന്നത്?

ഹാരി

നീ പറഞ്ഞുവരുന്നത് എന്താണെന്ന് എനിക്ക് മനസിലാകുന്നില്ല-

ജിന്നി

അവൾ നിനക്ക് വേണ്ടിയല്ലെങ്കിലോ കാത്തിരിക്കുന്നത് - അവൾ അയാൾക്ക് വേണ്ടിയാണെങ്കിലോ കാത്തിരിക്കുന്നത് - അയാളെ തടയുവാൻ?

ഹാരി

എന്താ?

ജിന്നി

ഡെൽഫി ഈ ദിവസം തിരഞ്ഞെടുത്തത് അയാളിവിടെ വരുന്നത് കൊണ്ടാണ് - അവളുടെ അച്ഛൻ വരുന്നതുകൊണ്ട്. അവൾക്ക് അയാളെ കാണണം. അയാളോടൊപ്പം ജീവിക്കണം. അവൾ സ്നേഹിക്കുന്ന അവളുടെ അച്ഛനൊപ്പം. വോൾഡമോർട്ടിന്റെ പ്രശ്നങ്ങൾ തുടങ്ങിയത് നിന്നെ ആക്രമിച്ചതോടുകൂടിയാണ്. അയാൾ അന്നതിന് തുനിഞ്ഞില്ലായിരുന്നു എങ്കിൽ...

ഹാരി

അവൻ കൂടുതൽ ശക്തനാവുകയേ ഉണ്ടായിരുന്നുള്ളു - അന്ധകാരം കൂടുതൽ ശക്തിപ്രാപിച്ചേനെ.

ജിന്നി

പ്രവചനത്തെ ഖണ്ഡിക്കുവാനുള്ള ഏറ്റവും നല്ല മാർഗം ഹാരി പോട്ടറിനെ കൊല്ലാതിരിക്കുക എന്നതാണ്, എന്തെങ്കിലും ചെയ്യുന്നതിൽ നിന്ന് വോൾഡമോർട്ടിനെ തടയുകയെന്നതാണ്.

അങ്കം നാല് രംഗം പത്ത്

ഗോഡ്രിക്ക്സ് ഹോളോ, ദേവാലയം, 1981

അവരെല്ലാവരും ഒത്തുകൂടിയിരിക്കുന്നു, ആകെ സംഭ്രാന്തി.

റോൺ

എനിക്ക് മനസിലാകുന്നില്ല - അപ്പോൾ നമ്മൾ വോൾഡമോർട്ടിനെ സംരക്ഷിക്കുവാനാണോ ഈ പൊരുതുന്നത്?

ആൽബസ്

വോൾഡമോർട്ട് അപ്പോൾ എന്റെ മുത്തശ്ശനെയും മുത്തശ്ശിയേയും കൊല്ലാൻ പോകുകയാണോ, അയാൾ എന്റെ അച്ഛനെ കൊല്ലാൻ ശ്രമിക്കുമോ?

ഹെർമയോണി

നീ പറഞ്ഞത് ശരിയാണ് ജിന്നി. ഡെൽഫി ഹാരിയെ കൊല്ലുവാനല്ല പദ്ധതിയിടുന്നത് - അവൾ വോൾഡമോർട്ട് ഹാരിയെ കൊല്ലുന്നത് തടയുവാനാണ് ശ്രമിക്കുന്നത്.

ഡ്രാക്കോ

അപ്പോ - നമ്മൾ കാത്തിരിക്കണമെന്നാണോ? വോൾഡമോർട്ട് വരുന്നതുവരെ?

ആൽബസ്

അയാൾ എപ്പോളാണ് വരുന്നതെന്ന് അവൾക്കറിയാമോ? അവൾ ഇരുപത്തിനാല് മണിക്കൂർ മുമ്പേ ഇവിടെയെത്തി. അതയാൾ എപ്പോൾ ഏതുവഴി വരുമെന്ന് തിർച്ചയില്ലാഞ്ഞിട്ടാകുമല്ലേ? ചരിത്ര പുസ്തകങ്ങളിൽ - എനിക്ക് തെറ്റിയെങ്കിൽ തിരുത്തണം കെട്ടോ സ്കോർപിയസ് - അയാൾ വന്ന സമയത്തെ പറ്റിയോ വഴിയേ പറ്റിയോ ഒന്നും തന്നെ പറയുന്നില്ല.

സ്കോർപിയസും ഹെർമയോണിയും

നീ പറഞ്ഞത് ശരിയാണ്.

റോൺ

അപ്പോ രണ്ടുപേരെയും നമ്മൾ നേരിടണം!

ഡ്രാക്കോ

നമുക്ക് ഗുണപ്പെടുന്ന രീതിയിൽ നമ്മളിതെങ്ങനെ ഉപയോഗിക്കും.

ആൽബസ്

ഞാൻ ഏറ്റവും നന്നായി ചെയ്യുന്നത് എന്താണെന്നറിയുമോ?

ഹാരി

നീ നന്നായി ചെയ്യുന്ന ഒരുപാട് കാര്യങ്ങളുണ്ട് ആൽബസ്.

ആൽബസ്

പോളിനീരുണ്ടാക്കുന്നത്. എനിക്ക് തോന്നുന്നു ബത്തിൽഡാ ബാഗ്ഷോട്ടിന്റെ അറയിൽ അതുണ്ടാക്കുവാനുള്ള എല്ലാ ചേരുവുകളും കാണുമെന്നാണ്. നമുക്ക് പോളിനീരുപയോഗിച്ച് വോൾഡമോർട്ടാകാം, അപ്പോൾ അവൾ വെളിച്ചത്ത് വരുമല്ലോ.

റോൺ

പോളിനീരുണ്ടാക്കണമെങ്കിൽ ആ വ്യക്തിയുടെ എന്തെങ്കിലും നമ്മുടെ കയ്യിലുണ്ടാകണ്ടേ. നമ്മുടെ കയ്യിൽ വോൾഡമോർട്ടിന്റെ ഒന്നും തന്നെയില്ലല്ലോ.

ഹെർമയോണി

പക്ഷേ സംഗതി കൊള്ളാം, പൂച്ചയ്ക്ക് വേണ്ടി എലിയാവുക.

ഹാരി

രൂപമാറ്റം എത്ര വിജയകരമാകും?

ഹെർമയോണി

അയാളെ കാണുവാൻ എങ്ങനെയാണെന്ന് നമുക്കറിയാം. പിന്നെ നമ്മുക്കൊപ്പമുള്ള എല്ലാ മാന്ത്രികരും ഒന്നിനൊന്ന് മെച്ചമാണ്.

ജിന്നി

വോൾഡമോർട്ടായി മാറണമെന്നോ?

ആൽബസ്

ആ വഴി മാത്രമേ നമ്മുടെ മുമ്പിലുള്ളു.

ഹെർമയോണി

അതെ, അതുമാത്രമേയുള്ളു.

റോൺ ധൈര്യമായി മുമ്പോട്ട് വരുന്നു.

റോൺ

എങ്കിൽ ഞാൻ തന്നെ അത് ഏറ്റെടുക്കാം - ഞാൻ തന്നെ അയാളാകാം. ഞാനുദ്ദേശിച്ചത് വോൾഡമോർട്ടാകുന്നത് അത്ര നല്ല കാര്യമല്ല - എന്നാലും നമ്മളിൽ ഞാനാണ്

ഏറ്റവും ലാഹവത്തോടെ കാര്യങ്ങൾ കാണുന്നയാൾ... അപ്പോൾ അയാളായി രൂപം മാറിയാൽ എന്നെ അതത്ര ബാധിക്കുവാൻ പോകുന്നില്ല - പക്ഷേ നിങ്ങളെ പോലെയുള്ള ഗൗരവക്കാർ ആത് ചെയ്താൽ ശരിയാവില്ല.

ഹാരി *നടക്കുന്നു, ചിന്താമഗ്നനാണ്.*

ഹെർമയോണി

നീ ആരെയാ ഗൗരവക്കാരെന്ന് വിശേഷിപ്പിക്കുന്നത്?

ഡ്രാക്കോ

ഞാനും സന്നദ്ധനാണ്. വോൾഡമോർട്ടാകുവാന് കൃത്യത വേണം... ഒന്നും വിചാരിക്കരുത് റോൺ...ദുർമന്ത്രവാദത്തെ കുറിച്ചുള്ള അറിവും, പിന്നെ -

ഹെർമയോണി

ഞാനും തയ്യാറാണ്. മായാജാല മന്ത്രാലയത്തിന്റെ മന്ത്രിയെന്ന നിലയ്ക്ക് ഇതെന്റെ കർത്തവ്യമാണ്.

സ്ക്കോർപിയസ്

എങ്കിൽ നമ്മുക്ക് നറുക്കെടുക്കാം-

ഡ്രാക്കോ

ഇത് ചെയ്യാൻ നിന്നെ സമ്മതിക്കുമെന്ന് കരുത്തിയോ, സ്ക്കോർപിയസ്!

ആൽബസ്

സത്യത്തിൽ-

ജിന്നി

നിങ്ങൾക്കൊക്കെ വട്ടാണോ! ആ ശബ്ദം തലയിൽ മുഴങ്ങുന്നത് എത്ര ഭയാനകമാണെന്ന് എനിക്കറിയാം. ഒരിക്കൽക്കൂടി ഞാൻ അതനുവദിക്കില്ല.

ഹാരി

എന്തൊക്കെയായാലും ഞാൻ തന്നെയാണ് വോൾഡമോർട്ടാകുവാൻ പോകുന്നത്.

എല്ലാവരും ഹാരിക്ക് നേരെ തിരിയുന്നു.

ഡ്രാക്കോ

എന്താ?

ഹാരി

ഈ പദ്ധതി നടക്കണമെങ്കിൽ, അതയാളാണെന്ന് അവൾ വിശ്വസിക്കണം, ഒരു സംശയവും ഉണ്ടാകുവാൻ ഇടവരുത്തരുത്. അവൾ പാർസൽറ്റങ്ങിൽ സംസാരിച്ചാൽ - എനിക്കിപ്പോളും ആ കഴിവുള്ളതിന് ഒരു കാരണമുണ്ടാകുമെന്ന് എനിക്കറിയാമായിരുന്നു. അത് മാത്രമല്ല, അയാൾ ആകുക എന്നത് എന്താണെന്ന്

എനിക്കറിയാം. എനിക്കറിയാം വോൾഡമോർട്ടാവുക എന്നാൽ എന്താണെന്ന്. അത് ഞാൻ തന്നെയായേ തീരു.

റോൺ

വിഡ്ഢിത്തരം. ഒന്നാന്തരം വിഡ്ഢിത്തരമാണ് നീ പറഞ്ഞത്. നിന്നെ ഇതേറ്റെടുക്കുവാൻ ഞങ്ങൾ സമ്മതിക്കില്ല.

ഹെർമയോണി

പക്ഷേ, ഹാരി പറഞ്ഞത് ശരിയാണ്.

റോൺ

ഹെർമയോണി, നിനക്ക് തെറ്റി. ഹാരി ഒരിക്കലും വോൾഡമോർട്ടാകുവാൻ പാടില്ല-

ജിന്നി

ഞാനും എന്റെ സഹോദരൻ പറഞ്ഞതിനോട് യോജിക്കുന്നു, പക്ഷേ...

റോൺ

അവൻ വോൾഡമോർട്ടായി തന്നെ തുടർന്നാലോ- എക്കാലവും.

ഹെർമയോണി

നിന്റെ സംശയങ്ങൾ ശരിയാണ്. എങ്കിലും...

ഹാരി

ഒരു നിമിഷം, ഹെർമയോണി. ജിൻ.

ജിന്നിയും ഹാരിയും പരസ്പരം നോക്കുന്നു.

ഇത് ചെയ്യണ്ടായെന്ന് നീ പറയുകയാണെങ്കിൽ ഞാൻ ചെയ്യില്ല. പക്ഷേ ഇത് മാത്രമാണ് നമുക്ക് മുമ്പിലുള്ള വഴിയെന്നാണ് എനിക്ക് തോന്നുന്നത്. ഞാൻ പറയുന്നത് തെറ്റാണോ?

ജിന്നി *ഒരു നിമിഷം ചിന്തിച്ചിട്ട് ചെറുതായി തലയാട്ടുന്നു. ഹാരിയുടെ മുഖം ഘനക്കുന്നു.*

ജിന്നി

നീ പറയുന്നത് ശരിയാണ്.

ഹാരി

എങ്കിൽ നമുക്ക് തുടങ്ങാം!

ഡ്രാക്കോ

ഏത് ദിശയിലൂടെയാണ് നീ വരേണ്ടിയതെന്ന് നമുക്ക് തീരുമാനിക്കേണ്ടേ?

ഹാരി

അവൾ അയാൾക്കുവേണ്ടി കാത്തിരിക്കുകയാണ്. എന്റെ അടുക്കലേയ്ക്ക് അവൾ വന്നുകൊള്ളും.

ഡ്രാക്കോ

എന്നിട്ട്? അവൾ നിന്റടുക്കലേയ്ക്ക് വന്നുകഴിയുമ്പോൾ? വളരെ ശക്തിയുള്ള മന്ത്രവാദിനിയാണവൾ.

റോൺ

എളുപ്പമല്ലേ. ഹാരി അവളെയും കൊണ്ട് ഇങ്ങോട്ട് വരുന്നു. നമ്മളെല്ലാവരും ചേർന്നവളെ തരിപ്പണമാക്കുന്നു.

ഡ്രാക്കോ

തരിപ്പണമോ?

ഹെർമയോണി മുറിക്ക് ചുറ്റും നോക്കുന്നു.

ഹെർമയോണി

നമ്മുക്കീ വാതിലുകൾക്ക് പിന്നിലൊളിച്ചിരിക്കാം. ഹാരി നിനക്കവളെ, ഇവിടെ (ദേവാലയത്തിന്റെ ജനാലയിലൂടെ കടന്നുവരുന്ന പ്രകാശം പതിക്കുന്ന ബിന്ദുവിലേയ്ക്കവൾ ചൂണ്ടുന്നു) കൊണ്ടുവന്ന് നിർത്തുവാൻ കഴിഞ്ഞാൽ, ഞങ്ങളെല്ലാം പുറത്തുവന്ന് അവൾക്ക് രക്ഷപ്പെടുവാൻ ഒരു മാർഗ്ഗവുമില്ലാതെയാക്കാം.

റോൺ *(ഡ്രാക്കോയെ നോക്കിക്കൊണ്ട്)*

എന്നിട്ട് നമ്മളവളെ തരിപ്പണമാക്കും.

ഹെർമയോണി

ഹാരി, ഇത് നമ്മുടെ അവസാന അവസരമാണ്, നിനക്കിത് ചെയ്യുവാൻ കഴിയുമെന്ന് ഉറപ്പല്ലേ?

ഹാരി

പറ്റും, എനിക്കിത് ചെയ്യുവാൻ കഴിയും.

ഡ്രാക്കോ

ഇല്ല, ഇനിയും ഒരുപാട് ചോദ്യങ്ങൾ അവശേഷിക്കുന്നുണ്ട് - പിഴയ്ക്കുവാൻ സാദ്ധ്യതയുള്ള ഒരുപ്പാട് കാര്യങ്ങളുണ്ട്- രൂപമാറ്റം അധികനേരം നിൽക്കാതെ വരുകയും അവൾക്ക് കാര്യങ്ങൾ മനസിലാകുകയും ചെയ്താൽ, അറിയാമല്ലോ - അവൾ എന്തൊക്കെ ചെയ്തുകൂട്ടുമെന്ന് - മര്യാദയ്ക്ക് പദ്ധതിയിടുവാൻ നമുക്കിനിയും സമയം വേണം.

ആൽബസ്

ഡ്രാക്കോ, എന്റെ അച്ഛനെ വിശ്വസിക്കൂ. അച്ഛൻ നമ്മളെ നിരാശപ്പെടുത്തില്ല.

ഹാരി *വികാരാധീനനായി* ആൽബസിനെ *നോക്കുന്നു.*

ഹെർമയോണി

മന്ത്രവടികൾ.

എല്ലാവരും തങ്ങളുടെ മന്ത്രവടികൾ പിൻവലിക്കുന്നു. ഹാരി തന്റെ മാന്ത്രവടിയിൽ മുറുക്കെ പിടിയ്ക്കുന്നു. കണ്ണഞ്ചിപ്പിക്കുന്ന പ്രകാശം.

വളരെ പതുക്കെയാണ് രൂപാന്തരീകരണം നടക്കുന്നത്.

ഹാരി പൂർണമായും വോൾഡമോർട്ടിന്റെ രൂപം പ്രാപിക്കുന്നു. ഭീകരമാണത്. അവൻ തിരിയുന്നു. ചുറ്റും നിൽക്കുന്ന തന്റെ സുഹൃത്തുക്കളെയും കുടുംബത്തെയും നോക്കുന്നു. അവർ ഭയന്ന് വിറച്ച് അവനെ നോക്കുന്നു.

റോൺ

ഉയ്യോ!

ഹാരി/ വോൾഡമോർട്ട്

അപ്പോൾ രൂപം മാറിയല്ലേ?

ജിന്നി *(ഗൗരവത്തിൽ)*

ഹം. മാറി.

അങ്കം നാല് രംഗം പതിനൊന്ന്

ഗോഡ്രിക്ക്സ് ഹോളോ, ദേവാലയം, 1981

റോണും, ഹെർമയോണിയും, ഡ്രാക്കോയും, സ്ക്കോർപിയസും, ആൽബസും *ജനാലയുടെ പുറത്തേയ്ക്ക് നോക്കി നില്ക്കുന്നു. ജിന്നിയ്ക്ക് ഹാരിയെ നോക്കുവാൻ പോലും കഴിയുന്നില്ല. അവൾ പിന്നിൽ മാറിയിരിക്കുന്നു.*

അമ്മേ ഒറ്റയ്ക്ക് മാറിയിരിക്കുന്നത് ആൽബസ് *ശ്രദ്ധിക്കുന്നു. അവൻ അവളുടെ അടുത്തേയ്ക്ക് നടക്കുന്നു.*

ആൽബസ്

ഒരു കുഴപ്പവുമുണ്ടാകില്ല അമ്മേ, അറിയാലോ?

ജിന്നി

അതറിയാം എനിക്ക്. അല്ലെങ്കിൽ ഞാനങ്ങനെ ആഗ്രഹിക്കുന്നു. എനിക്ക് ഹാരിയെ അങ്ങനെ കാണുവാൻ കഴിയില്ല, ആത്രയേയുള്ളു. ഞാൻ സ്നേഹിക്കുന്ന മനുഷ്യൻ ഞാനേറ്റവും വെറുക്കുന്ന മനുഷ്യന്റെ രൂപത്തിൽ.

ആൽബസ് *അമ്മയുടെ അടുത്തിരിക്കുന്നു.*

ആൽബസ്

അമ്മേ, അമ്മയ്ക്കറിയുമോ എനിക്കവളെ ഇഷ്ടമായിരുന്നു? ശരിക്കും ഇഷ്ടമായിരുന്നു. ഡെൽഫിയെ - അവളോ വോൾഡമോർട്ടിന്റെ മകളും?

ജിന്നി

അതാണവർക്ക് ചെയ്യുവാൻ അറിയാവുന്ന ഏക കാര്യം - നിഷ്ക്കളങ്കരായ ആളുകളെ അവരുടെ വലയിൽ വീഴ്ത്തുക.

ആൽബസ്

ഇതെല്ലാം ഞാൻ വരുത്തിവെച്ചതാണ്.

ജിന്നി ആൽബസിനെ *കെട്ടിപ്പിടിക്കുന്നു.*

ജിന്നി

തമാശ എന്താണെന്ന് വെച്ചാൽ, ഇതെല്ലാം സ്വന്തം തെറ്റാണെന്നാ നിന്റെ അച്ഛൻ പറയുന്നത്. വിചിത്രമായ രണ്ടാൾക്കാർ തന്നെ നിങ്ങൾ രണ്ടും.

സ്കോർപിയസ് *അവരുടെ സംസാരം തടസപ്പെടുത്തിക്കൊണ്ട് സ്വരം താഴ്ത്തി പറയുന്നു.*

സ്കോർപിയസ്

അതാ അവൾ. അത് അവളാണ്. അവൾ ഹാരിയെ കണ്ടു.

ഹെർമയോണി

എല്ലാവരും അവരവരുടെ സ്ഥലങ്ങളിലേയ്ക്ക് പോകുക. ഹാരി അവളെ ഈ വെളിച്ചത്തിലേയ്ക്ക് എത്തിക്കുന്നത് വരെ ആരും തങ്ങളുടെ സ്ഥാനങ്ങളിൽ നിന്ന് പുറത്തുവരുവാൻ പാടില്ല.

അവരെല്ലാവരും ധൃതിയിൽ നീങ്ങുന്നു.

ഡ്രാക്കോ

ശരി ഹെർമയോണി ഗ്രേഞ്ചർ, ഹെർമയോണി ഗ്രേഞ്ചർ വീണ്ടും ഭയങ്കര ഭരണമാണ്. (അവൾ അവനെ തിരിഞ്ഞുനോക്കുന്നു, അവൻ പുഞ്ചിരിക്കുന്നു.). ഞാനത് ചെറുതായി ആസ്വദിക്കുന്നുണ്ട്.

സ്കോർപിയസ്

അച്ഛാ...

അവർ പല ദിക്കിലേയ്ക്ക് ചിതറിയോടുന്നു. വലിയ രണ്ട് വാതിലുകൾക്ക് പിന്നിലവർ ഒളിക്കുന്നു.

ഹാരി/വോൾഡമോർട്ട് *വീണ്ടും ദേവാലയത്തിലേയ്ക്ക് പ്രവേശിക്കുന്നു. രണ്ടുമൂന്നടി വെച്ചിട്ടവൻ പിന്നോട്ട് തിരിയുന്നു.*

ഹാരി/ വോൾഡമോർട്ട്

എന്നെ പിന്തുടരുന്നത് ഏത് മന്ത്രവാദി ആയാലും, ഞാൻ ഉറപ്പ് തരുന്നു, നിങ്ങൾ പാശ്ചാതപിക്കേണ്ടി വരും.

ഡെൽഫി *അയാൾക്ക് പിന്നിൽ പ്രത്യക്ഷപ്പെടുന്നു. അവളുടെ കണ്ണിൽ സ്നേഹം. അതവളുടെ അച്ഛനാണ്, ഇത്രകാലവും അവൾ കാത്തിരുന്നത് ഈ നിമിഷത്തിന് വേണ്ടിയാണ്.*

ഡെൽഫി

ലോർഡ് വോൾഡമോർട്ട്. ഞാനാണ്. ഞാനാണ് താങ്കളെ പിന്തുടർന്നത്.

ഹാരി/വോൾഡമോർട്ട്

എനിക്ക് നിന്നെ അറിയില്ല. പോകൂ.

അവർ ദീർഘശ്വാസമെടുക്കുന്നു.

ഡെൽഫി

ഞാൻ, അത്..ഞാൻ താങ്കളുടെ മകളാണ്.

ഹാരി/വോൾഡമോർട്ട്

നീ എന്റെ മകളാണെങ്കിൽ, എനിക്കെങ്ങനെ നിന്നെ അറിയാതിരിക്കും?

ഡെൽഫി *അനുനയന സ്വരത്തിൽ.*

ഡെൽഫി

ഞാൻ ഇക്കാലത്തുള്ള ആളല്ല, ഞാൻ ഭാവിയിൽ നിന്ന് വന്നതാണ്. ബെല്ലാട്രിക്സ് ലെസ്ട്രേഞ്ചിന്റെയും താങ്കളുടെയും മകൾ. ഹോഗ്വാർഡ് യുദ്ധത്തിന് മുമ്പ് മാൽഫോയികളുടെ ബംഗ്ലാവിലാണ് ഞാൻ ജനിച്ചത്. താങ്കൾ തോൽക്കുവാൻ പോകുന്നയാ യുദ്ധം. ഞാൻ വന്നത് താങ്കളെ രക്ഷിക്കുവാനാണ്.

ഹാരി/വോൾഡമോർട്ട് *തിരിഞ്ഞുനോക്കുന്നു. അവരുടെ കണ്ണുകൾ തമ്മിലുടക്കുന്നു.*

റൊഡോൾഫ് ലെസ്ട്രേഞ്ചിഞ്ച്, ബെല്ലാട്രിക്സിന്റെ നിയമ പ്രകാരമുള്ള ഭർത്താവാണ് അസ്ക്കബാനിൽ നിന്നുള്ള മടക്കയാത്രയിൽ ഞാനാരാണെന്നുള്ള സത്യമെന്നോട് പറയുന്നത്. ഞാൻ നിറവേറ്റേണ്ടിയതെന്ന് അദ്ദേഹം വിശ്വസിക്കുന്ന പ്രവചനവും അദ്ദേഹം വെളിപ്പെടുത്തുകയുണ്ടായി. ഞാൻ നിങ്ങളുടെ മകളാണ്.

ഹാരി/വോൾഡമോർട്ട്

എനിക്ക് ബെല്ലാട്രിക്സിനെ അറിയാം, അവളുമായി നിനക്ക് ചെറിയ സാമ്യമുണ്ടെന്നുള്ളത് ശരിയാണ്-പക്ഷേ അവളുടെ ഭംഗിയൊന്നും നിനക്ക് കിട്ടിയിട്ടില്ല. പക്ഷേ, തെളിവുകളൊന്നുമില്ലാതെ...

ഡെൽഫി *പാർസൽടറ്റങ്ങിൽ സംസാരിക്കുന്നു.*

ഹാരി/വോൾഡമോർട്ട് *പൈശാചികമായി ചിരിക്കുന്നു.*

ഇതാണോ നിന്റെ തെളിവ്?

ഡെൽഫി *അനായാസമായി വായുവിൽ ഉയരുന്നു.*

ഹാരി/ വോൾഡമോർട്ട് *ഞെട്ടലോടെ പിന്നോട്ട് മാറുന്നു.*

ഡെൽഫി

ഞാനാണ് ഡാർക്ക് ലോർഡിന്റെ ഓഗ്റി. നിങ്ങളെ സേവിക്കുവാൻ അനുവദിക്കുവാനായി ഞാനെന്തും ചെയ്യുവാൻ തയ്യാറാണ്.

ഹാരി/വോൾഡമോർട്ട് *(തന്റെ അമ്പരപ്പ് പുറത്തുകാണിക്കാതെ)*
നീ പറക്കുവാൻ പഠിച്ചല്ലേ - എന്നെകണ്ടാണോ?

ഡെൽഫി
താങ്കൾ കാണിച്ചുതന്ന വഴിയിലൂടെ സഞ്ചരിക്കുവാൻ ഞാൻ ശ്രമിച്ചുകൊണ്ടിരിക്കുന്നു.

ഹാരി/വോൾഡമോർട്ട്
എന്റെയൊപ്പം ശക്തരാകുവാൻ ശ്രമിക്കുന്ന ഒരു മന്ത്രവാദിയേയും ഞാനിതിന് മുമ്പ് കണ്ടുമുട്ടിയിട്ടില്ല.

ഡെൽഫി
എന്നെ തെറ്റുധരിക്കരുത്- ഞാൻ അങ്ങേയ്ക്കൊപ്പം മിടുക്കിയാണെന്നല്ല പറഞ്ഞത്. പക്ഷേ അങ്ങേയ്ക്ക് എന്നെ നോക്കി അഭിമാനിക്കുവാൻ കഴിയണമെന്ന നിർബന്ധം എനിക്കുണ്ടായിരുന്നു. എന്റെ ജീവിതം മുഴുവനും ഞാനതിന് വേണ്ടി മാത്രമായിരുന്നു സമർപ്പിച്ചത്.

ഹാരി/ വോൾഡമോർട്ട് *(ഇടയിൽ കയറുന്നു)*
നീ ആരാണെന്നും നിനക്ക് എന്തൊക്കെ ചെയ്യുവാൻ സാധിക്കുമെന്നും എനിക്ക് മനസിലായി. എന്റെ മകൾ.

അവൾ അയാളെ വികാരഭരിതയായി നോക്കുന്നു.

ഡെൽഫി
അച്ഛാ?

ഹാരി/വോൾഡമോർട്ട്
നമ്മളൊരുമിച്ചാൽ പിന്നെ ആർക്കും നമ്മളെ തോൽപ്പിക്കുവാൻ കഴിയുകയില്ല.

ഡെൽഫി
അച്ഛാ...

ഹാരി/വോൾഡമോർട്ട്
ഇവിടേയ്ക്ക് വരൂ, ഈ വെളിച്ചത്തിലേയ്ക്ക്, ഞാൻ നിന്നെയൊന്ന് കണ്ടോട്ടെ.

ഡെൽഫി
അബദ്ധമാണ് അച്ഛൻ കാണിക്കുവാൻ പോകുന്നത്. ഹാരി പോട്ടറിനെ ആക്രമിക്കുന്നത് അബദ്ധമാണ്. അവൻ താങ്കളെ തകർത്തുകളയും.

ഹാരി/വോൾഡമോർട്ടിന്റെ കൈകൾ തിരികെ ഹാരിയുടേതായി മാറുന്നു. അവൻ അതുകണ്ട് ഭയചകിതനാകുന്നു, പെട്ടന്നുതന്നെ കൈകൾ കുപ്പായത്തിനുള്ളിലാക്കുന്നു.

ഹാരി/വോൾഡമോർട്ട്
ഹാരിയൊരു ശിശുവാണ്.

ഡെൽഫി

അവന് അവന്റെ അമ്മയുടെ സ്നേഹമുണ്ട്, താങ്കളുടെ മന്ത്രം തിരിച്ചടിക്കും, അത് താങ്കളെ ദുർബലനും അവനെ അതിശക്തനുമാക്കും. അവനോട് പൊരുതുവാനുള്ള ശക്തി സംഭരിക്കുവാൻ അടുത്ത പതിനേഴ് വർഷങ്ങൾ വേണ്ടി വരും. പക്ഷേ അത് കഴിഞ്ഞും അവനെതിരെ നടത്തുന്ന യുദ്ധത്തിൽ താങ്കൾ പരാജയപ്പെടും.

ഹാരി/വോൾഡമോർട്ടിന്റെ തലയിൽ മുടി കിളുക്കുവാൻ തുടങ്ങുന്നു, അവന് അത് മൻസിലാകുന്നു. അത് മറയ്ക്കുവാനവൻ ശ്രമിക്കുന്നു. അവൻ തന്റെ കുപ്പായത്തിന്റെ തൊപ്പിയുപയോഗിച്ച് തല മറയ്ക്കുന്നു.

ഹാരി/വോൾഡമോർട്ട്

എന്നാൽ ഞാൻ അവനെ ആക്രമിക്കുന്നില്ല. നീ പറഞ്ഞത് ശരിയാണ്.

ഡെൽഫി

അച്ഛാ?

ഹാരി/വോൾഡമോർട്ട് *ചുരുങ്ങി ചെറുതായിത്തുടങ്ങുന്നു - ഇപ്പോളവന് വോൾഡമോർട്ടിന്റെ രൂപത്തെക്കാൾ ഹാരിയുടെ രൂപമാണ്. അവൻ* ഡെൽഫി *കാണുവാതിരിക്കുവാനായി തിരിഞ്ഞുനിൽക്കുന്നു.*

അച്ഛാ?

ഹാരി *(വോൾഡമോർട്ടിന്റെ ശബ്ദം പോലെ തോന്നിക്കുവാൻ കഷ്ടപ്പെട്ടുകൊണ്ട്)*

നിന്റെ പദ്ധതിയാണ് നല്ലത്. ഈ ആക്രമണം ഞാൻ വേണ്ടെന്ന് വയ്ച്ചേക്കാം. നീ എന്നെ നന്നായിതന്നെ സേവിക്കുന്നു ഡെൽഫി. ഇനി നീയീ വെളിച്ചത്തിലേയ്ക്ക് വരൂ, ഞാൻ നിന്നെയൊന്ന് ശരിക്കും കാണട്ടെ.

ഒരു കതക് ചെറുതായി തുറക്കപ്പെടുന്നതും, പെട്ടെന്നുതന്നെ അടയുന്നതും അവൾ കാണുന്നു. അവൾ അങ്ങോട്ടുനോക്കി നെറ്റി ചുളിക്കുന്നു, അവൾക്ക് സംശയം തോന്നിത്തുടങ്ങുന്നു.

ഡെൽഫി

അച്ഛാ...

അവന്റെ മുഖം ഒരിക്കൽക്കൂടി കാണുവാൻ അവൾ ശ്രമിക്കുന്നു, അവിടെ ഏകദേശം ഒരു നൃത്തം തന്നെ സംഭവിക്കുന്നു.

നീ ലോർഡ് വോൾഡമോർട്ടല്ല

ഡെൽഫി അവളുടെ മന്ത്രവടിയിൽ നിന്ന് മന്ത്രം തൊടുക്കുന്നു. ഹാരി അവളെ എതിരിടുന്നു.

ഇൻസെണ്ടിയോ!

ഹാരി

ഇൻസെണ്ടിയോ!

രണ്ടുപേരുടെയും മാന്ത്രികവടിയിൽ നിന്നും പ്രവഹിച്ച വെളിച്ചം ആ മുറിയുടെ നടുക്ക് കൂട്ടിമുട്ടുന്നു.

മറ്റുള്ളവർ കതക് തുറന്നുവരുവാൻ തുടങ്ങുന്നത് കണ്ടവൾ മറ്റേ കയ്യുപയോഗിച്ച് രണ്ട് വാതിലുകളും അകത്തുനിന്നു പൂട്ടുവാനുള്ള മന്ത്രം തൊടുക്കുന്നു.

ഡെൽഫി

പോട്ടർ. കൊളോപ്പോർട്ടസ്!

ഹാരി ആശയറ്റ് കതകുകളിലേയ്ക്ക് നോക്കുന്നു.

ജിന്നി *(ദൂരെ നിന്ന്)*

അവൾ അകത്തുനിന്ന് കതകുകൾ പൂട്ടിയിരിക്കുകയാണ്

ഡെൽഫി

നീയെന്ത് കരുതി, നിന്റെ സുഹൃത്തുക്കളും നിന്റൊപ്പം ചേരുമെന്നോ?

ഹെർമയോണി *(ദൂരെ നിന്ന്)*

ഹാരി... ഹാരി...

ഹാരി

ശരി. ഞാൻ നിന്നെ ഒറ്റയ്ക്ക് നേരിട്ടുകൊള്ളാം.

അവൻ അവളെ ആക്രമിക്കുവാൻ തയ്യാറെടുക്കുന്നു. പക്ഷേ അവൾ അതിശക്തയാണ്. ഹാരിയുടെ മാന്ത്രികവടി അവൾ കൈക്കലാക്കുന്നു. അവൻ നിരായുധനാണ്, നിസ്സഹായനാണ്.

ഇതെങ്ങനെ...? എങ്ങനെ?

ഡെൽഫി

ഞാൻ നിന്നെ നിരീക്ഷിക്കുവാൻ തുടങ്ങിയിട്ട് കാലങ്ങളായി, ഹാരി പോട്ടർ. എന്റെ അച്ഛന് നിന്നെ അറിയാവുന്നതിലും കൂടുതൽ നന്നായി എനിക്ക് നിന്നെ അറിയാം.

ഹാരി

എന്റെ ദൌർബല്യം മനസിലാക്കിയെന്നാണോ നീ കരുതുന്നത്?

ഡെൽഫി

എന്റെ അച്ഛന്റെ മകളാണെന്ന് പറയുവാനുള്ള യോഗ്യതയുണ്ടാകുവാൻ വേണ്ടിയതൊക്കെ ഞാൻ പഠിച്ചു! എക്കാലത്തെയും പരമോന്നതനായ മാന്ത്രികനാണ് അദ്ദേഹമെങ്കിലും, എന്നെ കണ്ട് അദ്ദേഹം അഭിമാനംക്കൊള്ളും. എക്സ്പൾസോ!

തന്റെ പിന്നിൽ പൊട്ടിത്തെറിയുണ്ടാകുന്നത് കണ്ട് ഹാരി അവിടുന്ന് ഉരുണ്ട് മാറുന്നു. അവൻ ഭയചകിതനായി പള്ളിയിലുണ്ടായിരുന്ന ഒരു ഇരിപ്പിടത്തിനടിയിൽ കയറി ഒളിക്കുന്നു. താൻ എങ്ങനെ അവളെ തോൽപ്പിക്കുമെന്നവൻ ആലോചിക്കുന്നു.

നീ പേടിച്ചൊളിക്കുവാണോ? ഹാരി പോട്ടർ. മായാജാല ലോകത്തിന്റെ നായകൻ. എന്നെ കണ്ടൊരു എലിയെപ്പോലെ ഓടിയൊളിക്കുന്നു. വിങ്ഗാർഡിയം ലെവിയോസ!

കസേര വായുവിൽ ഉയരുന്നു.

നിന്നെ കൊല്ലുന്നതിനായി എന്റെ സമയം കളയേണ്ടതുണ്ടോ എന്നതാണിപ്പോളത്തെ ചോദ്യം. ഞാൻ അച്ഛനെ തടുക്കുന്നതോടുകൂടി നിന്റെ നാശം എന്തായാലും ഉറപ്പാകും. എങ്ങനെയാ തീരുമാനിക്കുന്നത്? ഓഹ്, വല്ലാത്ത മുഷിപ്പ്, എന്നാപ്പിന്നെ നിന്നെയങ്ങ് കൊന്നേക്കാം.

അവൾ ആ കസേര അവന്റെ മുകളിലേയ്ക്കിടുന്നു. അവൻ ഉരുണ്ടുമാറുന്നു. കസേര നിലത്തുവീണ് ചിനഭിന്നമാകുന്നു.

ആൽബസ് കതകിനടിയിലൂടെ നൂഴ്ന്നിറങ്ങുന്നു. രണ്ടുപേരും ശ്രദ്ധിക്കുന്നില്ല.

അവാഡ-

ആൽബസ്

അച്ഛാ...

ഹാരി

ആൽബസ്! വേണ്ട! പോകൂ...

ആൽബസ് ഹാരിയ്ക്ക് ഒരു മാന്ത്രികവടി എറിഞ്ഞുകൊടുക്കുന്നു. ഹാരി അത് പിടിക്കുന്നു. തന്റെ മകൻ എത്ര വലിയ ആപത്തിലേയ്ക്കാണ് എടുത്തുചാടിയിരിക്കുന്നത് എന്ന ഭയം അയാളെ വിഴുങ്ങുന്നു.

ഡെൽഫി

രണ്ടുപേരും? ആരെ കൊല്ലും ആദ്യം. ആഹ് ഈ ചെക്കനെ തന്നെ കൊന്നേക്കാം. അവാഡാ കെഡാവ്ര!

അവൻ ആ ഹിംസാ മന്ത്രം ആൽബസിന് നേരെ തൊടുക്കുന്നു - ഹാരി അവനെ തള്ളിമാറ്റുന്നു. പ്രകാശപ്രവാഹം തറയിൽ പതിക്കുന്നു. അവൻ തിരിച്ചൊരു മിന്നൽപ്പിണർപ്പ് തൊടുക്കുന്നു.

നിനക്ക് എന്നെക്കാളും ശക്തിയുണ്ടെന്നാണോ നീ കരുതുന്നത്?

ഹാരി

ഇല്ല, എനിക്കത്രയും ശക്തിയില്ല.

അവർ നിർധാക്ഷണ്യം പരസ്പരം മിന്നൽപിണരുകൾ തൊടുക്കുന്നു. ആൽബസ് വേഗം കതകുകളിലേയ്ക്ക് മന്ത്രം തൊടുത്തവ തുറക്കുന്നു.

ആൽബസ്

അലൊഹോമോറ!

ഹാരി

പക്ഷേ ഞങ്ങൾക്കുണ്ട്.

ആൽബസ്

അലൊഹോമോറ!

ഹാരി

ഞാനൊരിക്കലും ഒറ്റയ്ക്ക് പൊരുതിയിട്ടില്ല, ഒരിയ്ക്കലും ഒറ്റയ്ക്ക് പൊരുതുകയുമില്ല.

ഹെർമയോണിയും, റോണും, ജിന്നിയും, ഡ്രാക്കോയും കതകുകൾ തുറന്നുവരുന്നു. അവർ ഡെൽഫിയ്ക്ക് നേരെ മന്ത്രങ്ങൾ പ്രയോഗിക്കുന്നു. ഡെൽഫി ഉഗ്രകോപത്തിൽ അലറുന്നു. അവൾക്കവരെ ഒരുമിച്ച് പ്രതിരോധിക്കുവാൻ കഴിയാതെ വരുന്നു.

തുടർച്ചയായ സ്ഫോടനങ്ങൾ - ഡെൽഫി പൂർണ്ണമായി പരാജയപ്പെട്ട് നിലത്തേയ്ക്ക് വീഴുന്നു.

ഡെൽഫി

വേണ്ട... വേണ്ട...

ഹെർമയോണി

ബ്രാച്ചിയാബൈണ്ടോ!

അവൾ ബന്ധനസ്ഥയാകുന്നു.

ഹാരി ഡെൽഫിയുടെ അടുത്തേയ്ക്ക് ചെല്ലുന്നു. അവൻ അവളിൽനിന്ന് കണ്ണുപറിക്കുന്നില്ല. മറ്റെല്ലാവരും പിന്നിൽ തന്നെ നില്ക്കുന്നു.

ഹാരി

ആൽബസ്, നിനക്കൊന്നും പറ്റിയില്ലല്ലോ?

ആൽബസ്

ഇല്ലച്ഛാ, എനിക്കൊന്നുമില്ല.

ഹാരി അപ്പോളും ഡെൽഫിയിൽ നിന്നും കണ്ണെടുക്കുന്നില്ല. അവന്റെയുള്ളിൽ അപ്പോളും ഭയമാണ്.

ഹാരി

ജിന്നി, അവന് മുറിവ് വല്ലതും ഉണ്ടായോ എന്ന് നോക്കിക്കേ.. അവൻ സുരക്ഷിതനാണെന്ന് എനിക്ക് ഉറപ്പ് തരൂ.

ജിന്നി

അവൻ നിർബന്ധിച്ചിട്ടാണ്... ജനലഴികളിലൂടെ നുഴഞ്ഞുകയറുവാൻ അവന് മാത്രമേ സാധിക്കുകയുള്ളായിരുന്നു. ഞാൻ തടയുവാൻ ശ്രമിച്ചതാണ്.

ഹാരി

അവന് കുഴപ്പമുണ്ടോ എന്ന് മാത്രം പറഞ്ഞാൽ മതി.

ആൽബസ്

എനിക്കൊരു കുഴപ്പവുമില്ല അച്ഛാ, സത്യം.

ഹാരി *ഡെൽഫിയുടെ അടുത്തേയ്ക്ക് നടക്കുന്നു.*

ഹാരി

എന്നെ ആക്രമിക്കുവാൻ ഒരുപാട് പേർ ശ്രമിച്ചിട്ടുണ്ട്- പക്ഷേ എന്റെ മകനെ!

ഡെൽഫി

എനിക്കെന്റെ അച്ഛനെ കണ്ടാൽ മാത്രം മതി.

ഹാരി *അതുകേട്ടൊന്ന് പതറുന്നു.*

ഹാരി

നിനക്ക് നിന്റെ ജീവിതം തിരുത്തിയെഴുതുവാൻ കഴിയില്ല ഡെൽഫി. നീയെപ്പോഴും ഒരു അനാഥ തന്നെയായിരിക്കും. അതൊരിക്കലും മാറുവാൻ പോകുന്നില്ല.

ഡെൽഫി

ദയവായി അച്ഛനെ കാണുവാൻ സമ്മതിക്കണം.

ഹാരി

പറ്റില്ല, അത് നടക്കില്ല.

ഡെൽഫി *(ദയനീയമായി)*

എങ്കിൽ എന്നെ കൊന്നുകളഞ്ഞേക്കൂ.

ഹാരി *ഒരു നിമിഷം ചിന്തിക്കുന്നു.*

ഹാരി

ഇല്ല, അതിനും എനിക്ക് കഴിയില്ല...

ആൽബസ്

എന്ത്? അച്ഛാ? അവൾ അപകടകാരിയാണ്.

ഹാരി

ആൽബസ്, അതല്ല...

ആൽബസ്

അവളൊരു കൊലപാതകിയാണ് - ഞാൻ കണ്ടതാണവൾ കൊല്ലുന്നത്-

ഹാരി *തന്റെ മകനെ നോക്കുന്നു,* ജിന്നിയേയും.

ഹാരി

അതെ, ആൽബസ്. അവൾ കൊലപാതകിയാണ്, പക്ഷേ നമ്മൾ അല്ല.

ഹെർമയോണി

നമ്മൾ അവരെക്കാളും നല്ലവരാണ്.

റോൺ

അതെ, കേൾക്കുമ്പോൾ ദേഷ്യം തോന്നിയാലും, അതാണ് ഞങ്ങൾ പഠിച്ചത്.

ഡെൽഫി

എന്റെ മനസും ഓർമ്മയും നശിപ്പിക്കൂ... ഞാനാരാണെന്ന് മറക്കുവാനെങ്കിലും എന്നെ അനുവദിക്കൂ...

റോൺ

ഇല്ല, നിന്നെ ഞങ്ങൾ നമ്മുടെ കാലത്തേയ്ക്ക് കൊണ്ടുപോകുകയാണ്.

ഹെർമയോണി

എന്നിട്ട് നിന്നെയും അസ്ക്കബാനിലാക്കും. നിന്റെ അമ്മയെപ്പോലെ തന്നെ നീയും അവിടെ കഴിയും.

ഡ്രാക്കോ

അവിടെ കിടന്ന് നീ നശിക്കും.

ഹാരി ഒരു ശബ്ദം കേൾക്കുന്നു. പാമ്പിന്റെ സീൽക്കാരം പോലെ. മരണത്തിന്റെ ഭീകരതയുൾക്കൊണ്ട ശബ്ദം, ഇതുവരെയും കേട്ടിരുന്ന ഒരു ശബ്ദവും പോലെയല്ലത്.

ഹാരിരിരീരി പോട്ടർർർർ...

സ്ക്കോർപിയസ്

അതെന്താ?

ഹാരി

ഇല്ലില്ല... ഇതുവരെയും ഇല്ല...

ആൽബസ്

എന്ത്?

റോൺ

വോൾഡമോർട്ട്.

ഡെൽഫി

അച്ഛൻ?

ഹെർമയോണി

ഇപ്പോ? ഇവിടെ?

ഡെൽഫി

അച്ഛാ!

ഡ്രാക്കോ

സയലെൻസിയോ! (ഡെൽഫിയുടെ വാ മൂടികെട്ടപ്പെടുന്നു.) വിങ്ഗാർഡിയം ലെവിയോസ (അവൾ മുകളിലേയ്ക്ക് പൊങ്ങിപ്പോകുന്നു.)

ഹാരി

അയാൾ വരുന്നുണ്ട്. ഇപ്പോളെത്തും.

വോൾഡമോർട്ട് അരങ്ങിന്റെ പിന്നിലൂടെ പ്രവേശിച്ച്, മുമ്പിലേയ്ക്ക് വന്ന് പ്രേക്ഷകർക്കിടയിലേയ്ക്ക് നടന്നിറങ്ങുന്നു. അന്തരീക്ഷം വെറുപ്പും, ഭയവും കൊണ്ട് നിറയുന്നു. അയാൾ തനിക്കൊപ്പം മരണത്തെയും കൊണ്ടുവരുമെന്നത് എല്ലാവർക്കുമറിയാവുന്ന സത്യമാണ്.

അങ്കം നാല് രംഗം പന്ത്രണ്ട്

ഗോഡ്രിക്ക് മലയിടുക്ക്, 1981

ഹാരി *നിസ്സഹായനായി* വോൾഡമോർട്ടിനെ *നോക്കി നില്ക്കുന്നു.*

ഹാരി

വോൾഡമോർട്ട് എന്റെ അച്ഛനേയും അമ്മയേയും കൊല്ലുവാൻ പോകുകയാണ്, എന്നിട്ടും അയാളെ തടുക്കുവാൻ എനിക്കൊന്നും ചെയ്യുവാൻ സാധിക്കുന്നില്ലല്ലോ.

ഡ്രാക്കോ

അത് സത്യമല്ല.

സ്ക്കോർപിയസ്

അച്ഛാ, ഈ സമയത്താണോ...

ആൽബസ്

അയാളെ തടയുവാൻ പറ്റും, പക്ഷേ അച്ഛനിപ്പോൾ അത് ചെയ്യില്ല.

ഡ്രാക്കോ

അതാണ് വീരോചിതം.

ജിന്നി ഹാരിയുടെ *കയ്യിൽ മുറുക്കെ പിടിക്കുന്നു.*

ജിന്നി

നീയിത് കണ്ട് നിൽക്കേണ്ട, ഹാരി. നമ്മുക്ക് വീട്ടിൽ പോകാം.

ഹാരി

ഇത് സംഭവിക്കുവാൻ ഞാൻ അനുവദിക്കുകയാണ്.. അപ്പോ തീർച്ചയായും ഞാൻ കാണേണ്ടതുണ്ട്.

ഹെർമയോണി

എങ്കിൽ നമ്മളെല്ലാവരും ഒരുമിച്ചിതിന് സാക്ഷ്യം വഹിക്കും.

റോൺ

ഹം, നമ്മുക്കൊരുമിച്ച് കാണാം.

പരിചിതമല്ലാത്ത ശബ്ദങ്ങൾ കേൾക്കുന്നു...

ജയിംസ് *(ദൂരെ നിന്ന്)*

ലില്ലി, ഹാരിയെ എടുത്തുകൊണ്ട് പോ! അതയാളാണ്! പോ! ഓട്! ഞാൻ അയാളെ തടഞ്ഞുനിർത്തിക്കൊള്ളാം...

പൊട്ടിത്തെറിയുടെ ശബ്ദം, അതിനെ തുടർന്നൊരു അട്ടഹാസവും.

നീ ഇങ്ങോട്ട് വരരുത്- മനസിലായല്ലോ ഇങ്ങോട്ട് വന്നേക്കരുത്.

വോൾഡമോർട്ട് *(ദൂരെ നിന്ന്)*

അവാഡാ കെഡാവ്ര!

പച്ച വെളിച്ചം പ്രേക്ഷകർ ഇരിക്കുന്നിടത്ത് നിറയുന്നു. ഹാരി സ്ഥബ്ദനായി നില്ക്കുന്നു.

ആൽബസ് അച്ഛന്റെ കൈകളിൽ പിടിക്കുന്നു. ഹാരി പിടുത്തം മുറുക്കെയാക്കുന്നു. അയാൾക്കാ സ്വാന്തനമിപ്പോൾ ആവശ്യമായിരുന്നു.

ആൽബസ്

അദ്ദേഹത്തിന് ചെയ്യുവാൻ കഴിയുന്നതെല്ലാം ചെയ്തു.

ജിന്നിയും ഹാരിയുടെ അടുത്തേയ്ക്ക് വന്ന് മറ്റേ കയ്യിലും മുറുക്കെ പിടിക്കുന്നു. ഹാരി അവരിലേയ്ക്ക് ചായുന്നു. അവർ ഒരുമിച്ച് ഹാരിയെ താങ്ങിനിർത്തുന്നു.

ഹാരി

അത്... അതെന്റെ അമ്മയാണ്, ജനാലയ്ക്കരികിൽ. എനിക്കെന്റെ അമ്മയെ കാണാം. അവർ അതിസുന്ദരിയായിരിക്കുന്നു.

കതകിൽ ഇടിക്കുന്നതിന്റെയും, അത് പൊട്ടിത്തെറിക്കുന്നതിന്റെയും ശബ്ദം കേൾക്കാം.

ലില്ലി *(ദൂരെ നിന്ന്)*

വേണ്ട ഹാരി, വേണ്ട. ദയവുചെയ്തിത് ഇത് കാണാതെ...

വോൾഡമോർട്ട് *(ദൂരെ നിന്ന്)*

മാറി നിൽക്ക്, പീറപ്പെണ്ണേ.. വേഗം മാറിനിൽക്കാൻ...

ലില്ലി *(ദൂരെ നിന്ന്)*

വേണ്ട ഹാരിയെ കൊല്ലല്ലേ, പകരം എന്നെ കൊന്നോ...

വോൾഡമോർട്ട് *(ദൂരെ നിന്ന്)*

ഞാൻ അവസാനമായി പറയുകയാണ്-

ലില്ലി *(ദൂരെ നിന്ന്)*

കൊല്ലല്ലേ ഹാരിയെ! ദയവായി – ഇത്തിരി കരുണ കാണിക്ക്... അവൻ കുഞ്ഞല്ലേ... എന്റെ മകനെ കൊല്ലരുതേ! ഞാനെന്ത് വേണമെങ്കിലും ചെയ്യാം.

വോൾഡമോർട്ട് *(ദൂരെ നിന്ന്)*

അവാഡാ കെഡാവ്ര!

ഹാരിയ്ക്ക് തന്റെ ശരീരത്തിനുള്ളിലൂടെ ഒരു മിന്നൽപ്പിണർ കടന്നുപോകുന്നതായി തോന്നുന്നു. അവൻ വിതുമ്പിക്കൊണ്ട് തറയിലേയ്ക്ക് വീഴുന്നു.

നിലവിളിയൊച്ച കാണികൾക്ക് ചുറ്റും പ്രതിധ്വനിക്കുന്നു.

അരങ്ങിലുണ്ടായിരുന്നതെല്ലാം കാണികളുടെ കാഴ്ചയിൽ നിന്ന് മറയുന്നു.

അരങ്ങിന് രൂപമാറ്റം സംഭവിക്കുന്നു, അത് ചുറ്റിക്കറങ്ങുന്നു.

അങ്കം നാല് രംഗം പതിമൂന്ന്

ഗോഡ്രിക്ക്സ് ഹോളോ, ലില്ലിയുടെയും ജയിംസ് പോട്ടറിന്റെയും വീടിന്റെ അകം, 1981

തകർന്നടിഞ്ഞ വീടിന്റെ അവശിഷ്ടക്കൂന. അതിഭയങ്കരമായ ആക്രമണം നടന്ന വീട്.

ഹാഗ്രിഡ് കത്തിക്കരിഞ്ഞ ആ വീടിന്റെ അവശിഷ്ടങ്ങൾക്കിടയിലൂടെ നടക്കുന്നു.

ഹാഗ്രിഡ്

ജയിംസ്?

അയാൾ ചുറ്റും നോക്കുന്നു.

ലില്ലി??

അയാൾ നടത്തം പതുക്കെയാക്കുന്നു, അത് കാണുവാൻ അയാൾക്ക് കഴിയില്ല. അയാൾ തീർത്തും വികാരാധീനനാകുന്നു.

അവരെ കാണുന്നു, അയാൾ നടത്തം നിറുത്തുന്നു, ഒന്നും മിണ്ടുന്നില്ല.

ഓഹ്.ഓഹ്..ഇതല്ല - ഇതല്ല – ഞാൻ വിചാരിച്ചില്ല... അവർ എന്നോട് പറഞ്ഞിരുന്നു - എങ്കിലും ഇത്രയും ഞാൻ പ്രതീക്ഷിച്ചില്ല...

അയാൾ വിശ്വസിക്കാനാവാതെ അവരെ നോക്കി തലകുമ്പിട്ട് നില്ക്കുന്നു. എന്തൊക്കെയോ പതുക്കെ പറഞ്ഞിട്ട് തന്റെ കീശയിൽ നിന്ന് പൂക്കളെടുത്ത് തറയിൽ അവർക്കരികെ വയ്ക്കുന്നു.

അവർ പറഞ്ഞിരുന്നെന്നോട്.. ഡമ്പൾഡോർ പറഞ്ഞിരുന്നു, എനിക്ക് നിങ്ങളോടൊപ്പം ഇവിടെ നിൽക്കുവാൻ കഴിയില്ല. എന്നോട് ക്ഷമിക്കണം. മഗിൾസ് വരുന്നുണ്ട്, എന്നെപ്പോലൊ വലിയൊരു ജീവിയെ ഇവിടെ കണ്ടാൽ...

അങ്കം നാല് രംഗം പതിമൂന്ന്

അയാൾ വിതുമ്പുന്നു.

നിങ്ങളെ ഉപേക്ഷിച്ച് പോകുന്നതിൽ എനിക്ക് വിഷമമുണ്ട്. നിങ്ങൾ ഒരിക്കലും വിസ്മരിക്കപ്പെടുകയില്ല - ഞാനാലോ - നമ്മുടെ ആളുകളാലോ.

ഒരു കുഞ്ഞിന്റെ ശബ്ദം കേൾക്കുന്നു. ഹാഗ്രിഡ് ശബ്ദം കേട്ട വശത്തേയ്ക്ക് നോക്കുന്നു. അവിടേയ്ക്ക് സംശയത്തോടെ നടക്കുന്നു.

അയാൾ തൊട്ടിലിന്റെ അരികിൽ വന്ന്, അതിനുള്ളിലേയ്ക്ക് നോക്കി നില്ക്കുന്നു. തൊട്ടിലിന്റെയുള്ളിൽ നിന്ന് പകാശം പ്രവഹിക്കുന്നുണ്ട്.

ഇതാരാ... ഹാരി അല്ലേ. ഹാരി പോട്ടർ ഞാൻ റൂബിയസ് ഹാഗ്രിഡ്. നിനക്കിഷ്ടപ്പെട്ടാലും ഇല്ലെങ്കിലും ഇനിമുതൽ ഞാൻ നിന്റെ കൂട്ടുകാരനായിരിക്കും. നീ ഒരുപാട് ദുരന്തങ്ങളിൽക്കൂടി കടന്നുപോയി - നിനക്കതറിയില്ലെങ്കിലും - അതുകൊണ്ടുതന്നെ നിനക്കൊരു സുഹൃത്തിനെ ആവശ്യമാണ്. ഇപ്പോ നീയെന്റെ കൂടെ വരുന്നതല്ലേ നല്ലത്, എന്ത് തോന്നുന്നു?

മഗിൾസിന്റെ ടോർച്ചിൽ നിന്നുള്ള നീലവെളിച്ചം അടുത്തടുത്ത് വരുന്നു. ആ വെളിച്ചം അവിടെയാകെ പരക്കുന്നു. അയാൾ ഹാരിയെ തന്റെ കയ്യിലെടുക്കുന്നു. തിരിഞ്ഞുനോക്കാതെ വീടിനുള്ളിൽ നിന്നും വേഗത്തിൽ പുറത്തുകടക്കുന്നു.

അരങ്ങിൽ ഇരുട്ട് നിറയുന്നു.

അങ്കം നാല് രംഗം പതിനാല്

ഹോഗ്വാർട്ട്സ്, ക്ലാസ്മുറി

സ്ക്കോർപിയസും ആൽബസും അതിസന്തോഷത്തോടെ ഒരു മുറിയിലേയ്ക്ക് ഓടിക്കയറുന്നു. അവർ കതക് വലിച്ചടയ്ക്കുന്നു.

സ്ക്കോർപിയസ്

ഞാനത് ചെയ്തെന്ന് എനിക്ക് വിശ്വസിക്കുവാൻ കഴിയുന്നില്ല.

ആൽബസ്

നീയത് ചെയ്തെന്ന് എനിക്കും വിശ്വസിക്കുവാൻ കഴിയുന്നില്ല.

സ്ക്കോർപിയസ്

റോസ് ഗ്രേഞ്ചർ - വീസ്ലി. ഞാൻ റോസ് ഗ്രേഞ്ചർ- വീസ്ലിയോട് എനിക്കൊപ്പം പുറത്തുവരുമോയെന്ന് ചോദിച്ചു.

ആൽബസ്

അവൾ പറ്റില്ലെന്ന് പറയുകയും ചെയ്തു.

സ്ക്കോർപിയസ്

ഞാൻ അവളോട് ചോദിച്ചല്ലോ. ഒരു തുടക്കമായില്ലേ! ഇതിനി വളർന്ന് വിവാഹം വരെയെത്തും.

ആൽബസ്

മനോഹരമായ സ്വപ്നം.

സ്ക്കോർപിയസ്

നീ പറയുന്നത് ശരിയാ. പോളി ചാപ്മാനാണ് എന്നോട് ഇഷ്ടമാണെന്ന് പറഞ്ഞത്.

ആൽബസ്

അത് നീ വളരെ പ്രശസ്തനായ, പ്രധാനിയായ മറ്റൊരു ലോകത്തല്ലേ - അതും മറ്റൊരു പെൺകുട്ടി - അതും ഇതും തമ്മിലെന്ത് ബന്ധം!

സ്കോർപിയസ്

യുക്തിപരമായി ചിന്തിച്ചാൽ ഞാൻ പോളിയുടെ പിറകെ നടക്കുകയോ, അവളെ എന്റെ പിറകെ വരുത്തുകയോ ചെയ്യണം - അവൾ കാണാൻ അതിസുന്ദരിയുമാണല്ലോ - പക്ഷേ റോസിന് പകരമാവുകയില്ല ആരും.

ആൽബസ്

യുക്തിപരമായി ചിന്തിച്ചാൽ നീയൊരു കിറുക്കനാണ്! റോസിന് നിന്നെ ഇഷ്ടമല്ലല്ലോ.

സ്കോർപിയസ്

അതിനൊരു തിരുത്തലുണ്ട്, അവൾ എന്നെ വെറുത്തിരുന്നു എന്നത് സത്യമാണ്. പക്ഷേ ഞാനവളോട് ചോദിച്ചപ്പോൾ അവളുടെ കണ്ണുകൾ നീ ശ്രദ്ധിച്ചിരുന്നോ? അതിൽ വെറുപ്പല്ലായിരുന്നു, സഹതാപമായിരുന്നു.

ആൽബസ്

സഹതാപം നല്ലതാണെന്നാണോ?

സ്കോർപിയസ്

അതൊരു തുടക്കമാണ് സുഹൃത്തെ, ഒരു മാളിക, ഒരു പ്രണയകൊട്ടാരം പണിയുവാനുള്ള അടിത്തറ.

ആൽബസ്

നമ്മളിൽ എനിക്കാവും ആദ്യം പ്രണയിനിയുണ്ടാകുന്നത് എന്നാണ് ഞാൻ കരുതിയിരുന്നത്.

സ്കോർപിയസ്

തീർച്ചയായും, മിക്കവാറും ആ കണ്ണുകാണാത്ത, മാന്ത്രിക മരുന്നിന്റെ പ്രൊഫസറിനെ ആയിരിക്കും നിനക്ക് കിട്ടുന്നത്. അവർക്കാകുമ്പോൾ നിനക്ക് താൽപ്പര്യമുള്ള പ്രായവുമാണ്, അല്ലേ?

ആൽബസ്

എനിക്ക് പ്രായത്തിന് മൂത്തവർ വേണമെന്നൊന്നുമില്ല!

സ്കോർപിയസ്

നിനക്ക് ഇഷ്ടംപോലെ സമയവുമുണ്ട് സുഹൃത്തെ- എന്തായാലും റോസിനെ വളച്ചെടുക്കുവാൻ കുറച്ച് വർഷങ്ങൾ പിടിക്കും.

ആൽബസ്

നിന്റെ വിശ്വാസം നിന്നെ രക്ഷിക്കട്ടെ.

റോസ് അവർക്ക് പിന്നിൽ കോണിപ്പടിയിൽ വന്നുനിൽക്കുന്നു. അവൾ അവരെ രണ്ടുപേരെയും നോക്കുന്നു.

റോസ്

ഹം... ഹായി.

രണ്ടുപേരും എന്ത് പറയണമെന്നറിയാതെ നിൽക്കുന്നു - അവൾ സ്കോർപിയസിനെ നോക്കുന്നു.

റോസ്

ഇതിങ്ങനെ കൊണ്ടുപോയാൽ അത് നമുക്ക് രണ്ടുപേർക്കും ബുദ്ധിമുട്ടുണ്ടാക്കുകയേ ഉള്ളു.

സ്കോർപിയസ്

മനസിലായി.

റോസ്

എങ്കിൽ ശരി. 'സ്കോർപിയോൺ കിങ്'.

അവൾ പുഞ്ചിരിച്ചുകൊണ്ട് തിരിഞ്ഞുനടക്കുന്നു, സ്കോർപിയസും ആൽബസും പരസ്പരം നോക്കുന്നു. ആൽബസ് കള്ളച്ചിരി ചിരിച്ച് സ്കോർപിയസിന്റെ കയ്യിലിടിക്കുന്നു.

ആൽബസ്

ചിലപ്പോൾ നീ പറഞ്ഞത് ശരിയായിരിക്കും - സഹതാപം ഒരു തുടക്കമായിരിക്കും.

സ്കോർപിയസ്

നീ ക്വിഡിച്ച് കാണുവാൻ വരുന്നുണ്ടോ? സ്ലിതറിനും ഹഫ്ഫിൾപഫുമായുള്ള കളിയാണിന്ന് - നല്ല കളിയായിരിക്കും.

ആൽബസ്

ഞാൻ കരുതിയത് നമ്മുക്ക് ക്വിഡിച്ച് ഇഷ്ടമല്ലെന്നാണല്ലോ?

സ്കോർപിയസ്

അതെന്താ ആളുകൾക്ക് മാറിക്കൂടെ. പിന്നെ ഞാൻ ചെറുതായി പരിശീലനം നടത്തുന്നുമുണ്ടായിരുന്നു. ഞാൻ ഈ വർഷം ടീമിൽ കയറും, കണ്ടോ.

ആൽബസ്

ഞാനില്ല, അച്ഛൻ വരുന്നുണ്ട്-

സ്കോർപിയസ്

ഏ... അദ്ദേഹം മന്ത്രാലയത്തിന്റെ കാര്യങ്ങൾക്കിടയിൽ നിന്നെ കാണുവാൻ വരുന്നോ?

ആൽബസ്

അച്ഛന് എന്നെയും കൂട്ടി നടക്കുവാൻ പോകണമെന്ന് - എന്തോ കാണിച്ചുതരുവാൻ ഉണ്ടെന്ന്.

സ്കോർപിയസ്

നടക്കാനോ?

ആൽബസ്

എനിക്കറിയാം, ഇത് ഞങ്ങൾ തമ്മിലുള്ള പ്രശ്നങ്ങൾ തീർക്കുവാനുള്ള അച്ഛന്റെ ശ്രമമാണ്. എങ്കിലും പോകാമെന്ന് ഞാൻ തീരുമാനിച്ചു.

സ്കോർപിയസ് ആൽബസിനെ കെട്ടിപ്പിടിക്കുന്നു.

എന്തായിത്? പരസ്പരം കെട്ടിപ്പിടിക്കരുതെന്ന് നമ്മൾ തീരുമാനിച്ചതല്ലേ!

സ്കോർപിയസ്

എനിക്കുറപ്പില്ലായിരുന്നു, നമ്മുടെ ഈ പുതിയ ജീവിതത്തിൽ കെട്ടിപ്പിക്കരുത് എന്നുണ്ടോയെന്ന്.

ആൽബസ്

നീ പോയി റോസിനോട് ചോദിക്ക് കെട്ടോ.

സ്കോർപിയസ്

ആ! ശരിയാ.

രണ്ടുപേരും പുഞ്ചിരിച്ചുകൊണ്ട് പിരിയുന്നു.

ആൽബസ്

അത്താഴത്തിന് കാണാം.

അങ്കം നാല് രംഗം പതിനഞ്ച്

മനോഹരമായൊരു കുന്ന്

മനോഹരമായൊരു ഗ്രീഷ്മകാല ദിവസം. ഹാരിയും ആൽബസും ഒരു കുന്ന് നടന്നുകയറുകയാണ്.

അവർ ഒന്നും പറയുന്നില്ല, ആസ്വദിച്ച് നടക്കുകയാണ് രണ്ടുപേരും.

ഹാരി

നീ തയ്യാറായോ?

ആൽബസ്

എന്തിന്?

ഹാരി

അല്ലാ, നാലാം വർഷ പരീക്ഷയല്ലേ വരുന്നത് - അത് കഴിഞ്ഞ് അഞ്ചാം വർഷം - എന്റെ അഞ്ചാം വർഷം ഞാൻ-

അയാൾ ആൽബസിനെ നോക്കുന്നു. അയാൾ ചിരിച്ചുകൊണ്ട് സംസാരം വേഗത്തിലാക്കുന്നു.

ഞാൻ കുറേ കാര്യങ്ങൾ ചെയ്തു. അതിൽ കുറച്ച് നല്ലതും, മറ്റ് ചിലത് മോശവും. കൂടുതലും നല്ലതോ മോശമോ എന്ന് തരംതിരിക്കുവാൻ ആവാത്തവ.

ആൽബസ്

ആണോ!

ഹാരി പുഞ്ചിരിക്കുന്നു.

എനിക്കവരെ കുറച്ചുനേരം കാണുവാൻ സാധിച്ചു - അവരെ- മുത്തച്ഛനെയും, മുത്തശ്ശിയേയും. അവർ - നിങ്ങളൊരുമിച്ച് വല്ല്യ സന്തോഷത്തിലായിരുന്നു ജീവിച്ചത്. മുത്തച്ഛൻ പുകച്ചുരുളുകൾ ഉണ്ടാക്കി കളിക്കുമായിരുന്നു, അച്ഛൻ..അച്ഛനത് കണ്ട് നിറുത്താതെ ചിരിക്കും.

ഹാരി

ശരിക്കും?

ആൽബസ്

അച്ഛൻ അവരെ ഒരുപാട് സ്നേഹിച്ചിരുന്നേനെ, അവരുണ്ടായിരുന്നെങ്കിൽ. ഞാനും അവരെ ഇഷ്ടപ്പെട്ടേനെ.

ഹാരി തല കുലുക്കുന്നു. സുഖകരമല്ലാത്ത നിശബ്ദത. രണ്ടുപേരും പരസ്പരം ആശ്വസിപ്പിക്കുവാൻ ശ്രമിക്കുന്നു, പക്ഷേ അവരതിൽ പരാജിതരാകുന്നു.

ഹാരി

നിനക്കറിയുമോ, ഞാൻ കരുതിയിരുന്നത് എന്റെയുള്ളിലെ വോൾഡമോർട്ടിനെ എന്നന്നേയ്ക്കുമായി ഞാൻ നശിപ്പിച്ചെന്നായിരുന്നു. പക്ഷേ പിന്നയും എന്റെ മുറിവ് വേദനിക്കുവാൻ തുടങ്ങി, ഞാൻ സ്വപ്നങ്ങൾ കാണുവാൻ തുടങ്ങി, വീണ്ടും പാർസൽറ്റങ്ങിൽ സംസാരിക്കുവാനും തുടങ്ങി. ഞാനൊന്നും മാറ്റിയില്ലയെന്ന് എനിക്ക് തോന്നിത്തുടങ്ങി - വോൾഡമോർട്ട് ഒരിയ്ക്കലും എന്നെ വിട്ടുപോകില്ലെന്നുള്ള ഭയം എന്നിൽ നിറഞ്ഞു-

ആൽബസ്

എന്നിട്ട്?

ഹാരി

എന്റെയുള്ളിലെ വോൾഡമോർട്ട് പണ്ടേ മരിച്ചതാണ്, പക്ഷേ അയാളെ ഭൗതികമായി എന്നിൽ നിന്നകറ്റുവാൻ അതുകൊണ്ടായില്ല - ഞാനതിനായി മാനസികമായി തയ്യാറെടുക്കണമായിരുന്നു.

അയാൾ ആൽബസിനെ നോക്കുന്നു.

ഞാൻ നിന്നോടു പറഞ്ഞത് ഒരിക്കലും പറയുവാൻ പാടില്ലാത്ത കാര്യമാണ്. നിന്നോട് അത് മറക്കുവാൻ ആവശ്യപ്പെടുവാൻ എനിക്കർഹതയില്ല, പക്ഷേ അതെല്ലാം കഴിഞ്ഞ കാര്യങ്ങളായി കരുതണം. ഇനി മുതൽ ഞാൻ നല്ലൊരു അച്ഛനാകുവാൻ ശ്രമിക്കാം. ആൽബസ്, ഞാൻ നിന്നോട് സത്യസന്ധമായി പെരുമാറുവാൻ ശ്രമിക്കും.

ആൽബസ്

അച്ഛാ, അതിന്റെയൊന്നും ആവശ്യമില്ല-

ഹാരി

നീ പറഞ്ഞില്ലേ എനിക്കൊന്നിനെയും പേടിയില്ലെന്നാ നീ കരുതുന്നതെന്ന് - സത്യത്തിൽ എനിക്കെല്ലാത്തിനെയും പേടിയാണ്. എനിക്ക് ഇരുട്ടിനെ പേടിയാണ്, നിനക്കറിയാമോ?

ആൽബസ്

പിന്നെ! ഹാരി പോട്ടറിന് ഇരുട്ടിനെ പേടിയോ?

ഹാരി

എനിക്ക് ഇടുങ്ങിയ മുറികൾ ഇഷ്ടമല്ല -പിന്നെ എനിക്ക് - ഞാനിതാരോടും പറഞ്ഞിട്ടില്ല -(പറയുവാൻ അൽപ്പം അറയ്ക്കുന്നു) പ്രാവുകളെയും ഇഷ്ടമല്ല.

ആൽബസ്

പ്രാവുകളെയോ?

ഹാരി *(പല്ലിറുമ്മുന്നു)*

അതുമിതും കൊത്തിപ്പെറുക്കി നടക്കുന്ന വൃത്തികെട്ട ജന്തു. എനിക്കവയെ കാണുമ്പോൾ തന്നെ ഒരുമാതിരി തോന്നും.

ആൽബസ്

പക്ഷേ അവ നിരുപദ്രവകാരികളല്ലേ!

ഹാരി

എനിക്കറിയാം. എന്നെ ഏറ്റവും ഭയപ്പെടുത്തുന്നത് എന്താണെന്നോ, ആൽബസ് സെവറസ് പോട്ടർ നിന്റെ അച്ഛനായിരിക്കുക എന്നത്. കാരണം എനിക്കിതിൽ ഒരു പരിചയവുമില്ല. മിക്കവർക്കും മാതൃകയാക്കുവാൻ തങ്ങളുടെ അച്ഛനുണ്ട് - ഒന്നുകിൽ അതുപോലെയാകും, ഇല്ലെങ്കിൽ എങ്ങനെ ആവരുതെന്ന് അവരിൽ നിന്ന് പഠിക്കും. എനിക്കങ്ങനെ ആരുമില്ല. അതുകൊണ്ട് ഞാൻ പഠിക്കുന്നതേയുള്ളു, ആൽബസ്. എനിക്ക് കഴിയുന്ന എല്ലാ വിധത്തിലും ഞാൻ ശ്രമിച്ചുകൊള്ളാം നല്ലൊരു അച്ഛനാകുവാൻ.

ആൽബസ്

നല്ലൊരു മകനാകുവാൻ ഞാനും ശ്രമിക്കാം. ഞാൻ ഒരിക്കലും ജയിംസിനെപ്പോലെയോ അച്ഛനെ പോലെയോ ആകില്ലാരിക്കും..എങ്കിലും...

ഹാരി

ജയിംസ് എന്നെ പോലെയേ അല്ല.

ആൽബസ്

അല്ലേ?

ഹാരി

ജയിംസിന്റെ കുട്ടിക്കാലം യാതൊരു പ്രതിസന്ധികളുമില്ലാതെയാണ് കടന്നുപോയത്. എന്റെ കുട്ടിക്കാലം സംഘർഷഭരിതമായിരുന്നു.

ആൽബസ്

എന്റെയും. അപ്പോൾ ഞാനാണ് അച്ഛനെപ്പോലെ എന്നാണോ?

ഹാരി ആൽബസിനെ നോക്കി ചിരിക്കുന്നു.

ഹാരി

സത്യത്തിൽ നീ നിന്റെ അമ്മയെ പോലെയാണ് - ആരെയും ഭയമില്ലാത്ത, തമാശകൾ ഇഷ്ടപ്പെടുന്നയൊരു വ്യക്തി - ഇതൊക്കെ തന്നെ ധാരാളമാ, നല്ലൊരു മകനാകുവാൻ.

ആൽബസ്

ഞാൻ ഈ ലോകത്തെ താറുമാറാക്കിയേനെ.

ഹാരി

ആൽബസ്, ഡെൽഫിയെ നീയാണ് വെളിച്ചത്ത് കൊണ്ടുവന്നത്. അവളെ പൊരുതി തോൽപ്പിക്കുവാനുള്ള സാഹചര്യവും നീ തന്നെയാണ് ഉണ്ടാക്കി തന്നത്. ഇപ്പോൾ നിനക്കിത് മനസിലാകില്ലായിരിക്കും. എങ്കിലും നീ ലോകത്തെ രക്ഷിക്കുകയാണ് ചെയ്തത്, ഞങ്ങളെ എല്ലാവരെയും രക്ഷിക്കുകയാണ് ചെയ്തത്.

ആൽബസ്

പക്ഷേ എനിക്കത് നന്നായി ചെയ്യാമായിരുന്നില്ലേ?

ഹാരി

ഞാൻ എന്നോടും ആ ചോദ്യം ചോദിക്കാറുള്ളതാണ് ആൽബസ്.

ആൽബസ് *(അവനറിയാം തന്റെ അച്ഛൻ ഇതായിരിക്കുകയില്ല ചെയ്തിരിക്കുക എന്ന്)*

എന്നിട്ട് അവളെ കീഴടക്കിക്കഴിഞ്ഞപ്പോൾ അവളെ കൊല്ലുവാനല്ലേ എനിക്ക് തോന്നിയത്.

ഹാരി

അവൾ ക്രേയിഗിനെ കൊല്ലുന്നത് നീ നേരിട്ട് കണ്ടതല്ലേ, അതിന്റെ ദേഷ്യത്തിലാകും നിനക്കങ്ങനെ തോന്നിയത്. അത് കാര്യമാക്കേണ്ട... അല്ലെങ്കിലും നീയത് ചെയ്യുകയില്ലായിരുന്നു.

ആൽബസ്

അതെങ്ങനെ അറിയാം അച്ഛന്? അതായിരിക്കാം എന്റെ സ്ലിതറിൻ വശം. ചിലപ്പോൾ ഇത് കണ്ടാവാം തരംതിരിക്കൽ തൊപ്പി എന്നെ സ്ലിതറിൻ ആയി തിരിച്ചത്.

ഹാരി

എനിക്ക് നിന്റെ ചിന്തകൾ മനസിലാകുന്നില്ല ആൽബസ് - ആഹ്, ശരിയാണ്, നീയൊരു കൗമാരക്കാരനാണ്, നിന്റെ ചിന്തകൾ എനിക്ക് മനസിലാകാത്തതിൽ ഒരത്ഭുതവുമില്ല. പക്ഷേ എനിക്ക് നിന്റെ മനസ് കാണുവാൻ കഴിയുന്നുണ്ട്, കുറേക്കാലം കഴിഞ്ഞിരുന്നില്ല എന്നത് സത്യം തന്നെയാണ്.

ആ ഒളിച്ചോട്ടം കഴിഞ്ഞതിൽ പിന്നെ എനിക്ക് അതിന് സാധിക്കുന്നുണ്ട്. നീയവിടെ അനുഭവിക്കേണ്ടി വന്നതൊക്കെ ഞാൻ കണ്ടതാണ്. സ്ലിതറിനോ ഗ്രിഫിഡോറോ എന്തുതന്നെയായാലും എനിക്കറിയാം നന്മയുള്ള ഹൃദയമാണ് നിന്റേത്. നിനക്ക് ഇഷ്ടപ്പെട്ടാലും ഇല്ലെങ്കിലും നീയൊരു മാന്ത്രികനാകും.

ആൽബസ്

എയ്, ഞാൻ മാന്ത്രികൻ ഒന്നുമാകുവാൻ പോണില്ല. ഞാനെ പ്രാവുകളെ വളർത്തുവാൻ പോകുകയാ.

ഹാരി *ചിരിക്കുന്നു.*

ഹാരി

നിന്റെ പേരുകൾ - അത് നിനക്കൊരിക്കലും ഒരു ഭാരമാകരുത്. ആൽബസ് ഡംബൾഡോറും ഒരുപാട് പ്രശ്നങ്ങളിൽ കൂടെ തന്നെയാണ് ജീവിച്ചത് - സെവറസ് സ്നെയിപ്പ് - ആ കഥകളൊക്കെ നിനക്കറിയാമല്ലോ-

ആൽബസ്

അവരൊക്കെ നല്ല മനുഷ്യരായിരുന്നു.

ഹാരി

അവർ വല്യ മനുഷ്യരായിരുന്നു, ഒരുപാട് പോരായ്മകളുള്ള വലിയ മുഷ്യർ, നിനക്കറിയുമോ, ആ പോരായ്മകളാണ് അവരെ വലിയവരാക്കിയത്.

ആൽബസ് *തന്റെ ചുറ്റും നോക്കുന്നു.*

ആൽബസ്

അച്ഛാ? നമ്മളെന്തിനാ ഇവിടെ വന്നത്?

ഹാരി

ഇവിടെ ഞാനിടയ്ക്കിടയ്ക്ക് വരാറുണ്ട്.

ആൽബസ്

ഇതൊരു ശ്മശാനമല്ലേ...

ഹാരി

അതെ, സെഡ്രിക്കിന്റെ ശ്മശാനം.

ആൽബസ്

അച്ഛാ?

ഹാരി

ആ കൊല്ലപ്പെട്ട കുട്ടിയില്ലേ - ക്രെയിഗ് ബൗക്കർ - നിനക്കവനെ പരിചയമുണ്ടോ?

ആൽബസ്

അത്ര പരിചയമില്ല.

ഹാരി

എനിക്കും സെഡ്രിക്കുമായി വല്യ പരിചയമില്ലായിരുന്നു. അവൻ ജീവിച്ചിരിപ്പുണ്ടായിരുന്നെങ്കിൽ ഇംഗ്ലണ്ടിന്റെ ക്വിഡിച്ച് കളിക്കാരിൽ ഒരാളായേനെ, അല്ലെങ്കിൽ അതി സമർത്ഥനായ ഒരു ഔറോർ. അവന് എന്തുമാകുവാനുള്ള കഴിവ് ഉണ്ടായിരുന്നു. ആമോസ് പറഞ്ഞത് ശരിയാണ് - അവനെ അദ്ദേഹത്തിന്റെ കയ്യിൽനിന്ന് തട്ടിപ്പറിച്ചതാണ്. അവനോട് മാപ്പ് പറയുവാനാണ് ഞാനിവിടെ വരുന്നത്.

ആൽബസ്

അത് നല്ലൊരു കാര്യമാണ്.

ആൽബസ് സെഡ്രിക്കിന്റെ ശവകുടീരത്തിന് അഭിമുഖമായി അച്ഛനൊപ്പം നില്ക്കുന്നു. ഹാരി മകനെ നോക്കി പുഞ്ചിരിക്കുന്നു. എന്നിട്ട് ആകാശത്തിലേയ്ക്ക് നോക്കുന്നു.

ഹാരി

ഇന്ന് നല്ലൊരു ദിവസമാകുമെന്ന് തോന്നുന്നു.

അയാൾ തന്റെ മകന്റെ തോളിൽ പിടിക്കുന്നു. രണ്ടുപേരും പരസ്പരം ചായുന്നു.

ആൽബസ് *(പുഞ്ചിരിച്ചുകൊണ്ട്)*

എനിക്കും അങ്ങനെയാണ് തോന്നുന്നത്.

ശുഭം

ഹാരി പോട്ടറും ശപിക്കപ്പെട്ട കുട്ടിയും ഭാഗം ഒന്നും രണ്ടും ആദ്യമായി നിർമ്മിച്ചത് സോണിയ ഫ്രീഡ്മാൻ പ്രൊഡക്ഷൻസും, കോളിൻ കലണ്ടറും, ഹാരി പോട്ടർ തീയട്രിക്കൽ പ്രൊഡക്ഷൻസും ചേർന്നായിരുന്നു. 2016 ജൂലൈ 30ന് ലണ്ടണിലെ പാലസ് തീയറ്ററിലാണ് ഇത് ആദ്യമായി അവതരിപ്പിക്കപ്പെടുന്നത്.

ലണ്ടണിൽ നടന്ന അവതരണത്തിലെ *അഭിനേതാക്കളുടെ പേരുകൾ അക്ഷരമാലാ ക്രമത്തിൽ*

ക്രേയിഗ് ബൗക്കർ ജൂണിയർ	ജറമി ആങ് ജോൺസ്
മോനിങ് മിർട്ടിൽ, ലില്ലി പോട്ടർ സീനിയർ	ആനബൽ ബാൾഡ്വിൻ
വെർണോൺ അങ്കിൾ, സെവറസ് സ്നെയിപ്പ്, ലോർഡ് വോൾഡമോർട്ട്	പോൾ ബെന്റൾ
സ്ക്കോർപിയസ് മാൽഫോയി	ആന്തണി ബോയൽ
ആൽബസ് പോട്ടർ	സാം ക്ലെമറ്റ്
ഹെർമയോണി ഗ്രേഞ്ചർ	നോമാ ഡുമെസ്വീനി
പോളി ചാപ്മാൻ	ക്ലോഡിയ ഗ്രാന്റ്
ഹാഗ്രിഡ്, തരംതിരിക്കൽ തൊപ്പി	ക്രിസ്സ് ജർമൻ
യാൻ ഫ്രെഡ്രിക്ക്സ്	ജയിംസ് ലെ ലച്ചർ
പെറ്റൂണിയ ആന്റി, മാഡം ഹൂച്ച്, ഡൊലോറസ് അംബ്രിജ്ജ്	ഹെലനാ ലിമ്ബ്രി
ആമോസ് ഡിഗറി, ആൽബസ് ഡംബൾഡോർ	ബാരി മക്കാർത്തി
ഉന്തുവണ്ടി മാന്ത്രിക, പ്രൊഫസർ മക്ഗോണഗൾ	സാന്ഡി മക്ഡെയിട്

സ്റ്റേഷൻ മാസ്റ്റർ	ആഡം മക്നമറ
ജിന്നി പോട്ടർ	പോപ്പി മില്ലർ
സെഡ്രിക്ക് ഡിഗറി, ജയിംസ് പോട്ടർ ജൂണിയർ, ജയിംസ് പോട്ടർ സീനിയർ	ടോം മില്ലിഗൻ
ഡഡ്ലി ഡ്രസ്ലി, കാർൾ ജങ്കിൻസ്, വിക്ടർ ക്രം	ജായ്ക്ക് നോർത്ത്
ഹാരി പോട്ടർ	ജയിമി പാർക്കർ
ഡ്രാക്കോ മാൽഫോയി	അലക്സ് പ്രൈസ്
ബെയിൻ	നൂനോ സിൽവിയ
റോസ് ഗ്രേഞ്ചർ - വീസ്ലി, കൊച്ചു ഹെർമയോണി	ചെറൽ സ്കീറ്റ്
ഡെൽഫി ഡിഗറി	എസ്തർ സ്മിത്ത്
റോൺ വീസ്ലി	പോൾ തോൺലി
കൊച്ചു ഹാരി പോട്ടർ	റൂഡി ഗുഡ്മാൻ ആൽഫ്രഡ് ജോൺസ് ബിലി കീയഗ് ഇവാൻ റൂഥർഫോർഡ് നതാനിയൽ സ്മിത്ത് ഡിലൻ സ്റ്റാൻഡെൻ
ലില്ലി പോട്ടർ ജൂണിയർ	സോയി ബ്രഫ് ക്രിസ്റ്റീന ഫ്രെയ് ക്രിസ്റ്റിയാനാ ഹച്ചിങ്സ്

മറ്റ് അഭിനേതാക്കൾ

നിക്കോള അലക്സിസ്,ജറമി ആങ് ജോൺസ്, റോസ്മേരി ആനബെല്ല, ആനബെൽ ബാൾഡ്വിൻ, ജാക്ക് ബെന്നറ്റ്, പോൾ ബെന്റൾ, മൊറാഗ് ക്രോസ്സ്, ക്ലോഡിയ ഗ്രാന്റ്, ജയിംസ് ഹോവാർഡ്, ലവ്റി ജയിംസ്, ക്രിസ് ജർമൻ, മാർട്ടിൻ ജോൺസ്റ്റൺ, ജയിംസ് ലേ ലാച്ചർ, ഹെലന ലിംബറി, ബാരി മക്കാർത്തി, ആൻഡ്രൂ മക്ക്ഡൊണാൾഡ്, ആദം മക്ക്നമാറ, ടോം മില്ലിഗൻ, ജാക്ക് നോർത്ത്, സ്റ്റുവർട്ട് റാംസി, നുനോ സിൽവിയ, ചെറൽ സ്ക്കീറ്റ്

പകരക്കാർ

ഹെലൻ അലുകൊ, മാത്യു ബാൻക്രോഫ്റ്റ്, മൊറാഗ് ക്രോസ്സ്, ചിപ്പോ കുരേയ, ടോം മാക്ലേ, ജോഷ്വ വ്യാട്ട്

നൂനോ സിൽവിയ	വ്യവഹാര സംവിധായകൻ
ജാക്ക് നോർത്ത്	വ്യവഹാര സഹസംവിധായകൻ
മൊറാഗ് ക്രോസ്സ്	ശബ്ദ നിയന്ത്രണ സംവിധായകൻ

കലാ സംഘം 2017

മൂല കഥ	ജെ.കെ. റൗളിങ്, ജോൺ ടിഫനി, ജാക്ക് തോർൺ
തിരക്കഥ	ജാക്ക് തോർൺ
സംവിധാനം	ജോൺ ടിഫനി
വ്യവഹാര സംവിധായകൻ	സ്റ്റീവൻ ഹോഗ്ഗറ്റ്
രംഗ സംവിധാനം	ക്രിസ്റ്റീൻ ജോൺസ്
വസ്ത്രാലങ്കാരം	കത്രീന ലിണ്ട്സെ
സംഗീത സംവിധാനവും, സംയോജനവും	ഇമോഗൻ ഹീപ്പ്
പ്രകാശ സംയോജനം	നീൽ ഓസ്റ്റിന്
ശബ്ദ സംവിധാനം	ഗാരത്ത് ഫ്രൈ
മായാജാല ഇഫക്ട്സ്	ജയിമി ഹാരിസൺ
പശ്ചാത്തല സംഗീത പര്യവേക്ഷകൻ	മാർട്ടിൻ ലോവ്
കാസ്റ്റിങ് ഡയറക്ടർ	ജൂലിയ ഹോരൻ സിഡിജി
പ്രൊഡക്ഷൻ മാനേജർ	ഗാരി ബീറ്റ്സ്റ്റോൺ
പ്രൊഡക്ഷൻ സ്റ്റേജ് മാനേജർ	സാം ഹണ്ടർ
സഹസംവിധാനം	ദെസ് കെന്നഡി
വ്യവഹാര സഹസംവിധായകൻ	നീൽ ബെറ്റൽസ്
രംഗ സഹസംവിധാനം	ബ്രെറ്റ് ജെ ബനാക്കിസ്
ശബ്ദ സഹസംവിധാനം	പീറ്റ് മാൾക്കിൻ
മായാജാല ഇഫക്ട്സ് സഹായി	ക്രിസ്സ് ഫിഷർ
കാസ്റ്റിങ് സഹായി	ലോട്ട് ഹൈൻസ്
പ്രകാശ സംയോജന സഹായി	ആഡം കിംഗ്

വസ്ത്രാലങ്കാര പര്യവേഷകൻ	സബയിൻ ലമൈറ്റർ
ചമയം	കരോൾ ഹാൻകോക്ക്
പ്രോപ്പ്സ്	ലിസാ ബക്ലെ, മേരി ഹാലിഡേ
സംഗീത എഡിറ്റർ	ഫിജ് ആഡംസ്
സംഗീതം	ഇമോഗൻ ഹീപ്പ്
സ്പെഷ്യൽ ഇഫക്ട്സ്	ജറമി ചെർണിക്ക്
വീഡിയോ ഡിസൈൻ	ഫിൻ റോസ്, ആഷ് വുഡ്വാർഡ്
ഭാഷാ പരിശീലകൻ	ഡാനിയേൽ ലൈഡൻ
ശബ്ദ പരിശീലകൻ	റിച്ചാർഡ് റൈഡർ
റെസിഡന്റ് ഡിറക്ടർ	പിപ് മിന്നിത്രോപ്പ്
കമ്പനി സ്റ്റേജ് മാനേജർ	റിച്ചാർഡ് ക്ലേട്ടൻ
സ്റ്റേജ് മാനേജർ	ജോർദൻ നോബിൾ-ഡേവീസ്
ഡെപ്യൂട്ടി സ്റ്റേജ് മാനേജർ	ജനീഫർ ടയിറ്റ്
അസിസ്റ്റന്റ് സ്റ്റേജ് മാനേജർസ്	ഒലിവർ ബാഗെവൽ പ്യൂർഫോയി, ടോം ഗിൽഡിങ്, സാലി ഇഞ്ച്, ബെൻ ഷെററ്റ്
വസ്ത്രാലങ്കാര മേൽനോട്ടം	എയിമി ഗില്ലോട്ട്
വസ്ത്രാലങ്കാര സഹമേൽനോട്ടം	ലോറാ വാട്ട്കിൻസ്
വസ്ത്രാലങ്കാര മേൽനോട്ട സഹായികൾ	കെയിറ്റ് ആണ്ടേർസൺ, ലിയന്ന ഹയേർഡ്
വസ്ത്രങ്ങൾ	ജോർജ്ജ് എമില്ലെ, മെല്ലിസ്സ കൂക്ക്, റോസി എതെറിഡ്ജ്, ജോൺ ഒവെൻഡെൻ, എമിലി സ്വിഫ്റ്റ്
പകൽ വസ്ത്രാലങ്കാര സഹായി	മെലിസ ഹാഡ്ലി
വെപ്പുമുടിയും മറ്റ് ചമയങ്ങളുടേയും മുഖ്യ മേൽനോട്ടം	നിന വൻ ഹോഡെൻ
വെപ്പുമുടിയും മറ്റ് ചമയങ്ങളുടേയും സഹമേൽനോട്ടം	ആലീസ് ടൌൺസ്
വെപ്പുമുടിയും മറ്റ് ചമയങ്ങളുടേയും മുഖ്യ മേൽനോട്ട സഹായി	ഷാർലറ്റ് ബ്രിസ്ക്കോ, ജേക്കബ് ഫെസ്സി, ക്യാസ്സി മർഫി, ജോവന്ന സിം

ശബ്ദ മേൽനോട്ടം	ക്രിസ് റെയിഡ്
ശബ്ദ സഹമേൽനോട്ടം	റൊവീന എഡ്വേർട്സ്
ശബ്ദം നമ്പർ. 3	ലോറാ ഹെഡ്
എസ്എഫ്എക്സ് ഓപ്പറേറ്റർ	കാല്ലം ഡൊണാൾഡ്സൺ
ഓട്ടോമേഷൻ ഹെഡ്	ജോഷ് പീറ്റേർസ്
ഓട്ടോമേഷൻ ഡെപ്പ്യൂട്ടി ഹെഡ്	ജയിമി ലോറൻസ്
ഓട്ടോമേഷൻ നമ്പർ. 3	ജയിമി റോബ്സൺ
ഷോ ചീഫ് എൽഎക്സ്	ഡേവിസ് ട്രെനോർ
ഡെപ്പ്യൂട്ടി ഷോ ചീഫ് എൽഎക്സ്	പാടി മാഗീ
പെർഫോമർ ഫ്ലയിങ് ടെക്നീഷൺ	പോൾ ഗർണി
സഹായികൾ	ഡേവിഡ് റസ്സൽ, ഏലനോർ ഡൌളിങ്
ജനറൽ മാനേജ്മെന്റ്	സോണിയ ഫ്രീഡ്മാൻ പ്രൊഡക്ഷൺസ്
എക്സിക്ക്യൂട്ടീവ് ഡിറക്ടർ	ഡയാന ബെഞ്ചമിൻ
എക്സിക്ക്യൂട്ടീവ് പ്രൊഡ്യൂസർ	പാം സ്കിന്നർ
അസിസ്റ്റന്റ് പ്രൊഡ്യൂസർ	ഫിയോണ സ്റ്റീവാർട്ട്
അസ്സോസിയേറ്റ് പ്രൊഡ്യൂസർ	ബെൻ കാന്നിങ്
അസ്സിസ്റ്റന്റ് ജനറൽ മാനേജ്മെന്റ്	മാക്സ് ബിറ്റൽസ്റ്റൻ
നിർമ്മാണ സഹായി	ഇമോഗെൻ ക്ലെയർ-വുഡ്
മാർക്കറ്റിങ് മാനേജർ	മെഗ് മാഗ്സെ
ഹെഡ് ഓഫ് സെയിൽസ് ആൻഡ് റെവന്യൂ	മാർക്ക് പയിൻ
സഹനിർമ്മാതാവ് (ഡെവലപ്മെന്റ്)	ലൂസി ലോവാട്ട്
ലിറ്റററി അസ്സോസിയേറ്റ്	ജാക്ക് ബ്രാഡ്ലി
ഹൌസ് സീറ്റ്സ് അസ്സിസ്റ്റന്റ്	തോബിയാസ് ജോൺസ്

കഥാകൃത്തുകളുടെ ജീവിതങ്ങളിലൂടെ

ജെ.കെ. റൗളിങ്

മൂല കഥ

നിരവധി പുരസ്ക്കാരങ്ങൾ വാങ്ങിക്കൂട്ടുകയും, റെക്കോർഡുകൾ തകർത്തുകൊണ്ട് വിറ്റഴിക്കപ്പെടുകയും ചെയ്ത *ഹാരി പോട്ടർ* നോവലുകളുടെ രചയിതാവാണ് ജെ. കെ. റൗളിങ്. ലോകമെംപാടുമുള്ള ആരാധകരാൽ സ്വീകരിക്കപ്പെട്ട ഈ സീരീസ് 79 ഭാഷകളിലേയ്ക്ക് വിവർത്തനം ചെയ്യപ്പെടുകയും, 450 ദശലക്ഷം കോപ്പികളിലേറെ വിറ്റഴിക്കപ്പെടുകയും, എട്ട് ബ്ലോക്ക്ബസ്റ്റർ സിനിമകളാക്കപ്പെടുകയും ചെയ്തു. ഇവ കൂടാതെ ജീവകാരുണ്യ പ്രവർത്തനങ്ങൾക്കായി *ക്വിഡിച്ച് ത്രൂ എയിജസ്, ഫന്റാസ്റ്റിക് ബീസ്റ്റ്സ് ആന്റ് വെയർ ടു ഫയിണ്ട് ദെം* (ലുമോസിനും കോമിക്ക് റിലീഫിനുമായി), *ദി ടെയിൽസ് ഓഫ് ബീഡിൽ ദി ബ്രാഡ്* (ലുമോസിനായി) എന്നീ മൂന്ന് കൃതികളും രചിക്കുകയുണ്ടായി. *ഫന്റാസ്റ്റിക്ക് ബീസ്റ്റ്സ് ആന്റ് വെയർ ടു ഫയിണ്ട് ദെം* റൗളിങ് തിരക്കഥയാക്കുകയുണ്ടായി, ഈ സീരീസിൽ തുടർന്ന് വരാൻ പോകുന്ന നാല് സിനിമകൾക്കും തിരക്കഥ എഴുതുന്നത് റൗളിങ് തന്നെയാണ്. *ഹാരി പോട്ടർ ആന്റ് ദി കേർസ്ഡ് ചൈൽഡ്* ഒന്നും രണ്ടും ഭാഗങ്ങളുടെ 2016-ൽ ലണ്ടണിലെ വെസ്റ്റ് എണ്ടിൽ നടന്ന നാടകാവിഷ്ക്കരണവുമായി ബന്ധപ്പെട്ടും ഇവർ പ്രവർത്തിച്ചിട്ടുണ്ട്. ആരാധകർക്ക് ജെ.കെ. റൗളിങ്ങിന്റെ എഴുത്തുകളും, അവരുമായി ബന്ധപ്പെട്ട വാർത്തകളും, കുറിപ്പുകളും, ലേഖനങ്ങളും ആസ്വദിക്കുവാനുള്ള സൗകര്യമൊരുക്കിക്കൊണ്ട് 2012-ൽ ജെ.കെ. റൗളിങ്ങിന്റെ ഡിജിറ്റൽ കമ്പനി പോട്ടർമോറിന് തുടക്കമിട്ടു. *ദി കാഷ്വൽ വേക്കൻസി* എന്ന മുതിർന്നവർക്കായുള്ള ഒരു നോവലും, *റോബർട്ട് ഗൽബ്രെയിത്ത്* എന്ന തൂലികാനാമത്തിൽ *കോർമോറൻ സ്ട്രൈക്ക്* എന്ന ക്രൈം സീരീസും ഇവർ രചിച്ചിട്ടുണ്ട്. ഒബിഇ, കംപാനിയൻ ഓഫ് ഓണർ, ഫ്രാൻസെസ് ലീജിയൺ ഡി'ഹോണർ, ഹാൻസ് ക്രിസ്റ്റ്യൻ ആണ്ടേർസൻ അവാർഡ് തുടങ്ങി നിരവധി അവാർഡുകൾ ഇവർക്ക് ലഭിച്ചു.

ജോൺ ടിഫനി
കഥയും, സംവിധാനവും

ബ്രോഡ്വെയിലും, വെസ്റ്റ് എന്റ്ഡിലും, അന്താരാഷ്ട്ര തലത്തിൽ തന്നെയും നിരവധി പുരസ്ക്കാരങ്ങൾ ലഭിച്ച *വൺ-രന്റ* സംവിധായകൻ ആണ് ടിഫനി. അദ്ദേഹത്തിന്റെ മറ്റ് സംവിധാന സംരഭങ്ങൾ നാഷണൽ തീയറ്ററിൽ അവതരിപ്പിക്കപ്പെട്ട *പിനോക്കിയോ,* ആർട്ടിലും, ബ്രോഡ്വെയിലും, ഇഐഎഫ്-ലും, വെസ്റ്റ് എന്റ്ഡിലും, അവതരിപ്പിക്കപ്പെട്ട *ദി ഗ്ലാസ്സ് മെനാജറി,* ബാം-ൽ അവതരിപ്പിക്കപ്പെട്ട *ദി അബാസിഡർ* തുടങ്ങിയവയാണ്. റോയൽ കോർട്ടിനായി അദ്ദേഹം സഹസംവിധാനം ചെയ്ത നാടകങ്ങളാണ് *ദി ടിറ്റ്സ്, ഹോപ്, ദി പാസ്* തുടങ്ങിയവ. ദി നാഷണൽ തീയറ്റർ ഓഫ് സ്ക്കോട്ട്ലണ്ടിന്റെ *ലെറ്റ് ദി റയിറ്റ് വൺ ഇൻ* അദ്ധേഹത്തിന്റെ സംവിധാന സംരംഭമാണ്. ഇത് പിന്നീട് റോയൽ കോർട്ടും, വെസ്റ്റ് എൻഡും, സെന്റ് ആൻസ് വെയർ ഹൌസും ഏറ്റെടുക്കുകയും അന്താരാഷ്ട്ര സമ്മതി നേടുകയും ചെയ്തു. ദി നാഷണൽ തീയറ്റർ ഓഫ് സ്ക്കോട്ട്ലണ്ടിനായി അദ്ദേഹം ചെയ്ത മറ്റ് നാടകങ്ങൾ *മാക്ബത്ത്* (ലിങ്കൺ സെന്ററിനും, ബ്രോഡ്വെയ്ക്കും വേണ്ടി), *എങ്കയറർ, ദി മിസ്സിങ്, പീറ്റർ പാൻ, ദി ഹൌസ് ഓഫ് ബർനാർഡ് ആൽബ, ട്രാൻസ്ഫോം കൈത്നെസ്സ്: ഹണ്ടർ, ബി നീയർ മീ, നോബഡി വിൽ എവർ ഫൊർഗീവ് അസ്, ദി ബാക്കൈ* (ലിങ്കൺ സെന്ററിന് വേണ്ടിയും), *എലിസബത്ത് ഗോർഡന് കിീൻ, ഹോം: ഗ്ലാസ്ഗോ, ബ്ലാക്ക് വാച്ച്* തുടങ്ങിയവയാണ്. *ബ്ലാക് വാച്ച്* അന്താരാഷ്ട്ര തലത്തിൽ ശ്രദ്ധിക്കപ്പെടുകയും, ഒലിവർ അവാർഡും, ക്രിട്ടിക്ക്സ് സർക്കിൾ അവാർഡും നേടുകയുമുണ്ടായി. 1996 മുതൽ 2001 വരെ ട്രവേർസ് തീയറ്ററിലും, 2001 മുതൽ 2005 വരെ പയിൻസ് പ്ലവിലും, 2005 മുതൽ 2012 വരെ ദി നാഷണൽ തീയറ്റർ ഓഫ് സ്ക്കോട്ട്ലണ്ടിലും അദ്ദേഹം സഹസംവിധായകനായി പ്രവർത്തിച്ചു. 2010-2011 അദ്ധ്യാന വർഷം അദ്ദേഹം ഹാവാർഡ് യൂണിവേർസിറ്റിയിൽ റാഡ്ക്ലിഫ് ഫെല്ലോ ആയും പ്രവർത്തിച്ചു. *ഹാരി പോട്ടർ ആൻഡ് ദി കേർസ്ഡ് ചൈൽഡ്* അദ്ദേഹത്തെ മികച്ച സംവിധായകനുള്ള ഒലിവർ അവാർഡിന് അർഹനാക്കി; മുൻ റിക്കോര്ഡുഫകള് തകർത്തുകൊണ്ട് ഈ പ്രൊഡക്ഷന് ലഭിച്ച ഒമ്പത് ഒലിവർ അവാർഡുകളിൽ ഒന്നായിരുന്നു ഇത്.

ജാക്ക് തോർൺ

കഥയും തിരക്കഥയും

ജാക്ക് തോർൺ നാടകം, സിനിമ, ടെലിവിഷൻ, റേഡിയോ തുടങ്ങിയ മേഖലകളുമായി ബന്ധപ്പെട്ട് പ്രവർത്തിക്കുന്ന എഴുത്തുകാരനാണ്. ജോൺ ടിഫനി സംവിധാനം ചെയ്ത *ഹോപ്, ലെറ്റ് ദി റയിറ്റ് വൺ ഇൻ*, ഓൾഡ് വിക്കിനായി രചിച്ച *എ ക്രിസ്മസ് കാരൾ, വോയിസെക്ക്*, റോസ് തീയറ്റർ കിങ്സ്റ്റണും, ബ്രിസ്റ്റോൾ ഓൾഡ് വിക്കും, തീയറ്റർ ക്ലൂയിടും ചേർന്ന് നിർമ്മാണം നിർവ്വഹിച്ച *ജങ്ക്യാർഡ്* (ഒരു ഹെഡ്ലോങ്), ഗ്രേ തീയറ്റർ കമ്പനിയുടെയും ദി നാഷണൽ തീയറ്ററിന്റെയും *ദി സോളിഡ് ലൈഫ് ഓഫ് ഷുഗർ ആന്ഡ് വാട്ടർ*, നാബോക്കോവ്/ യുകെ പര്യടനത്തിനായി *ബണ്ണി*, ട്രോനും, അർക്കോളക്കും, ട്രാഫൽഗർ സ്റ്റുഡിയോസിനുമായി *സ്റ്റേസി*, ബുഷിനായി *മെയ് 2 1997, വെൻ യു ക്യൂർ മീ* തുടങ്ങിയവയാണ് നാടകരംഗത്തുള്ള അദ്ദേഹത്തിന്റെ സംഭാവനകൾ. മറ്റ് കൃതികളെ ആധാരമാക്കി അദ്ദേഹം തയ്യാറാക്കിയ തിരക്കഥകളാണ് *ദി ഫിസിസിസ്റ്റും* (ഡോന്മർ വെയർഹൌസിനായി), *സ്റ്റുവാർട്ട്: എ ലൈഫ് ബാക്ക്വേർഡ്സും* (ഹൈ ടൈഡിനായി). വണ്ടർ,*വാർ ബുക്ക്, എ ലോങ് വേയ് ഡൌൺ, ദി സ്ക്കൌട്ടിങ്ങ് ബുക്ക് ഓഫ് ബോയിസ്* തുടങ്ങിയ സിനിമകളാൽ തോർൺ ചലച്ചിത്ര രംഗത്ത് തന്റെ വ്യക്തിമുദ്ര പതിപ്പിച്ചു. ടെലിവിഷൻ രംഗത്തുള്ള അദ്ദേഹത്തിന്റെ സംഭാവനകളാണ് *ദി ലാസ്റ്റ് പന്തേർസ്, ഡോണ്ട് ടേക്ക് മൈ ബേബി, ദിസ് ഈസ് ഇംഗ്ലണ്ട്, ദി ഫെയിഡ്സ്, ഗ്ലൂ, കാസ്റ്റ്-ഒഫ്സ്, നാഷണൽ ട്രെഷേർസ് , ഇലക്ട്രിക്ക് ഡ്രീംസിന്റെ* ഒരു എപ്പിസോഡ് *കിരി* തുടങ്ങിയവ. 2017-ൽ മികച്ച മിനി-സീരീസിനുള്ള ബാഫ്റ്റ അവാർഡും, ആർടിഎസ് ടെലിവിഷൻ അവാർഡും (നാഷണൽ ട്രഷർ) ലഭിച്ചു. 2016-ൽ മികച്ച മിനി-സീരീസിനും (*ദിസ് ഈസ് ഇംഗ്ലണ്ട്*), മികച്ച സിംഗിൾ ഡ്രാമയ്ക്കും (*ഡോണ്ട് ടേക്ക് മൈ ബേബി*), 2012-ൽ മികച്ച ഡ്രാമാ സീരീസിനും (*ദി ഫെയിഡ്സ്*), മികച്ച മിനി-സീരീസിനും (*ദിസ് ഈസ് ഇംഗ്ലണ്ട്*) ഉള്ള ബാഫ്റ്റ അവാർഡ് ലഭിക്കുകയുണ്ടായി.

നന്ദി

ശപിക്കപ്പെട്ട കുട്ടിയുടെ പരിശീലന കളരിയിൽ പങ്കെടുത്ത മെൽ കെൻയോൺ, റേച്ചൽ ടെയിലർ, അലക്സാണ്ട്രിയ ഹോർട്ടൻ, ഇമോഗൻ ക്ലയർ-വുഡ്, ഫ്ലോറൻസ് റീസ്, ജനീഫർ ടൈറ്റ്, ഡേവിഡ് നോക്ക്, റേച്ചൽ മാൻസൺ, കോളിൻ, നീൽ, സോണിയ തുടങ്ങിയ എല്ലാ അഭിനേതാക്കൾക്കും,എസ്എഫ്പിയിലെയും ബ്ലയർ പാർട്ട്ണർഷിപ്പിലേയും എല്ലാവർക്കും, ജെകെആർ പ്രൊഡക്ഷൻസിലെ റെബേക്ക സാൾട്ടിനും, പാലസ് തീയറ്ററിലെ നൈക്ക ബർൺസിനും മറ്റ് ജോലിക്കാർക്കും, ഓരോ വാക്കിനും ജീവൻ നല്കുവാൻ സഹായിച്ച എല്ലാ അഭിനേതാക്കൾക്കും.

ഹാരി പോട്ടർ വംശാവലി

പുരാതന മാന്ത്രിക കുടുംബമായ പോട്ടേർസിന്റെ വേരുകൾ പന്ത്രണ്ടാം നൂറ്റാണ്ട് വരെ പിന്നിലോട്ട് വ്യാപിച്ച് കിടക്കുന്നു. ഈ കുടുംബം പെവറൽസ്, വീസ്ലീസ്, ഡ്രസ്ലീസ് എന്നിങ്ങനെ പല മഗ്ഗിൾ കുടുംബങ്ങളായും, മാന്ത്രിക കുടുംബങ്ങളായും വഴിപിരിഞ്ഞിരിക്കുന്നു.

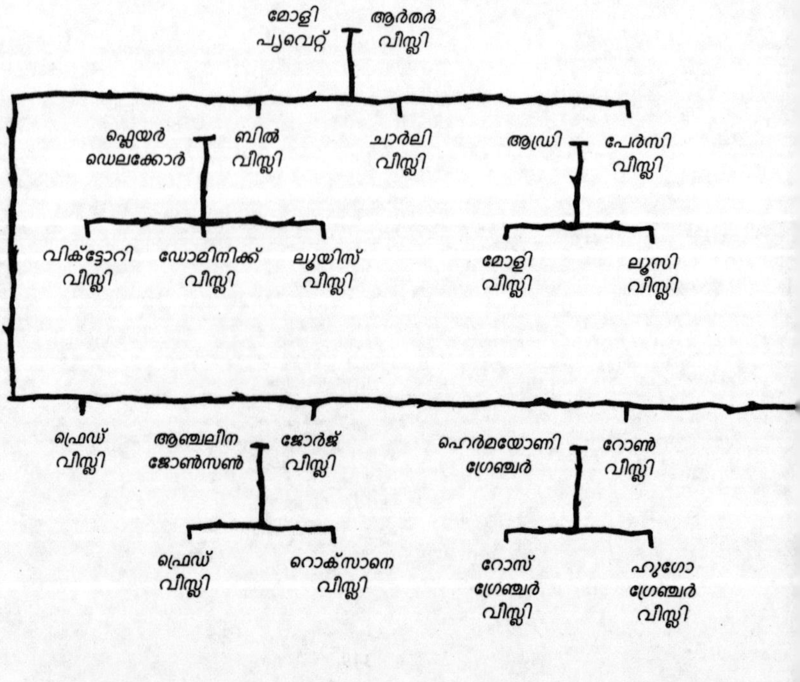

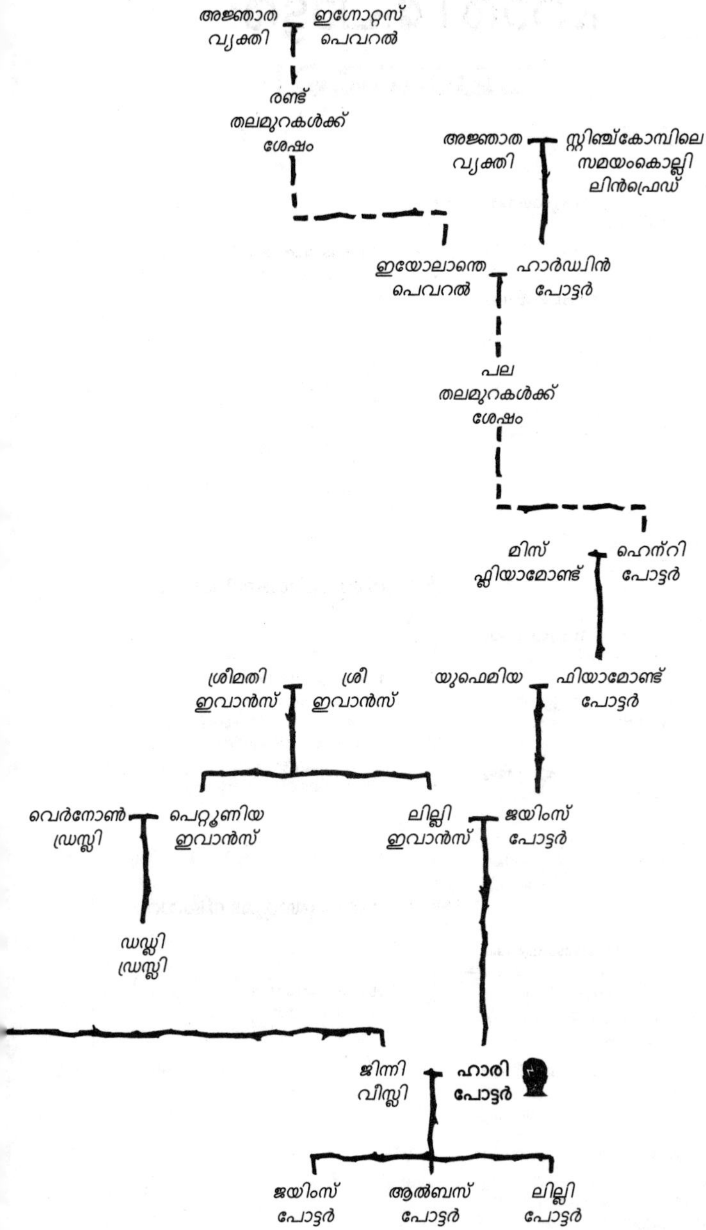

അജ്ഞാത വ്യക്തി
ഇഗ്നോറ്റസ് പെവറൽ
രണ്ട് തലമുറകൾക്ക് ശേഷം
അജ്ഞാത വ്യക്തി
സ്റ്റിഞ്ച്കോമ്പിലെ സമയംകൊല്ലി ലിൻഫ്രെഡ്
ഇയോലാന്തെ പെവറൽ
ഹാർഡ്വിൻ പോട്ടർ
പല തലമുറകൾക്ക് ശേഷം
മിസ് ഫ്ലിയാമോണ്ട്
ഹെന്റി പോട്ടർ
ശ്രീമതി ഇവാൻസ്
ശ്രീ ഇവാൻസ്
യുഫെമിയ
ഫ്ലിയാമോണ്ട് പോട്ടർ
വെർനോൺ ഡ്രസ്ലി
പെറ്റൂണിയ ഇവാൻസ്
ലില്ലി ഇവാൻസ്
ജയിംസ് പോട്ടർ
ഡഡ്ലി ഡ്രസ്ലി
ജിന്നി വീസ്ലി
ഹാരി പോട്ടർ
ജയിംസ് പോട്ടർ
ആൽബസ് പോട്ടർ
ലില്ലി പോട്ടർ

ഹാരി പോട്ടർ: സമയരേഖ

31 ജൂലൈ 1980
ഹാരി പോട്ടർ ഇംഗ്ലണ്ടിലെ ഗോഡ്രിക്ക്സ് ഹോളോയിൽ ജനിക്കുന്നു

31 ഒക്ടോബർ 1981
ഹാരിയുടെ മാതാപിതാക്കൾ ലില്ലിയും, ജയിംസ് പോട്ടറും അവരുടെ വീട്ടിൽവെച്ച് ലോർഡ് വോൾഡമോർട്ടിനാൽ കൊല്ലപ്പെടുന്നു. വോൾഡമോർട്ട് ഹാരിയുടെമേൽ പ്രയോഗിച്ച ഹിംസാ മന്ത്രം അയാളുടെമേൽ തന്നെ തിരിച്ചടിച്ചതിനാൽ, ഹാരി രക്ഷപെടുന്നു. ഈ ആക്രമണം ഹാരിയുടെ നെറ്റിയിൽ മിന്നൽപിണർപ്പിന്റെ ആകൃതിയിൽ ഒരു പാട് അവശേഷിപ്പിക്കുന്നു.

1 നവംബർ 1981
ഹാഗ്രിഡ് ഹാരിയെ അവന്റെ മഗ്ഗിൾ ബന്ധുക്കളായ ഡ്രസ്ലി കുടുംബത്തിനെ ഏൽപ്പിക്കുന്നു. അവർ ഹാരിയിൽനിന്നും അവന്റെ മാതാപിതാക്കളെക്കുറിച്ചുള്ള എല്ലാ വിവരങ്ങളും മറച്ചുവയ്ക്കുന്നു.

പത്ത് വർഷങ്ങൾക്ക് ശേഷം...

തത്വചിന്തകന്റെ രത്നം

31 ജൂലൈ 1991
ഹാഗ്രിഡ് ഹോഗ്വാർട്ട്സിൽ നിന്നുമുള്ള കത്ത് ഹാരിയ്ക്ക് നൽകുകയും, അവൻ ഒരു മാന്ത്രികനാണ് എന്നുള്ള സത്യം വെളിപ്പെടുത്തുകയും ചെയ്യുന്നു.

1 സെപ്റ്റംബർ 1991
ഹോഗ്വാർട്ട്സ് സ്കൂൾ ഓഫ് വിച്ച്ക്രാഫ്റ്റ് ആൻഡ് വിസാർഡിയിലേയ്ക്കുള്ള ആദ്യ ഹോഗ്വാർട്ട്സ് എക്സ്പ്രെസ്സ് യാത്രയിൽ ഹാരി റോൺ വീസ്ലിയേയും ഹെർമയോണി ഗ്രേഞ്ചറിനെയും കണ്ടുമുട്ടുന്നു.

ജൂൺ 1992
തത്വചിന്തകന്റെ രത്നം കൈക്കലാക്കുവാനുള്ള പ്രൊഫസർ ക്വിരലിന്റെ ശ്രമത്തെ അട്ടിമറിക്കുക വഴി ഹാരി വോൾഡമോർട്ടിനെ രണ്ടാം തവണയും നിലംപരിശാക്കുന്നു.

രഹസ്യങ്ങളുടെ നിലവറ

31 ഒക്ടോബർ 1992
രഹസ്യങ്ങളുടെ നിലവറ തുറക്കപ്പെടുകയും, സ്ലിതറിൻ രാക്ഷസജീവി തന്റെ ആക്രമണങ്ങളുടെ പരമ്പരയ്ക്ക് തുടക്കം കുറിക്കുകയും ചെയ്യുന്നു.

25 ഡിസംബർ 1992
ഹാരിയും റോണും ആദ്യമായി പോളിനീര് കുടിക്കുന്നു.

മെയ് 1993
മോനിങ് മിർട്ടിലിന്റെ ശൗചാലയം വഴി ഹാരിയും റോണും രഹസ്യങ്ങളുടെ കലവറയിൽ പ്രവേശിക്കുന്നു. അകത്ത് പ്രവേശിച്ച ഹാരി ജിന്നി വീസ്ലിയെ തന്റെ പൂർണ്ണ നിയന്ത്രണത്തിലാക്കിയ ടോം റിഡിലിന്റെ ഡയറി നശിപ്പിക്കുകയും, ബാസ്ലിക്കിനെ കൊല്ലുകയും ചെയ്യുന്നു. അതുവഴി ഹാരി ജിന്നിയുടെ ജീവൻ രക്ഷിക്കുന്നു.

അസ്ക്കബാനിലെ തടവുകാരൻ

ആഗസ്റ്റ് 1993
അസ്ക്കബാനിലെ ഏറ്റവും കുപ്രസിദ്ധനായ സൈറസ് ബ്ലാക്ക് തടവുചാടി എന്ന വാർത്ത ഡയിലി പ്രൊഫറ്റിൽ ഹാരി വായ്ക്കുന്നു.

1 സെപ്റ്റംബർ 1993
ഹോഗ്വാർട്ട്സ് എക്സ്പ്രെസ്സിൽ ഡിമെന്റോർസ് കടന്നുകൂടുന്നു.

6 ജൂൺ 1994
സൈറസ് കുറ്റക്കാരനല്ലയെന്നും, പീറ്റർ പെറ്റിഗ്രുവാണ് യഥാർത്ഥ തെറ്റുകാരനെന്നും ഹാരി തിരിച്ചറിയുന്നു.

ഹാരിയും ഹെർമയോണിയും സമയസഞ്ചാരിയന്ത്രം ഉപയോഗിച്ച് സൈറസിനെ രക്ഷപെടുത്തുന്നു. പീറ്റർ പെറ്റിഗ്രു വീണ്ടും രക്ഷപെടുന്നു.

അഗ്നി ചഷകം

ആഗസ്റ്റ് 1994
വോൾഡമോർട്ടിന്റെ ഉയർത്തെഴുന്നേൽപ്പും, തിരിച്ചുവരവും സൂചിപ്പിക്കുന്ന അടയാളങ്ങൾ ക്വിഡിച്ച് ലോകകപ്പിൽ പ്രത്യക്ഷമാകുന്നു.

സെപ്റ്റംബർ-ഒക്ടോബർ 1994
ഒരു നൂറ്റാണ്ടായി മുടങ്ങിക്കിടന്നിരുന്ന ട്രൈവിസാർഡ് ടൂർണമെന്റ് വീണ്ടും നടത്തുവാൻ പോകുന്നുവെന്ന് പ്രൊഫസർ ഡംബൾഡോർ എല്ലാവരേയും അറിയിക്കുന്നു. മത്സരത്തിൽ പങ്കെടുക്കുവാനുള്ള പ്രായമാകാത്ത ഹാരിയേയും അഗ്നി ചഷകം അപ്രതീക്ഷിതമായി തിരഞ്ഞെടുക്കുന്നു. അങ്ങനെ ഹോഗ്വാർട്ട്സിന് മത്സരത്തിൽ രണ്ട് ചാമ്പ്യന്മാരെ പങ്കെടുപ്പിക്കേണ്ടിവരുന്നു.

24 നവംബർ 1994
ട്രൈവിസാർഡ് ടൂർണമെന്റിന്റെ ആദ്യത്തെ ഇനത്തിൽ, തീ തുപ്പുന്ന ഹംഗേറിയൻ ഹോൺടയിലിന്റെ പക്കൽനിന്ന് ഒരു സ്വർണമുട്ട തട്ടിയെടുക്കുന്നതിൽ ഹാരി വിജയിക്കുന്നു.

ഡിസംബർ 1994
ഡംസ്ട്രാങ്ങിന്റെ മത്സരാർത്ഥി വിക്ടർ ക്രം യൂൾ ബോളിൽ തനിക്കൊപ്പം ചെല്ലുവാനായി ഹെർമയോണിയെ ക്ഷണിക്കുന്നു.

24 ഫെബ്രുവരി 1995
ട്രൈവിസാർഡ് ടൂർണമെന്റിന്റെ രണ്ടാമത്തെ ഇനത്തിൽ, മഹാനദിയിൽ നിന്ന് റോണിനെയും, ഗബ്രിയേൽ ഡിലക്കോറിനെയും ഹാരി ഗില്ലിവീഡ് ഉപയോഗിച്ച് രക്ഷപെടുത്തുന്നു.

24 ജൂൺ 1995
അപകടകരമായ ജീവികളും, പലവിധ തടസ്സങ്ങളും നിറഞ്ഞ ഒരു മൈതാനത്തുവെച്ച് അവസാനത്തെ മത്സരം നടത്തപ്പെടുന്നു. അതിൽ ഹാരിയും സെഡ്രിക്കും വിജയിക്കുന്നു. പക്ഷെ അവർ കണ്ടെടുത്ത ട്രോഫി ഒരു പോർട്ട്കീ ആയിരുന്നു. ശ്മശാനത്തിൽ അവർക്കായി കാത്തുനിന്നിരുന്ന വോൾഡമോർട്ടിന്റെയും മറ്റ് ശവംതീനികളുടെയും അടുത്തേയ്ക്ക് ആ പോർട്ട്കീ അവരെ എത്തിക്കുന്നു. സെഡ്രിക്ക് കൊല്ലപ്പെടുന്നു. അവന്റെ ചേതനയറ്റ ശരീരവും, വോൾഡമോർട്ട് പൂർവ്വാധികം ശക്തിയോടെ തിരിച്ചുവന്നുവെന്ന വാർത്തയുമായി ഹാരി ഹോഗ്വാർട്ട്സിലേയ്ക്ക് മടങ്ങുന്നു.

ഓർഡർ ഓഫ് ദി ഫീനിക്സ്

സെപ്റ്റംബർ 1995

മായാജാലത്തിന്റെ മന്ത്രിയായിരുന്ന കോർണേലിയസ് ഫഡ്ജ് വോൾഡമോർട്ട് തിരികെയെത്തിയെന്നുള്ള വർത്തകൾ തള്ളിക്കളയുന്നു.

ഒക്ടോബർ 1995

അംബ്രിജ്ജ് കൊള്ളരുതായ്മകളെ പ്രതിരോധിക്കുവാനും, അവർ വിലക്കുകൽപ്പിച്ച മന്ത്രങ്ങൾ പഠിക്കുവാനും പഠിപ്പിക്കുവാനുമായി ഡംബൾഡോറിന്റെ സൈന്യം എന്ന പേരിൽ ഹാരി ഒരു കൂട്ടായ്മ രൂപീകരിക്കുന്നു.

ജൂൺ 1996

വോൾഡമോർട്ടിനെ കുറിച്ചുള്ള തുടർച്ചയായ ദർശനങ്ങൾക്ക് പിന്നാലെ ഹാരി സൈറസിനെ അത്യന്തം അപകടകരമായ അവസ്ഥയിൽ കാണുന്നു. തന്റെ സുഹൃത്തുക്കൾക്കൊപ്പം മായാജാല മന്ത്രാലയത്തിൽ എത്തുകയും, ഒരിക്കൽക്കൂടി വോൾഡമോർട്ടിനെതിരെ പൊരുതുകയും ചെയ്യുന്നു.

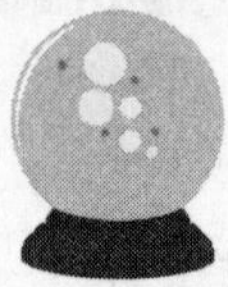

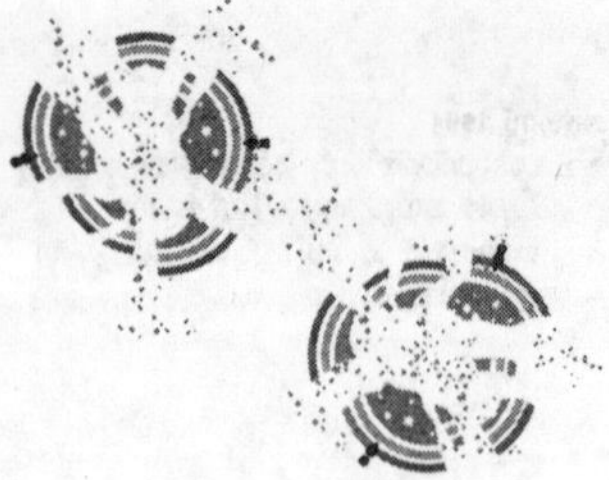

മായാജാല മന്ത്രാലയം

തന്റെയും വോൾഡമോർട്ടിന്റെയും വിധിയെ ബന്ധിപ്പിക്കുവാൻ പോകുന്ന ഒരു പ്രവചനം ഹാരി കണ്ടെടുക്കുന്നു.

മായാജാല മന്ത്രാലയം

ശവംതീനികളിൽ ഒരാളായ ബെല്ലാട്രിക്സ് ലെസ്ട്രേഞ്ചിനാൽ സൈറസ് കൊല്ലപ്പെടുന്നു. മന്ത്രാലയത്തിലെ എല്ലാ സമയസഞ്ചാരി യന്ത്രങ്ങളും നിഗൂഢതകളുടെ വകുപ്പിന്റെ യുദ്ധത്തിൽ നശിപ്പിക്കപ്പെടുന്നു.

ഹാഫ്-ബ്ലഡ് പ്രിൻസ്

ജനുവരി 1997

വോൾഡമോർട്ടിനെ പ്രതിരോധിക്കുവാൻ ഹാരിയെ ഒരുക്കുന്നതിന്റെ ഭാഗമായി, അയാളുടെ ഭൂതകാലത്തെക്കുറിച്ച് ഡംബൾഡോർ ഹാരിയ്ക്ക് പറഞ്ഞുകൊടുക്കുന്നു.

മെയ് 1997

ഗ്രിഫിണ്ടോർ ക്വിഡിച്ച് കപ്പ് ജയിച്ചതിനെ തുടർന്ന് ഹാരി ജിന്നിയെ ചുംബിക്കുന്നു.

ജൂൺ 1997

ശവംതീനികൾ ഹോഗ്വാർട്ട്സിൽ നുഴഞ്ഞുകയറുന്നു. മാൽഫോയിയെകൊണ്ട് ഡംബൾഡോറിനെ കൊല്ലിക്കുവാനുള്ള വോൾഡമോർട്ടിന്റെ പദ്ധതി പരാജയപ്പെട്ടതിനെ തുടർന്ന് സെവറസ് സ്നെയിപ്പ് ഡംബൾഡോറിനെ കൊല്ലുന്നു.

മാരകമായ പൂജ്യവസ്തുക്കൾ

ആഗസ്റ്റ് 1997
മന്ത്രാലയം തകരുകയും വോൾഡമോർട്ട് അധികാരം പിടിച്ചെടുക്കുകയും ചെയ്യുന്നു. അന്ധകാരത്തിന്റെ രാജാവിനെ നിലംപരിശാക്കുവാനായി ഹെർമയോണിയും, റോണും, ഹാരിയും ശേഷിക്കുന്ന ഹോർക്രക്സുകൾ തിരഞ്ഞിറങ്ങുന്നു.

ഡിസംബർ 1997
മാരകമായ പൂജ്യവസ്തുക്കൾ മൂന്നെണ്ണവും കൈവശമുള്ള ആൾ മരണത്തെ പോലും അതിജീവിക്കുമെന്ന് ഹാരിയും, റോണും, ഹെർമയോണിയും മനസിലാക്കുന്നു.

മെയ് 1998
ഹാരിയും, റോണും, ഹെർമയോണിയും ഹോഗ്വാർട്ട്സിൽ മടങ്ങിയെത്തി അവശേഷിക്കുന്ന ഹോർക്രക്സുകൾ കണ്ടെടുക്കുന്നു. ഹോഗ്വാർട്ട്സ് യുദ്ധം ആരംഭിക്കുന്നു.

ഹോഗ്വാർട്ട്സ് യുദ്ധം
മാരകമായ മൂന്ന് പൂജ്യവസ്തുക്കളിൽ ഒന്നായ മുതിർന്ന മന്ത്രക്കോൽ കൈക്കലാക്കുവാനായി വോൾഡമോർട്ട് സ്നെയിപ്പിനെ കൊലചെയ്യുന്നു. സ്നെയിപ്പ് തന്റെ അമ്മയായ ലില്ലിയെ സ്നേഹിച്ചിരുന്നുവെന്നും, അയാളുടെ കൂറെന്നും ഡംബൾഡോറിനോടും താൻ സ്നേഹിച്ച സ്ത്രീയോടും ആയിരുന്നുവെന്നും ഹാരി മനസിലാക്കുന്നു.

ഹോഗ്വാർട്ട്സ് യുദ്ധം
താനും ഒരു ഹോർക്രക്സ് ആണെന്ന് മനസിലാക്കിയ ഹാരി മായാജാല ലോകത്തെ രക്ഷിക്കുവാനായി തന്നെതന്നെ വോൾഡമോർട്ടിന് വിട്ടുകൊടുക്കുന്നു.

ഹോഗ്വാർട്ട്സ് യുദ്ധം
അവസാനത്തെ ഹോർക്രക്സ് ആയ നാഗിണിയെ ഹാരിയ്ക്ക് പകരം നെവിൽ ലോങ്ബോട്ടം കൊല്ലുന്നു.

ഹോഗ്വാർട്ട്സ് യുദ്ധം
വോൾഡമോർട്ടിന്റെ അവസാനത്തെ ആക്രമണത്തെയും ഹാരി അതിജീവിക്കുകയും അയാളെ പരാജയപ്പെടുത്തുകയും ചെയ്യുന്നു.

പത്തൊൻപത് വർഷങ്ങൾക്ക് ശേഷം...

1 സെപ്റ്റംബർ 2017
വിവാഹിതരായ ഹാരിയ്ക്കും (ഇപ്പോൾ മുപ്പത് വയസ്) ജിന്നിയ്ക്കും മൂന്ന് കുട്ടികളുണ്ട്. കിങ്സ് ക്രോസ്സ് സ്റ്റേഷണിലെ ഒമ്പതര നമ്പർ പ്ലാറ്റ്ഫോർമിൽ അവർ റോണിനെയും, ഹെർമയോണി ഗ്രേഞ്ചർ-വീസ്ലിയേയും സന്ധിക്കുന്നു. അവരുടെ മക്കളായ ആൽബസ് പോട്ടറും, റോസ് ഗ്രേഞ്ചർ വീസ്ലിയും ഹോഗ്വാർട്ട്സിലെ അവരുടെ ആദ്യ വർഷം തുടങ്ങുകയാണ്. താൻ സ്ലിതറിനിൽ ആകുമോയെന്ന് ഭയപ്പെടുന്ന ആൽബസിനോട് ഹാരി ഇങ്ങനെ പറയുന്നു: 'ആൽബസ് സെവറസ് പോട്ടർ, ഹോഗ്വാർട്ട്സിലെ പ്രധാനദ്ധ്യാപകരായിരുന്ന രണ്ടുപേരുടെ പേരുകളാണ് നിനക്ക് ഇട്ടിരിക്കുന്നത്. അവരിൽ ഒരാൾ സ്ലിതറിൻ ആയിരുന്നു. ഞാൻ ജീവിതത്തിൽ കണ്ടിട്ടുള്ളതിൽവെച്ച് ഏറ്റവും ധീരനായ വ്യക്തി ഒരുപക്ഷേ അദ്ദേഹം ആയിരിക്കും.' തീവണ്ടി ചൂളം വിളിയ്ക്കുന്നു, ആൽബസിന്റെയും റോസിന്റെയും യാത്ര അവിടെ ആരംഭിക്കുന്നു.

Tukaram was a celebrated seventeenth-century Marathi poet-saint who was an ardent devotee of Vitthala, an avatar of Vishnu. He is most known for his numerous Marathi abhangas (devotional poems), which are a rich inheritance of gatha—devotional poetry. Considered one of the greatest poets of the Marathi language, Tukaram emphasized community-based worship through spiritual melodies known as kirtans and promoted the virtues of piety and forgiveness. He was a vocal critic of caste and gender injustice.

Shanta Gohkale is a bilingual writer, translator and theatre critic. Both her Marathi novels, *Rita Welinkar* and *Tya Varshi*, have won Maharashtra State awards and been translated by her into English. Her most recent books are her memoir *One Foot on the Ground* and *Shivaji Park*. She has translated *Smritichitre: The Memoirs of a Spirited Wife* by Lakshmibai Tilak, for which she received the Sahitya Akademi Award for Translation, 2021, and the novel *Kautik on Embers* (*Dhag*) by Uddhav J. Shelke, besides several plays. She is the author of *Playwright at the Centre: Marathi Drama from 1843 to the Present*; and the editor of *The Scenes We Made: An Oral History of Experimental Theatre in Mumbai*, among others. She has received the Sangeet Natak Akademi Award for overall contribution to the performing arts and lifetime achievement awards from Thespo, Ooty Literary Festival and Tata Literature Live!.

Jerry Pinto is a writer and poet based in Mumbai. His books include *The Education of Yuri*, *Em and the Big Hoom* (winner of the Hindu Prize and the Crossword Book Award), *Murder in Mahim* (winner of the Valley of Words Award and shortlisted for the Crossword Award), and *Helen: The Life and Times of an H-Bomb* (winner of the National Award for the Best Book on Cinema). Jerry's landmark translations from Marathi and Hindi include Baburao Bagul's *Jevha Mi Jaat Chorli Hoti* (*When I Hid My Caste*); Sachin Kundalkar's *Cobalt Blue* and the memoirs of Daya Pawar (*Baluta*) and Swadesh Deepak (*I Have Not Seen Mandu*). In 2016, Jerry received the Windham-Campbell Prize and the Sahitya Akademi Award.